உள்ளத்தின் குரல்

பயம், கோபம், கவலைக்கான மாற்று மருந்தைக் கண்டுபிடித்தல்

"பிரேம் ராவத்தின்" வாழ்வியல் அறிவு பல தசாப்தங்களாக நான் தேடிக் கொண்டிருந்த அனைத்துக் கேள்விகளுக்குமான பதில்களை தந்தது. இந்தப் புத்தகமானது வாசகர்கள் குழப்பம் மிகுந்த உலகத்தில் அமைதியைத் தேடி அலையாமல் விவேகத்தாலும் தமக்குள்ளே செயல்முறையில் காண்பதற்கான அணுகு முறையினாலும் உற்சாகமளித்து வாசகரை உயர்ந்த நிலைக்கு எடுத்து செல்கிறது."

-மைக்கேல் போல்டன், கிராமி விருது பெற்ற பாடகர் மற்றும் பாடலாசிரியர்

"உண்மையான நிறைவிற்காக ஏங்குபவர்களுக்கு பிரேமின் வார்த்தைகள் இதமளிக்கும் தைலம் போன்றது. இந்தப் புத்தகம் ஒரு விலையுயர்ந்த இரத்தினம் போன்றது."

-சூசன் ஸ்டீ:பெல்மேன், அதிகாரப் போராட்டங்களற்ற பிள்ளை வளர்ப்பு என்ற நூலின் ஆசிரியர்

"பிரேம் ராவத் உள் உணர்வுகள் பற்றிய அறிவில் ஐன்ஸ்டீன் போன்றவர்."

-கிளாடியோ நரென்சோ, என்னேகிராம் சமூகம் எனும் நூலின் ஆசிரியர்

"நம்மையே நாம் கேட்பின், இப்புத்தகத்தில் உண்மையான அமைதியான வாழ்வின் ஆனந்தம், சாத்தியமாகக் கூடிய அமைதியின் மெல்லிசைப் பாடல்கள் உள்ளன. நாம் இப்புத்தகத்தை புதுப்பிக்கப்பட்ட அறிவுடனும் இதயத்திலிருந்து ஒளிவிடும் ஆனந்தத்துடனும் கையில் எடுப்போம். முதன்முறையாக பாடுவோம்."

-ஜுவான் பெலிப் ஹாரேரா, முன்னாள் அமெரிக்கக் கவிஞர்

உள்ளத்தின் குரல்

இரைச்சல் மிகுந்த
உலகத்தில் நிம்மதியைக்
காண்பது எப்படி?

பிரேம் ராவத்

HarperCollins *Publishers* India

First published in English in the US as 'Hear Yourself: How to Find Peace in a Noisy World' by HarperOne 2021
An imprint of HarperCollins *Publishers*

First published in India in Tamil by HarperCollins *Publishers* 2024
4th Floor, Tower A, Building No 10, DLF Cyber City,
DLF Phase II, Gurugram - 122002
www.harpercollins.co.in

2 4 6 8 10 9 7 5 3 1

P-ISBN: 9789362137654
E-ISBN: 9789362134714

Typeset in Latha by Manipal Technologies Limited.

Printed and bound at Thomson Press India Ltd

உள்ளடக்கம்

அறிமுகம்

பல வருட காலமாக தன்னைத்தானே அறிந்து கொள்வதற்காகப் பயணித்துக் கொண்டிருக்கும் பலரை நான் சந்தித்தும், உரையாடியும் உள்ளேன். சிலர் பரிபூரண நிறைவைக் கண்டு கொள்வதற்காகத் தம் வாழ்வை அர்ப்பணித்துள்ளதுடன், அதற்காக உலகம் முழுவதும் உள்ள கருத்துக்களையும் வழிமுறைகளையும் தொடர்ந்து ஆராய்ந்து வருகின்றனர். சிலர் தங்களைத் தாங்களே மேலும் சிறப்பாகப் புரிந்து கொள்வதற்கும், மேன்மையானதொரு மனிதனாவதற்கும் விரும்புகின்றனர் அல்லது அவர்கள் தங்களின் வாழ்க்கையில் நிறைவையும், மகிழ்ச்சியையும் மேலும் ஆழமாக அனுபவிக்க விரும்புகின்றனர்.

உங்கள் பயணத்தின் ஒரு பகுதியை என்னுடன் மேற்கொள்ளும்போது, நாம் செல்லும் இடமானது உங்களுக்கு ஆச்சரியத்தைத் தரக்கூடும். கோட்பாடுகள், நம்பிக்கைகள் அனைத்தையும் விடுத்து தனித்துவமான ஞானத்தை நோக்கி நகர்கிறோம். தினந்தோறும் நிகழும் கவனச் சிதறல்களிலிருந்து விடுபட, உங்கள் உள்ளேயே செல்லப் போகிறோம். தெளிவு, நிறைவு மற்றும் மகிழ்ச்சியை நாம் உண்மையாகவே அனுபவிக்கக் கூடிய ஓர் இடத்திற்கு. நிறைவான அமைதி தரும் இடத்திற்கு. நமது பாதையானது மனதை நிலைப்படுத்தி, உள்ளத்தை நிறைவு செய்து நம்மை அமைதி நிறைந்த நிலைக்கு அழைத்துச் செல்லும். நீங்கள் யாராக

இருப்பினும், அமைதி உங்கள் உள்ளே இருக்கிறது. ஞானம் அதை அனுபவிக்க உங்களுக்கு உதவுகிறது. இந்தப் புத்தகமானது அது எவ்வாறு உதவும் என்பதை உங்களுக்கு விவரிக்கும்.

தன்னைத்தானே புரிந்து கொள்ளல் என்ற தலைப்பு தொடர்பாக அறிவு சார்ந்த பல விதமான கருத்துகள் இவ்வுலகில் நிறைய இருப்பதைக் காண்கிறேன். ஆனால், தன்னை அறிவதன் நோக்கம் மிகவும் எளிமையானது. நம்முள் இருக்கும் பேரமைதியுடன் ஒன்றியிருப்பதால், நமக்குத் தெளிவு, அளவிடமுடியாத மகிழ்ச்சி, பரிபூரண அமைதி, நிறைவு, என இன்னும் பற்பல அதிசயங்கள் நிகழும். இந்த அமைதியே உண்மையில் நாம்.

தெளிவாகச் சொல்வதானால், எனது நோக்கம் அமைதி பற்றிய உங்கள் புரிதலை வளர்த்துக் கொள்வதற்கும் உங்களுக்குள் இருக்கும் அமைதியுடன் தொடர்பு கொள்வதன் விளைவுகள் பற்றி அறிந்து கொள்வதற்கும் உதவி செய்வதாகும். ஆனால் வெளிப்புற இரைச்சலில் இருந்து அமைதிக்கான உங்கள் பயணத்தை நீங்கள் மட்டுமே மேற்கொள்ள முடியும். எவராலும் உங்களுக்கு அமைதியைக் கொடுக்க முடியாது. உங்களுக்காக, உங்களுக்குள், உங்களால் மட்டுமே அதைக் கண்டு கொள்ள முடியும். அவ்வாறு செய்யும்போது, “நீங்கள் யார்?” என்பதை நீங்கள் புரிந்து கொள்வீர்கள். நம் வாழ்வில் தாமாகவே நிகழும் பல விஷயங்கள் உள்ளன. இவை நமக்கு எளிதாக நடைபெறும் விஷயங்கள். ஆனால், மன அமைதியைக் கண்டறிவதற்கு இடைவிடாத முயற்சி தேவைப்படுகிறது! பூரண விழிப்புணர்வுடன் இருப்பதற்கு முயற்சி தேவைப்படுகிறது. ஜஸ்டினின் கூற்றுப்படி, “விவேகமானது வாழ்நாள் முழுவதும் செய்யும்

முயற்சியின் விளைவேயன்றி ஏட்டுக் கல்வியினால் கிடைப்பது அல்ல”.

இந்தப் புத்தகத்தில் உள்ள கதைகளையும், கருத்துகளையும் படிக்கும்போது, நாம் அனைவரும் பகிர்ந்துகொள்வதைப் பற்றி ஓர் எதிர்பார்க்காத கண்ணோட்டத்தை நீங்கள் அனுபவிப்பீர்கள் என்று நம்புகிறேன். அதை நம் வாழ்வில் நாம் அதிகம் கொண்டாட வேண்டும் என்று நான் நினைக்கிறேன். அதுவே நம் அற்புதமான மனித இயல்பு. மேலும் நீங்கள் சந்தித்துத் தெரிந்து கொள்ள வேண்டும் என நான் விரும்பும் குறிப்பிடத்தக்க நபர் ஒருவர் உள்ளார். ஆனால், அந்த நபரைப் பற்றி மேலும் விவரமாக சிறிது நேரத்தில் அறிந்து கொள்வோம்.

பலர் தம்மைச் சுற்றி அதிகரித்து வரும் இரைச்சல், தங்களுக்கு அசௌகரியத்தை ஏற்படுத்துவதாகக் கூறுகிறார்கள். நமது நெரிசலான நகரங்களில் மேம்படுத்தப்பட்ட கணினிமயமாக்கலால் பரபரப்பாகியுள்ள வாழ்க்கை முறையில் எளிமையான ஏகாந்த நிலையில் இருப்பதற்கான வாய்ப்புக்களையும், நேரத்தையும் கண்டு கொள்வது பெரும்பாலும் கஷ்டமாக இருக்கிறது. இத்தகைய “வளர்ச்சி” கிராமப்புறங்களைக் கூடச் சென்றடைந்து, மக்களுக்கு மிகவும் தேவைப்படும் நன்மைகளையும் வாய்ப்புகளையும் கொண்டுவரும் அதேசமயத்தில், தனிநபர்கள் மற்றும் சமூகங்களுக்குப் புதிய கோரிக்கைகளையும் முன் வைக்கிறது. இது போன்ற புதிய கண்டுபிடிப்புகள் உருவாக்கும் அற்புதமான சாத்தியங்களைக் கொண்ட இந்தக் காலகட்டத்தில், உயிர்வாழ்வது அற்புதமாக இருந்தபோதிலும், சிலவேளைகளில் இத்தகைய வளர்ச்சியுடன் இணைந்துவரும் இரைச்சல், வரவேற்கப்படாத கவனச்சிதறல் போல் உணரப்படலாம்.

நம்மால் தீர்வு காண முடியாதது போலிருக்கும் பிரச்சினைகள், சிக்கல்கள், நம்மால் ஆறுதல்படுத்த முடியாத பதற்றங்கள், சுய சந்தேகங்கள், நம்மால் பூர்த்தி செய்ய முடியாதது போலத் தென்படும் லட்சியங்கள், மற்றும் எதிர்பார்ப்புகள் போன்று நம் மனதினுள் நாம் அடிக்கடி உருவாக்கும் இரைச்சலுடன் ஒப்பிடுகையில், வெளி இரைச்சல் உண்மையில் மிக அற்பமானதே. பிறர் மீது எரிச்சல், மனக்கசப்பு, கோபம் உண்டாகலாம், நம் மீது நாம் ஏமாற்றமடையலாம். இன்பத்தையும் பாதுகாப்பையும் தேடி நாம் தினசரி மனதில் செய்யும் கூத்துகள் நம் மனதை ஒருமுகப்படுத்த முடியாமல், குழப்பத்தையும் விஷயங்களைத் தள்ளிப்போடுவதையும் செய்ய நேரிடும். இப்புத்தகத்தில் எதிர்மறையான எண்ணங்கள் நம்மீது ஏற்படுத்தும் தாக்கத்தைப் பற்றியும் அதை விடுத்து எப்படி ஆழமான, என்றுமே மாற்றமில்லாததுமான, எண்ணங்களுக்கெல்லாம் அப்பாற்பட்ட நம் சுயத்தைக் கண்டறிவது என்பதை சொல்லப் போகிறேன்.

ஒரு வித்தியாசமான பாதை

எனது அணுகுமுறை சரியானது என்று எவ்வாறு எனக்குத் தெரியும்? அது எனக்குப் பயனளித்ததால், நம்பிக்கையுடன் அதை உங்களுடன் பகிர்ந்து கொள்கிறேன். எனக்குத் தாகமாக இருந்ததால், நான் ஒரு கிணற்றை வந்தடைந்தேன். என் தாகம் தணிந்தது. வேறு ஏதாவது அணுகுமுறைகள் இருக்கின்றனவா? நிச்சயமாக இருக்கின்றன. ஏன் நான் அந்த முறைகள் பக்கம் போகவில்லை? ஏனெனில், என் தாகம்தான் தணிந்துவிட்டதே!

உங்கள் மதம், தார்மீகம், அல்லது அரசியல் நம்பிக்கைகள் எதுவாக இருந்தாலும் அல்லது எந்த நாட்டைச் சேர்ந்தவராயிருந்தாலும் வயது, பால்நிலை, பாலியற் கருத்துக்கள் எதுவாக இருந்தாலும் நீங்கள் உங்கள் வாழ்க்கையில் எனது அணுகுமுறையினைப் பயன்படுத்தலாம். உங்களின் எந்தவொரு நம்பிக்கைக்கும் இது மாற்றீடு அல்ல. ஏனெனில் எனது அணுகுமுறையானது அறிந்து கொள்ளுதல் பற்றியதேயன்றி, நம்பிக்கை கொள்ளுதல் பற்றியதல்ல. இந்த அடிப்படையான முக்கிய வேறுபாடு பற்றி நான் மேற்கொண்டு விளக்குவேன். அறிந்து கொள்ளுதல் என்பது உங்களின் தலைசிறந்த மனித இயல்புடன் மிக ஆழமானதொரு தொடர்பை ஏற்படுத்தவும், நீங்கள் உங்களையே சகல பரிமாணங்களிலும் அனுபவிப்பதற்கும் உங்களுக்கு உதவிபுரியும். உங்கள் நம்பிக்கைகளுடன் அது எவ்வாறு தொடர்புபடுகிறது என்பதைத் தீர்மானிப்பது உங்களைப் பொறுத்தது.

உங்கள் இதயத்தின் மீது மதிப்பும் நம்பிக்கையும் வைக்குமாறும், உங்கள் வழிகாட்டியாக உங்கள் மனதை மட்டும் நம்பியிருக்க வேண்டாம் என்றும் நான் உங்களைக் கேட்டுக் கொள்கிறேன். நமது அன்றாட அனுபவங்களில் பெரும்பாலானவற்றை மனமே வடிவமைப்பதால் மனத்தின் சரியானதும், தவறானதுமான செயல்பாடுகளைப் பற்றி அறிந்து கொள்வது மிகவும் உதவியாக இருக்கும். நமது கருத்துக்களை வளப்படுத்தும் மற்றும் நமது அறிவாற்றலைக் கூர்மைப்படுத்தும் வாய்ப்புகளை அரவணைத்துக் கொண்டு, நம் வாழ்வில் மனதின் நேர்மறையான மற்றும் எதிர்மறையான விளைவுகளை அடையாளம் கண்டுகொள்வது முக்கியம். ஆனால்,

பெரும்பாலும் நமது சமூகங்கள் இதயத்தைப் புறக்கணித்து மனத்திற்கு முன்னிடம் கொடுக்கின்றன. மூளையின் ஆற்றலினால் எல்லாவற்றையும் செய்ய முடியாது. உதாரணமாக "நீங்கள் யார்?" என்ற கேள்விக்கு நம் மனத்தால் மட்டுமே திருப்திகரமான பதிலொன்றை வழங்க முடியும் என்று என்னால் உறுதியாகக் கூற முடியாது. என் மனம், எனக்குள் இருக்கும் அமைதியின் இருப்பிடத்திற்கு என்னை ஒருபோதுமே அழைத்துச் சென்றதில்லை. நமது மனம் ஒழுங்காகச் செயல்படுவதற்கு அதனுள் போடப்பட்ட அனைத்து விஷயங்களையும் சார்ந்திருக்கும் அதேவேளையில், இதயமானது பெருமளவில் மனித மரபணுக்களைச் (DNA) சார்ந்தே செயல்படுகிறது.

மனதைப் பற்றிப் பேசுகையில் வாசகர்களாகிய உங்களிடம் ஒரு வேண்டுகோள். நான் இந்தப் புத்தகத்தில் எழுதியிருப்பது உண்மை என்று நீங்களாக உணர்ந்தால் மட்டுமே ஏற்றுக் கொள்ளுங்கள். உங்கள் அறிவாற்றல் என் செய்தியை சந்தேகித்தாலும் சரி அல்லது ஏற்றுக்கொண்டாலும் சரி, திறந்த மனதுடன் உங்கள் உள்ளுணர்வு சொல்வதையும் கேளுங்கள். இந்த அணுகுமுறைக்கு ஒரு நியாயமான வாய்ப்பைக் கொடுங்கள். தொடரும் அத்தியாயங்கள் நீங்கள் எதைப் பற்றிச் சிந்திக்க வேண்டுமென்று சொல்வதற்குப் பதிலாக, நீங்கள் கருத்தில் கொள்ளவேண்டிய சில சாத்தியங்களை முன் வைக்கும். பயனுள்ள கண்ணோட்டங்களை வழங்கக்கூடிய அனுபவங்கள் பார்வை மற்றும் கதைகளை இங்கே பகிர்ந்து கொள்கிறேனே அல்லாமல், உங்களைத் தர்க்கரீதியாக நம்பவைப்பதற்காக அல்ல. தெளிவாக வெளிப்படுத்தப்படும் இதயப்பூர்வமான வார்த்தைகள், புரிதலை அடைவதற்கான படிக்கற்களாகச் செயல்பட முடியும். இப்புத்தகம் உங்களுக்குக் கருத்துகள்

மூலமும் அதற்கு அப்பாலும் சென்று உங்கள் ஆழமான அனுபவத்திற்கான பாதையைக் காட்டுகிறது. தயவுசெய்து நான் கூறுவதை உங்கள் மனதால் மதிப்பீடு செய்யுங்கள்; அதே நேரம் உங்கள் இதயத்தையும் கேளுங்கள்.

நான் யார்?

நாம் மேலும் தொடர்வதற்கு முன், என்னைப் பற்றிய சில விஷயங்களை உங்களுக்குச் சொல்ல வேண்டும்.

நான் 1957ல் இந்தியாவில் ஹரித்துவாரில் பிறந்து, அதன் அருகாமையில் உள்ள இந்திய இமயமலையின் அடிவாரத்தில் உள்ள டேராடூனில் வளர்ந்தேன். கங்கை நதியின் ஊற்றுக்கள் இந்த நகரத்திற்கு மேலுள்ள மலைகளிலிருந்து உற்பத்தியாகின்றன. இது இந்துக்களின் புனிதயாத்திரைப் பகுதிகளில் ஒன்றாகக் கருதப்படுகிறது. உண்மையில் ஹரித்துவார் என்றால் “கடவுளை அடைவதற்கான வாசல்” என்று பொருள். இது ஒரு பெரிய இடம் என்று சொல்வதற்கில்லை. ஆனால், ஒவ்வொரு ஆண்டும் கோடிக்கணக்கான மக்கள் அங்கு நடைபெறும் புனித விழாக்களில் கலந்து கொள்கிறார்கள். அது பார்ப்பதற்கு மிகவும் அற்புதமான காட்சியாக இருக்கும்.

மதத்திற்கு அதிமுக்கியத்துவம் கொடுத்து, தம் நம்பிக்கைகளைச் சக்தி வாய்ந்த, எழுச்சியூட்டும் வழிகளில் வெளிப்படுத்தும் மக்கள் நிறைந்த இடத்தில் நான் வளர்க்கப்பட்டேன். அமைதி என்ற விஷயம் பற்றி உரையாற்றும் ஒரு சிறந்த பேச்சாளரான எனது தந்தை, ஸ்ரீ ஹன்ஸ்ஜி மகராஜியின் (Shri Hans Ji Maharaj) உரையைக் கேட்க ஆயிரக்கணக்கான மக்கள் திரண்டு வருவார்கள். இளவயதிலிருந்தே என் தந்தை ஞானத்தைத் தேடி மலைகளுக்கும் நகரங்களுக்குமாக

குருமார்களைத் தேடி அலைந்தார். ஆனால் அவர் பெரும்பாலும் ஏமாற்றத்தையே சந்தித்தார்.

வட இந்தியாவாக இருந்து பிரிவினைக்குப் பின் தற்போது பாகிஸ்தான் என அழைக்கப்படும் நாட்டில், ஸ்ரீ ஸ்வரூபானந்த்ஜி என்ற குருவை என் தந்தை சந்தித்தபோது, அவரின் வாழ்க்கையில் ஒரு திருப்பம் ஏற்பட்டது. மனிதன் யார் என்பதைத் தெரிந்த அபரிமிதமான ஆற்றல் கொண்ட ஓர் உண்மையான ஆசானை சந்தித்ததாக அவர் உணர்ந்தார். இந்த அனுபவம் உண்மையில் அவரை முற்றிலும் மாற்றியது. தான் தேடியலைந்ததை அவர் கண்டு கொண்டார். தன்னைப் பற்றிய ஆழமான புரிதலையும், வார்த்தைகளால் வர்ணிக்கவே முடியாத அமைதியையும் அவர் தனது "ஆசான்" என்று அழைத்தவரிடமிருந்து கற்றுக் கொண்ட அனுபவத்தை நினைவு கூர்ந்தபோது அவர் கண்ணீர் மல்கியதை நான் கண்டுள்ளேன். தனது குருவிடமிருந்து இதே போன்ற அனுபவத்தைப் பெற்ற பதினைந்தாம் நூற்றாண்டைச் சேர்ந்த இந்தியக் கவிஞர் கபீர் வெளிப்படுத்திய ஈரடிச் செய்யுளை, எனது தந்தையார் அடிக்கடி மேற்கோள் காட்டுவார்:

நான் இந்த உலகத்துடையதும்,
சமுதாயத்துடையதுமான
இருளெனும் ஆற்றினால் அடித்துச் செல்லப்பட்டேன்.
அப்போது என் ஆசான் எனக்கு விளக்கு ஒன்றைத் தந்தார்.
அவர் எனக்குள் இருக்கும் இந்த அழகிய இடத்தைக் காட்டினார், நான் இப்பொழுது நிறைவாக இருக்கிறேன்.

என் தந்தையும், தாயும் இறுதியாக டேராடூனில் ஒரு வீட்டில் குடியேறினர். ஆனால் என் தந்தை

டேராடூனிலிருந்து சிறிது தொலைவில் அமைந்திருந்த ஹரித்துவாரில் தான் நிறுவிய நிலையத்தில் இருந்து செயல்பட்டார். அங்கிருந்து அவர் சொல்வதைக் கேட்க விரும்புவர்களுக்காகத் தனது செய்தியைப் பகிரத் தொடங்கினார். அவருடைய இந்த அணுகுமுறை பல நூற்றாண்டு காலமாக குருவிடம் இருந்து சீடருக்குக் கையளிக்கப்படுகின்ற ஒரு பழமையான பாரம்பரியத்தை வெளிப்படுத்தியது. என் தந்தையை ஸ்ரீ ஸ்வரூபானந்தஜி, தனது வாரிசாகத் தேர்ந்தெடுத்திருந்தார். என் தந்தையின் செய்தியின் மையக்கருத்து என்னவெனில், நீங்கள் தேடும் அமைதி வெளியுலகில் உங்களுக்காகக் காத்திருக்கவில்லை. ஏற்கனவே அது உங்களுக்குள் இருக்கிறது என்பதே ஆகும். ஆனால் அதனுடன் தொடர்பு கொள்வதற்கான தேர்வை நீங்கள்தான் செய்ய வேண்டும். தேர்வுதான் எனது அணுகுமுறையின் மையமாகும் என்பதை நீங்கள் காண்பீர்கள்.

தன்னை அறியும் அறிவைப் பெறத் தகுதியானவர் யார் என்பதைத் தீர்மானிக்கும் பாரம்பரிய வழக்கங்களை ஏற்றுக்கொள்ள என் தந்தை மறுத்தார். இந்திய சமுதாயமானது கர்வம், வெளிநாட்டினர் மீதான சந்தேகம் மற்றும் கொடுமையான சாதி அமைப்பு ஆகியவற்றால் பிளவுபட்டிருந்தது. ஆனால் என் தந்தையோ தனி நபர்களை ஓர் உலகளாவிய மனித குடும்பத்தின் பகுதியாக நோக்கினார். ஒருவரின் இனம், சமூகப் பின்னணி அல்லது பாலினம் எதுவாக இருந்தாலும், அவர் பேசுவதைக் கேட்பதற்கு அவர்கள் வரவேற்கப்பட்டனர். அவர் ஒரு அமெரிக்கத் தம்பதியினரை நிகழ்ச்சி ஒன்றில் மேடைக்கு அழைத்து, அவர்களைக் கௌரவ விருந்தினர்களாக நாற்காலிகளில் அமர வைத்தது எனக்கு நினைவிருக்கிறது. இந்தியர் அல்லாதவர்கள் ஆன்மீக ரீதியில் தூய்மையற்றவர்கள்

மற்றும் மிகமிகத் தாழ்ந்தவர்கள் என எண்ணியவர்களுக்கு இது ஒரு வெளிப்படையான சவாலாக இருந்தது. அத்தியாயம்-11ல் மனிதர்களிடையே உலகளாவிய ரீதியில் உள்ள தொடர்புகள் பற்றிய எனது சொந்த உணர்வுகளைப் பகிர்ந்து கொள்கிறேன்.

அவரது மாணவர்கள் மற்றும் ஞானத்தை நாடி வந்தவர்கள் மத்தியில் என் தந்தை உரையாற்றும்போது, வாய்ப்புக் கிடைத்த போதெல்லாம் அவருடைய காலடியில் நான் அமர்ந்து கற்றுக் கொண்டேன். எனக்கு நான்கு வயதாக இருந்தபோது அவருடைய நிகழ்ச்சி ஒன்றில் முதன் முறையாக உரையாற்றினேன். அன்று நான் ஒரு எளிமையான செய்தியைச் சொன்னேன். நீங்கள் உங்களிடமிருந்து தொடங்கும்போதுதான் அமைதி சாத்தியம். அதன் உண்மையை நான் எப்போதும் என் இதயத்தில் உணர்ந்தேன். சிறுவனாக இருந்தபோதிலும், நான் உணர்ந்த இந்தச் செய்தியை அங்கு அமர்ந்திருந்த மக்களின் முன்னால் நின்று பகிர்ந்து கொண்டது முற்றிலும் இயல்பானதாகத் தோன்றியது.

இரண்டு வருடங்களுக்குப் பின் ஒருநாள் நான் என் சகோதரர்களுடன் வீட்டிற்கு வெளியே விளையாடிக் கொண்டிருந்தபோது, குடும்ப நண்பர் ஒருவர் வந்து "உங்கள் தந்தை உங்கள் எல்லோரையும் உடனடியாகப் பார்க்க விரும்புகிறார்!" எனக் கூறினார். நாங்கள் 'ஓ! நாம் ஏதாவது தவறு செய்துவிட்டோமா' என எண்ணினோம். நாங்கள் உள்ளே சென்றபோது, ஞானத்தைப் பெற நீங்கள் விரும்புகிறீர்களா எனத் தந்தை எங்களிடம் கேட்டார். தான் யார் என்று அறியும் பயிற்சி முறைகளை விவரிக்க ஞானம் என்னும் சொல்லைத்தான் அவரும், மற்றவர்களும் பயன்படுத்தினர். சிந்தனைக்கு இடமளியாது நாங்கள் எல்லோரும் 'ஆம்' என்று கூறினோம்.

என் தந்தையுடனான அந்த அமர்வு நீண்ட நேரம் நீடிக்கவில்லை. தொடர்ந்து வந்த வருடங்களின்போதுதான், அவர் அன்று எனக்கு எதை வழங்கினாரோ அதைப் பற்றிய சரியான புரிதலைப் படிப்படியாக வளர்த்துக் கொண்டேன். அதை நான் உங்களுக்கு வழங்குகிறேன். நான் வாழ்க்கையைப் பற்றிய பரந்ததொரு கண்ணோட்டத்தைப் பெறத் தொடங்கியதை உணர்ந்தேன். வெளியே உள்ளவற்றினாலோ அல்லது நம் எண்ணங்களினாலோ நாம் வடிவமைக்கப்படவில்லை என்பதை மேலும் மேலும் உணரத் தொடங்கினேன். நமக்குள்ளே நம்ப முடியாதளவு சக்தி வாய்ந்த வேறொன்றும் நிகழ்ந்து கொண்டிருக்கின்றது.

ஏற்கனவே என் உள்ளேயுள்ளதைப் பற்றிய உணர்வு எனக்கு இருந்தது. ஆனாலும், இந்தக் குறிப்பிட்ட காலகட்டத்தில்தான் ஞானம் என்பது அமைதியை அடைவதற்கான ஒரு வழி என்பதையும், அதைப் பயிற்சி செய்வது என்னை ஒரு நிலைப்படுத்த உதவியது என்பதையும் கண்டுகொள்ள ஆரம்பித்தேன். மற்றவர்கள் தடுமாறிக்கொண்டு இருக்கும்போது எனக்குக் கிடைத்த ஞானம் எனக்கு தன்னம்பிக்கையையும் ஒரு-முகப்படுத்துதலையும் கற்றுத் தந்தது. தான் யார் என்பதை உணர்ந்தபின் வேறு எங்கும் இருக்க வேண்டிய அவசியமோ அல்லது வேறு எதையும் சிந்திக்க வேண்டிய அவசியமோ இல்லை. உயிரோடு இருப்பதன் இனிய இன்பத்தைத் தவிர வேறு எதைப் பற்றியும் கவனிக்கத் தேவையில்லை. நம் வாழ்வில் அமைதி என்பது ஆடம்பரப் பொருளல்ல. அது வாழ்க்கையில் அத்தியாவசியமானதொன்று என்பதையும் நான் புரிந்து கொள்ள ஆரம்பித்தேன்.

எனக்கு ஞானத்தை அடைவதற்கான வழிமுறை வழங்கப்பட்டு சிறிது காலத்திற்குப் பின், ஒரு நாள்

நான் டேராடூனில் இருக்கும் எங்கள் தோட்டத்தில் அமர்ந்திருந்தபோது அமைதியின் அதிசிறப்பான உணர்வு என்னுள் மலர்ந்தது. அப்போதுதான் முதன் முதலில் அமைதி என்பது ஒரு குறுகிய காலத்திற்கு மட்டுமே நீடிக்கும் உணர்வுகளை விட மேலானது என்பதையும் அதன் சாராம்சம் வெளி உலகத்துடன் தொடர்புடையதல்ல என்பதையும் நான் உண்மையிலேயே புரிந்து கொண்டேன். இந்த அனுபவத்தைப் பற்றி விரிவாக நான் அத்தியாயம்-3ல் எடுத்துக் கூறுவேன்.

கங்கைக் கரையிலிருந்து கிளாஸ்டன்பரி நகரம் வரை

எனக்கு எட்டரை வயதாக இருந்தபோது என் தந்தை காலமானார். எனக்கும், என் தாயார், என் சகோதரி, என் சகோதரர்கள் மற்றும் முழுக் குடும்பத்திற்கும் இது எவ்வளவு பெரிய அதிர்ச்சியாக இருந்திருக்கும் என்பதை உங்களால் கற்பனை செய்ய முடியும். இது எங்கள் வாழ்விலும் மற்றும் அவரின் சீடர்கள் வாழ்விலும் ஒரு பெரிய வெற்றிடத்தை விட்டுச் சென்றது.

ஆங்கிலம் கற்பதற்காக என் தந்தை என்னை டேராடூனில் உள்ள ரோமன் கத்தோலிக்கப் பள்ளிக்கூடமான புனித ஜோசப் அக்கடமிக்கு அனுப்பி வைத்தார். என்றோ ஒருநாள் தான் யார் என்பதைப் புரிந்துகொண்டதைப் பற்றி நான் வெளிநாட்டு மக்களுடனும், ஏனைய மனித குலத்துடனும் பகிர்ந்து கொள்வேன் என அவர் நம்பினார். என் தந்தையின் மறைவிற்குப் பின்னர் என் சொந்த வாழ்வின் குறிக்கோள் திடீரென எனக்குத் தெளிவானது. அவர்

எதைச் செய்து கொண்டிருந்தாரோ அதை நான் தொடர வேண்டும். அமைதி சாத்தியம் என்ற செய்தியை உலகில் எங்கெல்லாம் மக்கள் கேட்க விரும்புவார்களோ அங்கெல்லாம் பகிர்ந்து கொள்ள வேண்டும் எனத் தோன்றியது.

சிறுவன் ஒருவனுக்கு இது ஒரு துணிகரமான லட்சியமாக இருந்தபோதும், நான் செய்ய வேண்டியது அதுதான் என்பது எனக்குத் தெள்ளத் தெளிவாகத் தெரிந்தது. அதை ஆரம்பிப்பதற்கு ஒரேயொரு வழி தந்தையின் சீடர்கள் முன்பு இச்செய்தியைப் பற்றி நான் உரையாற்றுவதேயாகும். எனவே மக்கள் கூட்டத்தை எதிர்கொள்ள நான் போதிய அளவு தைரியத்தை வரவழைத்துக் கொண்டேன். விரைவில் நான் இந்தியா முழுவதும் சென்று உரையாற்றினேன். இன்று வரை இந்திய மக்களின் குறிப்பிடத்தக்க குணாதிசயங்கள் என்னை வியப்படைய வைக்கின்றன. இந்திய நாடு அநேக ஆக்கிரமிப்புக்களையும், சவால்களையும் சந்தித்திருந்தாலும் மக்கள் விரைவாக மீண்டெழும் மனோ வலிமையினால் நிலைத்து நின்றனர். இந்தியா முழுவதுமான எனது சுற்றுப் பயணங்களின்போது நான் பல அற்புதமான நபர்களைச் சந்தித்திருக்கிறேன்.

1960களில் அமெரிக்கா மற்றும் ஐரோப்பாவிலிருந்து வெளிநாட்டவர்கள் பெரும்பாலும் வாழ்க்கையைப் பற்றிய ஞானத்தைத் தேடி டேராடூனுக்கு வருவார்கள். அவர்களுள் சிலர் நான் பேசுவதைக் கேட்க ஆரம்பித்தனர். அந்த விசித்திரமான விருந்தாளி-களுடனான எனது முதல் சந்திப்பு பற்றி இப்புத்தகத்தில் பின்னர் குறிப்பிடுகிறேன். அவர்களில் ஒரு குழுவினர் எனது செய்தியை உன்னிப்பாகக் கேட்டு சிறிது காலம் கழிந்ததும் எனது ஞானத்தை தம் நாட்டு மக்களுடன் பகிர்ந்து கொள்ள இங்கிலாந்துக்கு என்னை வருமாறு

அழைத்தனர். செல்வதற்கு நான் ஆர்வமாய் இருந்தபோதும், பதிமூன்றே வயதான நான் வகுப்பில் இருக்க வேண்டும் என புனித ஜோசப் பள்ளி ஆசிரியர்கள் எதிர்பார்த்தார்கள். எனவே எனது பயணத்தை விடுமுறை நாட்களில் ஏற்பாடு செய்ய வேண்டியிருந்தது.

ஜூன் 1971ல் இங்கிலாந்திற்கு வந்த சிலநாட்களுக்குப் பின் லண்டன் நகரில் இருந்து கிராமப்புறத்திற்கு நான் அழைத்துச் செல்லப்பட்டேன். பயணத்தின் இறுதியில், நான் காரில் இருந்து இறங்கி கிளாஸ்டன்பரி இசைவிழாவின் பிரமிட் மேடையில் காலடி எடுத்து வைத்தேன். இரண்டாவது முறையாக இடம் பெற்ற அன்றைய கிளாஸ்டன்பரி இசைவிழா தற்போது உலகப் புகழ் பெற்ற நிகழ்வாகிவிட்டது. அன்றிரவு தன்னையறிதலின் சக்தி, அமைதி பற்றி ஆச்சரியமும், ஆரவாரமும் நிறைந்த மக்களின் முன்னிலையில் சுருக்கமாக உரையாற்றினேன். இச்செய்தி அங்கிருந்த பலரால் வரவேற்கப்பட்டதாகத் தெரிந்தது. இங்கிலாந்திற்கு என் வருகையும், நான் கிளாஸ்டன்பரிக்கு சென்றதும் ஊடகத் துறையின் கவனத்தை ஈர்த்ததால் மக்கள் என்னை நாடி வர ஆரம்பித்தனர்.

அதே ஆண்டிலேயே நான் அமெரிக்கா சென்று முதன்முறையாகப் பேசியபோது, அங்கும் ஆர்வம் வளர ஆரம்பித்தது. ஆனால் பள்ளிக்கூடத்தின் புதிய வகுப்புக்காக வீட்டுக்குச் செல்லவேண்டி இருந்தது. இருந்தாலும் இன்னும் சில நாட்கள் அங்கேயே இருக்க முடிவு செய்தேன். வீட்டுக்குத் திரும்பும் எண்ணம் எனக்கு இல்லை என்பதை என் தாயாரிடம் சொல்வதற்கு நான் அவரைத் தொலைபேசியில் அழைத்ததாக ஞாபகம். அப்போது நான் கொலராடோவில் போல்டரில் இருந்தேன். அமெரிக்காவில் விஷயங்கள் சிறப்பாக நடைபெறுவதாக நான் தெரிவித்தேன். என் பயணத்தின்

உண்மையான நோக்கம் அதுவே. வெளிநாடுகளில் உள்ள மக்களுக்கு இந்த அமைதியின் செய்தியில் ஆர்வம் இருக்கிறதா என்பதைக் கண்டறிவதாகும். இந்தியாவில் பலர் மிகவும் ஏழைகளாக இருந்தாலும் தான் யார் என்று அறியும் புதையலை அணுகுவதற்கான வழிகள் அவர்களிடம் இருந்தன. ஒப்பிடுகையில் செல்வந்தரான அமெரிக்கர்களும், பிற நாட்டவர்களும் தம்மை உணரும் பயிற்சிக்கான தேவையை உணர்வார்களா? இந்திய மக்கள் போலவே மேற்கத்திய மக்களுக்கும் தான் யார் என்பதை அறியவும் மன அமைதிக்கான தாகத்தையும் கொண்டிருக்கிறார்கள் என்பது எனக்கு விரைவில் தெள்ளத் தெளிவாகியது.

வீட்டிலிருந்து பல்லாயிரக்கணக்கான மைல்கள் தொலைவில் இருக்கும் பதிமூன்று வயதுடைய எனக்கு வரவிருக்கும் வாய்ப்புக்கள் பற்றிய தெளிவான உணர்வு இருந்தது. என் சிந்தனை எனக்குத் தெளிவாகத் தெரிந்தது. என்னுடைய ஆணித்தரமான சில வாதங்களுக்குப் பின் என் தாயார் தயக்கத்துடன் நான் மேலும் சிறிதுகாலம் தங்குவதற்கு ஒத்துக் கொண்டார். அப்போது எங்கள் இருவருக்குமே அமெரிக்காவிலும் வேறுபல இடங்களிலும் மக்கள் கூட்டங்களின் முன்னிலையில் உரையாற்றப் போகிறேன், அங்கு நான் ஒரு புதிய வாழ்க்கையை விரைவில் ஆரம்பிப்பேன் என்பது தெரியவில்லை. சில வருடங்களுக்குப் பின் நான் என் மனைவி மெரொலினைச் சந்தித்து குடும்ப வாழ்க்கையை அமெரிக்காவில் தொடங்கினேன்.

சரியான இடத்தில் தேடுங்கள்

நான் நீண்ட காலமாக, தனி மனித அமைதி பற்றிய செய்தியுடன் உலகில் பயணித்து வருகிறேன். நமக்குள்

நாம் அமைதியை உணரும்போது, நல்லவிதமான தாக்கம் நம்மைச் சுற்றியுள்ளவர்களின் மீதும் ஏற்பட ஆரம்பிக்கிறது. அமைதியானது மிக அழகான முறையில் மற்றவர்களுக்கும் பரவும் தன்மை வாய்ந்தது. ஐக்கிய நாடுகளின் சபைக் கூட்டங்கள் முதல் உயர் பாதுகாப்புச் சிறைச்சாலைகள் வரை, சமீப காலங்களில் உள்நாட்டுக் கலவரங்களால் பாதிக்கப்பட்ட நாடுகள் முதல் (தென்னாப்பிரிக்கா, இலங்கை, கொலம்பியா, கிழக்கு திமோர் மற்றும் ஐவரி கோஸ்ட் உட்பட) ஏனைய நாடுகளிலும் இதைப் பற்றி நான் உரையாற்றி இருக்கிறேன். உலகத் தலைவர்கள் முதல் முன்னாள் கொரில்லாப் போராளிகள் வரை, 500,000 மக்கள் அடங்கிய கூட்டங்கள், கோடிக்கணக்கான தொலைக்காட்சிப் பார்வையாளர்களில் இருந்து சிறிய குழுக்கள் வரை, அத்துடன் பலருடன் தனித் தனியாக நேர்காணல்களிலும் பேசியிருக்கிறேன். இப்போது நான் இந்தப் புத்தகத்தின் மூலமாக உங்களுடன் பேசுகிறேன்.

நான் எங்கு சென்றாலும் தொன்று தொட்டு கையளிக்கப்பட்டு வரும் தன்னையறிதல் மற்றும் அமைதியின் பழமையான செய்தியைப் பகிர்ந்து கொள்ள விரும்புகிறேன். ஆனால், பழமையான அந்த மெய்யறிவைத் தற்கால நிகழ்வுகளுடன் தொடர்புபடுத்த எப்போதும் முயற்சிக்கிறேன். தொழில்நுட்ப வளர்ச்சி தனிநபர்களிலும், சமூகத்திலும் ஏற்படுத்தும் தாக்கங்கள் பற்றி நான் அக்கறை கொண்டாலும் நவீனத்துவத்தின் நன்மைகளையும் பாராட்டுகிறேன்.

என் அன்றாட வாழ்க்கையில் தொழில்நுட்பம் நிச்சயமாக முக்கியமானதொரு பங்கை வகிக்கிறது. உதாரணமாக விமானத்தில் பயணம் செய்வது எனக்கு இன்றியமையாததொன்று. எனது இளம்பிராயத்தில் எப்போதும் விமானங்களைப் பற்றிச் சிந்திப்பதுடன்,

நான் விமானத்தை ஓட்டுவதுபோல் கற்பனை செய்வேன். உண்மையிலேயே நான் மேகக் கூட்டங்களுக்கு மத்தியில் இருக்க விரும்பினேன். நான் அமெரிக்கா சென்றதும் ஒரு விமானியாகப் பயிற்சி பெறத் தீர்மானித்தேன். அப்போதிலிருந்து தேவைக்கேற்ப எனது பயணத்தைத் திட்டமிட்டு ஒழுங்குபடுத்தவும் தூர இடங்களுக்கு எனது செய்தியை எடுத்துச் செல்வதற்கும் விமானப் பயணம் உதவுகிறது.

உரையாற்றுவதற்காகப் பயணம் செய்து கொண்டிருக்கும் இந்த சில தசாப்தங்களில் மக்களின் வாழ்க்கைத் தரம் உயர்ந்துள்ளதைப் பார்க்கிறேன். எனினும் சமுதாயத்தில் உள்ள அனைத்துப் பிரிவினரும் இந்தப் பயனை அடையவில்லை என்பதை இந்தியாவிற்கோ அல்லது அமெரிக்காவின் மிக வறுமையான பகுதிகளுக்கோ சென்றால் நீங்கள் நிச்சயமாகக் காண்பீர்கள். ஆனாலும் நான் பயணம் செய்யும் இடங்களில் உள்ள மக்கள் பலர் தங்கள் வாழ்க்கையில் திருப்தியாக இல்லை, அவர்களின் குறிக்கோள் தெளிவாக இல்லை. தாங்கள் யார், தங்களுக்கு என்ன வேண்டும் என்று தெரியவில்லை. தங்களை தொலைத்து விட்டதுபோல் உணர்வதாகச் சொல்கிறார்கள். ஆனால் அவர்கள் தொலைக்கவில்லை. தவறான இடத்தில் தேடுகிறார்கள்.

நாம் தேடுவதைக் கண்டுபிடிக்க, வெளியுலகத்திற்குப் போக வேண்டும் என்ற ஆவல் ஏற்படலாம். அது நமக்கு மகத்தான அனுபவங்களைக் கொண்டுவர முடியும். ஆயினும் கவனத்தை நம்மை நோக்கி உள்முகமாகத் திருப்பும்போது மட்டுமே உண்மையான நிறைவு நமக்குக் கிடைக்கிறது. நாம் பிறந்ததிலிருந்தே அமைதி நமக்குள் முழுமையாக உருவாக்கப்பட்டு இருந்தாலும் நம் வாழ்க்கையின் கவனச்சிதறல்கள் அதனுடனான

தொடர்பை இழக்கச் செய்யும். மக்கள் தங்களையும் அமைதியையும் எங்கும் தேடுகிறார்கள். ஆனால் நீங்கள் தேடுவது ஏற்கனவே உங்களிடமே இருப்பதால் அதைத் தொடர்ந்து தேட வேண்டிய அவசியமில்லை.

நாம் யார் என்பதை உண்மையாக நாம் உணர வேண்டும். இவை யாவற்றிற்கும் மையமாக இருக்கும், நான் முன்பு குறிப்பிட்ட அந்தப் பிரதான கதாபாத்திரமும், வேறெவரையும் விட நீங்கள் நன்கு தெரிந்துகொள்ள வேண்டிய அந்த நபரும், வேறு யாருமில்லை. நீங்களே! எனது கண்ணோட்டத்தில் உங்களுக்குத் தேவையான எல்லாமே உங்களுக்குள்ளேயே இருக்கின்றன. உண்மையிலேயே உங்களைத் தெரிந்து கொள்ளத் தேவையான அனைத்து வளங்களுமே உங்களுள்ளே இருக்கின்றன. தெளிவு, நிறைவு, கருணை என்பன உங்களுள்ளே இருக்கின்றன. இருள் உங்களுக்குள் இருக்கிறது. ஆனால், ஒளியும் உங்களுக்குள்ளேயே இருக்கிறது. நீங்கள் சோகமாக இருக்கும்போதுகூட மகிழ்ச்சி உங்களுக்குள் இருக்கிறது. அந்த உணர்வுகள் வேறு எங்கிருந்தும் வருவதில்லை. நீங்கள் அவற்றினைக் காணத் தவறியிருந்தாலும் அவை உங்களின் ஒரு பகுதியே. இறுதியில் நான் செய்வதெல்லாம் உங்களின் அகத்தைத் தெளிவாகப் பார்க்கத் தொடங்குவதற்கு ஒரு கண்ணாடியை உங்களுக்குத் தருவதுதான்.

உங்கள் கதை என்ன?

எங்களுடைய குடும்பத்திடம் நீண்ட காலமாக தொலைக்காட்சி இருக்கவில்லை. வானொலி நிலையங்கள் ஒரு நாளைக்கு சில மணிநேரங்கள் மட்டுமே நிகழ்ச்சிகளை ஒலிபரப்பின. ஆனால், எங்கள்

வீடு வாய்வழிக் கதை சொல்பவர்களால் நிறைந்து இருந்தது. இந்தியாவில் வாய்வழிக் கதை சொல்லும் மிக நீண்ட பாரம்பரியம் உள்ளது. ஆசிரியர்கள் மாணவர்களுக்கு கதைகளைச் சொல்வார்கள். மாணவர்கள் மற்றவர்களுடன் கதைகளைப் பகிர்ந்துகொள்வார்கள். இப்படியே தொடரும். வாய்வழிக் கதைசொல்லும் இந்த அணுகுமுறை அந்தந்த காலகட்டத்தில் கவனத்தில் கொள்ளவேண்டிய விஷயங்கள் மற்றும் நிகழ்வுகளைப் பிரதிபலிப்பதாக இருந்ததால் எப்பொழுதும் காலத்துக்கு ஏற்றதாக இருந்தது. ஆதிகால இந்திய ஞானியும், எழுத்தாளருமான வேதவியாசர் வாய்வழி மூலமான பாரம்பரியத்தைப் பாராட்டினாலும் சில கதைகள் காலப்போக்கில் அழிந்து போவதை உணர்ந்து, அவர் அவற்றை எழுத்து வடிவில் பதிவு செய்யத் தொடங்கினார். இப்போது அவர் சமஸ்கிருத காவியமான மகாபாரதத்தை எழுதியவராகப் போற்றப்படுகிறார். அவர் வேதங்கள் மற்றும் புராணங்கள் போன்ற புகழ் பெற்ற இந்திய நூல்களை எழுதிய அல்லது தொகுத்த பெருமைக்குரியவருமாவார். வாய்வழி வந்த மற்றும் எழுதப்பட்ட கதைகள் நமது வீட்டில் உள்ள அனைவரையும் மகிழ்வித்ததுடன் அவற்றிலிருந்து நாங்கள் கற்றும் கொண்டோம். இப்போது ஒரு பேச்சாளராகப் பல ஆண்டுகளாக என்னுள் எதிரொலித்துக் கொண்டிருக்கும் கதைகள், எனக்குப் பிடித்த உலகக் கதைகள் உட்பட, பல கதைகளைப் பகிர்ந்து கொள்கிறேன். இந்தப் புத்தகத்தில் எனக்கு மிகவும் விருப்பமான பல கதைகளைச் சேர்த்துள்ளேன்.

பாரம்பரியக் கதைகள் பொதுவாக “முன்னொரு காலத்தில்” என்று தொடங்கும். நான் உங்களுக்குச் சொல்ல விரும்பும் மாபெரும் கதை சற்று

வித்தியாசமாகத் தொடங்குகிறது. "முன்னொரு காலம் என்கிற இந்தக் காலத்தில் நீங்கள் வாழ்ந்து கொண்டிருக்கிறீர்கள்". நீங்கள் பிறந்ததிலிருந்து எழுதிக்கொண்டிருக்கும் கதை ஒன்று உங்களிடம் உள்ளது. இந்தக் கதையில் நீங்கள் பிரதான கதாபாத்திரமாக உங்களைத் தொடர்ந்து வைத்துக் கொள்வது முக்கியம். நீங்கள் யார் என்பதை நீங்கள் அனுபவிக்க வேண்டும். நீங்கள் எச்சரிக்கையாக இல்லாவிட்டால் உங்கள் வாழ்க்கைத் துணை, குடும்பத்தினர், நண்பர்கள், சகாக்கள், பிரபலங்கள், அரசியல்வாதிகள், அந்நியர்கள் கூட உங்கள் வாழ்க்கை என்னும் நாடகத்தில் பிரதான கதாபாத்திரங்களாகி விடுவார்கள். ஆனால், நீங்கள் தொடர்ந்து உங்களைப் பிரதான ஸ்தானத்தில் வைத்துக் கொள்ள வேண்டும். "இது தன்னைப் பற்றி மட்டும் சிந்திப்பது போல அல்லவா இருக்கிறது?" எனச் சிலர் கேட்பது எனக்குக் கேட்கிறது. ஆனால், அதற்கு முற்றிலும் நேர்மாறாக உங்களிடம் இருந்து தொடங்குவதுதான், உண்மையில் நீங்கள் மற்றவர்களுக்குச் செய்யக்கூடிய மிகச் சிறந்த செயல்.

உன்னை நீ அறிவாய்

மனித வரலாற்றின் ஒரு காலக்கட்டத்தில், அன்றாட வாழ்வை வாழத் தேவையான சிந்தனைகளுக்கு அப்பாற்பட்ட விழிப்புணர்வு நிலையொன்று இருப்பதை மக்கள் உணரத் தொடங்கினர். இந்தப் புரிதல் அவர்களிடம் எப்போது தோன்றியது என்பது சரியாகத் தெரியாது. நமக்குத் தெரிந்தது என்னவென்றால், தன்னை அறியும் அறிவின் அடையாளங்கள் பல மிகப் பெரிய கலாசாரங்கள் மற்றும் நாகரீகங்களின் வழியாக

அழகாக இழையோடிச் சென்றதையும் அந்த நாகரீகங்கள் தத்தமக்கு அர்த்தங்களைக் கொடுக்கும் வழிகளில் அதை அரவணைத்துக் கொண்டதையும் காணலாம்.

பாரம்பரிய கிரேக்க தத்துவஞானி ஸாக்ரடீஸை அடிக்கடி நினைவுபடுத்தும் அந்தப் பிரபல்யமான வார்த்தைகளை சிந்தித்துப் பாருங்கள்: "உன்னை நீ அறிவாய்!" இதே சொற்றொடர் டெல்ஃபி என்னும் இடத்தில் உள்ள அப்பல்லோ கோவிலில் செதுக்கப்பட்டுள்ளதாகவும் கூறப்படுகிறது. இந்த வார்த்தைகள் பண்டைய எகிப்தியர்களிடமிருந்து கிரேக்கர்களால் சுவீகரிக்கப்பட்டிருக்கலாம் என சில வரலாற்றாசிரியர்கள் நம்புகின்றனர். எகிப்து நகரத்தின் லக்சர் (Luxor) கோவில், அதன் உட்புறத்தே காணப்படும் ஒரு கல்வெட்டினால் புகழ் பெற்றிருந்தது. "மனிதா! உன்னையே நீ அறிந்துகொள். அப்போது தெய்வங்களை நீ அறிந்து கொள்வாய்" எனப் பொறிக்கப்பட்டுள்ளது. அந்த தெய்வங்களைப் பற்றிப் பின்னர் குறிப்பிடுவேன். இந்தக் கல்வெட்டில் "உன் வரலாற்றை அறிந்து கொள்" அல்லது "உன் கலாசாரத்தை அறிந்து கொள்" அல்லது "உன் சமூகத்தை அறிந்து கொள்" எனக் குறிப்பிடப்படவில்லை. "உன்னையே நீ அறிவாய்" என்ற கூற்று தெள்ளத் தெளிவாகப் பொறிக்கப்பட்டிருக்கிறது.

உன்னை நீ அறிவாயா?

நான் அந்தக் கேள்வியைக் மக்களிடம் கேட்கும்போது, பெரும்பாலான மக்கள் புன்னகைத்தபடி "ஒருவேளை இருக்கலாம்" அல்லது "நிச்சயமாக சொல்லத் தெரியவில்லை" என்று ஏதோ ஒரு பதிலை அளிப்பார்கள். நீ யார்? இது பதிலளிப்பதற்கு கஷ்டமாக இருக்கும் ஒரு எளிமையான கேள்வி. ஏனெனில்,

பொதுவாக நாம் உணர்வுகளை விட வார்த்தைகளால்தான் பதிலளிக்க முயற்சி செய்கிறோம். வார்த்தைகளால் பதிலளிக்கத் தொடங்குவது நல்லதுதான். ஆனால், நம்மை அறிவது என்பது நாம் எதனை அனுபவிக்கிறோம் என்பதைப் பற்றியதே அன்றி உண்மையில் நாம் நம்மைப் பற்றிக் கொடுக்கும் விளக்கங்களைப் பற்றியதல்ல. பல நூற்றாண்டுகளுக்கு மேலாக மக்கள் தன்னை உணர்வதால் ஏற்படும் நிறைவை அனுபவித்திருக்கிறார்கள் என்பதை இங்கு உங்களுக்குக் கூறுவதற்கு வந்துள்ளேன். உங்களாலும் அதை அனுபவிக்க முடியும்.

நீங்கள் யார் என்பதில் இருந்து உங்கள் கவனத்தை எளிதில் திசைதிருப்பக் கூடிய உலகின் கவன ஈர்ப்புகளை சமாளிக்க உதவுவது எனது கடமையின் ஒரு பகுதியாகும். நீங்கள் எதுவாக இல்லை என்று பலர் சொல்வார்கள். நீங்கள் எதுவாக இருக்கிறீர்கள் என்பதை அறிந்து கொள்வதற்கு உங்களுக்கு உதவ நான் இருக்கிறேன். பலர் உங்களிடம் உள்ள குறைகள் பற்றி உங்களிடம் சொல்ல விரும்புவார்கள். உங்களிடம் உள்ள நிறைவான அனைத்தையும் நீங்கள் பாராட்ட உதவுவதற்காக நான் இங்கு இருக்கிறேன். நீங்கள் இப்படி இருக்க வேண்டும் அப்படி இருக்க வேண்டும் என்று சொல்வதற்குப் பலர் தயங்கமாட்டார்கள். நானோ உங்களுக்குள் பூரணத்துவம் குடிகொண்டு இருக்கிறது என்று சொல்வதற்காக இங்கு இருக்கிறேன். இந்தப் பாதையில் தொடர்ந்து செல்லும்போது “நான் யார்? நான் ஏன் இங்கே இருக்கிறேன்?” போன்ற கேள்விகளுக்கு உங்களுக்கு விடை கிடைக்கும்.

நம் ஒவ்வொருவருக்குள்ளும் அமைதி இருக்கிறது என்ற அடிப்படை உண்மையிலிருந்தே நான் ஆரம்பிப்பது

வழக்கம். நமது உலகிலுள்ள குழப்பம், குறை காணும் மனப்பான்மை, பயம் மற்றும் நம்பிக்கையின்மை என்பவற்றின் மத்தியில் மேற்கண்ட கூற்று முக்கியத்துவம் வாய்ந்ததாக இருக்கிறது. எனது அணுகுமுறை எளிமையாகவும், நடைமுறைப்படுத்தக் கூடியதாகவும் கடைப்பிடிக்க சுலபமாகவும் இருப்பதை நீங்கள் காண்பீர்கள். இதை பற்பல வருடங்களாகக் கற்றுக்கொள்ளத் தேவையில்லை. உங்களுக்குத் தேவையானது இப்பொழுதே உங்களுக்குள் இருக்கிறது. ஆனால், உங்கள் சொந்த நல்வாழ்வுக்கு நீங்கள் பொறுப்பேற்று உங்கள் உள்ளே உள்ளதைக் கண்டுகொள்வதற்கான தேர்வை மேற்கொள்ளும்போது தான் தன்னை அறியும் அறிவு உண்மையிலேயே ஆரம்பமாகும். என் அனுபவத்தில் நீங்கள் உங்களில் இருந்து ஆரம்பிக்கும்போது மட்டுமே அமைதி சாத்தியமாகும்.

“தன்னை அறிவதே விவேகத்தின் ஆரம்பம்” என்றார் பண்டைய கிரேக்க தத்துவஞானி அரிஸ்டாட்டில். தன்னை உணர்தலின் மூலம் கிடைக்கும் அமைதியிலிருந்து நமக்கு சந்தோஷம், தெளிவு, நிறைவு, அன்பு, வலிமை போன்ற உணர்வுகளும், மற்றும் பல நல்லனவையும் அமையப் பெறும். இந்த உணர்வுகளை இந்த உணர்வுகளுக்காகவே அனுபவிக்கலாம். இவற்றை வேறு எவருடனோ அல்லது வேறு எதனுடனோ தொடர்புபடுத்தத் தேவையில்லை. இதைப் பற்றி ஒருகணம் சிந்தித்துப் பாருங்கள். உங்கள் வாழ்நாள் முழுவதற்கும் போதுமான அமைதியின் வளம் உங்களிடம் உள்ளது. அது மற்றவர்களாலோ அல்லது உங்களுக்கு வெளியில் உள்ள எதனாலுமோ வரையறுக்கப்பட்டதோ, அல்லது அவற்றைச் சார்ந்ததோ அல்ல. இது உங்களுடையது.

உங்களுடையது மட்டுமே. இது மிகவும் பூரணமானது. உங்கள் இதயத்திலேயே குடி கொண்டிருக்கிறது. அதை நோக்கித்தான் நாம் இப்போது பயணித்துக் கொண்டு இருக்கிறோம்.

ரகசிய ஓசையைக் கேளுங்கள்

பதினைந்தாம் நூற்றாண்டைச் சேர்ந்த இந்தியக் கவிஞர் கபீர், “நீங்கள் உண்மையை அறிய விரும்பினால் நான் உங்களுக்கு உண்மையைக் கூறுவேன். உங்களுக்குள் ஒளிந்திருக்கும் ஓசையை, அந்த உண்மையான ஓசையைக் கேளுங்கள்” என்றார். தன்னைப் பற்றிய ஞானம் இசையைப் போன்றது. நீங்கள் உங்களைப் புரிந்து கொள்ளத் தொடங்கும்போது இந்த வாழ்க்கை உங்களுக்காக இசைக்கும் பல அழகான ஒலிகளை நீங்கள் கேட்கத் தொடங்குவீர்கள். உங்கள் காதுகள் மேலும் மேலும் வெவ்வேறு சுருதிகளுடன் இசைந்துபோவதைப்போல இது இருக்கும். இறுதியில் மற்றைய எல்லா இரைச்சலையும் கடந்து உங்களை நீங்கள் கேட்பீர்கள். நீங்களும் ஒரு இசைக்கலைஞராக மாறி, கேட்க முடிந்தவர்களை மகிழ்விக்கக் கூடிய அற்புதமான சில இனிய கீதங்களை உருவாக்குவதுடன் மேலும் சில பண்ணிசைகளையும் ஊக்குவிக்கலாம். ஆனால், எந்தவொரு இசைக் கலைஞரையும் போலவே, நீங்களும் உங்கள் கருவியை மீட்டுவதற்குக் கற்றுக்கொள்வதுடன், அதை மீண்டும் மீண்டும் பயிற்சி செய்வது அவசியம்.

டேராடூனில் தங்கள் சந்தோஷத்திற்காகவே மக்கள் தமது வீடுகளில் இசைக் கருவிகளை வாசித்து வந்த காலம் எனக்கு நினைவில் இருக்கிறது. அவர்களுள் மிகச் சிலரே முறையான இசைக்கலைஞர்கள். தமது

வேலையைச் செய்து கொண்டிருக்கும் மற்றவர்களுக்கும், அங்கிருந்த வளர்ப்புப் பிராணிகளின் மத்தியிலும் தொடர்ந்து இசைத்துக் கொண்டிருப்பார்கள். ஒருவரிடம் தம்பூரா இருக்கும், ஒருவரிடம் ஹார்மோனியம் இருக்கும், மற்றொருவரிடம் ஒற்றை நரம்பு கொண்ட ஏக்தாரா இருக்கும். அடிப்படை நாதம்தான் வாசிக்கத் தெரியும் என்றாலும் அந்த இசையில் அவர்கள் திளைத்திருப்பர்.

சில நேரங்களில் என் தந்தை அதைக் கேட்பதற்காக வெளியில் நின்று கொண்டிருப்பார். "உஸ்" என சைகை காட்டி "நாம் இங்கே நிற்கிறோம் என்பதை அவர்களுக்குத் தெரியப்படுத்தாதீர்கள். அவர்கள் இசைப்பதை நிறுத்திவிடுவார்கள்!" என்பார். சிந்தனையேதுமின்றி பிறருக்காக இசைக்க வேண்டும் என்ற கவலையுமின்றி இசை இலக்கணப்படி தாளம் தப்பாமல் இருக்க வேண்டும் என்ற முயற்சியுமின்றி, அத்தருணத்தில் அவர்கள் தம்மை வெளிப்படுத்த வேண்டும் என விரும்பினார்கள். அது உண்மையில் தன்னை உணரும் பயிற்சி செய்வதைப் போன்றது. இது பயன்படுத்தப்பட்ட கருவியின் செம்மை பற்றியதோ, நிகழ்ச்சியைக் கேட்போரின் அபிப்பிராயம் பற்றியதோ அல்ல. அது இசைப்பவர்கள் அனுபவிக்கும் உணர்வைப் பற்றியது.

நீங்கள் வாழும் ஒவ்வொரு பொன்னான கணத்தையும் அமைதி எவ்வாறு மாற்றியமைக்கும் என்று கற்பனை செய்யுங்கள். உங்களைச் சுற்றி இருக்கும் ஒவ்வொருவரும் தாம் யார் என்பதைத் தெரிந்து கொண்டால் எப்படியிருக்கும் என்பதைக் கற்பனை செய்து பாருங்கள். தன்னை உணரும் அந்த இசையை ஒவ்வொருவரும் கேட்டு, இசைத்தால் எப்படி இருக்கும் என்பதைக் கற்பனை செய்து பாருங்கள். மேலும் தனி நபர்களில், குடும்பங்களில், சமூகங்களில்,

அரசியலில், போரில், ஏன் நம் உலகம் முழுவதிலும் அது ஏற்படுத்தக்கூடிய தாக்கத்தை சிந்தித்துப் பாருங்கள்.

சரி! ஒரு சமயத்தில் ஒருவருடன் மட்டுமே தொடங்க முடியும். இப்போது உங்களில் இருந்து தொடங்கலாம்.

வாருங்கள்! நாம் ஆரம்பிப்போம்.

அத்தியாயம் 1

இரைச்சலைக் கடந்து செல்லுங்கள்

நமது நேரம் மிகவும் விலை மதிக்கவே முடியாதது. நமது வாழ்வில் எஞ்சியுள்ள காலம் எவ்வளவு என்பது யாருக்குத் தெரியும்? தினமும் நமக்கு உயிர் என்னும் இந்த அற்புதமான பரிசு கிடைக்கிறது. நம்மால் முடிந்தவரை ஒவ்வொரு கணத்தையும் சிறப்பாக வாழ்வதை உறுதிப்படுத்துவதே நமக்கிருக்கும் மிகப்பெரிய பொறுப்பாகும். அப்படி வாழ்ந்தால், இந்த வாழ்க்கை பூத்துக் குலுங்கும். கஷ்டமான காலங்களில் கூட நம்மால் புனிதமான ஆனந்தத்தை அனுபவிக்க முடியும். நம் நேரத்தை முடிந்தவரை முழுமையாகப் பயன்படுத்திக்கொள்ள நமக்கு அவசியமானவற்றில் மட்டுமே கவனம் செலுத்த வேண்டும். நாம் உண்மையாக எதைச் செய்ய வேண்டும் என்பதிலும் நமக்கு எது நிறைவைத் தரும் என்பதிலுமே கவனம் செலுத்த வேண்டும். மற்ற அனைத்தும் இரைச்சல்தான்.

ஒவ்வொரு நாளுக்குமான எனது நிகழ்ச்சிநிரல் தெளிவாக இருக்க வேண்டுமென நான் விரும்புகிறேன். அதாவது இன்றைய நாளுக்கான திட்டம் ஆனந்தமாக இருப்பதே. இன்றைய நாளுக்கான திட்டம் கருணையுடன் இருப்பதே. இன்றைய நாளுக்கான திட்டம் நிறைவுடன் இருப்பதே. இன்றைய நாளுக்கான திட்டம் அன்பாக இருப்பதே. இவை எல்லாவற்றிற்கும் மேலாக இன்றைய நாளுக்கான திட்டம் அமைதியில்

வாழ்வதே. அன்றாட நடைமுறைக்குத் தேவையான விஷயங்கள் இடையூறாக வரக் கூடும். ஆனால், அவை எதுவுமே வாழ்வை முழுமையாக வாழவேண்டுமென்ற நம் முன்னுரிமையிலிருந்து கவனத்தைத் திசை திருப்பக்கூடாது.

மக்கள் கவனத்தை ஒருமுகப்படுத்த வேண்டியதன் தேவையைப்பற்றி அடிக்கடி பேசுகிறார்கள். எனது பரிந்துரை என்னவென்றால், நம்முள்ளேயும், வெளியேயும் நாம் பார்க்கும்போதுதான், நாம் மிகத் தெளிவாகப் பார்க்கிறோம். நம் உலகில் நாம் அனுபவித்து இன்புற அற்புதமான வாய்ப்புக்கள் உள்ளன. ஆனால், “வெளியே” நிகழ்ந்து கொண்டிருப்பதில் மட்டும் நாம் ஈடுபட்டுக் கொண்டு, நம் உள்ளே நிகழ்ந்து கொண்டிருப்பதுடன் தொடர்பை இழந்து விடும்போது, நாம் நமது கண்ணோட்டத்தை இழந்து, சமநிலையற்ற தன்மையை உணர ஆரம்பிப்போம்.

“நமக்குள்” என்று நான் கூறும்போது, நாம் யார் என்பதன் மிக ஆழமான பகுதியைக் குறிப்பிடுகிறேன். நான் அதை மனம் என்பதை விட இதயம் என்றுதான் எண்ணுகிறேன். மனத்தின் அமைதியற்ற உலகில் வெளியே உள்ள விஷயங்கள் பற்றிய நம் எண்ணங்கள், யோசனைகள், எதிர்பார்ப்புகள், கணிப்புகள், கவலைகள், விமர்சனங்கள் மற்றும் கற்பனைகள் போன்றவற்றில் நாம் நம் நேரம் முழுவதையும் சுலபமாக செலவழித்து விடலாம். பின்னர் ஒரு நாள் அவ்வளவுதானா? நான் என்பதும் அவ்வளவுதானா? நான் என்பது இடைவிடாது அலைபாய்ந்து கொண்டிருக்கும் சிந்தனைகளைச் சுமந்து செல்லும் ஒரு வாகனம் மட்டும்தானா என நம்மை நாமே கேட்டுக் கொள்கிறோம். மனதில் நடப்பவைகளுக்கு அப்பால் “நான் யார்” என்பதை அறியவும், முழுமையை உணர வேண்டும்

என்பதற்குமான இந்தத் தாகம் கலாச்சாரத்தைக் கடந்து செல்கிறது.

அங்கே உள்ளது அவ்வளவுதானா? நாம் அவ்வளவுதானா? இந்த உடலில் இருக்கும் மனத்தைவிட நமக்கு மேலதிகமாக ஏதேனும் உள்ளதா? இதற்கு பதில் சொல்வதானால், நம் மனதில் ஓடும் எண்ணங்களைவிட மேலும் நிறைய - மிக மிக மிக நிறைய - உள்ளது. உண்மையிலேயே நம்மீதுள்ள ஆழமான தொடர்பிலிருந்து நம்மைத் திசை திருப்புவது பெரும்பாலும் நமது மனம்தான். பலரின் சவால் என்னவென்றால், கவனத்தை ஈர்க்கும் புற விஷயங்களால் அவர்கள் சூழப்பட்டு வளர்ந்தார்களே தவிர, சிந்தனைகளுக்கு அப்பால் சென்று தம்மை உணர்வது என்பது பற்றி ஒருபோதுமே அவர்களுக்குக் காட்டிக் கொடுக்கப்படவில்லை.

அந்த ஆழமான தொடர்பு, நம்முள்ளே இல்லாதபோது நம்மில் ஒரு பகுதி இல்லாததுபோல் நாம் உணரக்கூடும். ஒருவேளை அது மிக முக்கியமான பகுதியாகக்கூட இருக்கக்கூடும். அங்கு இல்லாமல் இருப்பது எது, அதனை எங்கு தேடிக் கண்டுபிடிப்பதென நமக்கு சரியாகத் தெரிவதில்லை. உண்மையில் அங்கே இல்லாதது நம் உள் அமைதியின் தொடர்பும், நாம் உண்மையில் யாரோ அதன் தொடர்பும் ஆகும். நாம் அமைதியுடன் தொடர்பில் இருக்கும்போது, உண்மையிலேயே என்ன முக்கியம் என்ற தெளிவினால் வாழ்க்கையின் அனுபவம் வளம்பெறுகிறது. நம் ஒவ்வொரு நாளையும், அமைதி நிறைந்த ஓர் இடத்திலிருந்து ஆரம்பிக்கும்போது உண்மையிலேயே நாம் யார் என்பதைத் உணர்ந்துகொண்டு வெளி உலகத்தில் நம்மால் செய்ய, அனுபவிக்க, மற்றும் உணர வேண்டியவற்றில் கவனத்தை ஒருமுகப்படுத்த முடியும்.

அமைதி, நிறைவு மற்றும் பல அற்புதமான விஷயங்கள் நமக்குக் கிடைக்கக் கூடியவையே. ஆனால், அவற்றை நாம் சரியான இடத்தில் தேடுகிறோமா என்பதை உறுதி செய்ய வேண்டும். அங்கு செல்வதற்கு முன் இந்த இரைச்சல் என்ற விஷயத்தைப் பற்றி மேலும் சிறிது புரிந்து கொள்வது உதவியாக இருக்கும்.

பரபரப்பான வாழ்க்கை

உங்களால் இதை எளிதாக புரிந்துகொள்ள முடியும்: நீங்கள் உறக்கத்திலிருந்து எழுந்திருக்கிறீர்கள், மெதுவாகக் கண்களைத் திறக்கிறீர்கள், கொட்டாவி விடுகிறீர்கள், சோம்பல் முறிக்கிறீர்கள். அப்போது எதிர்வரப்போகும் நாளைப் பற்றிய அனைத்துச் சிந்தனைகள், நீங்கள் அடைய வேண்டிய அனைத்து இலக்குகள் மற்றும் நீங்கள் தொடர வேண்டிய அனைத்துத் திட்டங்கள், குடும்பத்தினர், நண்பர்கள், சக ஊழியர்கள் அனைவரது எதிர்பார்ப்புகள் மற்றும் அபிப்பிராயங்கள், வீட்டில் அல்லது அலுவலகத்தில் உள்ள பிரச்சினைகள், நேற்று நடந்தவை அல்லது நாளை நடக்கக்கூடியவை பற்றிய கவலைகள் அனைத்துமே உடனடியாக உங்கள் மீது தாவுகின்றன. கடந்தகாலமும், எதிர்காலமும் ஒன்றிணைந்து வெறுப்பூட்டும் இரைச்சலாக ஒலிக்கிறது.

இவ்வுலகின் கவனச்சிதறல்கள் உங்கள் படுக்கையின் ஓரத்தில் உட்கார்ந்து கொண்டு நீங்கள் விழித்தெழக் காத்திருப்பதுபோல் தோன்றும். இப்போது அவை உயிர்பெற்று விடும். சில சமயம் இந்த எண்ணங்கள் நீங்கள் விழித்தெழும் வரை பொறுமையாக இராமல் சீக்கிரமே உங்களை எழுப்பிவிட வாய்ப்பும் அதிகம்.

"நேரமாகிவிட்டது!" 'எங்களுக்கு உணவு வேண்டும்' என்று கூச்சலிடுகின்றன.

எனது நண்பர்கள் சிலரிடமிருந்து நிறைய முறையீடுகளைக் கேட்கிறேன்:

"பல்வேறு விஷயங்களுக்காக நமது நேரத்தைக் கொடுக்க வேண்டியிருக்கிறது."

"எனக்காக ஒரு நிமிடம் கூட கிடைப்பதில்லை?"

"இது ஒருபோதும் முடியப் போவதில்லை!"

மக்கள் தமது தொழிலுக்கும் வாழ்க்கையின் பரபரப்புக்கும் அடிமையாகிவிட்டதாக அடிக்கடி கூறுகிறார்கள். நாமும் கவனத்தை ஈர்க்கும் விஷயங்களை நமது நிகழ்ச்சி நிரலை அமைப்பதற்கு இலகுவாக அனுமதிக்கலாம். அதனால் நேரம் காற்றோடு காற்றாக மறைந்துவிடுவதுபோல் தோன்றும். விழித்தெழும் நேரத்தில் நமக்குக் கிடைக்கக் கூடிய ஆசீர்வாதங்களாகிய நிறைவு, ஆனந்தம் ஆகியவற்றை நாம் இதனால் தவற விடலாம். இப்படித்தான் இந்த இரைச்சல் நம் வாழ்க்கையின் அனுபவத்தைப் பெற விடாமல் செய்கிறது.

தொழில்நுட்பத்தின் அதிசயங்களும் சவால்களும்

நமது பரபரப்பான வாழ்க்கையில் ஏற்படும் பிரச்சினைகளைத் தீர்க்க தொழில்நுட்பம் உதவும் என எதிர்பார்க்கப்பட்டது. இதனால் அதிக நேரத்தை விரயமாக்கும் சலிப்பூட்டும் வேலைகள் எளிதாக்கப்படுவதுடன், நாம் விரும்பும் விஷயங்களைச் செய்வதற்குப் போதிய அளவு நேரம் கிடைக்கும் என்றும் நமக்குக் கூறப்பட்டது. ஆனால், அது எதிர்பார்த்தது போல் நடைபெறவில்லை.

நான் தொழில்நுட்பத்தை விரும்புகிறேன். தொழில்நுட்பம் இல்லாத வாழ்க்கை முறைக்குத் திரும்ப வேண்டும் என்று நான் கூறுவதாகத் தவறாகப் புரிந்து கொள்ளாதீர்கள். என் வாழ்நாளில் புதிய கண்டுபிடிப்புகளும், புதுமைகளும் வியக்கத்தக்க விதத்தில் எனக்கும் மனித குலத்திற்கும் உதவியிருக்கின்றன. தொழில்நுட்ப முன்னேற்றமானது பல கோடிக்கணக்கான மக்களின் வாழ்க்கைத்தரம் ஆரோக்கியம் மற்றும் வசதிகளை மேம்படுத்த உதவியிருக்கிறது. அதன் மூலம் நாம் முன்னெப்போதும் இல்லாதவாறு நீண்ட தூரம் வேகமாகவும், பாதுகாப்பாகவும் பிரயாணம் செய்ய முடிகிறது. பல மைல்களுக்கப்பால் வாழும் நம் அன்புக்குரியவர்களுடன் தொடர்புகொள்ள முடிகிறது. அத்தொழில்நுட்ப முன்னேற்றம் புதிய சேவைகள், தகவல்கள், மற்றும் பொழுதுபோக்கு நிகழ்ச்சிகளை நம் வீட்டிற்கே கொண்டு வந்துவிட்டது. குறிப்பாக உலகிலுள்ள மிகவும் ஏழை மக்களுக்கு மேலும் நிறைய நன்மைகளைக் கொண்டுவருமென நான் நம்புகிறேன்.

தொழில்நுட்ப மாற்றம் பற்றிய எனது சொந்த அனுபவம், எனது பெற்றோர் புதிய குளிர்சாதனப் பெட்டியொன்றை வாங்கியதிலிருந்து தொடங்கியது. அக்காலத்தில் இந்தியா தொழில்நுட்ப வளர்ச்சியில் மிகவும் பின்தங்கி இருந்தது. இந்த விலையுயர்ந்த பொருள் வீட்டிற்கு வந்தபோது, அனைவருக்கும் ஆச்சரியமாக இருந்தது. அது சமையலறையில் வைக்கப்படாமல் வேறு ஒரு அறையில் வைக்கப்பட்டது. உண்மையில் அதற்குள் எதனை வைப்பது என்றுகூட எங்களுக்குத் தெரியவில்லை. சிறிது காலத்திற்கு குளிர்ந்த நீர் நிரம்பிய கூஜாக்கள் மட்டுமே அதற்குள் வைக்கப்பட்டன. பிறகு ஒருவர், “நீங்கள் அதில்

காய்கறிகள், பழங்கள் எல்லாவற்றையும் பாதுகாத்து வைக்கலாம்" என்று கூறினார். அதை எவ்விதம் உபயோகிப்பது என அவர்கள் காட்டித் தந்தார்கள்.

சிறுவனாக இருந்தபோது எனக்கு எல்லாவற்றைப் பற்றியும் தெரிந்து கொள்ள வேண்டும் என்ற ஆர்வம் நிரம்பியிருந்ததால், அந்தக் குளிர்சாதனப் பெட்டியின் கதவை மூடியதும், உள்ளேயுள்ள மின்விளக்கும் அணைந்துவிடுமா என்று அறிய விரும்பினேன். அதனால் நான் அதன் உள்ளே புகுந்து கதவை மூடிக்கொண்டேன். சுமார் இரண்டு நிமிடங்கள் கழிந்திருக்கும், யாரோ வந்து கதவைத் திறந்தார்கள். அவர்கள் குளிர்சாதனப் பெட்டிக்குள் ஏதோ ஒன்று உயிருடன் இருப்பதைப் பார்த்து அதிர்ச்சி அடைந்தனர். ஆனால், ஆஹா, எனக்கோ பதில் கிடைத்துவிட்டது!

பின்பு தொலைபேசியின் பயன்பாடு வந்தது. ஆனால், அப்போது நாங்கள் தொலைபேசியின் எண்களை அழுத்த வேண்டிய தேவை இல்லாதபடியால் ரிஸீவரை நாங்கள் தூக்குவோம். அப்போது நமக்கு இணைப்பை ஏற்படுத்திக் கொடுக்க மறுமுனையில் ஆப்பரேட்டர் ஒருவர் காத்துக் கொண்டு இருப்பார். அது உள்ளூர் அழைப்பாக இருந்தால், நாம் பெயரை மட்டும் கொடுத்தால் போதும், அவர்களுடன் தொடர்பை ஏற்படுத்திக் கொடுப்பார்.

பின்னர், நாங்கள் தில்லிக்குச் சென்றபோது, நகரத்திலேயே முதன் முதலாகத் தொலைக்-காட்சிப்பெட்டி வாங்கியவர்களில் ஒருவரான குடும்ப நண்பரைத் தொலைபேசியில் அழைத்து அன்று மாலை அவர் தொலைக்காட்சியைப் பார்ப்பாரா என்பதைத் தெரிந்து கொள்வோம். எப்போதும் அங்கு சென்று அவருடன் தொலைக்காட்சி பார்க்க விரும்புவோம்! அன்றிலிருந்து இன்று வரை எப்படிப்பட்ட நம்ப

முடியாததொரு பயணம். இன்றோ உங்கள் மடிக்கணினியிலோ அல்லது கைத்தொலைபேசியிலோ புத்தம் புதிய திரைப்படத்தைக் கூடப் பார்க்கலாம்.

தொழில்நுட்பத்தின் நன்மைகளை நாம் பாராட்டலாம், நவீன கண்டுபிடிப்புக்களை ஏற்றுக்கொள்ளலாம். ஆனால், அவை தரும் அதிசயங்களுடன், சவால்களும் சேர்ந்தே வருகின்றன. தொழில்நுட்பம் எப்போதும் நம் நன்மைக்காகச் செயல்படுவதை நாம் உறுதிசெய்வது முக்கியம். தொழில்நுட்பம் என்னைக் கட்டுப்படுத்துவது நான் விரும்பாததொன்று. அதை என் கட்டுப்பாட்டில் வைத்திருந்து, என்னைப் பாதிக்கக் கூடியவற்றிலிருந்து விலகி இருப்பதற்கான தீர்மானங்களை நானே எடுக்க விரும்புகிறேன். தொழில்நுட்பத்தின் உபயோகம் எனது கட்டுப்பாட்டில் இருக்க வேண்டும்.

இதுவும் கடந்து போகும்

சில சமயங்களில், மக்கள் தங்கள் சாதனங்களுடன் கொண்டிருக்கும் உணர்ச்சிபூர்வமான தொடர்பைக் காணும்போது மிகவும் ஆச்சரியமாக இருக்கிறது. சில ஆண்டுகளுக்கு முன்னர் கம்போடியாவில் சில திறமை வாய்ந்த மாணவர்கள் முன் நான் உரையாற்றினேன். கேள்வி நேரத்தின்போது சோகமான முகபாவத்துடன் ஒரு இளம்பெண் எழுந்து நின்று “நான் உங்கள் வீடியோக்களைப் பார்த்திருக்கிறேன். நாம் கடந்த காலத்தில் வாழக்கூடாது, நிகழ்காலத்தில் வாழ வேண்டும்” என்று நீங்கள் கூறினீர்கள். உடனடியாக என் கற்பனையில் அவளுக்கு அதிர்ச்சி தரும் விஷயம் ஏதோ நடந்திருக்க வேண்டும் எனத் தோன்றியது. ஒருவேளை அவளுடைய பெற்றோரின் மரணமாக

இருக்கலாம். அவள் இதைப் பற்றி என்னிடம் மனம் திறந்து கூறியது எனக்குப் பெருமகிழ்ச்சியாக இருந்தது. பின்பு அவள் "நேற்று எனது கைபேசி தொலைந்துவிட்டது. இப்போதும் அதைப்பற்றி வருந்துகிறேன். எனக்குத் துக்கமாக இருக்கிறது. மீண்டும் மகிழ்ச்சியாக இருக்க நான் என்ன செய்ய வேண்டும்?" எனக் கேட்டாள்.

இப்படியானதொரு துன்பப்படத் தேவையற்ற விஷயத்தை நான் எதிர்பார்க்கவில்லை. ஆனாலும் அந்தப் பெண் உண்மையிலேயே சோகமாகத் தெரிந்தாள். நான் அவளிடம் "நீங்கள் ஒரு தொலைபேசியுடன் பிறந்தீர்களா? இல்லை. நீங்கள் உங்கள் வாழ்க்கையின் தருணங்களைத் தொலைபேசியை வைத்து மதிப்பிட முடியாது. வாழ்வதற்கு, உங்களுக்கு ஒரு தொலைபேசி தேவையா? தொலைபேசி வருவதற்கு முன்னர் எவ்வளவு காலமாக மனித நாகரிகங்கள் இருந்திருக்கின்றன என்று உங்களுக்குத் தெரியுமா? ஆயிரக்கணக்கான ஆண்டுகளாக மக்களிடம் தொலைபேசி இருக்கவில்லை. அதனால் அவர்கள் துக்கமாக இருந்தார்களா? இல்லை! விஷயங்கள் வந்துபோகும். உங்கள் ஆனந்தம் அந்த விஷயங்களில் சார்ந்திருக்கக் கூடாது. நீங்கள் அக்கறைப்பட வேண்டுமா? ஆமாம்! நிச்சயமாக நீங்கள் வருத்தப்பட வேண்டுமா? நிச்சயமாக இல்லை" எனப் பதிலளித்தேன்.

காற்று பலமாக வீசும்போது வளைந்து கொடுக்க முடியாத மரங்கள் முறிந்துவிடும். காற்றுடன் சேர்ந்து அசையத் தெரிந்த மரங்கள் நிலைத்து நிற்கும். இது ஒரு சாதாரண புயல் மட்டுமே. இதுவும் கடந்துபோகும். நீங்கள் இதனால் பாதிக்கப்படாமல் இருக்க விரும்பினால் அதிலிருந்து விலகி இருக்க வேண்டும். அப்படி இருந்தால் பாதுகாப்பாக இருப்பீர்கள்.

அணையாமல் இயங்கும் சாதனங்கள்

தொழில்நுட்ப முன்னேற்றம் நம்மைச் சுற்றியுள்ள உலகை நல்ல முறையில், பல்வேறு வழிகளில் மாற்றமடையச் செய்கிறது பற்றி எனக்கு மகிழ்ச்சியே. நமக்குள் இருக்கும் உலகத்தைப் பற்றி எண்ணும்போதுதான் என் உணர்வுகள் சற்றே குழப்பமடைகின்றன.

குறிப்பாகத் தகவல் தொடர்புத் தொழில்நுட்பமானது "நமது வாழ்விலுள்ள இரைச்சல்களை மேலும் அதிகரிப்பதாகவும் நம் கவனத்தை ஈர்ப்பதற்காக போட்டிபோடும் நம் கவனச் சிதறல்களை பன்மடங்காக்குவதாகவும் இருக்கலாம். மின்னஞ்சல்கள், குறுஞ்செய்திகள், அறிவிப்புகள், பதிவுகள் மற்றும் பலவற்றால் அதிக அளவில் தாம் தாக்கப்படுவதுபோல் உணர்வதாகப் பலர் தெரிவிக்கின்றனர். ஆனாலும் நமக்கு செய்திகள் வரவில்லையே, பலர் நம்மோடு இன்னும் தொடர்பு வைக்கவில்லையே (ஃபாலோ செய்வதில்லையே) என்று வருத்தப்படுகிறோம்.

புதிய சூழ்நிலைகளுக்குத் தம்மை வெகுவிரைவாக மாற்றியமைத்துக் கொள்ள மனிதர்களால் முடியும். ஆனால் நம்மில் சிலரோ தாம் விரும்பிய பாதையில் செல்வதற்குப் பதிலாக, புதிய கண்டுபிடிப்புக்களின் அலைகளினால் அடித்துச் செல்லப்படுவது போலத் தெரிகிறது. தொழில்நுட்பம் ஒருவருடன் ஒருவர் தொடர்பில் இருப்பதற்கு உதவுகின்றது. அதே நேரம் நாம் நம்முடனான தொடர்பை இழப்பது போன்ற உணர்வையும் ஏற்படுத்துகிறது. சில நேரங்களில் நம் சாதனங்களே நமக்குப் பெரும் சுமை போலத் தோன்றும். இது எப்படியெனில் ஒரு இடத்திலிருந்து இன்னொரு இடத்திற்கு நம்மை சுமந்து செல்வதற்கு குதிரை

ஒன்றை வாங்கினோம். இறுதியில் நாமே குதிரையைச் சுமந்து செல்ல நேரிட்டது போலாகும்.

தொழில்நுட்பத்தின் தேவையை நாம் உணரும்போது நம்மிடம் நாமே கேட்க வேண்டியது: "இந்தத் தருணத்தில் நான் சுதந்திரமாக உணர்கிறேனா அல்லது என்னில் ஒரு பகுதியைத் தொழில்நுட்பத்துடன் இணைந்திருப்பதற்கு அடிமையாக்கிவிட்டேனா?" இது "அணையாமல் இயங்கும் உலகம்" என்று நமக்குக் கூறப்பட்டது. அடிக்கடி **pause** பட்டனை அழுத்துவது நமக்குப் பயனளிக்கக்கூடும் அல்லவா?

எப்போதும் நதியைப் போல் பிரவாகம் எடுக்கும் சமூக ஊடகங்களின் புதுப்புது வடிவங்களே சவாலாக உள்ளன. இது உற்சாகம் தரக்கூடியதாகவும், பயனளிக்கூடியதாகவும் இருக்கலாம். இருந்தபோதிலும், புதியவற்றால் புத்துணர்ச்சி பெறுவதற்குப் பதிலாக அடுத்து வருவது என்ன என்ற எதிர்பார்ப்புடன் நாம் இருக்கக்கூடும். பின்னர் நாம் ஏதாவது முக்கியமானதைக் கவனிக்காமல் ஒருவேளை விட்டுவிட்டோமோ எனக் கவலைப்பட ஆரம்பிப்போம். இந்த உணர்வுக்கு ஆங்கிலத்தின் சுருக்கப்பதம் உள்ளது. FOMO - fear of missing out. அதன் பொருள் எதையாவது கவனிக்கத் தவறிவிடுவோமோ என்ற பயம்.

தொழில்நுட்பத்தின் புதிய அலை ஒன்று இப்போது நம் வாழ்விலும் வருவதைக் காண்கிறோம். புதிய கண்டுபிடிப்புக்கள் நமக்கு மிகச் சிறந்த விஷயங்களைச் செய்யலாம். ஆனால், அவற்றின் பின் விளைவுகளை நாம் கவனமாகக் கருத்தில்கொள்ள வேண்டும். செயற்கை நுண்ணறிவு (Artificial Intelligence) வர்சுவல் ரியாலிட்டி, ஆக்மெண்டட் ரியாலிட்டி மற்றும் பல உள்ளன. தொழில்நுட்பம் நம் அன்றாட வாழ்வை சிறப்பாக்க உதவ வேண்டும். பொருளாதார வல்லுனர்

ஜான் கென்னத் கால்ப்ரெய்த் (John Kenneth Galbraith) கூறிய ஒரு கருத்து எனக்கு நினைவிற்கு வருகிறது. "விண்வெளிக் கருவிகளை அமைப்பதில் அமெரிக்கா சிறந்து விளங்குவதற்கும், சேரிவாழ் மக்களின் பிரச்சினைகளைத் தீர்ப்பதில் பின்னடைந்திருப்பதற்கும் காரணம், அதன் பன்முகத் தொழில்நுட்பச் சாதனைகளை நோக்கிய உந்துதலே ஆகும்" என்பதை எடுத்துக் காட்டுகிறது.

"செயற்கை நுண்ணறிவு வந்தால் என்ன நடக்கப் போகிறது?" என்று சில நேரங்களில் என்னிடம் கேட்கப்படுகிறது. அப்போது நீங்கள் நீங்களாகவேதான் இருப்பீர்கள். நான் நானாகவேதான் இருப்பேன். மனிதர்கள் மனிதர்களாகவேதான் இருப்பார்கள். கேட்பதற்கு உங்களுக்கு இது வேடிக்கையாக இருக்கலாம். எனது டிஜிட்டல் கருவிகளுக்குப் பராமரிப்பு தேவைப்படும்போதெல்லாம் நான் 2.6 பில்லியன் ஆண்டுகள் பழமையான கூர் முனைகொண்ட ஒரு கல்லை டிஜிட்டல் கருவிகளின் பின்பாகத்தைக் கழற்றுவதற்குப் பயன்படுத்துகிறேன். சில தொழில்நுட்பங்கள் தங்கள் மதிப்பைத் தக்கவைத்துக் கொள்கின்றன.

பிரபல அறிவியல் கற்பனைக்கதைகள் எழுதுபவரும், கல்வியாளருமான ஐசாக் அசிமோவ் "தற்போது வாழ்க்கையின் மிகச்சோகமான அம்சம் என்னவென்றால், சமுதாயம் விவேகத்தைச் சேகரிப்பதை விட, மிக வேகமாக விஞ்ஞானம் அறிவைச் சேகரிக்கிறது" என்கிறார். ஆனால், அதை மாற்றியமைப்பதற்கான வாய்ப்பு நமக்கு எப்போதுமே உண்டு. நம்முள்ளே விவேகம் நிறைந்த ஒரு உண்மைநிலை உள்ளது என்பதை நாம் எப்போதும் நினைவில் கொள்ள வேண்டும்.

காணாமல் போன மகிழ்ச்சி

நமது சுமை நிச்சயமாகத் தொழில்நுட்பத்தால் மட்டும் அல்ல. சில நேரங்களில், மற்றவர்கள் நம் மேல் வைக்கும் எதிர்பார்ப்புக்கள் மன அழுத்தத்தை மேலும் அதிகரிக்கக்கூடும். அத்துடன் நமது சொந்த எதிர்பார்ப்புகளும் இருக்கின்றன. நிறைவேறாத ஆசைகள், நம்மால் ஒருபோதுமே உதறித் தள்ளிவிட முடியாத விடாப்பிடியான விருப்பங்கள். லட்சியங்கள் இருப்பது நல்லதுதான். ஆனால், அவை நாம் முழுமையாக வாழ்க்கையை அனுபவிப்பதைத் தடுத்து விடக்கூடாது. நம்மில் சிலர் வெற்றி பெறும் முயற்சியில் மிகவும் மும்முரமாக ஈடுபட்டு இருப்பதன் காரணமாக, தாம் அனுபவித்து வாழ நேரம் கிடைப்பதில்லை. அத்துடன் நம்மில் சிலர் எங்கேயோ சென்றடைவதற்கான முயற்சியில் மும்முரமாக ஈடுபட்டிருப்பதனால், தற்பொழுது நாம் எங்கிருக்கிறோம் என்பதைக் கவனத்தில் கொள்வதில்லை. நமது மனங்களும் 'என்றும் அணையா' உலகமாகலாம்.

ஏதோ ஒன்றிற்கான தனது தீராத ஆசையை நிறைவேற்ற வழிகளைக் கண்டுபிடிக்க ஒவ்வொரு தலைமுறையும் முயற்சிக்கிறது. செனேகா என்னும் ரோமானிய தத்துவஞானி FOMOவைப் புரிந்து கொண்டதாகத் தெரிகிறது. On the shortness of Life ("வாழ்க்கையின் குறுகிய காலம் பற்றி") என்ற தனது கட்டுரையில் அவர் கூறியதாவது:

"மனிதர்கள் தங்கள் அமைதியற்றத் தன்மைக்கான தீர்வைக் காண்பதற்காக தரையிலும் கடலிலும் வெகு தூரம் பயணம் செய்கிறார்கள். பிற நாடுகளிலும் அதற்கான ஆதரவை தேடி அலைந்து திரிகிறார்கள். அந்த அமைதியற்ற தன்மையால் தன்னைச்

*சுற்றியுள்ளவற்றை வெறுக்கும்போது - இப்போது "கம்பானியா (Campania) செல்வோம்" என்பார்கள். (**Campania** இத்தாலியில் ஒரு புகழ்பெற்ற இடம்.) பிறகு அவர்களுக்கு அந்த சுகபோகத்தில் சலிப்புத் தட்டியதும் "தரிசு நிலங்களைப் பார்வையிடுவோம், புருட்டியம் மற்றும் லூகேனியாவின் (Bruttium and Lucania) வனப்பகுதிகளைக் கண்டு கழிப்போம் என்பார்கள்." ஆனால், வனங்களின் மத்தியிலும் மகிழ்ச்சியைப் பூரணமாகக் காண முடியாது. பயணத்திற்கு மேல் பயணம் செய்து, காட்சிக்கு மேல் காட்சியாக மாற்றிக் கொண்டிருக்கிறார்கள். லுக்ரேடியஸ் (Lucretius) (இவர் இத்தாலி நாட்டுக் கவியும், தத்துவ ஞானியும் ஆவர்) சொல்வது போல, இவ்வாறு ஒவ்வொரு மனிதனும் எப்போதும் தன்னிடமிருந்தே தப்பியோடிக்கொண்டு இருக்கிறான். ஆனால், அவனால் தன்னிடமிருந்தே தப்ப முடியவில்லையெனில் எதுவரை ஓடுவான்?"*

பரபரப்பான நவீன வாழ்க்கை முறையில் மகிழ்ச்சி என்பதைக் காண முடியாமல் உள்ளது. வெளியுலகம் மனிதர்களுடன் தொடர்புகொள்ளவும், புதிய விஷயங்களை அறியவும், அனுபவிக்கவும், அற்புதமான வாய்ப்புகளை நமக்கு வழங்குகிறது. தகவல் தொடர்பு தொழில்நுட்பம் பரந்த அளவில் இவை எல்லாவற்றையும் விரிவுபடுத்துகிறது. ஆனால், நாம் உண்மையில் தேடுவது நமக்குள்ளேதான் இருக்கிறது. ஒரு மனிதனிடமிருந்து நான் அறிய விரும்புகின்ற விஷயம், உங்களுக்குள்ளே இருக்கும் சமூக ஊடகங்களின் உலகம் எவ்வாறு உள்ளது? உங்களை நீங்கள் பின்பற்றுகிறீர்களா? உங்களை நீங்கள் விரும்புகிறீர்களா? உங்களுக்கு நீங்கள் சொந்த நண்பனாக இருப்பது எப்படி

என்று தெரியுமா? உங்களுக்கு நீங்கள் நண்பனாக இருக்க முடியாவிட்டால் வேறு எவருடனாவது உங்களால் நண்பராக இருக்க முடியுமா?

சில சமயங்களில் நாம் நமது நவீன சாதனங்களைக் கீழே வைத்துவிட்டு, நமது முதன்மை ரசிகருடன் - அதாவது நம்முடனேயே நாம் - அமர வேண்டும். பண்டைய சீனத் தத்துவஞானியான லாவோ சூ (Lao Tzu) குறிப்பிட்டது போல் "உங்கள் நண்பர்களை அறிந்து கொள்வது புத்திசாலித்தனம்தான். ஆனால், உங்களை நீங்கள் அறிந்து கொள்வதுதான் உண்மையான விவேகம்."

இப்போது சில நல்ல செய்திகள்

வெளியுலகிற்கும் உங்களுக்கும் இடையே ஒரு சம நிலை வேண்டுமா? உங்கள் வாழ்க்கையில் இடம்பெறும் கவனச்சிதறல்களைக் குறைத்து நிறைவைக் காண விரும்புகிறீர்களா? அந்தத் தருணத்தில் மகிழ்ச்சியாகவும் நிறைவாகவும் இருப்பதன் இனிமையான உணர்வை அனுபவிக்க விரும்புகிறீர்களா? இரைச்சலின் அளவைக் குறைத்து உங்களையே நீங்கள் கவனித்துக் கேட்க விரும்புகிறீர்களா? இவை அனைத்தும் முற்றிலும் சாத்தியமானவை. எவ்வாறாயினும் முதலில் உங்களுக்குள் இருக்கும் அமைதியை உணர்வதற்கும், வெளி உலகில் உள்ள இரைச்சலுக்கும் எவ்விதத் தொடர்பும் இல்லையென்பதை நாம் அறிய வேண்டும். வேறுவிதமாகக் கூறுவதாயின், நாம் நமது தலைக்குள் சிந்தனைகளாக ஓடிக்கொண்டிருக்கும் இரைச்சலை மட்டுமே சமாளிக்க வேண்டும்.

மக்கள் இரைச்சலில் இருந்து தப்பிக்க பலவகையான முயற்சிகளையும் செய்கிறார்கள். அவர்கள் போர்வைகளால் மூடிக்கொண்டு தலையணைகளைத்

தங்கள் காதுகள் மேல் வைத்துக் கொள்கிறார்கள். மலைகள் மீது ஏறுகிறார்கள், காடுகளில் நடக்கிறார்கள், ஓடுகிறார்கள். அவர்கள் 30,000அடி உயரம் ஏறுவதுடன் அலைகளுக்கு அடியில் கடலின் ஆழத்திற்கும் செல்கிறார்கள். புனித யாத்திரைகள் மேற்கொள்கிறார்கள். அமைதியான தங்குமிடங்களுக்குச் செல்கிறார்கள். கோயில், தேவாலயம், மசூதி, கடைவீதிகள் மது-பானக்கடைகள் மற்றும் தெருவோரக் கடைகளுக்கும் போகிறார்கள். ஆனால், இரைச்சல் தொடர்ந்து இருந்துகொண்டே இருக்கிறது. இரைச்சலானது அவர்களுடைய சிந்தனைகளிலேயே அகப்பட்டு இருப்பதனால் அது வேறு எங்கும் இருக்க முடியாது. அமெரிக்க எழுத்தாளர் ரால்ஃப் வால்டோ எமர்சன் (Ralph Waldo Emerson) கூறியது போல:

அழகைத் தேடி நாம் உலகம் முழுவதும் பயணம் செய்தாலும்,
நம்முடன் அழகை எடுத்துச் செல்லாவிட்டால்
நம்மால் அதைக் கண்டு
பிடிக்க முடியாது.

இவ்வாறு ஒவ்வொரு ஆணும் பெண்ணும் தம்மிடமிருந்து தப்பி ஓடுகிறார்கள். ஆனால் எது வரை? தப்பிக்கமுடியாவிட்டால்? அமைதியை நம் உள்ளே கண்டு கொள்ளாவிட்டால் இரைச்சல் எப்போதும் நம்மைத் தேடிக் கண்டுபிடித்துவிடும்.

இப்போது அந்த நல்ல செய்தி!

இரைச்சல் தானாகவே உண்டாவதில்லை. நாம்தான் அதை நிகழ்வதற்கு அனுமதிக்கிறோம். நம் சாதனங்களை எப்போது நிறுத்தி வைக்கலாம் என்பதை நாம் தீர்மானிக்கலாம். நம் மனதிற்குள் நுழைபவைகளை

எப்படிக் கட்டுப்பாட்டில் வைத்திருப்பது என்பதை நாம் தீர்மானிக்கலாம். நாம் யாரைக் கேட்கிறோம், யாரைப்பற்றி அக்கறை கொள்கிறோம், யாருக்குப் பதிலளிக்கிறோம் என்பதையும் நாம் தீர்மானிக்கலாம்.

இரைச்சலில் இருந்து தப்பிப்பதற்காக மக்கள் 30,000 அடி உயரத்திற்குச் செல்லமுயற்சி செய்வதாக நான் குறிப்பிட்டேன். நான் உங்களை ஒரு கணத்திற்கு அங்கு கொண்டு செல்கிறேன். நான் ஒரு விமான ஓட்டியாக இருப்பதால் நான் பல்வேறு வகையான விமானங்களைச் செலுத்தியிருப்பதுடன், பல விமானிகளின் அறைகளுக்கும் சென்றிருக்கிறேன். அங்கு இப்போது கணினிகளின் உதவியோடு, பல தீர்மானங்களை எடுக்கும் தானாகச் செயல்படும் பல விஷயங்கள் உள்ளன. உண்மையாகப் பார்த்தால், தொழில்நுட்பம் மேம்பட்டுள்ளதால், விமானிகள் விமானம் ஓட்டுவதில் கவனம் செலுத்துவதற்குப் பதிலாக, விமானத்தை ஓட்டும் தொழில்நுட்பத்தில்தான் அதிக அளவு அக்கறை கொள்கின்றனர். இருப்பினும் விசேஷமாக, அவசர நிலைமை ஏற்படும்போது, மனிதன்தான் விமானத்தைச் செலுத்த வேண்டுமே தவிர, கணினி அல்ல. நான் பயிற்சியில் இருந்தபோது, பயிற்றுவிப்பவர்கள் என்னிடம் அடிக்கடி கூறுவது, “தொழில்நுட்பக் கோளாறு ஏற்படும் பட்சத்தில் எல்லாவற்றையும் நிறுத்திவிட்டு, நீங்கள் எப்பொழுதும் செய்து வந்ததையே செய்யுங்கள். விமானத்தை ஓட்டுங்கள்!”

நம் வாழ்வில் இரைச்சல் அதிகரிக்கும்போது, நாம் செய்ய வேண்டியதும் இதைத்தான். மற்ற எல்லா விஷயங்களையும் நிறுத்திவிட்டு, உங்களை நீங்களே வழி நடத்துங்கள். நாம் எடுக்கும் சரியான முடிவுகள் மூலம்தான் அதைச் செய்யலாம்.

நாம் சரியாகத் தேர்ந்தெடுக்கும் ஒரு கணம் தன்னை அறியும் அறிவின் மூலம் சாந்தம், கவனம், நிறைவு மற்றும் அமைதியை நோக்கிய வாழ்க்கையையே மாற்றக்கூடிய ஒரு பயணத்தின் தொடக்கமாக இருக்கலாம். அதோடு நம் கவனத்தை உள் நோக்கித் திருப்பும்போது அமைதியை நோக்கிச் செல்கிறோம். சுயத்துடன் முழுமையாகத் தொடர்பு கொண்டதும், அந்தச் இரைச்சலானது அழையா விருந்தாளியாக இருப்பதை நிறுத்தி, நம் நண்பனாகத் தொடங்குகின்றது. நாம் விரும்பும்போது மட்டும் சந்திக்கக் கூடிய மிகவும் கலகலப்பான, துடிதுடிப்பான நண்பனாகிறது.

'அதோடு நம் கவனத்தை உள் நோக்கித் திருப்பும்போது' என்ற சொற்றொடரில் அதோடு என்ற வார்த்தையை கவனத்தில் கொள்வது முக்கியமானதாகும். தொழில்நுட்பத்திற்கும் அமைதிக்-கும் இடையில், இரைச்சலிற்கும் நிறைவுக்கும் இடையில், வெளி உலகிற்கும் உள் உலகிற்கும் இடையில், இதுவா அல்லது அதுவா என்ற தேர்வைச் செய்யத் தேவையில்லை. சிலசமயம் நவீனத்துவமும் உள் அமைதியும் ஒன்றுடன் ஒன்று முரண்பாடானவை என்று கருதி இவை இரண்டிலும் ஏதாவது ஒன்றின் நன்மையைத்தான் அடைய முடியும் என ஊகிக்கிறார்கள். நாம் ஒன்றுக்காக மற்றொன்றைத் தியாகம் செய்ய வேண்டியதில்லை. நாம் எதில் கவனம் செலுத்த வேண்டும் என்பதை நாமே முடிவு செய்ய வேண்டும்.

திருடர்களின் கும்பல்

சரியாகத் தேர்ந்தெடுத்தல் எனும் அணுகுமுறையை ஒரு குறிப்பிட்ட விஷயத்தில் பிரயோகித்துப் பார்ப்போம். நம் நேரம் நம்மிடமிருந்து திருடப்படுகிறது என்று பலர்

உணர்வதாகத் தெரிகிறது. அது உண்மையா? ஒருவேளை சில நவீன சமூக ஊடகத் தொழில்நுட்பங்கள் நம் கவனத்தைத் திருடுபவையாக இருக்கலாம். ஒரு சில அவ்விதமே வடிவமைக்கப்பட்டுள்ளதாகத் தெரிகிறது. நம் ஆசைகள் நாம் நிறைவை உணர்வதிலிருந்து நம்மைத் திசை திருப்ப முடியும் என்பதை நாம் அனைவரும் மிகத் தெளிவாக அறிவோம்.

ஆனால் இந்தத் திருடர்களை உள்ளே வர அனுமதிப்பது யார்? நாமேதான்! நாம் தான் வெளி உலகத்தை நம்முள் வர அனுமதிக்கிறோம். பெரும்பாலும் புதிய விஷயங்கள், நபர்கள் மற்றும் தகவல்களை எதிர்கொள்வது உற்சாகமளிப்பதாகவும், பயன்தருவதாகவும் இருக்கிறது. சொல்லப் போனால், அது கற்றலின் ஒரு பகுதிதான். நம் மனதின், நம் இதயத்தின் வாயில்களை நாம்தான் காவல் காக்க வேண்டும். நாம் யாரையாவது, எதையாவது நம்முள்ளே வர அனுமதிக்கும்போது, நாமே நம் சொந்த நேரம் திருடப்படுவதற்கு உடந்தையாக இருக்கிறோம். மற்றவர்கள் ஊக்கிகளாக இருக்கக்கூடும். ஆனால் நம் மன உளைச்சலுக்கான மூலகாரணம் நாம்தான். நம் குழப்பத்தின் மூலகாரணமும் நாம்தான். நம் அதிருப்திக்கான மூலகாரணமும் நாம்தான். நம் கவனச் சிதறலுக்கான மூலகாரணமும் நாம்தான். ஆனால் ஆனந்தம், தெளிவு, நிறைவு, கவனம் மற்றும் ஆழ்ந்த அமைதி போன்ற சக்திவாய்ந்த, நேர்மறையான குணங்களை நோக்கி நம்மை மீண்டும் அழைத்துச் செல்லக்கூடிய மூலகாரணமும் நாம்தான்.

அடுத்து நடப்பது என்னவென்று நாம் எப்பொழுதெல்லாம் தேடுகிறோமோ, எப்போது நமது மனித இயல்பு மறைய ஆரம்பிக்கிறதோ, நம்முடன் உள்ள தொடர்பை நாம் இழந்து விடுகின்ற அளவிற்கு

வேறு ஏதாவதொன்றில் சார்ந்திருக்கத் தொடங்குகிறோமோ அப்போது, நமது வெளி உலகத்திற்கான கதவைத் தற்காலிகமாக மூடிவிட்டு, நம் உள்ளே மீண்டும் இணைந்து கொள்ள வேண்டும். அங்குதான் நமது உண்மையான சுதந்திரத்தைக் காண்கிறோம்.

இந்த முறையில் மீண்டும் நமது பொறுப்பை நாம் ஏற்றுக் கொள்ளும்போது அளவு கடந்த சுதந்திரத்தை நாம் உணர முடியும். இங்கே, இப்பொழுது, வாழ்ந்து கொண்டும் சுவாசித்துக் கொண்டும் இருக்கும், முழுமையான என்னைக் கண்டுகொள்ளவும், பாராட்டவும், அத்தொடர்பு நமக்கு உதவுகிறது. வெளி உலகின் இரைச்சலைக் கவனியாது நாம் ஒருமுகமாக நம்முள் கவனிக்கும் வழி நமக்கு இருக்கிறது. எனக்காக நான் மட்டுமே இதைச் செய்ய முடியும். உங்களுக்காக நீங்கள் மட்டுமே இதைச் செய்ய முடியும். வேறு எவராலும் உங்கள் இரைச்சலின் அளவைக் கட்டுப்படுத்த முடியாது.

இரைச்சல் இரைச்சலைப் பிறப்பிக்கிறது. மக்கள் இரைச்சலை மேலும் அதிகமான இரைச்சலினால் மூடி மறைக்கிறார்கள். தொடர்ந்து இப்படி நடைபெறுவதால் இரைச்சல் அதிகரித்துக் கொண்டே போகிறது. ஆனால் இரைச்சலை வெல்லக்கூடிய ஒரு விஷயம் உள்ளது. அது உங்களுக்குள் உள்ள நிசப்தமாகும். பதின்மூன்றாம் நூற்றாண்டில் வாழ்ந்த கவிஞர் ரூமியின் சில வார்த்தைகள் இங்கே:

நீங்கள் ஒரு பாடல், விரும்பிய ஒரு பாடல்
காதின் வழியாக மையத்துக்குச் செல்லும்
எங்கே வானம் உள்ளதோ, எங்கே காற்று உள்ளதோ,
எங்கே அமைதியான அறிதல் உள்ளதோ அங்கு.

நாம் மனதின் சத்தத்தை நிசப்தமாக்கும்போது, இதயத்தைக் கேட்க முடியும். அப்போது நாம் மிகவும் கனிவான மற்றும் இனிமையான குரலின் அழைப்பை வார்த்தைகளினால் அன்றி உணர்வினால் எதிர்கொள்வோம். அந்த உணர்வு என்ன? “நான், நான், நான் இருக்கிறேன்.” என்ற உள்ளத்தின் வெளிப்பாடே அந்த உணர்வு. இந்த உள்ளத்தின் பாடல் முழுமையாக அனுபவிக்க நம்மை அழைக்கிறது. அந்த விசேஷ நிகழ்வு வாழ்க்கையைத் தவிர வேறொன்றும் இல்லை.

தெளிவும் செயல்பாடும்

நீங்கள் நினைக்கக் கூடும். இவை அனைத்தும் நல்லதுதான். ஆனால் விஷயங்கள் என் கவனத்தைப் பலவந்தமாக ஈர்க்கும்போது என்ன செய்யலாம்? வாழ்க்கையின் இரைச்சலைப் புறக்கணிக்க முடியாதபோது என்ன செய்யலாம்? ஆம், எப்போதும் நாம் கவனித்து, நிவர்த்தி செய்ய வேண்டிய விஷயங்கள் உள்ளன. ஆனால் நமது எதிர்மறையான கற்பனைகளால், பல அன்றாடப் பிரச்சினைகளுக்குத் தேவைக்கு அதிகமாக முக்கியத்துவம் வழங்கப்படுகிறது. அந்தக் கம்போடிய பெண்ணையும், அவள் தொலைத்த கைத்தொலைபேசியையும் கொஞ்சம் நினைத்துப் பாருங்கள். அது அவளின் உலகையே தலைகீழாக மாற்றியது. ஆனால், அது கடந்து செல்கின்ற ஒரு தருணம் மாத்திரமே. அது பெரிய விஷயம் அல்ல. ஆனால், ‘பெரிய விஷயம் அல்ல’ எனக் கருதப்படுபவையெல்லாம் ஒன்றுசேர்ந்து நம் முழு வாழ்க்கையையுமே ஆக்கிரமிக்கக் கூடும்.

நாம் வலியையும் துன்பத்தையும் அனுபவிக்கும்போது, அதற்கான விளக்கங்களைத் தேடுகிறோம்.

எனினும் விளக்கங்களைத் தேடுவதே பிரச்சினையாகிவிடலாம். கடும் பிரச்சினை ஒன்று ஏற்படும்போது, அதைப் புரிந்து கொள்ள முயற்சிப்பதற்கு முதல் நான் செய்யும் விஷயம், என் கவனத்தை உள்நோக்கித் திருப்பி, "நான் இருக்கிறேன், நான் இருக்கிறேன், நான் இருக்கிறேன்" என்ற முக்கியமான விஷயத்தை உணர்ந்துகொள்வதுதான். அது என்முன் தோன்றும் பிரச்சினை எதுவாயினும் அதை நோக்குவதற்கான முழுமையான, மிகச்சிறந்த கண்ணோட்டத்தை எனக்குத் தருகிறது. நீங்கள் உயிருடன் இருக்கிறீர்கள் என்ற மிக முக்கியமானதை சரியாகப் புரிந்துகொள்வதில் இருந்து தன்னை அறியும் அறிவானது தொடங்குகிறது. அதாவது நீங்கள் சுவாசித்துக்கொண்டு, அது வழங்கும் சகல சாத்தியங்களோடும் வாழ்ந்து கொண்டு இருக்கிறீர்கள்! அதற்காக உங்களுக்கு என் வாழ்த்துகள்!

பிரச்சினைகள் நம்மை அணுகும்போது, - நிச்சயம் அவை அணுகத்தான் போகின்றன - அவற்றைச் சரியான முறையில் கண்டறிந்து, அவற்றிற்கு நேரடியாகத் தீர்வுகாண முயற்சிக்கலாம் அல்லது அவற்றைத் தவிர்த்து தொடர்ந்து முன்நோக்கிச் செல்லலாம். ஒரு விமானியாக, நீங்கள் விமானியின் அறையில் அமர்ந்திருப்பதாக வைத்துக் கொள்ளுங்கள், விமானம் கடுமையானதொரு காற்றுக் கொந்தளிப்பைச் சந்திக்கும் வரை எல்லாம் சீராக நடைபெற்றுக் கொண்டிருக்கும். நீங்கள் காற்றின் கொந்தளிப்பைக் காணமுடியாது. ஆனால் உணரலாம். வழக்கமாக அது மெதுவாக ஆரம்பித்து, பின்னர் பெரும்பாலும் தானாகவே அகன்றுவிடும். ஆனால் சில சமயங்களில் அது தீவிரமடையும். அப்போது நீங்கள் அதற்கான நடவடிக்கைகளை எடுக்க வேண்டும். விமானம் பறந்து

கொண்டிருக்கும் உயரத்திலிருந்து வெளியேறி, காற்றுக் கொந்தளிப்பு இல்லாத இடத்திற்குச் செல்லவேண்டிய நேரம் அது. மேலே செல்லுங்கள், கீழே செல்லுங்கள், இடதுபுறம் செல்லுங்கள், வலதுபுறம் செல்லுங்கள், எதுவானாலும் சரி. இடியுடன் கூடிய புயல் வரும்போதும் அதேமாதிரிதான். ஆனால், அதில் இருக்கும் ஒரு அனுகூலம், அதை முன்கூட்டியே நீங்கள் அறிந்துகொள்ள முடியும்.

நமது அன்றாட வாழ்க்கையில், கொந்தளிப்பான தருணங்கள் நிச்சயமாக வரும். சில வேளைகளில் அவை வரப்போவதை முன் கூட்டியே நாம் அறிந்திருக்கலாம். சில சமயங்களில் அறிந்திருக்க-மாட்டோம். அப்போதுதான் நாம் தேர்வு செய்யவேண்டி இருக்கும். ஒன்று, நான் இதைப்பற்றிக் கவலைப்படப் போவதில்லை அல்லது நான் எனது விமானத்தை வேறு உயரத்திற்கு எடுத்துச் செல்லப் போகிறேன். ஏதாவது ஒரு தீர்மானத்தை எடுக்காமல், காற்றின் கொந்தளிப்பின் வழியாகத் தொடர்ந்து செல்வதைவிட இவற்றில் ஒன்றைத் தீர்மானிப்பது சிறந்தது. தீர்மானம் எடுக்காமல் தொடர்ந்து சென்றால் அது நமக்கு அசௌகரியமாக இருக்கும். அப்படி நிகழும்போது நாம் அந்தப் பயணத்தை அனுபவிப்பதற்குப் பதிலாக மற்ற எல்லாவற்றையும் மறந்து கொந்தளிப்பை மட்டுமே நினைத்துக் கொண்டிருப்போம். ஜன்னல்களுக்கு வெளியே தெரியும் அழகான காட்சிகளைப் பார்க்க மறந்துவிடுவோம். மேலும் சக பயணிகளுடன் பேசுவதை நிறுத்தி விடுவோம்.

நாம் பிரச்சினைகளால் சூழப்பட்டிருக்கும்போது நாம் தாமரை மலரிலிருந்து உற்சாகம் பெறலாம். அதன் வேர்கள் அசுத்த நீரில் இருந்தாலும் அதனால் செழித்து வளர முடியும். அதன் சூழ்நிலை அழுக்காக இருந்தாலும்

தாமரை மலர் எப்போதும் அழகாக இருக்கும். அதே போல நாம் சவால்களால் சூழப்பட்டதாக உணரும்போது, நம் சூழ்நிலைகள் என்ற அழுக்கு நீர், நாம் நம் வாழ்வின் ஆனந்தத்தை அனுபவிப்பதைத் தடுக்காமல் இருப்பதைத் தேர்ந்தெடுக்கலாம்.

இப்படி நடந்திருந்தால்...

கடந்த காலத்தைப்பற்றி வருந்துவது, எதிர்காலத்தைப்பற்றி ஏங்குவது என்ற இரண்டிற்கும் இடையில் சிக்கிக்கொள்ள நம்மை நாம் அனுமதித்தால் வாழ்க்கையில் செழிப்படைவது கஷ்டமாகிவிடும். நினைவுகள் நம்மை வாட்டுகின்றன. நாளைய தினத்தைப் பற்றிய கவலைகள் நம்மை ஆட்டிப்படைக்கின்றன. அது நடக்கவில்லை என்றால் என்ன செய்வது? இது நடந்தால் என்ன செய்வது? நமது எதிர்மறையான கற்பனை நம்மை இரண்டு விதமாகவும் பற்றிப் பிடித்துக் கொள்கிறது. சிலர் கடந்த காலத்தைப்பற்றி சிந்திக்கக்கூட விரும்பமாட்டார்கள். அவர்கள் எதிர்காலத்தின் தெளிவான பாதுகாப்பைத் தேடிக்கொண்டே இருப்பார்கள். மற்றவர்கள் நாளைய தினத்தைப்பற்றிப் பயப்படுவதால், நேற்றைய தினத்தின் நினைவுகள் அடங்கிய கற்பனை உலகில் வாழ்கிறார்கள். இப்படி நடந்திருந்தால்... இப்படி நடந்திருந்தால்... இப்படி நடந்திருந்தால்...

ஸ்பார்டா நகரம் பண்டைய கிரேக்கத்தின் முன்னணி நகரங்களில் ஒன்றாகும். அதன் மக்கள் மிகவும் மன உறுதி கொண்டவர்கள் எனப் புகழ் பெற்றவர்கள். கிரேக்கத்தின் தென்பகுதியையும் வேறுசில முக்கியமான நகரங்களையும் கைப்பற்றிய பின்னர், மாசிடோனியாவின் மன்னன் இரண்டாவது பிலிப்பின்

கவனம் ஸ்பார்டாவின் மீது திரும்பியது. கிரேக்க எழுத்தாளர் ப்லூடாக்கின் (Plutarch) குறிப்பின்படி, பிலிப் மன்னர் ஸ்பார்ட்டாவின் மக்களுக்கு அனுப்பிய ஒரு செய்தியில் தான் ஒரு நண்பனாகவா அல்லது எதிரியாகவா அங்கு வர வேண்டும் எனக் கேட்டிருந்தார்.

"எதுவிதமாகவும் வர வேண்டாம்" என்று அவர்கள் பதிலளித்தனர்.

பின்பு மன்னன் பிலிப் மேலும் ஒரு செய்தியை அனுப்பினான்: "இனியும் தாமதிக்காமல் சரணடையுமாறு நான் உங்களுக்கு அறிவுறுத்துகிறேன். ஏனெனில் நான் என் ராணுவத்தை உங்கள் நாட்டிற்குக் கொண்டு வந்தால், உங்கள் பண்ணைகளை அழிப்பேன், உங்கள் மக்களைக் கொன்றுவிடுவேன், உங்கள் நகரத்தைத் தரை மட்டமாக்குவேன்."

மீண்டும் ஸ்பார்டா மக்கள் "வந்தால்" என ஒரே வார்த்தையில் பதில் கொடுத்தார்கள்.

அதன்பின் மன்னன் பிலிப் ஒருபோதும் ஸ்பார்டாவைக் கைப்பற்ற முயற்சிக்கவில்லை.

இப்படி நடந்திருந்தால்... இப்படி நடந்திருந்தால்... இப்படி என்றால் என்ன? நாமும் ஸ்பார்டா மக்களின் அணுகுமுறையைக் கையாண்டு பயத்தைக் கைவிட வேண்டும். நாம் நமது எதிர்மறையான கற்பனைகளாலும், அது உண்மை நிலை மீது ஏற்படுத்தும் திரிபுபடுத்தப்பட்ட தோற்றங்களால் வாழ்வதாய் இருக்கலாம்.

மாயை நம்மில் ஏற்படுத்தக்கூடிய விளைவுகள் பற்றிய கதை ஒன்று.

ஒரு ராணி இருந்தாள். அவளிடம் ஒரு இரத்தினமாலை இருந்தது. ஒருநாள் அவள் அரண்மனையின் மேல்தளத்தில் தன் கூந்தலை உலர்த்திக் கொண்டிருந்தபோது மாலையைக் கழற்றி ஒரு கொக்கியில் மாட்டி வைத்திருந்தாள். அந்தப்

பக்கமாக பறந்து கொண்டிருந்த காகம் ஒன்று சூரிய ஒளியில் பளபளத்த நகையைக் கண்டதும், அதைக் கொத்திச் சென்றது. சிறிது தூரம் சென்றதும் மாலையைக் கீழே போட்டுவிட்டது. அப்போது அந்த மாலை அசுத்தமான ஆற்றின் மேலிருந்த மரக்கிளை ஒன்றில் விழுந்து அதில் சிக்கிக் கொண்டது.

ராணி தனது மாலையை எடுக்கச் சென்றபோது, அதைக் காணவில்லை என்றதும் கட்டுக்கடங்காத கோபமடைந்தாள். எனது மாலையை திருடியது யார் என்று அழுதாள். அதைத் தேட எல்லோரையும் ஏவினாள். ஆனால், யாராலும் அதைக் கண்டுபிடிக்க முடியவில்லை. அவள் அரசனிடம், "என் மாலை கிடைக்கவில்லை என்றால் நான் இனிமேல் சாப்பிடப் போவதில்லை"எனக் கூறினாள்.

அரசர் மிகுந்த கவலையடைந்து, தன் படையையும் மற்றும் பலரையும் மாலையைத் தேடுவதற்கு அனுப்பினார். ஆனால் யாராலும் அதைக் கண்டுபிடிக்க முடியவில்லை. எனவே அரசர் "மாலையைக் கண்டுபிடிக்கிறவர்களுக்கு என் ராஜ்ஜியத்தில் பாதி கிடைக்கும் "என அறிவித்தார். அப்போது மக்கள் மிகத் தீவிரமாகத் தேட ஆரம்பித்தனர்.

அடுத்த நாள் அந்த மரத்தின் அருகே நடந்து சென்று கொண்டிருந்த படைத்தலைவனுக்கு ஆற்றினுள் மாலை இருப்பது போலத் தோன்றியது. பாதி ராஜ்ஜியத்தை அடையும் ஆசையில் அவன் உடனே அந்த அழுக்கான நீரில் குதித்தான். படைத்தலைவன் குதிப்பதைப் பார்த்த அமைச்சர் தானும் மாலையைக் கண்டதாக எண்ணி அவரும் குதித்தார். படைத்தலைவனும், அமைச்சரும் ஆற்றில் தேடுவதைக்கண்ட ராஜா, தானும் ஆற்றில் குதித்தார். அதேவேளை, நிறையச் சிப்பாய்களும், கிராம மக்களும்

அங்கு வந்து சேர்ந்தார்கள். அவர்கள் அனைவருமே தண்ணீரினுள் இறங்கினார்கள்.

அப்போது அங்கு வந்த விவேகமுள்ள ஒருவர் "நீங்கள் என்ன செய்து கொண்டிருக்கிறீர்கள்? அந்த மாலை கீழே இல்லை. அது அந்த மரத்தின் மேலே இருக்கிறது. அதன் பிரதிபலிப்பைக் கீழே பார்த்துவிட்டு அதை எடுக்க ஆற்றில் குதிக்கிறீர்கள்" என்று கூறினார். அப்போது அரசர் "நீங்கள் மாலையைக் கண்டுபிடித்ததால் என் ராஜ்ஜியத்தின் பாதி உங்களுடையதே" எனக் கூறினார். அப்போது அந்த விவேகமுள்ளவர் "நன்றி! ஆனால், என்னிடம் உள்ளதை வைத்தே நான் சந்தோஷமாக இருக்கிறேன்" என்று சொன்னார்.

நாம் நம் மாயைகளை நோக்கி விரைகிறோம். மிகப்பெரும் மாயை எதுவெனில், நம் வாழ்க்கையில் நம்மை ஈர்க்கும் கவனச் சிதறல்களையெல்லாம் நாமேதான் தேடிப்போகிறோம். நம் உள்ளிருக்கும் உண்மையானது நாம் நினைப்பதைவிட அதிக அளவு அதிசயங்களை வழங்குகிறது. அந்த உண்மையுடன் தொடர்பு கொள்ளக்கூடிய சாத்தியம் நமக்கு எப்போதும் உள்ளது.

கண்ணாடியே

நம் வாழ்நாள் முழுவதையும் இன்றைய நாளில் தான் வாழ்கிறோம். இப்போது. இந்த வினாடியில். இந்த வினாடியில். இந்த வினாடியில். நம்மால் நேற்றைய நாளிலும் வாழ முடியாது. நாளைய நாளிலும் வாழ முடியாது. அத்துடன் இன்று என்பதில்தான் அந்த அற்புதம் நிகழ்கிறது. இன்றைய தினத்தில்தான் நாம் அமைதி, ஆனந்தம், அன்பு இவற்றை உண்மையில் உணர முடியும். நாம் இருக்க வேண்டிய இடம் அதுதான்.

நிகழ்காலத்தில் இருங்கள்! இன்றைய நாளை அனுபவிக்க நீங்கள் நேற்றைய நாளையும் நாளைய நாளையும் விலக்கிவிட வேண்டும். எஞ்சியிருப்பது எதுவோ அதுவே உண்மையானது. நாம் வாழ்ந்து கொண்டிருக்கும்போது, உண்மை எதுவோ அதைத் தவற விடக்கூடாது எனப்படும் FOMO என்ற ஒன்றில்தான் அக்கறையோடு இருக்கவேண்டும்.

இன்றைய தினம் ஒரு நிலைக்கண்ணாடி போன்றது. அது நம்மைச் சிறப்பாகப் பிரதிபலிக்கிறது. அது பூரணமானதும், உண்மையானதும், நேர்மையானதும் ஆகும். அது நம் முகம், முடி, உடைகளை மட்டும் பிரதிபலிப்பதல்ல. அது நம்மை முழுக்கப் பிரதிபலிக்கிறது. அது நம் தெளிவு, குழப்பத்தைப் பிரதிபலிக்கிறது. அது நம் தன்னம்பிக்கை, நிச்சயமற்ற தன்மையையும் பிரதிபலிக்கிறது. அது நம் இரக்கம், கோபத்தையும் பிரதிபலிக்கிறது.

நீங்கள் ஒரு கண்ணாடி முன் நிற்கும்போது எதைக் காண்பீர்கள்? யாரைக் காண்பீர்கள்? உங்கள் பிரதிபலிப்பு உங்களுக்கு எதைச் சுட்டிக்காட்டுகிறது? நீங்கள் உங்களை உங்கள் சொந்தக் கண்களால் பார்க்கிறீர்களா? காலங்கள் கடந்து செல்லும்போது உங்கள் தோற்றமும் மாறிக்கொண்டிருப்பதைக் காண்பீர்கள். இருப்பினும் உங்களில் உள்ள ஒருபோதும் மாறாத ஒன்றை உங்களால் உணர முடியுமா?

உங்கள் உலகத்தின் மையத்தில்

நாம் நமது இதயத்தில் அமைதியுடன் பிறக்கிறோம். அந்த அமைதி எப்போதும், நமது உலகின் மையத்தில் உள்ளது. நமக்கு கஷ்டங்கள், கவனச் சிதறல்கள் இருந்தபோதும் பிரச்சினைகள், குழப்பங்கள்

இருந்தபோதும் நம் ஒவ்வொருவர் உள்ளேயும் அமைதி சாத்தியமே.

நம் வாழ்க்கையில் என்ன நடந்திருந்தாலும், நம்மை முழுமையாக்கும் அனைத்து அம்சங்களையும் ஒன்றிணைக்கும் வாய்ப்பு எப்போதும் உள்ளது. நமது வெளியுலக வாழ்க்கை மேலும் பரபரப்பாகிக் கொண்டும், எதிர்பார்ப்புக்கள் அதிகரித்துக்கொண்டும் செல்லும்போது மிக முக்கியமானதுடனான தொடர்பை நாம் இழந்துவிடக்கூடும். ஆனால், நமக்கு வெளியே உள்ள அனைத்தும் வந்து செல்பவை மட்டுமே, கடந்து சென்று கொண்டே இருக்கும். உங்கள் வாழ்க்கையில் இருந்து இரைச்சலை அகற்றிவிட்டால் எஞ்சியிருப்பது நீங்கள் மட்டுமே. உங்கள் இதயத்தின் ஆழத்திலே நீங்களே நிலையானவர்.

அமைதியுடன் இணைவதற்கு வெவ்வேறு பாதைகள் இருந்தபோதும் பயணத்திற்கான திசை ஒன்று மட்டுமே - உங்களுள் பார்ப்பது. சிலர் தம் முழு வாழ்நாளையும், இடைவிடாத ஆன்மீகத் தேடலில் செலவழிக்கிறார்கள். வெளியே மூலைமுடுக்கெல்லாம் தேடுகிறார்கள், உள்ளே விடை கிடைக்கும் என்ற நம்பிக்கையில். தேடுவதை நிறுத்துங்கள் என்பதே எனது புத்திமதி. அமைதி எண்ணமல்ல. அது கோட்பாடு அல்ல. அது விதிமுறையல்ல. அது மூடுபனியால் சூழப்பட்ட மலையொன்றில் மறைவானதொரு இடத்தில் உள்ள விசித்திரமான கட்டிடத்தின், ரகசிய அலமாரியில் ஒளித்து வைக்கப்பட்டுள்ள ஒரு பண்டைய புத்தகத்தின், பக்கமொன்றிலிருக்கும் பத்தி ஒன்றிலிருந்து கண்டுபிடிக்கப்பட வேண்டிய விஷயமுமல்ல. அமைதி மக்களிடம் உள்ளது, பொருட்களிடமல்ல. அது உங்களுக்கு உள்ளே இருக்கிறது. அது கண்டறியப்படவும், உணரப்படவும், அனுபவிக்கப்படவும், பொக்கிஷமாகப்

போற்றப்படவும், கொண்டாடப்படவும் வேண்டும் என்பதற்காகவே இருக்கிறது. இந்தியக் கவிஞர் கபீர்தாசர் இதைப் பின்வருமாறு எடுத்துக்கூறினார்:

*உன் மனதை அமைதியாக வைத்திரு. உன்
புலன்களை அமைதியாக வைத்திரு. உன் உடலை
அமைதியாக வைத்திரு. இவை அனைத்தும்
அமைதியாக இருக்கும்போது எதையும் செய்யாதே.
அந்த நிலையில் உண்மை தானாகவே உனக்குத்
தன்னை வெளிப்படுத்தும்.*

தன்னை உணர்வதற்கும் உள்ளிருக்கும் அமைதியை வெளிப்படுத்துவதற்குமான செயல்முறையானது மிக எளிமையானது. ஆனால், அவ்வளவு சுலபமானது அல்ல. ஒரு சிலர் தெளிவை ஒருகணத்திலேயே அடையக் கூடும். மற்றவர்களோ ஒரு வாழ்நாள் முழுவதும் முயற்சிக்கக்கூடும். பின்வரும் பக்கங்களில் அமைதியைக் கண்டறிவதற்குத் தேவையானவை எவை என்பது பற்றியும், அது கொண்டுவரக்கூடிய அற்புதமான பொக்கிஷங்கள் பற்றியும் மேலும் ஆராய்வோம். ஆனால், அதற்கு முன் இவை அனைத்தும் ஏன் மிக முக்கியமென்பதை நாம் கருத்தில் கொள்ள வேண்டும். அத்துடன் வாழ்க்கை என அழைக்கப்படும் இந்த விஷயம் என்ன?

அத்தியாயம் 2

உங்களுள் இருக்கும் லயத்தைக் கண்டுகொள்ளுங்கள்

பல கோடி ஆண்டுகளாக பிரபஞ்சம் எங்கும் ஒரு சக்தி வியாபித்திருக்கிறது. அது நமக்கு முன்பும் இருந்தது. நாம் மறைந்த பின்பும் இருக்கும். அந்தச் சக்தியானது மனிதர்கள் உருவாக்கிய அனைத்தையும் உள்ளடக்கியுள்ளதுடன், ஒவ்வொரு அணுவிலும் ஊடுருவி இயற்கை என அழைக்கப்படும் அற்புதத்தை உருவாக்கியுள்ளது.

நாம் காண்பது, தொடுவது, கேட்பது, முகர்வது, சுவைப்பது என அனைத்தும் இந்த சக்தியின் வெளிப்பாடேயாகும். இச்சக்தி மலைகளிலும், பள்ளத்தாக்குகளிலும், பூமிக்கடியிலுள்ள ஆழமான குகைகளிலும் உள்ளது. அது காடுகளிலும், வனங்களிலும் உள்ளது. பாலைவனங்களிலும், கடற்கரைகளிலும் உள்ள ஒவ்வொரு மணல் துகள்களிலும் உள்ளது. அது பரந்த சமுத்திரங்கள், ஏரிகள், தடாகங்கள், பேரிரைச்சலுடன் ஓடும் ஆறுகள், நீர்வீழ்ச்சிகள், மற்றும் சிற்றோடைகளிலும் உள்ளது. மழையில், மூடுபனியில், பனிக்கட்டியில், உறைபனியில், சூரியனின் ஒவ்வொரு ஒளிக்கதிரிலும், வீசும் பலமான காற்றிலும் உள்ளது. அத்துடன் சகல நகரங்களிலும் பட்டணங்களிலும் கிராமங்களிலும் இல்லங்களிலும் உள்ளது. நாம் சுவாசிக்கும், உண்ணும்,

பருகும் எல்லாவற்றிலும் உள்ளது. அது நமக்குள்ளும், நம்மைச் சுற்றியும் உள்ளது. அது எங்கும் வியாபித்திருக்கிறது.

உயிரினங்கள் யாவற்றையும் இணைக்கும் உயிர்ச் சக்தியை இவ்வாறுதான் நான் புரிந்து கொள்கிறேன். இந்தச் சக்தியை ஒரு சிலர் கடவுள் என அழைக்கிறார்கள். வேறு சிலர் வேறு பெயர் கொண்டு அழைக்கக்கூடும். என்னைப் பொறுத்தவரையில், இந்தச் சக்தியை எப்பெயர் கொண்டு அழைத்தாலும் அது எந்தவித வித்தியாசத்தையும் ஏற்படுத்தப்போவதில்லை. அது அதுவாகவே இருக்கிறது.

நீங்கள் எனும் அதிசயம்

இந்தச் சக்தியானது, நமது பிரபஞ்சத்தை உருவாக்கும் நுண்ணிய துகள்களாலான அண்டத் தூசியிலிருந்து ஆரம்பித்து பரிணாம வளர்ச்சியடைந்து, இனவிருத்தியடைந்து கொண்டிருக்கிற உயிரினங்கள் வரையிலான எண்ணற்ற வடிவங்களில் தன்னை வெளிப்படுத்துகிறது. சமுத்திரத்திலுள்ள நுண் உயிர்களாக இருந்து பூமியில் நடமாடி, பின்னர் நிலாவில் கால் பதித்த உயிரினங்களாக மாற்றமடைந்த நமது பரிணாம வளர்ச்சியைக் கற்பனை செய்து பாருங்கள்.

இந்தப் பூமியில் வாழ்ந்த ஒவ்வொரு உயிரினத்தையும் ஒரு கணம் கற்பனை செய்து பாருங்கள். கோடிக்கணக்கான வருட காலத்திற்கும் மேலாக இருந்த, விதவிதமான உயிரினங்களைக் கற்பனை செய்து பாருங்கள். இதுவரை தொடர்ச்சியாக உயிர் வாழ்ந்துவரும் வியக்கத்தக்க விலங்குகள் மற்றும் தாவரங்களை எண்ணிப் பாருங்கள். “நேச்சர்”

பத்திரிகையில் வெளியிடப்பட்ட ஓர் ஆய்வின்படி, தற்சமயம் நமது நட்சத்திரமண்டலத்தில் உள்ள நட்சத்திரங்களின் எண்ணிக்கையைவிட, தற்போது இந்தப் பூமியில் அதிகமான மரங்கள் - அதாவது மூன்று லட்சம் கோடிக்கும் அதிகமான மரங்கள் இருப்பதாகக் கணக்கிடப்பட்டுள்ளது. அது இன்றைய கணிப்பு மட்டுமே. பூமி உருவாகியதிலிருந்து, தோன்றி மறைந்த கோடானுகோடி மரங்களை நினைத்துப் பாருங்கள்.

மலர்ந்து மடிந்த காட்டு ரோஜாக்கள், உருவாகி அழிந்து போன பூச்சியினங்கள், தோன்றி மறைந்த மலைகள், கரை தொட்டுச் சென்ற அலைகள் மற்றும் வாழ்ந்து மடிந்த மக்களை நினைத்துப் பாருங்கள். நாம் பிறப்பதற்கு முன்னரான படைப்பின் பிரமாண்டத்தைப் பற்றிச் சிந்தியுங்கள்.

இந்தக் கணத்தில் நீங்கள் உயிரோடு இருந்து வாழ்வதனூடாக, சுவாசிப்பதனூடாக, அந்தப் பிரபஞ்ச சக்தி தன்னை வெளிப்படுத்த இவை எல்லாமே வழிவகுத்தன என்று புரிந்துகொள்ளுங்கள். பிரபஞ்சத்தை ஊடுருவிக் கொண்டிருக்கும் அந்தச் சக்தி, நீங்கள் உயிருடன் இருப்பதைச் சாத்தியமாக்க, மூச்சு என்ற வடிவில் வருகிறது. நீங்கள் இந்த அற்புதமான படைப்பாற்றல் என்னும் அலைமேல் மிதந்து கொண்டிருக்கின்றீர்கள். இந்தத் தருணத்தை உருவாக்க கோடிக்கணக்கான ஆண்டுகளானது.

மிக நீண்ட காலத்திற்கு முன்பே ஆரம்பித்து, எதுவரை நீடிக்கும் என்பதை யாரும் அறிய முடியாத, அந்த மாபெரும் சக்தியின் பெரும் ஓட்டத்திற்குள் உங்களால் உங்களை உணரமுடிகிறதா? உயிரைப் படைப்பதும், உயிரை எடுப்பதும், உயிரைப் படைப்பதுமாக இருக்கும் இயற்கையின் தாளத்தின் ஒரு பகுதியாக நீங்கள் இருக்கிறீர்கள். ஒரு விதை

விழுகிறது, அது ஒரு மரமாக வளர்கிறது. இன்னொரு விதை விழுகிறது, அது உணவாகிறது. இன்னொரு விதை விழுகிறது, அது அழுகிப் போகிறது. படைத்தல், அழித்தல் எனும் கட்டுப்படுத்த முடியாத செயல்களைத் தவிர்த்து வேறெதிலும் அக்கறையற்றிருக்கும் இயற்கையின் அழகை ஒரு கணம் பாராட்டுங்கள்.

இப்போது, கற்பனை செய்ய முடியாத அளவு சக்தியுடன், நட்சத்திரங்கள் எங்கோ வெடித்துச் சிதறிக் கொண்டிருக்கின்றன. இங்கே பூமியில் மனிதர்கள் பிறந்து கொண்டு இருக்கிறார்கள். அதே வேளையில் நீங்கள் - எப்போதும் விரிவடைந்து கொண்டும், மாறிக் கொண்டும் இருக்கும் பிரபஞ்சத்தில் உயிரோடு இருப்பதன் பூரணத்துவத்தை அனுபவித்துக் கொண்டு இருக்கிறீர்கள்.

நீங்கள் ஒரு நடமாடும் வெற்றிக்கதை

பிரபஞ்சத்தின் சக்தியானது கடந்த காலத்தையும் எதிர்காலத்தையும் கணநேரம் பிரித்து, அனைத்துச் செயல்களும் நடைபெறும் "இப்போது" எனும் இக்குறுகிய நேரத்தை உருவாக்குகிறது. இதில்தான் நாம் உயிர் வாழ்ந்து கொண்டிருக்கிறோம். இதில்தான் எல்லாமே உயிர் வாழ்ந்து கொண்டிருக்கின்றன. இப்போது என்ற தருணத்தின் தூய அழகை அனுபவிப்பதிலிருந்து, நமது கவனத்தைத் திசை திருப்பக்கூடிய அளவிற்கு நம் வாழ்வில் முக்கியத்துவம் பெறும் பிரச்சினைகள் அல்லது எதிர்பார்ப்புகள் எவை?

நீங்கள் ஒரு மரத்தையோ, ஒரு மலரையோ அல்லது ஒரு புல்லையோ பார்க்கும் போதெல்லாம் அவை அச்சக்தியின் செயல்பாட்டின் சாட்சிகளே. அது தப்பிப் பிழைத்து, வளர்ந்து, மலர்ந்து, வாழ்ந்து

கொண்டிருக்கிறது. வாழ்வு என்னும் அதிசயத்திற்கு நீங்களும்கூட ஒரு நற்சாட்சிதான். நீங்கள் ஒரு நடமாடும் வெற்றிக்கதையே. மனிதப்பிறவி எத்தகையதொரு உன்னதமான படைப்பு. நம்மை நாமே கொண்டாட வேண்டும்!

நாம் தற்செயலாகவோ அல்லது பரிணாம வளர்ச்சியின் விளைவாலோ தோன்றியவர்கள் என்பர் சிலர். பார்க்கப்போனால் நாம் 99 சதவீதம் ஆக்ஸிஜன், ஹைட்ரஜன், கார்பன், கால்சியம், நைட்ரஜன், ஃபாஸ்பரஸ் இவற்றால் ஆனவர்கள். நாம் இந்தத் தாதுப் பொருட்களை குடுவையொன்றில் கலந்து 0.85 சதவீதம் பொட்டாசியம், கந்தகம், சோடியம், குளோரின், மெக்னீசியம் என்பவற்றைச் சேர்த்து, மீதம் தேவையான 0.15 சதவீதத்திற்கு ஏனைய தாதுப் பொருட்களைச் சேர்த்தால் - அது ஒரு மனிதனை உருவாக்குமா? அது நம் உடலின் கட்டமைப்பை விவரிக்கலாம். ஆனால், நாம் அதைவிட வேறு எதுவும் இல்லையா? அந்தக் குடுவையில் உள்ள கலவையை உங்களால் நேசிக்க முடியுமா? தாதுப் பொருட்களைக் கொண்ட அந்தக் குடுவையுடன் அழகைப் பற்றியோ, குடும்பம் பற்றியோ, கருணையைப் பற்றியோ உங்களால் பேச முடியுமா? அவற்றினால் தமது இருப்பின் அதிசயத்தைப் பாராட்ட முடியுமா?

நமது உடலின் இயற்பியல் கூறுகளைவிட நாம் மேலானவர்கள். ஏனெனில் நாம் நம்முடனும் நம்மைச் சுற்றியுள்ள உயிரினங்களுடனும் உணர்வு பூர்வமாகத் தொடர்பு வைத்துக்கொள்ள முடியும். ஒவ்வொரு கணமும் இந்த வாழ்க்கைக்கான நன்றியுணர்வைப் புரிந்து கொள்வதற்கும் அதை வெளிப்படுத்துவதற்குமான வாய்ப்பை நமக்கு வழங்குகிறது. அந்த வாய்ப்பை நாம் பயன்படுத்துகிறோமா என்பது வேறு விஷயம்.

நமது மூச்சின் நேர்த்தியான தாளம்

தமது வாழ்வின் குறிக்கோளைப் புரிந்து கொள்வதற்காக அதிசயத்தைத் தேடும் மனிதர்கள், அந்த அதிசயம் தமது சொந்த வாழ்வில் ஒவ்வொரு நாளும் நிகழ்வதை மறந்து விடுகிறார்கள். சுவாசிப்பதே அதிசயம்தானே! நாம் பிறந்த மறுகணமே மனித வாழ்வெனும் நாடகம் நம்மைச் சுற்றிலும், நமக்குள்ளும் தொடங்குகிறது. ஒவ்வொரு மூச்சும் நம் கதாபாத்திரத்தைத் தேர்ந்தெடுத்து, நம் பங்கையாற்றி நமது வாழ்வின் கதையை எழுதுவதற்கான சந்தர்ப்பத்தைக் கொடுக்கிறது.

இந்த உலகில் நிறைய இரைச்சல்கள் இருந்தபோதும், பாடலும் ஒலித்துக் கொண்டுதான் இருக்கிறது. வாழ்நாள் முழுவதும் நாம் சுவாசிக்கும் மூச்சின் பாடல் அது. உலகில் பற்பல தாளங்கள் இருந்தாலும், பெரும்பாலும் அவை ஒன்றோடொன்று ஒத்திசை-வதில்லை. ஆனால், உங்களுடன் முழுமையாக ஒத்திசையும் தாளம் ஒன்று உள்ளது. வாழ்க்கை முழுவதும் சுவாசிக்கும் மூச்சு என்னும் தாளமே அது. நம்முள்ளே வந்து வெளியே செல்லும் ஒவ்வொரு மூச்சும் ஓர் ஆசிர்வாதமே.

நீங்கள் பிறந்தபோது, அங்கிருந்த அனைவரது கவனமும் ஒரு விஷயத்தில் மட்டுமே இருந்தது. அது நீங்கள் ஆணா அல்லது பெண்ணா என்பதில் அல்ல. ஒரேயொரு விஷயத்தில் மட்டுமே. நீங்கள் மூச்சு விடுகிறீர்களா? இல்லையா? நீங்கள் சுவாசிக்கவில்லை என்றால், உங்களுக்கு மூச்சு வருவதை உறுதிப்படுத்த மருத்துவர்கள் தங்களாலான சகல முயற்சிகளையும் மேற்கொள்வார்கள். ஒரு குழந்தையைப் பிரசவித்த தாய்க்கு, தன் குழந்தை சுவாசிப்பது எத்தகைய

ஆறுதலைக் கொடுக்கும்! குழந்தையின் மூச்சு "யாவும் நலமே, யாவும் நலமே, யாவும் நலமே" என்று ஒலிப்பது அவளுக்கு எவ்வளவு ஆறுதலைத் தரும்.

வாழ்க்கைப் பயணத்தின் இறுதியில், மீண்டும் நீங்கள் மருத்துவமனைக்குச் செல்லும்போது, நீங்கள் இறந்துவிட்டீர்களா என்பதை எவ்வாறு தெரிந்து-கொள்வார்கள்? நீங்கள் மூச்சு விடுகிறீர்களா இல்லையா என்பதைப் பரிசோதிப்பார்கள். நீங்கள் உயிருடன் இருக்கிறீர்களா இல்லையா என்பதை அறிய, அற்புதமானதொரு இயந்திரம் அவர்களிடம் இருக்கிறது. நீங்கள் உயிருடன் இல்லை என்று இயந்திரம் காண்பிக்கும்போதும், நீங்கள் சுவாசித்துக்-கொண்டிருப்பதை அவர்கள் கண்டால் என்ன நடக்கும்? மருத்துவர் யாரை நம்புவார் - உங்களையா? அல்லது அந்த இயந்திரத்தையா? நிச்சயமாக அவர் உங்களிடம் "நீங்கள் இறந்துவிட்டீர்கள்!" என்று சொல்லப் போவதில்லை. சுவாசமே உயிர்.

பதினாறாம் நூற்றாண்டைச் சேர்ந்த இந்துத் துறவியும், கவிஞருமான துளசிதாசரின் இருவரிப் பாடல் இதோ:

குழப்பமென்னும் சமுத்திரத்தைக் கடக்க உதவும்
படகு இந்த மனித உடல்.
வந்து போகும் மூச்சு ஆசீர்வாதமே.

நான் அந்த சமுத்திரத்தில் இருப்பதையும், சமுத்திரத்தைக் கடப்பதற்காகப் பாய்மரக் கப்பலின் பாயை விரிப்பதையும் என் கற்பனையில் காண்கிறேன். என் கப்பலின் பாயினை விரிப்பதை நான்தான் தீர்மானிக்கிறேன். நமக்கு மாற்றம் கொண்டுவரும் நல்லது, கெட்டது, சரி தவறு என்ற அனைத்தும்

அலைகள்தான். அன்பும் வெறுப்பும், நம்பிக்கையும் ஏமாற்றமும், மனம் வருந்துதலும் பதற்றமும் அந்த சமுத்திரத்தின் அலைகள்தான். நாமே இவற்றையெல்லாம் கடந்து செல்ல வேண்டியுள்ளது. நம் பயணத்தைப் பூர்த்தி செய்வதற்குத் தேவையானவை அனைத்தும் ஏற்கெனவே நம்முள்ளே இருக்கின்றன. நீங்கள் செய்ய வேண்டியதெல்லாம் உங்கள் கப்பலின் பாய்மரத்தை விரித்து, கொந்தளிப்பான அலைகளைக் கடந்து, அமைதியின் கடலுக்கும், தெளிவின் சமுத்திரத்திற்கும் உங்களைக் கொண்டு செல்லத் தயாராக உங்களுக்காக வீசிக்கொண்டிருக்கும் காற்றின் திசையைக் கண்டுகொள்வதே.

மாயையினால் நாம் மதிமயங்கும்போது, குழப்பக் கடலில் தொலைந்து விடுகிறோம். மாறிக்கொண்டே இருக்கும் வெளி உலகும் நிரந்தரமில்லாத நம் புத்தியும்தான் உண்மை என்று நினைப்பதுதான் மாயை. ஆனால், நமது உண்மை நிலை நமக்குள்ளேயே ஆழமாகப் புதைந்துள்ளது. அதை அறிந்து கொள்வதே விவேகம்.

‘பிளவர் மேன்டிஸ்’ எனும் பூச்சி, தான் அமர்ந்திருக்கும் பூவின் வடிவத்தை எடுக்கக்கூடியது. அதைக் கடந்து செல்லும் வேறொரு பூச்சி பூவொன்றைக் காண்கிறதேயன்றி, ஆபத்தான அந்த பிளவர் மேன்டிஸை அல்ல. பிளவர் மேன்டிஸ் அசைந்து தன் உண்மையான வடிவத்தை வெளிப்படுத்தும் தருணத்தில், அந்தப் பூச்சி அது ஒரு பூ அல்ல என்பதைப் புரிந்து கொள்கிறது. ஆனால் வாழ்க்கை என்றால் என்ன என்பதை, உண்மையில் நாம் எந்த அளவுக்குப் புரிந்து கொள்கிறோம்? பூவை மட்டும் காணும் அந்தப் பூச்சியைப் போல, ஒரு நொடிப் பொழுதிற்கு உண்மை தென்பட்டாலும், நாம் மாயையினுள் மீண்டும் திரும்பி

விடுகிறோம் அல்லவா? நம் வாழ்நாளில் எவ்வளவு காலம் "மாயையை" நம்புவதில் கழிகிறது? அப்படி இருந்தும், நம் ஒவ்வொரு மூச்சும் நமக்கு உண்மையைச் சுட்டிக் காட்டும் ஆசீர்வாதம்.

நீண்டகாலமாக, மக்கள் தம் சரீரத்தைவிட மேலாகத் தம் சுயத்திற்கும் மூச்சிற்கும் இடையிலான தொடர்பை உணர்ந்துள்ளதாகத் தெரிகிறது. உதாரணமாக, ஹீப்ரு மொழியில் "ருவாஹ்" என்ற வார்த்தைக்கு 'ஆன்மா', 'மூச்சு', 'காற்று' என்றெல்லாம் பொருள் உண்டு. அத்துடன் அது பல முறை பைபிளின் பழைய ஏற்பாட்டில் காணப்படுகிறது. பிற மொழிகளிலும், சமய நூல்களிலும் இவற்றை இணைக்கின்ற வார்த்தைகளையும், இவற்றையொத்த மேலும் பல வார்த்தைகளையும் நீங்கள் காணலாம். குறிப்பிட்ட ஓர் உதாரணமும் - காலக்கிரமத்தில் மாறுபடும் அதன் அர்த்தமும் - எது மிக முக்கியமானதோ அதை நாம் எவ்விதம் கவனிக்கத் தவறுகிறோம் என்பதுபற்றிக் குறிப்பிட்டுச் சொல்கிறது. "சைகி" (psyche) என்ற ஆங்கிலச் சொல்லின் அர்த்தமானது ஆரம்பத்தில் "உயிர்" மற்றும் "மூச்சு" என்ற கருத்துக்களை ஒத்திருந்தது. பின்னர் "சைகி" என்ற சொல்லுக்கு "ஆன்மா, ஆவி, சுயம்" என்ற அர்த்தங்களும் வழங்கப்பட்டன. ஆனால், சமீபகாலத்தில் "சைகி" என்ற சொல் - உளவியலின்படி - மனதுடன் நெருக்கமாகத் தொடர்புபடுத்தப்படுகிறது. இப்போது எவருமே அதை மூச்சுடன் தொடர்புபடுத்துவதில்லை. அது போலவே இன்று நாம் சிந்திப்பதில் அதிக கவனம் செலுத்தி நாம் மூச்சுவிடுவதைப்பற்றி மிக எளிதில் மறந்து விடுகிறோம். நாம் நமது மனதின் சிக்கலான தன்மையை அரவணைக்கும் அதே தருணம், உயிராதாரமான மூச்சின் எளிமையைப் புறக்கணித்து விடுகிறோம்.

ஒவ்வொரு சுவாசத்தையும் கொண்டாடுங்கள்

நம் வாழ்வில் மூச்சின் வருகை நிபந்தனைக்கு உட்பட்டதல்ல. ஒவ்வொரு நாளும் தொடர்ந்து எதுவித முன்னறிவித்தலும் இன்றி, தானாக நடைபெறுகிறது. நாம் நல்லவர்களாக இருந்தாலும் சரி, கெட்டவர்களாக இருந்தாலும் சரி சுவாசம் இருந்துகொண்டேதான் இருக்கும். நாம் அதைப் பற்றிச் சிந்திக்காமல் இருக்கும்போதும், சிந்திக்கும்போதும் சுவாசம் இடைவிடாது நடைபெறுகிறது. உங்களுக்கும் எனக்கும் அதைவிடப் பெறுமதியானது வேறு எதுவும் இல்லை. எவ்வளவு பணம் கொடுத்தும் சுவாசிக்கும் ஆற்றலை நம்மால் வாங்க முடியாது என்பதனால் அது நம்மை செல்வந்தராக்குகிறது. விலைமதிக்கவே முடியாத ஒன்று நம்மிடம் இருக்கிறது.

மூச்சு என்னும் இந்தப் பரிசை நாம் ஏற்றுக்கொள்ள வேண்டும், புரிந்துகொள்ள வேண்டும், போற்றிப் பேண வேண்டும். வாழ்க்கையின் இரைச்சல் - குறிப்பாக நம் தலையினுள் சுழன்று கொண்டிருக்கும் அந்த எண்ணங்கள் அனைத்தும் - உள்ளே வந்து, வெளியே செல்லும் வாழ்க்கையின் அழகான தாளத்திலிருந்து நம்மைத் திசை திருப்பும்போது, அதை நாம் தெரிந்துகொள்ள வேண்டும். உதாரணமாக, மன வருத்தமும், பதற்றமும் நம் தெளிவை மூடி மறைக்கலாம். தெளிவு என்றால் என்ன? நாம் உயிர் வாழ்வதற்கு ஆசீர்வதிக்கப்பட்டுள்ளோம் என்பதற்கான தெளிவான பாராட்டுதல்.

தெளிவுக்கு எதிரானது குழப்பம் என்பதுடன், குழப்பத்தை உண்டாக்கும் சக்திவாய்ந்த அடிப்படைக் காரணம் ஒன்று கவலைப்படுதல் ஆகும். நாம் இப்போது

மொழியைப் பார்ப்போம். Worry என்ற வார்த்தையானது பழைய ஆங்கிலச் சொல்லான wyrgan என்பதிலிருந்து வந்தது. அதன் அர்த்தம் ஆரம்பத்தில்; 'கழுத்தை நெரிப்பது' என்று இருந்தது. பின்னால் அது மருவி, ஓநாய்கள் இரையைப் பிடிப்பதுபோல 'தொண்டையைக் கவ்விப் பிடித்துக் கிழிப்பது' என்ற அர்த்தம் கொடுப்பதாக மாறியது. பயம், நமது உடலில் காற்று உட்புகும் இடமாகிய குரல்வளையைக் கவ்விப் பிடிக்கின்றது. ஒவ்வொரு மூச்சுடனும் நம் வாழ்க்கையின் ஆனந்தத்தைக் கொண்டாடுவதற்குப் பதிலாக நாம் கவலையில் மூழ்கி, அந்த ஆனந்தத்தை இழந்துவிட நேரிடலாம். தெளிவைக் கொண்டு வாருங்கள். மீண்டும் ஒருமுறை வாழ்க்கை நம்மை அரவணைப்பதுபோல் நாமும் வாழ்க்கையை அரவணைக்கத் தொடங்கலாம்.

வேண்டுவதைக் கேளுங்கள்

நம்மில் பலர் ஒவ்வொரு கணத்தையும் மதிப்பவர்களாக இருக்கிறார்கள். ஆனால், பயத்தினால் அவர்கள் எளிதில் திசை திருப்பப்படுகிறார்கள். வேறுசிலர் தாம் சுவாசிக்கிறோம் என்றுகூட உணராமல் இருக்கிறார்கள். அவர்களைப் பொறுத்தவரையில், உயிர் வாழ்தல் என்பது தன்னிச்சையாக நடக்கும் ஒன்றென அனுமானிக்கிறார்கள். வாழ்க்கையைத் தானாக இயங்கும் செயல்முறையிடம் ஒப்படைத்து விடுகிறார்கள். உங்களுடனான தொடர்பை நீங்கள் இழக்கும்போது, உண்மையுடனான உங்கள் தொடர்பை இழந்து விடுவீர்கள்.

பெரும்பாலும் நமக்கு மரண பயம் ஏற்படும்போதுதான் வாழ்வின் விலையுயர்ந்த தன்மையின்மேல் நம் கவனம் செல்கிறது. ஒருவரிடம் அவர் ஒரு வாரம்

மட்டுமே உயிர் வாழ்வார் என்று கூறினால் உடனடியாக அவர் ஒவ்வொரு மூச்சின்மேலும் வைக்கும் மதிப்பு திடீரென்று அதிகரிக்கும். வாழ்க்கையின் பரிசை உணர்வதற்கு ஒரு நெருக்கடியான நிலைமைக்காகக் காத்திருக்காமல், ரோமானிய பேரரசரும் தத்துவ-ஞானியுமான மார்க்கஸ் ஆரேலியஸ் கூறிய "ஒவ்வொரு விஷயத்தையும், இந்த வாழ்வில் நீங்கள் செய்யப்போகும் கடைசி விஷயம்போல் செய்யுங்கள்" என்ற அறிவுரையைப் பின்பற்ற வேண்டும்.

அலாவுதீனும் அற்புத விளக்கும் என்ற கதையை நினைத்துப் பாருங்கள். அவன் விளக்கைத் தேய்க்கும்போது, ஒரு சக்தி வாய்ந்த பூதம் தோன்றி அவன் வேண்டுதல்களை எல்லாம் நிறைவேற்றுகிறது. அலாவுதீனின் விளக்கை நான் உங்களுக்குக் கொடுத்து "இரண்டு மணிநேரத்திற்கு இந்த விளக்கு உங்களுடையது. வேண்டியதைச் செய்யுங்கள். அந்த இரண்டு மணிநேரத்திற்கு நீங்கள் விரும்பியது எதையும் கேட்டுப் பெற்றுக் கொள்ளலாம். ஆனால், அதன் பிறகு விளக்கு என்னுடையது!" என்றால் நீங்கள் என்ன செய்வீர்கள்?: "ஓ, இரண்டுமணி நேரம் மட்டும்தானா என்னால் இந்த விளக்கை வைத்திருக்க முடியும். என்னால் இரண்டரை மணிநேரம் அல்லது மூன்று மணிநேரம் வைத்திருக்க முடியுமேயானால் இன்னும் அதிகமாகப் பெற்றுக்கொள்ள முடியும். நான் வேண்டுதல்களைக் கேட்க ஆரம்பிப்பதற்கு முன்னால், நான் செய்து முடிக்க வேண்டிய மற்றைய ஒரு விஷயம் உள்ளது. உண்மையாகச் சொல்வதானால் விளக்கைப் பெற்றுக் கொள்வதற்கான உகந்த நேரம் இதுவல்ல. இன்று தருவதற்குப் பதிலாக அடுத்த புதன்கிழமை தர முடியுமா" எனக் கேட்க நினைப்பீர்களா?

அந்த விளக்குத்தான் உங்கள் வாழ்வு. உங்கள் பொன்னான நேரத்தை வீணாக்குவதை நிறுத்திவிட்டு, அந்த விளக்கைத் தேய்க்கத் தொடங்குங்கள்! உங்கள் வேண்டுதல்களை ஒன்றின்பின் ஒன்றாக நிறைவேற்றுங்கள். வாழ்வெனும் வாய்ப்பைப் பயன்படுத்துங்கள். அந்த பூதத்தை எவ்வளவு காலத்துக்கு முடியுமோ அவ்வளவு காலமும் தொடர்ந்து வேலையில் ஈடுபடுத்திக் கொள்ளுங்கள்.

இக்கதையானது வாய்ப்பு கிடைக்கும்போது அதனைப் பயன்படுத்திக் கொள்வது பற்றியதாகும். தனது வாழ்வாதாரத்திற்காகப் பழைய இரும்பை விற்று வாழ்ந்து வந்த மனிதன் ஒருவன் இருந்தான். இதனால் அவனுக்கு அதிக வருமானம் கிடைத்தபோதும் அவன் ஒரு கஞ்சன். அவன் தன்னிடமிருந்த இரும்புப் பொருட்களையெல்லாம் விற்று அதற்குப் பதிலாக மரம், கல் மற்றும் காகிதத்தாலான தரம் குறைந்த பொருட்களை வாங்குமளவிற்கு கஞ்சத்தனம் கொண்டவனாக இருந்தான். அவன் வீட்டில் இரும்பிலான பொருட்கள் எதுவுமே இருக்கவில்லை.

திடீரென ஒருநாள் அவன் வீட்டு வாசலில் ஒரு மனிதர் தோன்றி: "இந்தக் கல்லைப் பார்த்தாயா? இது எந்தப் பழைய இரும்புத் துண்டையும் தங்கமாக மாற்றிவிடும். நீ இந்தக் கல்லை உன் விருப்பப்படி தாராளமாகப் பயன்படுத்திக் கொள்ளலாம். ஆனால், அதைத் திரும்பப் பெறுவதற்கு நான் ஒரு வாரத்தில் மீண்டும் வருவேன்" என்று கூறிச் சென்றார்.

அப்போது, அந்த இரும்பு வியாபாரிக்கு, தன்னிடம் இருந்த முழு இரும்பையும் விற்றுவிட்டதும் புதிதாக இரும்பை வாங்க வேண்டும் என்பதும் நினைவுக்கு வந்தது. அந்த மனிதர் சென்றதும், வியாபாரி சந்தையில் பழைய இரும்பின் விலையையும்,

தங்கத்தின் விலையையும் விசாரித்தான். பழைய இரும்பைவிடத் தங்கத்தின் விலை அதிகம்தான். ஆயினும் அவன் பழைய இரும்பின் விலையும் மிக அதிகமாக இருந்ததாக நினைத்தான். "ஒரு வாரம் இருக்கிறது, காத்திருந்து பார்ப்போம்" என்று அவன் எண்ணினான்.

அவன் வாரம் முழுவதும் காத்திருந்தான். ஒவ்வொரு முறையும் அவன் பழைய இரும்பின் விலையை விசாரித்தபோதெல்லாம் அது அவனுக்கு மிகவும் அதிகமாக இருந்ததுபோல் தோன்றியது. விலை குறையத் தொடங்கியபோதும்கூட, அது மிக அதிகம் என அவன் எண்ணினான். தனக்குத் தேவையான இரும்பை வாங்குவதை, ஒவ்வொரு நாளும் தள்ளிப் போட்டுக்கொண்டே வந்தான். பழைய இரும்பிற்கு அந்த அளவு தொகையைக் கொடுக்க அவனுக்கு மனம் வரவில்லை. சரியாக ஒரு வாரமானதும், அவன் வீட்டு வாசலில் அந்த மனிதர் மீண்டும் தோன்றினார்.

"நான் என் கல்லைத் திரும்பப் பெற்றுக் கொள்வதற்காக வந்திருக்கிறேன்" என்றார்.

இரும்பு வியாபாரியோ அதிர்ச்சியடைந்தான். காலம் கடந்து சென்றதுபற்றி அவன் சற்றும் உணராத காரணத்தினால், ஒரு தடவை கூட அந்தக் கல்லைப் பயன்படுத்தவில்லை. ஒன்றுமே செய்ய முடியாத நிலையில் இரும்புப் பொருட்களைத் தேடி வீடு முழுவதும் அலைந்தபோதும், அவனுக்குக் கிடைத்ததெல்லாம் மரம், கல், காகிதம்தான். திடீரென அந்த மனிதர் அவன் பக்கத்தில் வந்து அவன் கையிலிருந்த கல்லை எடுத்துக் கொண்டார்.

அந்த மனிதர் "உனக்கான நேரம் முடிந்துவிட்டது" எனக் கூறினார்.

இரு சுவர்களுக்கு இடையில்

25,550 என்ற எண் எதைக் குறிக்கின்றதென்று உங்களுக்குத் தெரியுமா? நாம் 70 ஆண்டுகள் வாழ்ந்தோமென்றால் அது நமக்கு வாழக் கிடைக்கும் நாட்களைக் குறிக்கிறது. அது அதிகம் இல்லை. அப்படித்தானே? நீங்கள் நூறு ஆண்டுகள் வாழ்ந்தாலும் அது 36,500 நாட்கள் மட்டுமே. தீவிரமாகச் சிந்திக்க வேண்டியதொன்றல்லவா?

நாம் இன்னொரு கணக்கையும் செய்ய வேண்டும்: நீங்கள் ஏற்கெனவே வாழ்ந்த நாட்களை அதிலிருந்து கழித்துப் பாருங்கள். இப்போது உங்கள் கணக்கில் எவ்வளவு மீதம் உள்ளது? (என்னுடைய கணக்கைப் பார்த்துவிட்டேன். அத்துடன் எண்ணுவதை நிறுத்தத் தீர்மானித்துவிட்டேன்!)

திட்டமிட்டபடியே விஷயங்கள் நடைபெற்று, நீங்கள் உங்களுக்கான வாழ்நாள் முழுவதையும் வாழக் கிடைத்தாலும், காலம் விலைமதிக்கவே முடியாதது. அத்துடன் நம் வாழ்க்கை என்னும் வங்கியில் மீதமுள்ள நாட்கள் எவ்வளவு என்பது நம் எவருக்கும் தெரியாததால், நிச்சயமற்ற தன்மையையும் நாம் கணக்கில் எடுத்துக்கொள்ள வேண்டும்.'

நீங்கள் ஒரு நாள் இவ்வுலகிற்கு வந்தீர்கள் என்பதும், இன்னொரு நாள் இவ்வுலகை விட்டுப் போக வேண்டும் என்பதும், நிச்சயமாகத் தெரியும். அதை நீங்கள் மாற்ற முடியாது. ஆனால், அந்த இரண்டுக்கும் இடையிலுள்ள ஒவ்வொரு நாளும், இவ்வுலகம் பற்றி நீங்கள் உணர்வதையும், அனுபவிப்பதையும் மாற்ற முடியும். முழுமையாக வாழ்தல் என்பது அப்படித்தான். ஒவ்வொரு நாளும், உங்களிடமுள்ள நேரத்தை அனுபவித்து மகிழ்வது உங்களைப் பொறுத்தது

என்பதைப் புரிந்து கொள்ளுங்கள். (அத்துடன் அரசாங்கத்துக்கு செலுத்தும் வரிகள் பற்றி அதிகம் புகார் செய்யாதிருங்கள்!)

உங்கள் வாழ்வைப்பற்றி சிந்திப்பதற்கு ஒரு வழி: ஒரு சுவரில் இருந்த ஒரு கதவு வழியாக உயிர்பெற்று வந்தீர்கள். இன்னொன்றின் கதவு வழியாக நீங்கள் வெளியேறுவீர்கள். சிலர் இரண்டாவது சுவரின் மறுபக்கத்தில் என்ன இருக்கிறது என்பதைப் பற்றி அறிய ஆவலாக இருக்கின்றனர். நான் இரண்டு சுவர்களுக்கும் இடையில் இருப்பது என்ன என்று அறிய ஆவலாக இருக்கிறேன்.

சுவரின் மறுபுறத்தில் இருப்பவர்களிடம் அங்கு எப்படி இருக்கிறதென்று விவரிக்கும்படி நீங்கள் கேட்டாலும் கூட - குறைந்தபட்சம் எனது அனுபவத்தில் எவரும் ஒருபோதுமே அங்கிருந்து தொடர்பு கொண்டதே இல்லை. ஹுடினி (Houdini) உட்பட. தப்பிக்கும் கலையில் நிபுணரான ஹுடினி, தான் இறந்த பிறகு கல்லறையிலிருந்து ரகசியக் குறியீட்டு முறையில் செய்தி அனுப்புவதாக தனது மனைவிக்கு உறுதியளித்திருந்தபோதும், அவராலும் மரணம் எனும் நியதியிலிருந்து தப்பிக்க முடியவில்லை எனத் தெரிகிறது.

எனவே இரண்டாவது சுவரின் மறுபுறத்திலிருந்து தொடர்பு எதுவும் இல்லாதபோது என்ன நடைபெறும்? "மரணத்தின் பின் வாழ்க்கை இப்படி இருக்கும்" அல்லது "சுவர்க்கம் அப்படி இருக்கும்" என்று நாம் ஊகிக்கிறோம். இது போலவே நம் கற்பனைக்கு அப்பாற்பட்ட விஷயங்களைச் சித்தரிக்க முயற்சி செய்கின்றோம்.

இரண்டாவது சுவருக்கு அப்பால் உயிர் வாழ்வது சாத்தியமானதா என்று நமக்குத் தெரியாது. ஆனால், நிச்சயமாக ஒரு விஷயம் தெரியும். நமக்கு

முக்கியமானதென நாம் உணரும் பணி எதுவாக இருந்தாலும் அதை நிறைவேற்றுவதற்கான வாய்ப்புடன் இங்கே இப்போது இருக்கிறோம். என்னைப் பொறுத்தவரை அந்தப் பணி எளிதானது. ஆனந்தமாக ஒரு வாழ்க்கை வாழ்ந்து, அமைதி சாத்தியமானது என்ற என் செய்தியை உலகம் முழுவதும் பகிர்ந்துகொள்ள நான் விரும்புகிறேன்.

நம் வாழ்க்கையானது ஒரு நீளமான 'இன்றைய' நாளேயன்றி ஒரு நீளமான 'நேற்றைய' நாளோ, அல்லது நீண்டதொரு 'நாளைய' நாளோ அல்ல. இந்தத் தருணம் 25,550 நாட்கள் நீளமானது அல்லது நாம் ஒவ்வொருவரும் உயிர் வாழ்வதற்கு எத்தனை நாட்கள் ஆசீர்வதிக்கப்பட்டுள்ளோமோ அத்தனை நாட்கள் நீண்டது. கடந்த காலத்திலிருந்து நாம் கற்றுக் கொள்ளலாமே தவிர அங்கு நம்மால் வாழ முடியாது. நாளைய தினத்தைப் பற்றிக் கற்பனை செய்யலாமே தவிர, அங்கு நம்மால் வாழ முடியாது. உண்மையில் நாம் இத்தருணத்தை மட்டுமே அனுபவிக்க முடியும். ஒரு நேரத்தில் ஒரு மூச்சுதான் வரும். நமது வாழ்நாள் நம் மூச்சுக்களாலேயே கணக்கிடப்படுகிறது.

முதல் சுவரின் வழியாக வந்து, இரண்டாவது சுவரைச் சென்றடைவதற்கிடையில் நம் ஒவ்வொருவருக்கும் பல மாற்றங்கள் நிகழும். நல்லது, கெட்டது எது நிகழ்ந்தாலும், நேரம் விலை மதிக்க முடியாததென்பதை நாம் எப்போதும் உணர்வது உதவியாக இருக்கும். நமக்குப் பிரச்சினைகள் வரும்போதும்கூட, முடிந்தவரை ஒவ்வொரு கணத்தையும் முழுமையாக வாழ்வதே நாம் சாதிக்கக்கூடிய மிகப் பெரிய வெற்றியாக இருக்கலாம். ரோமானியக் கவிஞர் ஹோரேஸ் (Horace) இந்த உணர்வை கார்ப தியம் (Carpe Diem) என்ற சொற்றொடரால்

எடுத்துக் காட்டினார். அதன் நேரடியான கருத்து “இந்த நாளைப் பறித்துக் கொள்” என்பதாகும். எனினும் இது “இந்த நாளை கைப்பற்றிக் கொள்” என்றும் பொதுவாகச் சொல்லப்படுகிறது. எனக்கு இரு விதமான அர்த்தங்களும் பிடித்திருக்கிறது. ஆனால், ‘பறித்துக் கொள்’ என்னும் சொற்பிரயோகத்தில் இன்றைய நாள் என்னும் மலர் மலர்ந்து, நாம் ரசிப்பதற்குத் தயாராக இருக்கிறது எனும் அழகான கருத்துக் கொண்டதாக அமைகிறது. அது எனக்குப் பதினேழாம் நூற்றாண்டின் பிரிட்டானிய கவியான ராபர்ட் ஹெர்ரிக்கின் (Robert Herrick) பிரபலமான வரிகளை நினைவூட்டுகிறது:

உங்களால் முடிந்தவரை ரோஜா மொட்டுக்களை
சேகரித்துக் கொள்ளுங்கள்,
காலமோ கடந்து சென்று கொண்டிருக்கிறது:
இன்று புன்னகைக்கும் இதே மலர்
நாளை உதிர்ந்து விடும்.

தன்னை அறியும் அறிவு என்ற அழகிய இழையானது வரலாற்றுடன் லேசாக பின்னப்பட்டு, சுமார் 375 ஆண்டுகளிற்கு பின்பும் , நம்முள்ளே எதிரொலித்துக் கொண்டிருக்கும் வார்த்தைகளால் வெளிப்படுத்-தப்படுகிறது.

உங்கள் வாழ்வு மலரட்டும்

சில நேரங்களில், நேற்றைய தினம் மற்றும் நாளைய தினம் பற்றிய சிந்தனைகளால் கவனம் திசை திருப்பப்பட்டு, இக்கணத்தைக் கைப்பற்றத் தவறி-விடுகிறோம். வேறுசில நேரங்களில் இன்றைய நாள் நமக்கு மிகக் குறைவாகவே தருகிறது. நாம்

சேகரிப்பதற்கு அங்கு அழகிய ரோஜா மொட்டுக்கள் எதுவுமில்லை என உணரக் கூடும். பலர் இவ்வாறான நம்பிக்கையற்ற உணர்வுடன் வாழ்கின்றனர்.

சிலசமயம் வாழ்க்கை ஒரு வறண்ட பாலைவனம்போலத் தோன்றினாலும், அங்கு ஒரு அற்புதமான தோட்டத்தை உருவாக்கத் தேவையான விதைகள், அவை முளைப்பதற்குச் சரியான சூழ்நிலைக்காக மண்ணுக்குள் காத்துக் கிடக்கின்றன. நாம் பிறந்த கணத்திலிருந்தே அவை நம்முள்ளே இருக்கின்றன. நாம் செய்ய வேண்டியதெல்லாம் அவ்விதைகள் செழித்து வளரத் தேவையான நீரைத் தொடர்ந்து ஊற்றுவதும், தெளிவு என்னும் ஒளியை வர இடமளிப்பதும்தான். அதை நாம் செய்யும்போது, அந்தப் பாலைவனம் மலர்ந்து பலவிதமான வர்ணப் பூக்களால் பூத்துக் குலுங்கும். அமைதி தன்னைத்தானே வெளிப்படுத்த விரும்புகிறது. தான் அங்கே இருப்பதை நீங்கள் அறிய வேண்டுமென்று அது விரும்புகிறது. அமைதி மலர விரும்புகிறது.

நமக்குள் இருக்கும் அந்த விதைகள் எவ்வளவு சகிப்புத்தன்மையையும், பொறுமையையும் கொண்டுள்ளதென்பது எப்போதும் எனக்கு ஆச்சரியமளிக்கிறது. அவை எப்பொழுதும் மலர்வதற்கான ஆற்றலைத் தம்முள் கொண்டுள்ளதுடன், தண்ணீருக்காகவும், வெளிச்சத்திற்காகவும் வாழ்நாள் முழுதும் காத்திருக்கும். மழையும், சூரிய ஒளியும் எப்போது வந்தாலும் "நான் தயாராக இருக்கிறேன்" என்று அவை சொல்கின்றன. அதைத்தான் நாம் நினைவில்கொள்ள வேண்டும். நீண்டதொரு காலமாக நம் வாழ்க்கை ஒரு பாலைவனம் போன்றதென்று நாம் உணர்ந்திருந்தாலும் நமக்குப் பூத்துக் குலுங்கும் ஆற்றல் எப்போதும் உள்ளது.

மரங்கள் கற்றுத் தரும் பாடம்

இயற்கையில் உள்ள அனைத்தும், தமக்கென ஒரு இடத்தையும், மற்றவற்றுடன் ஓர் உறவையும் கொண்டுள்ளது. அதற்கென ஒரு நோக்கம் உள்ளதுடன் அதை நிறைவேற்ற முயற்சியும் செய்கிறது. இருந்தபோதும், சில சமயங்களில் நாம் நமது நோக்கத்தையும், பூத்துக் குலுங்கக்கூடிய நமது ஆற்றலையும் மறந்து விடுகிறோம் போலத் தோன்றுகிறது.

நாம் மரங்களிலிருந்து கற்றுக் கொள்வதற்கு ஏதாவது இருக்கலாம். சில மரங்களுக்கு இதயத் துடிப்பு இருப்பதாக சமீபத்திய அறிவியல் ஆராய்ச்சி மூலம் தெரியவந்துள்ளதென்பது உங்களுக்குத் தெரியுமா? அவை இரவு நேரத்தில் தம் கிளைகளை மேலும் கீழும் அசைத்து மரம் முழுவதும் பாயும் மெதுவானதொரு நீரோட்டத்தை உருவாக்குகின்றன. அவையும் நம்மைப் போலவே தப்பிப் பிழைத்து வாழ்வதற்கான உத்திகளைக் கையாளுகின்றன. அவை தம் இனம் செழித்து விருத்தியடைய, தாம் செய்ய வேண்டியனவற்றைக் கண்டறிந்து, விதைகளைப் பத்திரப்படுத்தி வைக்கின்றன (நம் இனத்தவரில் சிலர் சுயநலத்திற்காக மரங்களின் எண்ணிக்கையைக் குறைத்துக் கொண்டிருந்தாலும் கூட!). அவை இந்த நடைமுறையைப் பல வருடங்களாக மேற்கொள்வதனாலேயே இன்றும் அவற்றின் எண்ணிக்கை மூன்று லட்சம் கோடிக்கு மேலாக உள்ளன.

மரங்கள் அவை வெற்றிகரமாக நிலைத்து நிற்க வேண்டும் என்பதற்காக, தாம் இருக்கும் சூழலுக்கு ஏற்றவாறு தம்மை வடிவமைத்துக் கொள்கின்றன. நான் மலைகளில் உள்ள பாறையில் சிறிய விரிசல்

ஒன்று இருப்பதைப் பார்த்திருக்கிறேன். அது மரமொன்று வளர்வதற்கான சாத்தியமே இல்லாத இடமாகத் தோன்றினாலும், அங்கேயும் ஒரு மரம் நன்றாக வளர்ந்து இருப்பதைப் பார்த்திருக்கிறேன். அது தேடியது அங்கு கிடைத்ததால், அந்த வாய்ப்பைப் பயன்படுத்திக் கொண்டது.

நமது சூழ்நிலைகள் எதுவாக இருந்தாலும் நமது சுற்றுச் சூழல் எப்படியிருந்தாலும் நாம் நமது உள்ளார்ந்த இயல்பை முழுமையாக வெளிப்படுத்த ஒரு வழியைக் கண்டுபிடிக்க வேண்டும். நாம் எந்த வாய்ப்பையும் புறக்கணிக்கவோ, கைவிடவோ கூடாது. அதற்கான எந்த வாய்ப்பையும் நாளைவரை தள்ளிப்போடக் கூடாது. நம்மைச் சுற்றியுள்ள நிலம் தரிசாகத் தோன்றினாலும், அதனுள் செழிப்பான வளம் நிறைந்த அற்புதமான உலகம் இருக்கிறது. நம் வாழ்வில் தெளிவு என்ற ஒளியும், புரிந்துகொள்ளும் உணர்வு என்ற நீரும் கிடைக்க ஆரம்பித்தால் நம் பாலைவனமும் பூத்துக் குலுங்கும்.

முழுமையாக விழிப்புணர்வு

நம் வாழ்க்கையை மலர இடமளிப்பதில் எதற்காக நமக்குப் பிரச்சினைகள் வருகின்றன? வாழ்வு என்னும் இசையை, இரைச்சல் ஏன் அடிக்கடி மூழ்கடிக்கிறது? ஏனெனில், முக்கியமானது எதுவோ, அதை நாம் மறந்து விடுகிறோம். அமைதிக்கான பயணம் நம்மிடமுள்ள மிக எளிமையான ஆனால், மிக முக்கியமானதுமான விஷயத்தைப் பாராட்டுவதில் இருந்து ஆரம்பிக்கிறது. அது நமது உயிரோடு இருத்தல். இங்கிருந்துதான் தன்னை அறியும் அறிவு ஆரம்பமாகிறது. நம் கவனத்தை வீணாக்குவதற்கு மாறாக, இந்த வாழ்விற்கான

நன்றியுணர்வைத் தெரிவிப்பதற்கும், ஒவ்வொரு மூச்சுக்கும் நன்றி செலுத்துவதற்குமான வாய்ப்பு எப்போதுமே உண்டு.

உயிருடன் இருப்பதற்காக நீங்கள் கடைசியாக எப்போது இதயபூர்வமாக நன்றியை உணர்ந்தீர்கள்? மரணச் சடங்கொன்றைப் பார்க்கும்போது உங்களுள் தோன்றும் எண்ணங்களைப்பற்றி நான் பேசவில்லை. இறுதி ஊர்வலம் ஒன்றில், அமரர் ஊர்தியைப் பார்த்து "நல்ல வேளை அதனுள் இருப்பது நான் அல்ல" என்று எண்ணுவீர்கள். நான், நீங்கள் உயிரோடு இருப்பதை உண்மையில் உணர்ந்துகொண்டு, இரவும் பகலும் முழுமையாக விழிப்புணர்வுடன் இருப்பதை சொல்கிறேன்.

மனிதனாக இருப்பது வாழ்வின் கொண்டாட்டமே. நாம் உயிருடன் இருப்பதற்காக நன்றியுடன் இருப்பது, நாம் நேசிக்கும் மக்களுக்காக நன்றியுடன் இருப்பது, சூரியனுக்கும், மழைக்கும் நன்றியுடன் இருப்பது, பருவ காலங்களுக்காக நன்றியுடன் இருப்பது, நமது வாழ்வின் இனிமையான இசைக்கு நன்றியுடன் இருப்பது, மூச்சு என்னும் அன்பளிப்புக்கு நன்றியுடன் இருப்பதானது எவ்வளவு அற்புதமானது. நன்றியுணர்வு இல்லாத வாழ்க்கை, நாம் பங்கேற்க விரும்பாத ஒரு சமூக நிகழ்ச்சி போன்றது. "ஹலோ, என்னை அழைத்ததற்கு நன்றி. சென்று வருகிறேன்" என்று சொல்வதைப் போன்றது. நன்றியுணர்வு உள்ளபோது நாம் வாழ்க்கை என்னும் இந்தக் கொண்டாட்டத்திற்கு உயிரூட்டுபவர் ஆகிறோம்.

அவசர நினைவூட்டல்

பிறப்பு, இறப்பு என்ற இரண்டு சுவர்கள் உள்ளன. நாம் இறப்பெனும் இரண்டாவது சுவரை நெருங்குகிறோம் என

எண்ணும்போது மனதில் பயம் குடிகொள்கிறது. மரணத்தைப் பற்றிக் கவலைப்படுவது மிகப் பெரிய, மோசமான, கவனத்தைக் கலைக்கும் விஷயமாகலாம். இது அனைத்துப் பிரச்சினைகளையும் விட அதிகப் பாதிப்பை ஏற்படுத்தலாம். நாம் ஜாக்கிரதையாக இல்லாவிட்டால், வருடத்தில் ஒரு முறைமட்டுமே பிறந்தநாளைக் கொண்டாடிக்கொண்டு, தினமும் மரணத்தைப் பற்றியே சிந்தித்துக் கொண்டிருப்பவராவோம். இங்கு வேடிக்கையான முரண்பாடு ஒன்று உள்ளது. மரணத்தைப் பற்றிக் கவலைப்படும் ஒவ்வொரு நொடியும், விலைமதிக்க முடியாத வாழ்க்கையை வீணடிக்கிறோம். என்றென்றும் வாழ வேண்டும் என்ற ஆசையால் நாம் இன்றைய நாளினை வாழ மறந்து விடுகிறோம்.

எவ்வளவுதான் முயன்றாலும் என்றாவது ஒரு நாள் அந்த இரண்டாவது சுவரின் வழியாக நாம் செல்வதைத் தவிர்க்க முடியாது. நம்மிடையே உள்ள அதிபுத்திசாலிகள்கூட - அல்லது பெரும்பாலும் அதிபுத்திசாலிகள்தான் - நாம் அழியக் கூடியவர்கள் என்ற இயல்பான உண்மையைக் காணத் தவறுகிறார்கள் என்பதை நான் கூற வேண்டும்.

இது தொடர்பாக வேடிக்கையான பழைய கதையொன்று. மிகவும் திறமைசாலியான டாக்டர் ஒருவர் இருந்தார். மிகவும் திறமையானவர். மிகமிக புத்தி கூர்மையுள்ளவர். எல்லோரும் அவ்வாறே கருதினார்கள். அவர் தன் வாழ்நாளின் பல வருடங்களை மக்களைக் குணப்படுத்துவதில் கழித்திருந்தார். ஆனால், இப்போது தன் மரணம் நெருங்கி வருவதை உணர்ந்தார். அவர் இறக்க விரும்பவில்லை. அதனால் ஒரு திட்டத்தை வகுத்தார்.

மரணம் ஒருவரை மட்டும்தான் எடுத்துச் செல்ல முடியும். இருவரையல்ல. எனவே அவர் தன்னைப்போல

உருவம் ஒன்றை அச்சில் வார்த்தாற்போல் செய்தார். அந்த உருவம் முற்றிலும் அவர்போலவே இருந்தது குறித்து அவர் மிகவும் பெருமைப்பட்டார்.

ஒருநாள் யமதூதன் எவ்வித முன்னறிவிப்பும் இன்றி உள்ளே நுழைந்தபோது படுக்கையில் இரண்டு டாக்டர்களைப் பார்த்தான். அந்த டாக்டர் தன் கடைசிநாள் அணுகுவதை உணர்ந்திருந்ததனால் அவர் முன்னதாகவே தான் செய்த உருவத்துக்கு அருகில் ஏற்கனவே படுத்திருந்தார். புத்திசாலித்தனமான செயல். உருவம் பிரமாதமாக இருந்ததால் யமதூதன் குழப்பமடைந்தான்: "நான் ஒருவரைத்தான் கொண்டுபோக முடியும். யாரைக் கொண்டு போவது?" என்ற யோசனையில் ஆழ்ந்தான்.

ஒரு நிமிடம் யோசித்ததன் பின், "வாழ்த்துக்கள் டாக்டர்! நீங்கள் உங்களைப்போல அற்புதமானதொரு உருவத்தை உண்டாக்கியிருக்கிறீர்கள். ஆனால், ஒரு தவறு செய்து விட்டீர்கள்" என்று கூறினான்.

டாக்டர் அங்கு படுத்திருந்தார். யமதூதன் கூறியது அவர் மனத்தில் மீண்டும் மீண்டும் தோன்றியது. தனக்குள்ளேயே சிந்தித்தார்: என்ன தவறு? நான் எப்படித் தவறு செய்திருக்க முடியும்? அவன்தான் தவறாகச் சொல்கிறான் என எண்ணினார்.

சிறிது நேரத்தின் பின், டாக்டர் பொறுமை இழந்தார்: "தவறு ஒன்றும் இல்லையே!" என உளறி விட்டார்.

அப்போது யமதூதன் "இதோ! இதுதான் அந்தத் தவறு!"

டாக்டர் தன்னுடைய ஆணவத்தினாலேயே தோற்கடிக்கப்பட்டார். நாம் பூரணமானவர்கள் அல்ல. (இது உங்களுக்குப் புதிய செய்தியாக இருந்தால் மன்னிக்கவும்). நாம் நமது அழியக்கூடிய தன்மையிலிருந்து தப்ப முடியாது. இதை ஏற்றுக்

கொண்டு ஒவ்வொரு நாளும் விழிப்புணர்வுடன் வாழ்வதை உறுதி செய்து கொள்வதுதான் விவேகம். உண்மையைத் தெளிவாக உணர்ந்துகொண்டு, எது இருக்கிறதோ அதை ஏற்றுக் கொண்டு, ஆனந்தத்துடனும், திருப்தியுடனும் இருப்பதற்கான ஒவ்வொரு வாய்ப்பையும் பயன்படுத்திக் கொள்வதுதான் விவேகம். கார்ப தியம் (Carpe Diem)! “இத்தருணத்தைக் கைப்பற்றுங்கள்.”

நதிப் பயணம்

கபீர்தாசர் ஒரு பாடலில் கூறுகிறார்: “நதியில் பயணம் செய்து கொண்டிருக்கும் காகிதத்தாலான ஒரு சிறிய படகுதான் நீங்கள்.” இவை மிகவும் மதிநுட்பம் மிக்க வார்த்தைகள். ஏனெனில் நீங்கள் வாழ்க்கை என்னும் நதியில் பயணம் செய்யும்போது என்ன நிகழ்கிறது எனத் தெரியுமல்லவா? காகிதம் நனைந்து கரையத் தொடங்குகிறது. அதாவது படகு தன் வடிவத்தை இழந்து, மெதுமெதுவாகத் தண்ணீருடன் கலக்கிறது. அப்படியே தொடர்கிறது.

அதே நேரத்தில், இந்த வாழ்க்கையை அனுபவித்து மகிழ, உங்களுக்கு சுதந்திரம் உள்ளதென்பதை நீங்கள் அறிந்து கொள்ள வேண்டும். உங்கள் வாழ்வின் நோக்கத்தை நிறைவேற்றவும், உங்கள் வாழ்வின் செழுமையை அனுபவிப்பதற்குமான ஒரு கருவியாக நீங்கள் இருப்பதற்குத் தேவையான அனைத்துமே உங்களிடம் உள்ளன. நன்றியுணர்விலிருந்து அமைதிக்கும், அமைதியிலிருந்து நன்றியுணர்வுக்கும் என்ற தொடர்பின் சுழற்சியை உங்களுக்குள்ளே ஏற்படுத்தும்போதுதான் இவை அனைத்தும் ஆரம்பிக்கின்றன.

இவ்வாறுதான் அந்த இரண்டாவது சுவரின் யதார்த்தத்தையும் பார்க்க நான் முயற்சி செய்கிறேன்: "முயற்சி செய்யுங்கள்" என்று நான் சொல்வதின் காரணம், நம்மில் யாருக்குமே எல்லா நேரத்திலும் தெளிவு இருப்பதில்லை. நான் அமைதியிலிருந்து பிறக்கும் ஒவ்வொரு அம்சத்தையும், ஆனந்தத்தையும் முழுமையாக உணர்ந்து, அனுபவித்து வாழ விரும்புகிறேன். அந்த நிலையில் நான் இருக்கும்போது, அந்த நாள் முடிவேயில்லாமல் என்றென்றும் நிலைத்திருந்தால் மகிழ்ச்சியாக இருப்பேன். ஆனால் ஏதோ ஒரு கட்டத்தில் இரவு வந்தே தீரும் என்று எனக்குத் தெரியும்.

நான் மரணத்திற்குப் பயப்படவில்லை. ஒவ்வொரு தருணத்தையும் மிகச் சிறப்பாக அனுபவிப்பதற்கான தூண்டுகோலாக அதனை நான் பயன்படுத்துவதுடன் அவ்வாறு செய்வது அவசரமானது என்ற உணர்வை அது எனக்குத் தருகிறது. என்னைப் பொறுத்தவரை, இதைத்தவிர வாழ்வதற்கு வேறு எந்த வழியும் சிறந்தது அல்ல; அதாவது நம் அனைவருக்கும் வழங்கப்பட்டுள்ள பொதுவான செல்வத்தை அனுபவிக்காமல் இருப்பது. வேறு எந்தவிதமாக வாழ்ந்தாலும், அவை நம் வாழ்வை சமரசம் செய்வதாகும்.

அனைத்தும் தற்காலிகமானவையே

இந்த உடல் ஒரு நாள் அழிந்துவிடும் என்பதை நான் அறிவேன். என் உடல் அழிந்து போகும்போது, என் அனைத்து எண்ணங்களும், அனுபவங்களும் கூட அதனுடன் போய்விடும். எஞ்சி இருக்கப் போவது என்ன? உண்மையிலேயே இவ்வுலகில் எனக்குச் சொந்தமானதென்று எதுவும் இல்லை. சில சமயங்களில்,

"ஓ, அது எனக்குச் சொந்தமானது, இது என்னுடையது" என்றெல்லாம் நான் சொல்லலாம். ஆனால் அவை அனைத்தும் தற்காலிகமானவைதான். என்னுடையது என்று நான் அழைப்பதெல்லாம் ஒரு நாள் என்னுடையதாகாது.

இது மாஸிடோனிய ஆட்சியாளரும், இராணுவத் தளபதியுமான மஹா அலெக்ஸாண்டர் பற்றி எனக்குப் பிடித்த கதையொன்றை நினைவூட்டுகிறது. (ஒருவேளை இது ஒரு கட்டுக்கதையாகக் கூட இருக்கலாம்.) இந்தக் கதையின்படி மரணப் படுக்கையில் இருந்த அலெக்ஸாண்டர், "நான் மூன்று கட்டளைகள் இடுகிறேன். என் சவப்பெட்டியை என் மருத்துவர்கள் மட்டுமே சுமக்க வேண்டும். என்னைக் கல்லறைக்கு கொண்டு செல்லும் பாதையில் தங்கம், வெள்ளி மற்றும் இரத்தினங்கள் வாரி இறைக்கப்பட வேண்டும். என் கைகள் சவப்பெட்டிக்கு வெளியே தொங்கவிடப்பட வேண்டும்" என்று கூறினார்.

அங்கு கூடியிருந்த அவரது நண்பர்களும், ஆலோசகர்களும் குழப்பமடைந்தனர். அப்போது அவருக்குப் மிகப் பிரியமான இராணுவ தளபதி முன்வந்து இதற்கான முக்கியத்துவம் என்ன எனக் கேட்டார். அதற்கு அலெக்ஸாண்டர்: "மருத்துவர்கள்கூட இறுதியில் சக்தியற்றவர்களே, அவர்களால் மரணத்திலிருந்து நம்மைக் காப்பாற்ற முடியாது என்பதை மக்கள் அறிய வேண்டும் என விரும்புகிறேன். செல்வத்தைத் தேடுவதில் நாம் செலவிடும் வாழ்க்கையானது, பொன்னான நேரத்தை வீணடிப்பதாகும் என மக்கள் அறிய வேண்டும். நாம் அனைவரும் வெறும் கையோடு இவ்வுலகிற்கு வந்தோம், அது போலவே நாம் அனைவரும் வெறும் கையுடனேயே இவ்வுலகை விட்டுச் செல்வோம்

என்பதை மக்கள் அறிய வேண்டும் என்று நான் விரும்புகிறேன்" எனப் பதிலளித்தார்.

ஆம், அதைப்போலவே நாம் அனைவருமே இவ்வுலகை விட்டுச் செல்வோம். இந்த வாழ்க்கையில் எனக்குச் சொந்தமாக இருப்பவை என் அமைதியும், தன்னைப் பற்றிய ஞானமும்தான். அவைதான் என்னுடைய யதார்த்தங்கள். இந்த வாழ்க்கை முடிவடைந்ததும், எஞ்சியிருக்கப்போவது மற்றவர்களின் மனதில் இருக்கும் என்னைப் பற்றிய நினைவுகள் மட்டுமே.

நீங்கள் ஒருவரின் வீட்டிற்குச் சென்று, ஓர் அற்புதமான விருந்து உபசாரத்தை அனுபவித்தது பற்றி உங்களுக்கு ஞாபகமுள்ளதா? ஒருவேளை, அந்த விருந்து உபசாரமும், ஏற்பாடுகளும் பிரமாதமாக இருந்திருக்கலாம். ஆனால், அந்த விருந்து ஜீரணமாகி நீண்டகாலத்தின் பின்பும் அந்த அறை எப்படிக் காட்சியளித்தது என்பது மறந்து போன பின்பும் கூட, அந்த இனிய அனுபவம் உங்களுக்குள் நிலைத்திருக்கும். அந்த உணர்வை உங்களுடன் சுமந்து செல்கிறீர்கள். அதுவே போதுமானது.

எல்லையற்றதற்கான ஒரு அழைப்பு

பல பில்லியன் வருடங்களாக, நீங்களும் நானும் ஒன்றுமில்லை. வரும் காலத்தில் பல பில்லியன் வருடங்களுக்கோ அல்லது அதற்கு மேலாகவோ நாம் ஒன்றுமில்லை. இப்போது நமக்குக் கிடைத்திருக்கும் இந்த நேரம் அதற்கு விதி விலக்கானது. இந்த நிமிடங்கள், மணி நேரங்கள், நாட்கள் என்பவற்றை மிகத் தெளிவான முறையில் வாழ்வதே நமது பணியாகும்.

உங்களுக்கான எனது அழைப்பு இதுதான்: இன்றைய தினத்தை, காலத்திற்கு அப்பாற்பட்ட அமைதியுடன் அனுபவிக்க முன் வாருங்கள். அழியக்கூடிய மனிதர்களாகிய நமக்கு, முடிவற்றதோடு தொடர்புகொள்ள இது ஒரு சந்தர்ப்பமாகும். இங்கு உங்கள் வாழ்க்கை முடிவுள்ளதாயினும் அதற்கு அப்பால் சென்று உங்களுக்கு முடிவற்றதுடன் சிறிது நேரம் இணைந்துகொள்ள வாய்ப்பு உள்ளது. அதுவே வாழ்வின் ஆனந்தம். நான் முன்னர் விவரித்த பிரபஞ்ச சக்தியை, உணர்வுபூர்வமாக அனுபவிக்க இதுவே வழி.

முடிவுள்ள மனிதர்களாகிய நமக்கு, முடிவற்றதை சந்திக்க இது ஒரு சந்தர்ப்பமாகும். அடுத்த அத்தியாயத்தில், காலத்திற்கு அப்பாற்பட்ட இந்த தூய அனுபவத்தின் உலகத்தினுள்ளே செல்ல இருக்கிறோம்.

அத்தியாயம் 3

எல்லையற்ற அமைதியில் உங்களை நிலை நிறுத்துங்கள்

நான் டேராடூனில் வளர்ந்து வந்த காலத்தில் குளிர்காலத்திற்கான ஆரம்ப அறிகுறிகள் தென்படுவதற்கு முன்னர், அற்புதமான இலையுதிர் காலத்தில் வானம் மிகமிக நீல நிறமாகவும், இமயமலைக் காற்று மிகத் தூய்மையானதாகவும் இருந்தன. ஒவ்வொரு காலையிலும் பட்டுப் போன்ற பனிப்படலம் புற்கள் மீதும் ஏனைய செடிகள் மீதும் படர்ந்திருக்கும். காலை நேர சூரியக் கதிர்கள் காற்றிலுள்ள நீர்த்துளிகளை ஒளிரச் செய்வதனால் அவை வைரம் போல் பிரகாசிக்கும். அப்பனித்துளிகள் அளவில் மிகச் சிறியவையாக இருந்தாலும் அவை ஒவ்வொன்றும் சின்னஞ் சிறிய சூரியன்கள் போலப் பிரகாசித்தன.

சூரியனால் காற்று வெப்பமடையும்போது பனித்துளிகள் முழுவதும் ஆவியாகி விடும். புத்தம் புதிய காலைப் பொழுதில் எல்லாம் தெள்ளத் தெளிவாகக் காட்சியளிக்கும். கண்ணுக்கு எட்டிய தூரம் வரை வானம் துல்லியமாகத் தெரியும். அந்த நாட்களில் நேரம் நகராமலே இருப்பதுபோல் தோன்றியது. பிற்பகலில் மெதுமெதுவாக பிரகாசமான வெள்ளி நிற விளிம்புகளைக் கொண்ட மேகங்கள் ஒன்று திரண்டு வரும்.

நான் அடிக்கடி எங்கள் வீட்டுக்கு முன் இருந்த இரு செண்பக மரங்களின் கீழ் உட்கார்ந்திருப்பேன். சுவர்களில் படர்ந்திருந்த ஒவ்வொரு இனிப்புப்

பட்டாணிச் செடியிலும் அழகிய சிறிய பூ ஒன்று மலர்ந்திருக்கும். அதன் இதமான நறுமணம் சற்றே லவெண்டர் மலரை ஒத்திருக்கும். அங்கே நாய் பூக்கள் என நாம் அழைக்கும் "ஸ்நாப்ட்ராகன்" பூக்களும் இருந்தன. அப்பூக்களின் நுனியை நாம் நசுக்குவோமானால் அவை தமது வாய்களைத் திறந்து மூடி நம்மைப் பார்த்துச் சத்தமின்றிக் குரைப்பது போலத் தென்படும். எனக்கு அங்கே அமர்ந்திருக்க மிகவும் பிடிக்கும்.

ஒரு நாள் தோட்டத்தினுள் நான் சென்றபோது, அத்தருணத்தை முழுமையாக அனுபவிக்க வேண்டுமென்ற ஆவல் உண்டாயிற்று. அந்நாளை எனது இதயம் முழுமையாக ஏற்றுக்கொள்ளத் தயாராக இருந்தது என் ஞாபகத்திலிருக்கிறது. சுற்றி நடந்து கொண்டே அங்கு வளரும் ஒவ்வொன்றையும் கவனித்து ரசிப்பது எனக்கு ஆனந்தமாக இருந்தது. சிறிது நேரம் கழித்து நான் அந்த செண்பக மரமொன்றின் கீழ் அமர்ந்து, மேகங்களையும் மலர்களையும் பார்த்துக் கொண்டிருந்தபோது என்னுள் அதீத உணர்வொன்று ஏற்பட்டது. என்னை எது படைத்ததோ அதுவேதான் இந்தச் செண்பகமரங்களையும், நறுமணம் வீசும் பூக்களையும், புல்வெளியில் படியும் பனிப்படலத்தையும் படைத்திருக்கிறது. ஒரு அடிவானத்தில் இருந்து மறு அடிவானம் வரை சூரியனை எடுத்துச் செல்வதுடன் திரண்டு நிற்கும் மேகக் கூட்டத்தையும், நீலவானத்தில் மிதந்து செல்ல வைக்கிறது. அந்தத் தருணத்தில், என்னைப் படைத்த அவனோ அல்லது அவளோ அல்லது அது எதுவோ என்னிடம் "அனுபவி" என்று இதமாக மெல்லக் கூறிற்று.

அது ஒரு பரிபூரணமான கணத்தின் பரிபூரண உணர்வாக இருந்தது: 'அனுபவி'.

அன்றிலிருந்து நான் அந்த செண்பகமரத்தடியில் அமர்ந்தபடி எந்தத் தேவைகளோ, விருப்பங்களோ, அல்லது எதுவும் செய்ய வேண்டும் என்ற நிலையோ இல்லாத அந்த உணர்வில் ஒன்றியிருப்பேன். அவ்வாறு இருப்பதே நன்றாக இருந்தது. அன்றிலிருந்து ஒரு குரல் "இன்றைய நாள் உனக்கானது" எனத் தொடர்ந்து கூறி வருகிறது. அதன் அர்த்தம் நான் தோட்டத்தில் இருந்த அன்றைய நாளைப்போன்றதே நான் வாழ்ந்துகொண்டிருக்கும் இன்றைய நாளும்.

அந்த உணர்வில் இருத்தல்

என்னுடைய அந்த உணரும் இயல்பு இன்னும் மாறவில்லை. உண்மையிலேயே மாறவில்லை. ஆனால், சில சமயங்களில் அந்தத் தூய்மையான அனுபவத்தின்மேல் வேறு பல விஷயங்களை அடுக்கி வைத்திருக்கிறேன் என்று எனக்குத் தெரிகிறது. நான் சொல்வது என்னவென்று உங்களுக்குத் தெரிந்திருக்கலாம். "என்னிடம் இது இருக்க வேண்டும், என்னிடம் அது இருக்கவேண்டும், இது இப்படித்தான் இருக்க வேண்டும், அல்லது அப்படித்தான் இருக்கவேண்டும். நான் இதுதான், நான் அதுதான், அடுத்து நான் இதைச் செய்ய வேண்டும், பின்பு நான் அதைச் செய்ய வேண்டும்" என்பதையெல்லாம் அடுக்கி வைத்திருக்கிறேன்.

சில சமயங்களில் வெளியே சென்று அந்தப் புத்தம் புதிய காலைப் பொழுதைச் சுகமாக அனுபவிப்பதற்குப் பதிலாக, பிரச்சினைகளாலும் கவலைகளாலும் நான் திசை திருப்பப்படுவதாக உணர்கிறேன். என் வாழ்வில் உள்ள பிரச்சினைகள் என் வாழ்வையே தம் ஆட்சிக்குள் கொண்டு வரும் அபாயம் உள்ளதென்பதை அது

எனக்கு எடுத்துக் காட்டுகிறது. ஆம். நான்கு வயதிலிருந்தே அமைதி பற்றிப் பேசி வரும் ஒருவர்கூட சில நேரங்களில் தெளிவுடன் தொடர்பில் இருப்பதை சவாலாகக் காண்கிறார். இரைச்சல், அறியாமை இவற்றின் இருள் அவ்வளவு சக்தி வாய்ந்தது.

தோட்டத்தில் இருந்த அந்த நாள் எனக்கானது. அந்த உணர்வை நான் ஒருபோதும் இழந்துவிடக் கூடாது என்பதைப் புரிந்து கொண்டேன். நான் அந்த ஆழமான தொடர்பை மீண்டும், மீண்டும், மீண்டும் என் வாழ்வில் அனுபவித்திருக்கிறேன். அதுவே எனது உண்மை நிலை. மற்ற அனைத்தும் இரைச்சலே. (அவை சில சமயங்களில் மகிழ்ச்சி தரும் இரைச்சலாகவோ, சில சமயங்களில் கவனத்தைச் சிதற வைக்கும் இரைச்சலாகவோ இருக்கலாம்.) பூரணத்துவம் என்பது என் குழந்தைப் பருவத்தில் நான் பெற்ற நிறைவான அந்தத் தருணத்தின் நினைவுமட்டுமன்றி, இப்போது இக்கணத்திலும் எளிமையாக உணர கூடிய வாழும் அனுபவமாகும்.

அமைதியில் அனைத்து ஆசிர்வாதங்களும் அடங்கும்

தோட்டத்தில் எனக்கு ஏற்பட்ட அந்த அனுபவம் பற்றி நான் பல தடவைகள் நினைத்துப் பார்த்ததுண்டு. நமக்குள் இருக்கும் அமைதி அதைப் பற்றியதேயன்றி வேறு எதைப் பற்றியதும் அல்ல என்பதை நான் புரிந்து கொண்டேன். அது வேலையொன்றை செய்வதற்காக அங்கு இல்லை. அது இருக்கிறது. அவ்வளவுதான். அது எந்த வெளி விஷயங்களையும் சார்ந்திருக்கவில்லை. அது அதுவாகவே இருக்கிறது. அது முற்றிலும் உங்களுக்காகவே இருக்கிறது. அது யாரையும் அல்லது

எதனையும் பற்றியதோ அல்லது அவற்றை சார்ந்ததோ அல்ல. அந்தப் பூரணமான தருணத்தில் அந்த மரத்தின் அடியில் அமர்ந்திருந்த வயதில் சிறியவனான என்னைப்போல் அதுவும் இருக்கிறது. அவ்வளவுதான்.

அன்று நான் அதனுடன் தொடர்பிலிருந்தேன். எப்போதும் எனது வாழ்வில் நான் தெரிந்து கொள்ள விரும்புவதும், அதைத்தான். அமைதியின் உணர்வே என்னுடைய ஆழ்ந்த வடிவமாகும். இருப்பினும் அது என்னை விடவும் நம் அனைவரை விடவும் மேலானதொன்றின் பகுதியாகும். நான் இறந்த பிறகும் நீங்கள் இறந்த பிறகும் கூட அமைதியின் சாத்தியம் பிரபஞ்சத்திலுள்ள ஒவ்வொரு அணுவிலும் என்றென்றும் வாழும். அது எல்லையற்றது. நாம் அதை எளிமையாக உணரும்போது எல்லையற்ற அந்த அமைதியுடன் இணைகிறோம்.

பூரண அமைதியிலிருந்து எழும் சகல நல்லுணர்வுகளும் தம்மிலேயே நிறைவாக இருக்கின்றன. உங்களுக்குள் இருக்கிற ஆனந்தம் வேறு எதனுடனும் இணைக்கப்படவில்லை. அதுவே ஆனந்தம். உங்களுக்குள் இருக்கும் அன்பு வேறு எதிலும் சார்ந்திருப்பதோ அல்லது வேறு யாரோ ஒருவரைப் பற்றியதோ அல்ல. அதுவே தூய்மையான அன்பாகும். உங்களுக்குள் இருக்கும் அமைதியின் உலகையும், உங்களைச் சுற்றியுள்ள உலகையும் காண உங்களுக்குத் தெளிவு தேவைப்படுகிறது. ஆனால், தூய்மையான தெளிவொன்றும் உள்ளது. அது எப்படி உள்ளதோ அதை அப்படியே உணர்ந்து இன்புறுவதற்காக அல்லாமல் அது என்ன செய்கிறது என்பதற்காக அல்ல.

இங்கே முக்கியமானதோர் விஷயம், அமைதியினுள்ளே சகல ஆசீர்வாதங்களும் அடங்கும். ஆனால், வேறு எதுவுமே அமைதியை

உள்ளடக்கவில்லை. அமைதியில் ஆனந்தம் உள்ளது. ஆனால், ஆனந்தம் மட்டுமே அமைதியல்ல. அமைதியில் கருணை இருக்கிறது. ஆனாலும், கருணை மட்டுமே அமைதியல்ல. அமைதியில் தெளிவு இருக்கிறது. ஆனாலும், தெளிவு மட்டுமே அமைதியல்ல. இவை குறிப்பிட்ட ஒரே விஷயத்தின் பண்புகளை வெளிப்படுத்தப் பயன்படுத்தப்படும் வெவ்வேறு வார்த்தைகளே. அமைதி தனித்துவமானதும், முழுமையானதுமான நிலையாகும்.

தூங்காமல் தூங்குவது எப்படி?

ஒரு சமயம் என் தந்தையாரிடம் "உள்ளே ஆழச் சென்று அமைதியுடன் இருப்பது எப்படி இருக்கும்" என்று ஒருவர் கேட்டார். அதற்கு என் தந்தை "தூங்காமல் தூங்குவது போன்றது" எனப் பதிலளித்தார்.

முதல்முறையாக இந்தக் கதையைக் கேட்டபோது காரை ஓட்டிக் கொண்டிருந்தேன். அவர் கூறியது மிக ஆழமானதாக இருந்தது. உடனே காரை வீதியோரமாக நிறுத்த வேண்டி இருந்தது. அந்த நிலையில் இருப்பதைக் கற்பனை செய்து பாருங்கள்: தூங்காமல் தூங்குவது போன்றது. இரு நிலைகளை ஒரு நிலையாக்கும் சங்கமம். அந்தத் தூங்காமல் தூங்குவது என்பது எவ்வளவு ஆழ்ந்த புத்துணர்ச்சியை அளிக்கக் கூடியது என்பதைக் கற்பனை செய்து பாருங்கள்.

நம் உள்ளத்தின் ஆழத்தில் மற்ற விஷயங்களுக்கான தேவையை விலக்கி விடும்போது, அபரிமிதமான ஒரு சுதந்திர உணர்வை நாம் அனுபவிக்க முடியும். பற்றுதலின் சுமை நம் தோள்களை விட்டு நீங்கி விடும். மனிதர்களாகிய நாம் ஏதாவது ஒன்றை, அது என்ன செய்ய உதவும் என்பதற்காக அல்லாமல், அது எப்படி

உள்ளதோ அப்படியே அனுபவிக்கும் ஆற்றல் உள்ளவர்களா? இது செயல்களால் இயக்கப்பட்டுக் கொண்டிருக்கும் நம் உலகத்திற்கு முரணானதாக இருக்கலாம். ஆயினும் நம்மால் முடியும் என்று நினைக்கிறேன். அமைதி நம் அனைவருக்குமே சாத்தியமானது. ஆனால் அதை அனுபவிப்பதை நாம் தேர்ந்தெடுக்க வேண்டுமே தவிர அதை உண்டாக்க முயற்சிக்கக் கூடாது.

அமைதியை உணர்

அமைதி நம்முள்ளே இருக்கிறது. ஆனால் பெரும்பாலானவர்கள் அதை உணர்வதில்லை. அது எங்கும் வியாபித்திருந்தபோதும், நமக்குப் புலப்படுவதில்லை. அந்த வகையில் அமைதி என்பது ஒளிக்கு ஒப்பானது. ஜன்னலினூடாக வெளியே பாருங்கள். சுவர் ஒன்று உங்களுக்குத் தென்படலாம். அருகே சென்று பார்ப்பீர்களேயானால் சுவரின் செங்கற்களைக் காண்பதுடன், அக்கற்களினிடையில் உள்ள கலவையின் நுண்ணிய விவரங்களைக்கூடக் காண்பீர்கள். உங்களுக்கு உன்னிப்பாகப் பார்க்க முடிந்தால், சூரிய ஒளி அல்லது நிலவின் ஒளி அல்லது தெருவிளக்கின் ஒளியால் செங்கற்கள் மீதான வானிலையின் தாக்கங்களையும், நிழல் படியும் கோணங்களையும் மற்றும் பல்வேறு வர்ணங்களையும் காணக் கூடும். அத்தோடு வேறு மேற்பரப்புக்களிலிருந்து வரும் ஒளியின் பிரதிபலிப்புக்கள் சுவர் மீது வீழ்வதனால் ஏற்படும் ஒளியின் பிம்பங்களையும் அந்த சுவரில் காண முடியும். ஒவ்வொன்றும் அவ்வாறு விழும் ஒளியில் பல வேறுபாடுகளை ஏற்படுத்தும். நாம் சுவரைப்

பார்க்கிறோம். ஆனால், ஒளியைக் காண்பதில்லை. ஏனெனில் அந்த ஒளியானது எங்குமுள்ளது.

இயற்கை ஒளியானது நம் சார்பாக இந்த உலகிற்கு வெளிச்சம் கொடுப்பதற்காக அல்ல. ஒளி ஒளியாக இருப்பதால் மிக அற்புதமாகவும் உயிர்கொடுக்கும் தன்மையையும் கொண்டிருக்கிறது. உள் அமைதியைப் போலவே நம்மைச் சுற்றியுள்ள உலகில் ஒளி ஏற்படுத்தும் பலனையும் நாம் பாராட்டலாம். ஆயினும் ஒளியை ஒளியாகவே ஏற்றுக் கொண்டு அதன் தன்மையை நாம் பாராட்ட வேண்டும்.

சில சமயங்களில் நாம் செய்யக்கூடிய மிகவும் அற்புதமான விஷயம் சும்மா இருப்பதுதான். பல சமயங்களில் அன்றாட வாழ்க்கையின் கவனச் சிதறல்கள் நம் உள்ளிருக்கும் பிரபஞ்சத்தை அனுபவிப்பதிலிருந்து நம்மை திசை திருப்பி விடுகின்றன. வெளி உலகு நம்மீது பிரதிபலிக்கும் நிறங்களை மட்டும் பார்த்துக் கொண்டு, உள்ளிருக்கும் உண்மையின் முழு பரிமாணத்தையும் பார்க்காமல் நம் வாழ்க்கையைக் கழிக்கிறோம். நாம் வாழும் ஒளிமயமான இடத்தைத் தெரிந்து கொண்டு, மேலும் நாம் அதன் பாகம்தான் என்பதை அறியும்போது நம் வாழ்க்கையின் அனுபவத்தையே அது மாற்றி விடுகிறது.

காலமற்ற இன்றைய பொழுது

நாம் குழந்தைகளாக அல்லது சிறுபிள்ளைகளாக இருந்த காலத்துப் புகைப்படங்களை, அல்லது நமது பிள்ளைகளின் குழந்தைப் பருவ புகைப்படங்களைப் பார்த்து கடந்து சென்ற வருடங்களை நினைவு கூருகிறோம். நமது பழைய நண்பர்களைக் காணும்போது

அநேகமாக “பார்த்து எவ்வளவு காலம் ஆகிவிட்டது?” எனக் கேட்போம். அத்தருணங்களில் காலமெனும் நதியானது முடிவற்றதெனும் கடலை நோக்கிப் பேரிரைச்சலுடன் பாய்ந்தோடுவதாக உணர்கிறோம். கவனச் சிதறல்கள் நம் நேரத்தை வீணடிக்க நாம் அனுமதித்துள்ளதைப் பற்றிச் சிந்திக்கும்போது அது நம்மைத் திடுக்கிட வைப்பதுடன் அடிக்கடி துயரமான அல்லது கவலையான உணர்வை வெளிக்கொண்டு வருகிறது. இருந்த போதிலும் மீண்டும் நாம் நமது பரபரப்பான அன்றாட வாழ்க்கைக்கு திரும்பி விடுகிறோம்.

அந்தத் தருணங்களில், நம் வேலை அழுத்தங்கள், பிரச்சினைகள் மற்றும் கவலைகள் மீண்டும் நம்மை அடக்கி ஆளத்தொடங்கும் முன்பு நம்மையே நாம் கேட்டுக்கொள்ள வேண்டும்: ஒவ்வொரு மூச்சின் மதிப்பையும் நாம் புரிந்து கொள்ளாவிட்டால் நேரத்தின் மதிப்புதான் என்ன? இத்தருணம் எனக்கு முக்கியமில்லாவிட்டால் எப்படி நேற்றைய தினம் முக்கியமாக முடியும்? இத்தருணம் எனக்கு முக்கியமில்லாவிட்டால் நாளைய தினம் எவ்வாறு முக்கியமாக முடியும்?

நாம் எதனைத் திட்டமிட்டாலும், நாம் எதைச் செய்தாலும், எது நிகழ்ந்தாலும், “இப்போது” என்னும் நேரத்தில் மட்டுமே நம்மால் வாழ முடியும். அங்கேதான் நாம் இருக்கிறோம். நமது வயது 6 மாதங்களாக இருந்தாலென்ன அல்லது நூறு வயதை எட்டியிருந்தால் என்ன, இப்பயணத்தில் நாம் அனைவருமே இந்தக் கணத்தில்தான் வாழ்ந்து கொண்டிருக்கிறோம். நம்மில் பலர் “இங்கே, இப்பொழுதில்” வாழ்வதே முக்கியமென நம்புகிறார்கள். ஆனால், இதன் உண்மை என்னவென்று நமக்குத் தெரியுமா? நாம் இக்கணத்தை மனப்பூர்வமாகப்

பாராட்டுகிறோமா? இக் கணத்திற்கு நாம் நன்றி செலுத்துகிறோமா?

நேரத்தைப் பற்றி நாம் வழக்கமாகப் பின்பற்றும் கணிப்பு முறையை விட மிகவும் வேறு விதமாக சிந்திப்பதற்கு வழியொன்று இருக்கிறது. நாம் அதைப் புரிந்து கொள்வது ஆரம்பத்தில் சற்றுக் கடினமானதாக இருந்தாலும், உங்களுக்குப் புரிய வைக்க முயற்சிக்கிறேன். நமது வழக்கமான நேரக் கணிப்பிலிருந்து ஆரம்பிப்போம். நமது நேரத்தைச் சிறுசிறு பாகங்களாகப் பிரிப்பது வழக்கமாக இருந்து வந்திருக்கிறது. வருஷங்கள், மாதங்கள், கிழமைகள், நாட்கள், மணி நேரங்கள், வினாடிகள் எனப் பகுப்பதுண்டு. வணிக அலுவல்கள் யாவும் நேர அடிப்படையிலேயே நடைபெறுகின்றன. மேலும் மேலும் ஊழியர்கள் தமது தொழில் நேரத்தில் எவ்வளவு வேலை செய்கிறார்கள் என்பது சில வேளைகளில் வினாடிகளிலும் கூட மிகத் துல்லியமாகக் கணிக்கப்படுறது. எப்போதாவது நீங்கள் சட்டப் பிரச்சினைகளுக்குத் தீர்வுகாண வழக்கறிஞருக்கு அவர் செலவிட்ட நேர அடிப்படையில் கட்டணம் செலுத்த நேரிட்டிருந்தால் அதனால் ஏற்பட்ட அசௌகரியத்தை அறிந்திருப்பீர்கள்.

நமது தருணங்களை எவ்வாறு பகுக்க வேண்டுமென்பதற்கு சில சரியான காரணங்கள் உண்டு. நண்பர்களை இரவு உணவு நேரத்தில் சந்திக்க ஏற்பாடு செய்யும்போதோ அல்லது ஒரு விமானப் பயணத்தை உரிய நேரத்தில் மேற்கொள்வதற்கோ அல்லது ஒரு கலை நிகழ்ச்சியைக் காண்பதற்கோ நேரக் கணிப்பு முறை பொதுவானதாக இருக்க வேண்டும். ஆனால் நேரத்தைப் பற்றிப் பரந்த நோக்கில் சிந்திக்க பல கண்ணோட்டங்கள் உள்ளன. விஞ்ஞானம், மதம், தத்துவ ஞானம் என்பவை, நேரம் என்றால் என்ன?

அதை நாம் எப்படிப் புரிந்து கொள்ள முடியும் என்ற விவாதங்களால் நிரம்பி வழிகின்றன. அனுபவரீதியாகப் பார்த்தால் பரந்த வெளியை உவமையாக எடுத்துக் கொண்டால், நேரம் முன்னோக்கிச் செல்வது போலத் தோன்றும். "இன்று என் கால் முறிந்துவிட்டால், நாளை அது பொருந்தி விடாது. ஆனால், ஆறு வாரகாலத்தில் ஒரு வேளை குணமடையலாம்" என்று என்னால் திடமாகக் கூறமுடியும்.

எப்படியாயினும் இங்குதான் அது உண்மையில் சுவாரசியமாகிறது. நமக்கு ஆழமான ஒன்றுடன் தொடர்பு கொள்ள வேண்டுமென்ற தேவை ஏற்படும்போது, நாம் பயன்படுத்தக்கூடிய, நேரம் பற்றிய இன்னொரு கண்ணோட்டம் நம்மிடம் இருக்கிறது. அந்த குறிப்பிட்ட காலக்கட்டத்தை எப்படி அணுகுவது என்று தெரிந்தால் நாம் விரும்பியபடி அதன் உள்ளேயும், வெளியேயும் சென்று வர முடியும். இதை நீங்கள் இவ்வாறு சிந்தித்துப் பார்க்கலாம். வெளி உலகத்தில் ஒவ்வொரு கணத்தையும் கடந்து செல்லும் கணங்களின் வரிசையில், ஒரு பகுதியாகக் காணலாம். இது தண்டவாளத்தில் சென்று கொண்டிருக்கும் ஒரு நீண்ட சரக்குவண்டியை ஒத்தது. உள் உலகத்தில் இக்கணத்தை நாம் பூரணத்துவமானதாக உணர முடியும். "காலமற்ற இன்றைய பொழுது". நமக்கு உள்ளே நேரமானது அமைதி, சக்தி மற்றும் ஒளி போன்றே தொடக்கத்தையும் முடிவையும் கொண்டது. "அது அதுவே!".

இதை இவ்வாறு கற்பனை செய்து பாருங்கள். உள்ளே உள்ள ஒவ்வொரு கணத்திலும் நேரத்தின் ஓட்டத்திற்குப் பதிலாக, நேரத்தின் நடனம் இருக்கிறது. நான் அந்த "செண்பக" மரத்தடியில் அமர்ந்திருந்ததைப்போல, காலமற்ற இன்றைய பொழுதில் உங்களுக்கு உணர்வதற்கு சுதந்திரம்

இருக்கிறது. நீங்கள் உங்களை மேம்படுத்தவோ அல்லது உண்மையைத் தேடவோ அவசியமில்லை. நீங்கள் தேடிக்கொண்டிருக்கும் எல்லையற்ற அமைதியைக் கண்டுவிட்டீர்கள். இந்தக் கருத்துடன் இசைந்துபோகும் புகழ் பெற்ற ஆங்கிலக் கவிஞர் வில்லியம் பிளேக்கின் கவிதை வரிகள் சில:

மண்துகள் ஒன்றில் உலகைக் காண
காட்டுப் பூவொன்றில் சுவர்க்கத்தைக் காண
உங்கள் உள்ளங்கையில் முடிவற்றதை ஏந்த
எல்லையற்றதை ஒரு மணிப்பொழுதினுள் காண்.

எல்லையற்றதைப் பற்றி நாம் சிந்திக்கும்போது இந்தக் கணப்பொழுதில் மகிழ்ச்சியுடனும் தன்னிறைவுடனும் இருப்பதற்கு எல்லையே இல்லை என்பதை நாம் தெரிந்து கொள்வது முக்கியம். பெரும் துன்பத்தினால் மனிதர்கள் இறப்பதுண்டு. ஆனால் அதிக அளவு ஆனந்தம் காரணமாக யாருமே இறப்பதில்லை. நமது இதயங்களை ஆனந்தத்தால் நிரப்பியவண்ணம் இருப்போமாக.

நேத்தி நேத்தி

முடிவற்றத்தைப் பற்றிய கருத்து புதிராகவோ அல்லது விரக்தி அளிப்பதாகவோ இருக்கலாம் என்பதை நான் ஒப்புக்கொள்கிறேன். நாம் நமது மனதைக் கொண்டு அதைப் புரிந்துகொள்ள முயல்கிறோம். ஆனால் நம் கற்பனைக்குள் அடங்காத ஒன்றிற்கு வடிவத்தைக் கொடுக்க முயல்வது கடினம். நான் பரிந்துரைப்பது என்னவென்றால், உங்கள் மனதால் முடிவற்ற நேரம் என்பதைப் புரிந்து கொள்ள முயலாதீர்கள். உங்கள் இதயமும் அதனை உணரமுயலட்டும்.

எல்லையற்ற நேரம் என்பதை இன்னும் சற்று விபரமாக தெளிவுபடுத்தக் கூடிய ஒரு விஷயம் இதோ. அனுபவம் எளிமையான விளக்கத்திற்கோ, வரையறை செய்வதற்கோ அப்பாற்பட்டது என்ற கருத்தை சித்தரிக்கும் சமஸ்கிருத சொற்றொடர் ஒன்று இருக்கிறது. 'நேத்தி நேத்தி.' இதன் நேரடி அர்த்தம் "இதுவும் இல்லை... இதுவும் இல்லை" என்பதாகும். அத்துடன் இது சமஸ்கிருதத்தில் இரு சொற்களின் சேர்க்கை. அதாவது 'ந', 'இதி'- அல்லது 'அப்படி இல்லை'. ஒரு மனிதன் தன்னுடைய உண்மையான "நான்" என்பதைக் காணும் வரை, "இது நானல்ல, இதுவும் அல்ல, இதுவும் அல்ல" என்று தன் மேல் படிந்திருக்கும் பல விஷயங்களை அகற்ற முயற்சிப்பான். அதை விவரிக்க சில சமயங்களில் இந்தச் சொல் பயன்படுத்தப்படுகிறது. இந்த நூலில் நாம் அவ்விதப் பயணத்தின் ஆரம்பக் கட்டத்தில் இருக்கிறோம்: நாம் விரும்பும்போதெல்லாம் வழமையான நேரத்தையும் நம் பரபரப்பான மனத்தையும் விட்டுவிடும் திறனை வளர்த்துக் கொண்டு எல்லயற்றதனுள்ளே எளிதாகச் சென்று "சுயத்தை" அதன் மிகத் தூய்மையான நிலையில் அனுபவிப்பதே.

பெரும்பாலும் ஒருவர் ஓர் ஆழமான அனுபவத்தை அடையும்பொழுது அதை அவரால் வார்த்தைகளால் வர்ணிக்க முடியாது. உண்மையிலேயே என்ன நிகழ்ந்தது என்பதைக்கூட அவர்கள் சரியாக அறியாமலே இருக்கக் கூடும். ஒருவேளை இது எப்படி இருக்குமென்று உங்களுக்குத் தெரிந்திருக்கலாம். சில சமயங்களில் அனுபவத்தின் சாராம்சத்தை விவரிக்க வார்த்தைகள் இல்லை. மொழியானது பயனுள்ளதாகவும், விஷயங்களை அழகாக வெளிப்படுத்தக் கூடியதாகவும் இருந்தாலும்கூட அதனால் எப்போதும் மனித

அனுபவத்தின் மையத்திற்கு நம்மை எடுத்துச் செல்ல முடியாது.

ஒரு குரல் கேட்கிறது: "நீங்கள் எதை அனுபவித்தீர்கள்? அனுபவித்தது இதையா? அல்லது அதையா?"

இப்படி மட்டும் தான் உங்களால் பதில் சொல்ல முடிகிறது, "இல்லை, இப்படி இல்லை, அப்படியும் இல்லை."

"அப்படியானால் அந்தக் கணத்தில் நீங்கள் என்ன செய்து கொண்டிருந்தீர்கள்?"

"எதையுமே செய்யவில்லை!"

"எதைச் சிந்தித்துக் கொண்டிருந்தீர்கள்?"

"எதையுமே இல்லை!"

"அப்படியானால் நீங்கள் எதை உணர்ந்தீர்கள்?"

"அனைத்தையுமே!"

அனுபவத்தை சுலபமாக விவரிக்க முடியாவிடின், அது இயல்பாகவே சிக்கலானதென மனிதர்கள் அனுமானிக்கலாம். அனுபவம் சிக்கலானது அல்ல. வழக்கமாக, அதை விவரிப்பதற்கான முயற்சிதான் சிக்கலானது. உண்மையில் என்ன நடந்தது என்பதைப் பற்றித் தெளிவாகவும் முழுமையாகவும் விளக்குவதற்குப் பதிலாக, சில வேளைகளில் நம்மால் நடந்தது பற்றி அரை குறையாக மட்டுமே விளக்க முடிகிறது. சில சமயங்களில் ஒரு அனுபவத்தை உணரமட்டுமே முடியும். ஆனால் அதை விளக்க முடியாது.

இது பற்றி கவிஞர் ரூமியின் சில கவிதை வரிகள்:

வாழ்நாள் முழுவதும் நாம் விரும்பும் ஒரு முத்தம் உள்ளது
அதுதான் நம் உடலை தெய்வீகம் ஸ்பரிசிப்பது.
சிப்பியை உடைக்கும்படி கடல் நீர் முத்திடம் கெஞ்சுகிறது.

அல்லிப்பூ ஏதோ ஒரு பித்துப் பிடித்த காதலருக்காக
எப்படி ஏங்குகிறது!
இரவில் நான் ஜன்னலைத் திறந்து நிலவை
அழைக்கிறேன்
வந்து தன் முகத்தை என் முகத்தில் மெல்ல
அழுத்தித் தொடும்படி.
என்னுள் சுவாசிக்கும்படி
மொழியின் கதவை மூடு
அன்பின் ஜன்லைத் திற.
நிலவு கதவைப் பயன்படுத்தாது
ஜன்னலை மட்டுமே.

டேராடூனில் உள்ள என் வீட்டிலிருந்து தோட்டத்திற்குச் சென்று கொண்டிருந்தபோது, "நான் இப்போது அற்புதமான அனுபவத்தைப் பெறப் போகிறேன்" என்று எண்ணவில்லை. நான் காரணம் புரியாமலேயே ஒவ்வொரு கணத்தையும் மேலும் மேலும் அனுபவிக்க ஆரம்பித்தேன், அப்போது எனக்குள் ஓர் அற்புதமான உணர்வு மேலெழுந்தது. அது ஆனந்தமாகவும் எளிமையாகவும் இருந்தது. நான் அது நிகழ இடமளித்தேன். என் ஜன்னல் திறந்திருந்தது.

சில சமயங்களில் மக்கள் பூந்தோட்டத்துக்குச் செல்லும்போது தோட்டம் மிக அழகாகவும் வாசனை நிறைந்தும் இருப்பதைப் பார்க்கிறார்கள். உடனே கத்தரிக்கோலால் பூக்களைக் கத்தரித்து வீட்டுக்கு எடுத்துச் செல்கிறார்கள். அவ்வாறு நானும் செய்ததுண்டு. உங்கள் வீட்டினுள்ளேயே பூந்தோட்டத்தின் நிறங்களும் நறுமணமும் இருப்பது பிரமாதமாக இருக்கும்தான். ஆனால் சிலசமயங்களில் அவ்வாறான அழகை, அது எப்படி இருக்கிறதோ அதை மாற்றாமல் அப்படியே இருக்க விட்டு அனுபவிக்கும் வாய்ப்பு நமக்கு கிடைக்கிறது.

இயற்கையைப் பூச்சாடியில் வைத்துப் பார்ப்பது அழகானதே. ஆனால் இயற்கையை அது எப்படி இருக்கிறதோ அப்படியே பார்த்து ரசிப்பது, மிக உன்னதமான, தூய்மையான ஆழமான ஒரு அனுபவமாக இருக்க முடியும்.

தேவையற்றதை விட்டுவிடுங்கள்

பூரண அமைதியைப் புரிந்துகொள்ள, நமது இயல்பான வடிவமும் அழகும் புலப்பட, நாம் அறிவுசார்ந்த கருத்துக்களால் கட்டிய கோட்டைகளை அகற்ற வேண்டும். அமைதியை நீங்கள் உருவாக்குவதில்லை. அது உங்கள் உள்ளே இருப்பதின் மேலுள்ள திரையை விலக்குவதுதான். அது தேவையற்றதைக் கைவிடுவதாகும்.

மக்கள் அற்புதமான ஒன்றை அனுபவிக்க விரும்புவதாகப் பேசிக் கொள்கிறார்கள். ஆனால், நாம் தேடுவது, தேவையற்றதை அகற்றினால் பரிபூரண எளிமையில் தோன்றும் நம் உண்மை நிலையையே. அதன் பூரண எளிமையை நாம் புரிந்துகொண்டு அனுபவிக்கலாம். பிரான்ஸ் தேசத்து எழுத்தாளர் ஆந்துவான் த சென் எக்ஸ்யுபெரி (Antoine de Saint Exupery) எளிமையின் அழகை மிகச் சிறப்பாகச் சித்தரித்திருக்கிறார். “பூரணத்துவம் என்பது மேலும் சேர்த்துக் கொள்ள எதுவுமில்லை என்பதல்ல. ஆனால், மேலும் நீக்கி விட எதுவுமில்லை என்பதுதான்.”

உங்களுக்கு மிக விருப்பமான ஒரு சட்டையை அல்லது உடையை நினைத்துப் பாருங்கள். உங்கள் அலமாரியிலிருந்து அதை எடுத்து உங்கள் படுக்கையின் மீது வைக்கிறீர்கள். அந்தச் சட்டையின் தெளிவான படமொன்றைக் கற்பனை செய்து கொள்ளுங்கள். நீங்கள் அந்தச் சட்டையை அல்லது உடையை அணிந்தால் சிறிது நேரம் கழித்து அது அழுக்காகி விடும். நீங்கள்

அதை அணிந்தபடி வேலை செய்கிறீர்கள், விளையாடுகிறீர்கள், பயணம் செய்கிறீர்கள், இங்குமங்கும் ஓடித் திரிகிறீர்கள், உங்களுக்குப் பிடித்தமான உணவைச் சாப்பிடுகிறீர்கள். இறுதியில் அந்தச் சட்டை அழுக்காகி விடும். பின்பு நீங்கள் சட்டையைத் துவைத்துச் சுத்தம் செய்கிறீர்கள். அதைத் துவைத்துச் சுத்தம் செய்யும்போது நீங்கள் செய்வது என்ன? அது மிகவும் எளிதானது. அழுக்கை அதிலிருந்து நீக்குகிறீர்கள். எங்கிருந்தோ தூய்மையைக் கொண்டு வந்து சட்டைக்குள் சேர்க்கவில்லை. தேவையற்றதை நீக்கிவிட்டு, அந்தச் சுத்தமான உடையை வைத்துக் கொள்கிறீர்கள். உங்களுள் இருக்கும் அமைதியைக் கண்டறிவதும் அதே போன்றது தான். உங்கள் அகத்தினுள் நீங்கள் அமைதியை சேர்ப்பதில்லை. ஆனால் தேவையற்றவையை அகற்றுகிறீர்கள். தன்னை அறிவதென்பது உங்கள் உண்மையான இயல்பை இக்கணத்தில் பிரகாசிக்க அனுமதிப்பதாகும்.

இது எனக்கு "மைக்கலஞ்சலோவும், சிறந்த சிற்பத்தின் ரகசியமும்" என்ற புனைக்கதையை நினைவூட்டுகின்றது. டேவிட்டின் இந்தத் தத்ரூபமான சிற்பத்தை உங்களால் எப்படி உருவாக்க முடிந்தது என்று சிற்பி மைக்கலஞ்செலோவிடம் கேட்கப்பட்டது. அதற்கு அவர் "நான் டேவிட்போல் இல்லாததை செதுக்கி அகற்றிவிட்டேன்" எனப் பதிலளித்தார்.

தன்னை அறியும் பாதையில் செல்லும்போது மற்ற அனைத்தையும் ஒதுக்கிவிட்டு உங்கள் மீதே முழுக்கவனத்தையும் செலுத்தத் தொடங்குவீர்கள். அப்போது நீங்கள் நிரந்தரமானவர்களாகிறீர்கள். நம் வாழ்வில் மற்றவர்கள் நிரந்தரமானவர்களாவது எளிதானது. அப்போது நாம் நம்மை மிக அரிதாகவே காண்கிறோம். நம் வாழ்க்கையில் இரைச்சல் அளவற்ற

ஆதிக்கம் செலுத்தும்போது இதுதான் நிகழ்கிறது. நாம் இரைச்சலைப் புறக்கணிக்க வேண்டும்.

சகல கவனச் சிதறல்களில் இருந்தும் விடுபட்டு உண்மையிலேயே சுதந்திரமாக இருக்கும் ஒரு நிலையை உங்களால் கற்பனை செய்ய முடியுமா? வெளிப்புறத்தில் உங்கள் உடல் உள்ளது. அது நிச்சயமாக மாறுதல் அடையும். ஆனால், உங்களுக்குள்ளே ஒன்று இருக்கிறது. என்ன நடைபெற்றாலும், மற்றவர்கள் எப்படி இருந்தாலும் மாறாதது அது. அதுதான் 'காலத்துக்கு அப்பாற்பட்ட நீங்கள்'.

இல்லாமை நிலையிலிருந்து இருக்கும் நிலைக்கு

நமக்குத் தேவையற்றதை எவ்வாறு நாம் விடப்போகிறோம்? இரைச்சலை எவ்வாறு விடப்போகிறோம்? நான் ஒரு யோசனை சொல்கிறேன். எதிர்மறையான உணர்வுகளில் கவனம் செலுத்தாமல் நேர்மறையான உணர்வுகளை வலுப்படுத்துங்கள்.

இருப்பதும் இல்லாததும் பிரபஞ்சம் முழுதும் வியாபித்துள்ளன. நம்மால் இரண்டையுமே தெரிந்து கொள்ள முடியும். ஆனால், நமது வாழ்க்கை என்று வரும்போது நம் வாழ்வுக்கு எது இருக்க வேண்டுமோ அதையும் சக்தி வாய்ந்ததையும் நாம் தேர்ந்தெடுக்க வேண்டும். என்னுடைய அனுபவத்தில் இல்லாததை ஏதாவது விதத்தில் கையாள முயல்வதை விட இருப்பதை ஊக்குவிப்பதே மிகச் சிறந்தது. நம்மிடம் தைரியம் இல்லாவிட்டால் பயம்தான் தலைதூக்கும். பயத்தை எதிர்த்துப் போராட சிறந்த வழி எது?

தைரியத்தை வரவழைத்து மீண்டும் ஒருமுறை அதைத் தக்கவைப்பதே. தெளிவாக இல்லாவிட்டால் குழப்பம் ஏற்படும். தெளிவாக இருப்பதன் மூலம் குழப்பங்களை அகற்றிவிடுங்கள். குற்றச்செயல்களை நீங்கள் எவ்வாறு விலக்குவீர்கள்? விழிப்புணர்வுடன் வாழ மக்களுக்கு உதவி செய்யுங்கள். அதை நீங்கள் உங்களிலிருந்து ஆரம்பியுங்கள். இருளைப் போக்க ஒளியைக் கொண்டு வாருங்கள்.

பள்ளிக்கூடத்தில் ஆசிரியர் வகுப்பினுள் நுழைந்த வண்ணம் "வகுப்பில் எல்லோரும் இருக்கிறீர்களா?" என்று கேட்பது உங்களுக்கு நினைவிருக்கிறதா? அது என்னை எப்போதும் சிரிக்க வைக்கும். வகுப்பிற்கு வராத மாணவர்கள் "நான் இங்கே இல்லை" என்று சொல்ல முடியாது. என்ன இருக்கிறதோ அதைக் கொண்டுதான் நாம் செயல்பட முடியும். அதேபோல நம்மால் சுலபமாக பகைமை உணர்ச்சியை விலக்கிவிட முடியாது. அவ்வாறு செய்தால் அது ஒரு வெற்றிடத்தை விட்டுச் செல்லும். அந்த வெற்றிடம் ஏதோ ஒன்றால் நிரப்பப்படும். இது இயற்கையின் நியதி. அதற்குப் பதிலாக நாம் அன்பை தேர்ந்தெடுப்பது அவசியம். அன்பு இல்லாவிடில் அங்கு ஒரு வெற்றிடம் தோன்றி அதை உடனே வெறுப்பு நிரப்பி விடும். அன்பை முன்னால் கொண்டு வந்தால் வெறுப்பு தானே மங்கி மறைந்து விடும்.

தரையில் ஒரு பெரிய குழி இருப்பதாக நீங்கள் நினைத்துப் பாருங்கள். அது ஏதோ இருப்பதைக் குறிக்கிறதா? அல்லது இல்லாததைக் குறிக்கிறதா? அது தனக்கென ஒரு வடிவத்தைக் கொண்டதா அல்லது ஏதோ ஒன்றின் இல்லாமையால் ஏற்பட்டதா? அங்கு வேறு ஏதோ ஒன்று இல்லாமையால்தான் குழிகள் இருக்கின்றன. நீங்கள் ஒரு குழியை ஓர் இடத்திலிருந்து

இன்னொரு இடத்திற்கு மாற்ற முடியாது. சரிதானே? குழிகள் பற்றிய என்னுடைய தத்துவத்தை இங்கே நான் பகிர்ந்து கொள்ளக் காரணம், அது நம்முள்ளே இருப்பது, இல்லாதது பற்றி நாம் புரிந்து கொள்ள உதவும் என்பதால் தான்.

துன்பம் என்பதென்ன? மகிழ்ச்சி இல்லாமையே.
குழப்பம் என்பதென்ன? தெளிவு இல்லாமையே.
இருள் என்பதென்ன? ஒளி இல்லாமையே.
யுத்தம் என்பதென்ன? அமைதி இல்லாமையே.

யுத்தம் என்பது ஒரு குழி, ஒரு வெறுமை, ஏற்றுக் கொள்ளாத நிலை. ஆகவே நாம் எவ்வாறு யுத்தத்தை நிறுத்தப் போகிறோம்? நாம் அந்தக் குழியை எதைக் கொண்டாவது நிரப்ப வேண்டும். அதை நிரப்புவதற்கு மிகச் சிறந்தது அமைதிதான். நாம் அமைதியை எங்கே காணலாம்? நம் ஒவ்வொருவர் உள்ளேயும் காணலாம். யுத்தம் என்ற குழியை எங்கே காணலாம்? நம் ஒவ்வொருவர் உள்ளேயும் காணலாம்.

இவ்வாறுதான் மக்களுக்கு இடையிலான அமைதியை நோக்கிய நமது முதல் அடியை எடுத்து வைக்க முடியும். நம்முள்ளே உள்ள வெறுப்பு, கவலை, குழப்பம், இருள், போர் போன்ற குழிகளை நம்முள்ளே உள்ள அன்பு, மகிழ்ச்சி, தெளிவு, ஒளி மற்றும் அமைதியைக்கொண்டு நிரப்ப வேண்டும்.

எளிமையின் இனிமையான இசை

நான் ஒரு தடவை வியன்னாவில் நடைபெற்ற பாரம்பரிய இசை நிகழ்ச்சி ஒன்றிற்குச் சென்றிருந்தேன். அந்த அரங்கு மக்கள் கூட்டத்தால் நிரம்பியிருந்ததுடன், அங்கு கூடியிருந்தவர்களின் உற்சாகமான பேச்சுகளால் ஒரே ஆரவாரமாக இருந்தது. இசைக் கலைஞர்கள்

மேடையிலே தோன்றி, இசைக் கருவிகளை சுருதி சேர்க்க ஆரம்பித்தனர். உரையாடலின் சத்தம் அதிகரித்தது. கடைசி நிமிஷத்தில் அங்கு வந்த மக்கள் உள்ளே நுழைந்து தமக்குரிய இருக்கைகளைத் தேடி உட்கார்ந்து கொள்வதில் ஈடுபட்டிருந்தனர். அதற்காக ஏற்கனவே அங்கு அமர்ந்திருந்தவர்கள் எழுந்து வழி விடவேண்டி இருந்தது. அது ஒரே குழப்பமாக இருந்தது. உண்மையில் அது எனக்குப் பிடிக்கவேயில்லை. அப்போது என் மனம் அமைதியை இழப்பதை என்னால் உணர முடிந்தது. என்னால் சுலபமாக எழுந்து அங்கிருந்து வெளியே சென்றிருக்க முடியும். ஆனால், அவ்வாறான நிகழ்ச்சிகளுக்கு டிக்கெட் கிடைப்பது சுலபமானதல்ல.

திடீரென்று சுருதி கூட்டுவது நின்றது. இசை நடத்துனர் மேடையில் தோன்றினார். எல்லோரும் கைதட்டி வரவேற்றனர். பின் அங்கே நிசப்தம். இசை நடத்துனர் த்ன் கையிலிருந்த கோலை மேலே உயர்த்தி பிடித்தபோது எல்லோரும் மிகுந்த ஆவலோடு எதிர்பார்த்துக் கொண்டிருந்தனர். பின்னர் இன்னிசை தொடங்கியது. ஆரம்பத்தில் அமைதி நிலவியது. வாத்தியங்களின் மேல் விரல்கள் நடனமாடுவதையும், வாத்தியங்களின் ஒவ்வொரு அதிர்வும் எதிரொலிப்பதைக் கேட்க முடிந்தது. இது ஓர் உணர்வு பூர்வமான அனுபவமாக அமைந்தது.

சில சமயங்களில் நம்முள்ளேயும் அவ்வாறுதான் நிகழ்கிறது. நம் இதயத்திலும் ஒரு வாத்தியக் கச்சேரி நடந்துகொண்டிருக்கிறது. சுருதி சேர்த்தலும், சலசலப்பும் சிலருக்குப் பல வருடங்கள் நீடிக்கும். மற்றவர்களுக்கோ நடத்துனரின் கோல் உயர்த்தப்பட்டதும், அமைதி உண்டாகி, பின் இசை ஆரம்பிக்கும். இரைச்சல், நிசப்தம் மற்றும் இசை அனைத்துமே நம்முள்ளேதான்

இருக்கின்றன. சிலசமயம் நம்மை நடனமாடத் தூண்டும் ஒரு தாளமும் இருக்கக் கூடும். அது வாழ்க்கையில் நம்மைச் சுற்றி ஒலிக்கும் மற்ற எல்லாத் தாளங்களைவிடச் சக்தி வாய்ந்தது. தன்னை அறிவதன் மூலம் நமக்கே உரித்தான தாளத்தை நம்மால் அனுபவிக்க முடியும். அதற்கேற்ப நாம் இயங்க முடியும். உண்மையில் கவனத்தைச் செலுத்தும் உணர்வு இப்படித்தான் இருக்கும். அந்த நேரத்தில் மற்ற விஷயங்கள் தானாகவே அகன்று விடும். நிசப்தம் நிலவும். அப்போது நம் இதயத்தில் அழகான இன்னிசை ஒலிக்கத் தொடங்கும். நீங்கள் உங்களையே உற்றுக் கேட்க ஆரம்பிக்கிறீர்கள்.

பற்றின்மை, பெருவிருப்பம், தேர்ந்தெடுத்தல்

நம்மைச் சுற்றி உள்ள உலகில் நமக்குள்ள பற்றுதல்களை முற்றிலும் விட்டுவிட நாம் முயல வேண்டுமா? என்னிடம் அடிக்கடி கேட்கப்படும் கேள்வி இது. இதைப் பற்றிய என்னுடைய கருத்து மிக எளிமையானது. நீங்கள் நூறு சதவீதம் பற்றற்றவராக இருக்க முடியாது. அன்றாட வாழ்வின் இழுபறியிலிருந்து ஒருவர் முற்றிலும் விடுபட்டுவிட்டதாகச் சொன்னால் அது தன்னையே ஏமாற்றிக் கொள்வதாக இருக்கலாம்.

ஒரு சிலர் தன்னை உணரும் அறிவு ஒதுங்கி வாழும் ஒரு மந்தமான வாழ்க்கைக்குத் தம்மைக் கொண்டு சென்றுவிடும் எனப் பயப்படுகிறார்கள். நாம் முழு நிறைவை அடைதல் என்பது, இருக்கிற இடத்திலேயே வேரூன்றி நிற்கும் காய்கறி போல் (ஒருவேளை உருளைக்கிழங்கு போல, முள்ளங்கி போல) ஆகி விடுவோமா? அந்த உருளைக்கிழங்கு அல்லது முள்ளங்கி போன்ற நமது மூளையில்

சுவாரஸ்யமான எதுவும் நடைபெறுவதில்லையா? அதற்கு எவ்வித ஆர்வமும் இருக்காதா? நிச்சயமாக அப்படி இல்லை! நான் படித்த கௌதம புத்தரின் வாழ்க்கைப் பற்றிய சில கதைகளில் அவர் ஞானம் பெற்றதும் மிகத் தீவிர ஆர்வம் கொண்டவராக மாறினார் என்பதை அறிந்தேன். அவர் தனது வாழ்க்கையில் பரிபூரணம் அடைந்தவுடன், அமைதியின் செய்தியை சகல இடங்களுக்கும் எடுத்துச் செல்ல விரும்பினார்.

இது பற்றி நான் உண்மையிலேயே மிகத் தெள்ளத் தெளிவாகச் சொல்ல விரும்புகிறேன். தன்னை உணர்தல் என்பது உலகில் உள்ள கேள்விகளாலோ பிரச்சினைகளாலோ பாதிக்கப்படாமல், வாழ்க்கையைச் சுலபமாக நடத்தக்கூடிய உன்னதப் பிறவியாக நம்மை மாற்றுவதில்லை. நமக்கு என்ன தேவை என்பதை நம்மால் தேர்ந்தெடுக்க முடியும் என்ற தெளிவை அது நமக்குத் தரமுடியும். நாம் எப்போது பிறந்தோம், அத்துடன் எப்போது இறப்போம் என்பதை நம்மால் தேர்ந்தெடுக்க முடியாது. இதைத் தவிர மற்ற எல்லா விஷயங்களிலும் தேர்ந்தெடுக்கும் உரிமை நமக்கு உள்ளது.

விழிப்புணர்வுடன் வாழ்வது என்பது, எப்போதும் - மிகுந்த கஷ்டமான காலங்களிலும் கூட- உங்களுக்குத் தேர்ந்தெடுக்கும் வாய்ப்பு உள்ளதென்பதைத் தெரிந்து கொண்டு, கவனமாகத் தேர்வு செய்வதாகும். இவ்வாறு தேர்ந்தெடுக்கமுடியும் என்பது நமக்குத் தெரியாதபோதும் அல்லது தீர்மானிக்கும் வாய்ப்பைப் பயன்படுத்தாமல் விடும்போதும், நாம் விழிப்புணர்வற்றவர்களாக வாழ்கிறோம். ஒருவரின் விழிப்புணர்வற்ற தன்மை இன்னொருவரின் விழிப்புணர்வற்ற தன்மைக்கு வழி வகுக்கிறது. அவ்விதமே அறியாமையின் சக்கரம்

தொடர்ந்து ஓடிக்கொண்டிருக்கும். அத்துடன் இதற்கு பின் விளைவுகளும் உண்டு. ஆனால் மறுபுறம், நமக்குத் தேர்ந்தெடுத்தல் பற்றிய விழிப்புணர்வு ஏற்படும்போது அது மகத்தான பலத்தையும், நிறைவையும் தர வல்லது. இந்த விஷயத்தைப் பற்றி அத்தியாயம் ஐந்தில் மீண்டும் தொடர்வேன்.

கவலைகளைக் கடப்போம்

கவலைகள் யாவற்றிலிருந்தும் விடுபட்டால் நமக்கு அமைதி கிடைக்குமென நினைக்கிறோம். எனது சொந்த அனுபவத்தைக்கொண்டு மட்டுமே இதைக் கூற முடிகிறது. உணவைப் பற்றி சிந்திப்பதை நிறுத்தினால் எனது பசி அகன்று விடுமா? இல்லை. யாரேனும் என்னிடம் "உணவைப் பற்றிச் சிந்திப்பதை நிறுத்துங்கள்" எனக் கூறினால் எனது பசி போய்விடுமா? இல்லை. உயிரோடு இருக்கும்போது எதைப் பற்றியாவது நீங்கள் கவலை கொள்ளும் நேரம் இருக்கக் கூடும். சில சமயங்களில் உங்கள் கவலை சிறிதாகவும் வேறு சில சமயங்களில் பெரிதாகவும் இருக்கும். உங்களால் முடிந்தால், சஞ்சலமான உங்கள் மனதிலிருந்து விலகி, அமைதியான உங்கள் உள்ளத்தை நாடிச் செல்ல நீங்கள் தீர்மானம் செய்தால் அது பயனளிக்கும்.

மக்கள் மனக்கவலையிலிருந்து முற்றிலும் விடுபட்டு இருக்கக்கூடிய இடமொன்றைத் தேடி உலகம் முழுவதும் பயணம் செய்ததை நான் பார்த்திருக்கிறேன். என்ன நடக்கிறது? கடைசியில் நாற்காலி ஒன்றில் ஆறுதலாக உட்கார்ந்து கொள்கிறார்கள். பின்னர் தங்கள் கண்களை மூடிக்கொண்டு, "கடைசியாக நான் தேடிய இடத்திற்கு

எப்படியோ வந்து சேர்ந்துவிட்டேன்! இனி என்னால் அமைதியை உண்மையிலேயே அனுபவிக்க முடியும்" என்று நினைக்கிறார்கள். ஓரிரு கணங்களுக்கு முழு நிசப்தம். பின்னர் வண்டுகளின் ரீங்காரம் அல்லது காற்று வீசுவதினால் மரங்களில் சலசலப்பு அல்லது கடற்கரையில் மோதும் அலைகளின் ஓசை அல்லது காட்டினுள் வெகு தூரத்தில் தனிமையில் பாடிக்கொண்டிருக்கும் ஒரு பறவையின் ஒலி போன்றவற்றைக் கேட்க ஆரம்பிக்கிறார்கள். விமான நிலையத்தில் தவறிப்போன மூட்டை முடிச்சுகள் வீட்டுக்கு வந்து சேர்ந்தது போல் வீட்டைப் பற்றிய எண்ணங்கள் திரும்பவும் அவர்களது மனதை நிரப்ப ஆரம்பிக்கின்றன.

இவ்வாறாக ஒவ்வொரு ஆணும் பெண்ணும் தொடர்ந்து தம்மிடமிருந்தே தப்பி ஓட முயற்சி செய்கிறார்கள். தங்களிடமிருந்தே தப்பித்துக் கொள்ள முடியாவிட்டால் அவர்கள் எதுவரை சென்றாலும், பயன் என்ன? நமக்குள்ளேயே குழப்பமான நிலை இருந்தால், இயற்கையின் அற்புதமான ஒலிகள் கூட நாராசமாக இருக்கும். நாம் அமைதியுடன் இருக்கும்போது ஏறக்குறைய எல்லாமே இனிய சங்கீதமாகலாம். கவலையின் இரைச்சலுக்கு ஒரு முடிவுகாணும் வரை அது நம்முடனேயே பயணம் செய்யும். இதற்கு எல்லா இடங்களுக்கும் எடுத்துக்கொண்டு செல்லக்கூடிய ஒரு மாபெரும் தற்காப்பு நம்மிடம் இருக்கிறது: அது அமைதிக்குச் செல்லத் தன்னைத்தானே அறியும் அறிவெனும் பாதையை நம்மால் எப்பொழுதும் தேர்ந்தெடுக்க முடியும் என்பதாகும்.

கவிஞர் கபீர் "நீ அக்கறைப்பட வேண்டுமெனில் உண்மையைப் பற்றி அக்கறைப்படு. அக்கறைப்பட வேண்டுமெனில் ஆனந்தத்தைப் பற்றி அக்கறைப்படு,

அக்கறைப்பட வேண்டுமெனில் உன் வாழ்வில் உள்ள நல்லவற்றைப் பற்றி அக்கறைப்படு." அதாவது, நேர்மறையான குணாதிசயங்கள் மேல் கவனம் செலுத்த முடிவு செய்வதன் மூலம் கவலைகளைத் தவிர்க்கலாம் என்று கூறினார்.

உங்கள் இதயம் சொல்வதைக் கேளுங்கள்

என்னைப் பொறுத்தவரையில் தன்னை உணரும் அறிவின் செயல்முறை - மனத்தை நிலைப்படுத்தி இதயம் நிறைந்த நிலைக்குச் சென்று, பின்பு அமைதி நிறைந்த நிலையை அடைவதாகும். இது விண்கலம் ஒன்றை விண்வெளிக்குள் செலுத்தும் செயல்முறையை ஒத்தது. மனத்தை நிலைப்படுத்துவதென்பது மனதைச் சாந்தப்படுத்தி கவனத்தை ஒருமுகப்படுத்துதலாகும். இது விண்கலத்தை ஏவுதளத்திற்கு எடுத்துச் செல்வதைப் போன்றது. நாம் பயணத்திற்கு ஆயத்தமாக இருப்பதற்காக பயணத்திற்கு அவசியமில்லாத அனைத்தையும் விடுத்து நம் கவனத்தை ஒருமுகப்படுத்திச் செல்வதற்கு தயாராகிறோம். இதயம் நிறைந்த நிலை என்பது விண்கலன் தரையிலிருந்து மேலே எழுவதுபோல நாமும் நம்முள் முற்றிலுமாக இணைவதன் மூலம் முழுமையின் சக்தி வாய்ந்த உணர்வை உருவாக்குகிறோம். அமைதி நிறைந்த நிலை என்பது சக்தி வழங்கும் தாங்கிகள் புவியீர்ப்பிலிருந்து விலகி, விண்கலம் மேலே மேலே விண்வெளிக்குள் செல்வது போல, நாம் நம்முள் உள்ள எல்லையற்ற பிரபஞ்சவெளியில் நேரம் மற்றும் இடம் போன்ற வழமையான பரிமாணங்களுக்கு அப்பால் சென்று சஞ்சரிக்கிறோம்.

நான் ஆழ்ந்த சந்தோஷத்தை இதயத்தினுள் உணர்கிறேன். அதற்கு அந்த ஆனந்தமே காரணம் தவிர வேறெந்தக் காரணமுமல்ல. என் இதயத்தினுள்ளே சமுத்திரங்கள் இருக்கின்றன. அங்கே நான் பயணம் செய்கிறேன். எங்கேயும் செல்வதற்காக அல்ல. அது ஒரு அற்புதமான பயணம் என்பதனாலேயே. குழப்பத்துக்கு மத்தியிலும் தெளிவை நாடுவதற்கான தைரியத்தை நாம் வளர்த்துக் கொள்ளும் இடம் இதயம் தான். எனது இதயம் திருப்தியாக இருக்கும்போதும், அதில் இந்த வாழ்விற்கான நன்றி நிரம்பியிருக்கும்போதும் நான் சுவர்க்கத்தில் இருக்கிறேன். அப்பொழுதுதான் உண்மையில் உயிருடன் இருப்பதாக உணர்கிறேன். இதையே நான் அன்றொரு நாள் டேராடூனில் அந்த பிரமிக்கவைத்த ஒரு காலைப் பொழுதில் அனுபவித்தேன்.

நாம் நமது இதயத்தோடுதான் தொடர்புகொள்கிறோம் என்பதை உறுதிசெய்து கொள்ள வேண்டுமேயன்றி இதயத்திற்கு எது தேவைப்படலாம் என்று மனம் கருதுவதுடன் அல்ல. பரபரப்பான மூளை எப்போதும் எல்லாவற்றிலும் தலையிட்டுத் தனக்குத் தோன்றியபடி விளக்கம் கொடுக்கத் தயாராக இருக்கிறது. வெளி உலகில் அடுத்து என்ன நிகழும் என்று அலசிப் பார்ப்பதை நிறுத்திக் கொள்வது நமது மனதுக்கு மிகவும் கடினமாக இருக்கிறது. உங்களுக்கு இதயத்தைப் பற்றி ஏதாவது எண்ணக் கருத்துக்கள் இருந்தால் அவை உண்மையிலேயே அதிகப்படியான இரைச்சலே. நம் இதயம் எதனாலும் வழி நடத்தப்படுவதற்காகவோ அல்லது எதை உணர வேண்டும் என்று சொல்லிக் கொடுக்கப்படுவதற்காகவோ இல்லை. நம் இதயம், எதை உணர்கிறதோ அதையே எளிமையாக வெளிப்படுத்தும்.

அமைதியின் மூலம்தான் நாம் நம்முடைய முக்கியத்துவங்களை மிகத் தெளிவாகத் தெரிந்து கொள்ளவும், நமது கவனத்தை சரியான திசையில் செலுத்தவும் முடியும். நம் இதயத்தில் அமைதியை அனுபவிப்பதன் மூலம்தான், நம்மை நாம் மிகவும் சிறப்பாக அறிந்து கொள்ளமுடியும். மேலும் அறிந்து கொள்வதற்கும், நம்புவதற்கும் உள்ள வித்தியாசத்தில் கவனம் செலுத்த இது சரியான தருணம் என்று தோன்றுகிறது.

அத்தியாயம் 4

அறிவதற்கும் நம்புவதற்கும் உள்ள வித்தியாசத்தைக் கற்றுக்கொள்ளுங்கள்

நாம் எப்படி சிந்திக்கிறோம் என்பது நம் வாழ்க்கையைப் பெருமளவில் பாதிக்கிறது. நம் அறிவுத் திறனை, சீராக ஒழுங்கமைத்து உபயோகிப்பதன் மூலம் நாம் எதிர்கொள்ளும் சவால்களையும், வாய்ப்புகளையும் புரிந்துகொள்ள முடிவதுடன் அவ்வாறு செய்வது மேலும் சிறந்த தீர்மானங்களை எடுப்பதற்கு நமக்கு உதவுகிறது. அதேசமயம் மனிதகுலத்தின் ஒருங்கிணைந்த அறிவுத்திறன் நம் உலகை, நமது பரஸ்பர நன்மைக்காக வடிவமைப்பதை சாத்தியமாக்குகிறது. நம் வாழ்வில் பரந்த சிந்தனையின் தாக்கத்தை எடுத்துக்காட்டும் உதாரணங்களில் ஒன்று நமது சராசரி வாழ்க்கைத் தரத்தில் ஏற்பட்டிருக்கும் உயர்வாகும்.

எனவே நம் அறிவுத் திறனைக் கொண்டாடத்தான் வேண்டும். ஆனாலும் சிந்திப்பதன் வரம்புகளையும் தெரிந்துகொள்வது புத்திசாலித்தனமே. நாம் பல்வேறு வழிகளில் உலகத்துடன் தொடர்பு கொள்கிறோம். ஆயினும்கூட, பெரும்பாலான நவீன சமுதாயங்களில் சிந்திப்பதுதான் மக்களின் வாழ்க்கை முறைகளின் மீது ஆதிக்கம் செலுத்துகிறது. அநேகமானோர் தாங்கள் எதிர்கொள்ளும் அனைத்தையும், தம் நம்பிக்கையின்

வட்டத்திற்குள் கொண்டுவர முயல்கிறார்கள். ஆனால் அது வாழ்வின் செழுமையான சீரான ஓட்டத்திற்கும், மிக மிகச் சிக்கலும், குழப்பம் நிறைந்த பரபரப்பான வாழ்க்கைக்கும், ஈடுகொடுக்க முடியாத வழியாகத் தெரிகிறது.

நமக்கு உள்ளேயும் வெளியேயும் உள்ள உலகத்துடன் தொடர்புகொள்ள அதைவிட நிறைவுதரும் வழியொன்று இருப்பதாக நான் உணர்கிறேன். என்னைப் பொறுத்தவரையில் நாம் புதியனவற்றிற்கு அறிவுபூர்வமாக விழிப்புடன் இருக்கும் அதேசமயம், நம்முள் முழுமையாக ஆழ்ந்திருப்பதே மானிட அனுபவத்தின் இனிமையான இருப்பிடமாகும். அவ்வாறிருக்கையில் நம் மனம் மாற்றங்களை வரவேற்கும் அதேசமயத்தில், இதயம் உண்மையில் நாம் யார் என்பதில் நிலைத்திருக்கும். தன்னை உணர்வதன் மூலம் நமக்குள் என்ன நடக்கிறது என்பதையும் உணரலாம். உலகைப் புறக்கணிக்காமல் - எது உண்மையில் முக்கியமானது என்பதை அறிந்துகொண்டு - நம்புவதோடு அறிந்து கொள்வதையும் சேர்த்துக் கொள்ளலாம். சிந்தனைதான் எல்லாவற்றையும் விட மேன்மையானது எனக் கருதப்படும் இக்காலகட்டத்தில், விழிப்புணர்வுடன் நமது சமநிலையைப் பேணுவது முதன்மையானதாகும்.

சிந்தனையின் வரம்பை அறிந்து கொள்ளவேண்டும்

உயிரோடு இருக்கும் அனுபவத்தில் நமது மனதை ஆதிக்கம் செய்ய அனுமதிப்பதில் பிரச்சினை என்ன? உண்மை என்னவெனில் பெரும்பாலும் எண்ணங்களும் நம்பிக்கைகளும் நாம் யார் என்பதின் முக்கிய

அம்சங்களை விளக்கவும் வெளிப்படுத்தவும் சிரமப்படுகின்றன.

இந்தக் காட்சியைக் கற்பனை செய்து பாருங்கள். உலகத்திலேயே நீங்கள் மிகவும் நேசிக்கும் ஒருவருடன் அமர்ந்து அவரிடம் "நீங்கள் என்னை நேசிக்கிறீர்களா?" எனக் கேட்கிறீர்கள். அவர் "அப்படித்தான் நினைக்கிறேன்" எனப் பதிலளிக்கிறார். அவர்கள் உங்களை நேசிப்பதாக நினைக்கிறார்களா? அல்லது அவர் "நான் அப்படித்தான் நம்புகிறேன்" என்று கூறியிருந்தால் எப்படி இருந்திருக்கும்? அவர்கள் உங்களை நேசிப்பதாக நினைப்பது மட்டும் தானா? அவர்கள் அதற்கு பதிலாக "நேசிக்கவே இல்லை" என்று பதிலளித்திருக்கலாம். நீங்கள் ஒருவரை நேசிக்கிறீர்களா இல்லையா என்பது உங்களுக்குத் தெரியும்.

சிந்தனையின் வரம்புகளை வெளிப்படுத்தக் கூடிய மற்றொரு எளிமையான கேள்வி: நீங்கள் யார்? பெரும்பாலும் இந்தக் கேள்விக்குப் பதிலளிக்க உணர்வுக்குள் செல்ல வேண்டியிருப்பதால் மக்கள் பதிலளிக்க சிரமப்படுகிறார்கள். இந்தக் கேள்விக்கு நம்மால் நமது பெயர், வயது, பாலினம், தொழில், திருமண நிலை, பிடித்த நிறம் ஆகியவற்றைக் கூறுவதன் மூலம் பதிலளிக்க முடியாது. அதேபோல தர்க்க ரீதியாகவோ அல்லது கோட்பாட்டு ரீதியாகவோ அர்த்தம் உள்ள விதத்தில் அதற்கு நம்மால் சரியாகப் பதிலளிக்க முடியாது. இது உங்களுடன் நீங்கள் கொண்டுள்ள ஆழமானதும், தெளிவானதுமான தொடர்பைப் பற்றியது. நீங்கள் வார்த்தைகளினால் பதிலளிக்க வேண்டியதில்லை. உங்களுக்குத் தெரியும். அவ்வளவுதான்.

உலகளாவிய ரீதியில் வேதாந்தத் தத்துவத்தின் பிரதிநிதியாகத் திகழ்ந்த இந்து சமயத் துறவியான

சுவாமி விவேகானந்தர் ஒருமுறை: “கண்மூடித்தனமாக நம்புவது மனித ஆன்மாவைச் சீரழிக்கும் செயலாகும். விரும்பினால் நீங்கள் நாஸ்திகராக இருக்கலாம். ஆனால் ஆராயாமல் எதையும் நம்பாதீர்கள்” எனக் கூறினார். நம்புவது பிரபலமானதற்குக் காரணம், நாம் செய்ய வேண்டிய வேலையை நமக்காக வேறு ஒருவர் ஏற்கனவே செய்து வைத்திருப்பதுதான். கண் மூடித்தனமாக நம்புவதன் பின்விளைவுகளை நாம் புரிந்து கொள்ளவில்லை என்பதல்ல. அறிந்து கொள்வதை விட நம்புவது இலகுவானது போலத் தென்படுகின்றது. ஆனால் அறிந்து கொள்வதென்பது உண்மையிலேயே அவ்வளவு கஷ்டமானதல்ல. அது உங்களைப் பற்றி அறிந்து கொள்வதேயன்றி வேறு எதையோ அல்லது வேறு எவரையோ பற்றி அறிந்து கொள்வதல்ல.

உள்ளிருக்கும் பிரபஞ்சம்

சாக்ரட்டீஸ் “உன்னையே நீ அறிவாய்” என்று கூறியபோது அது உங்களுக்குள்ளே மிகவும் ஆழத்தில் இருக்கும் பிரபஞ்சத்தை அனுபவிப்பதற்கான அழைப்பாக இருந்தது. உங்கள் உள்ளே இருக்கும் அறிந்துகொள்வதற்கான அந்த இடத்தை சென்றடையும்போது நீங்கள் சந்திப்பது என்ன? உங்களுடைய சகல நம்பிக்கைகளையும் அல்ல. உங்கள் குணாதிசயங்கள், மனித இயல்புகள், மனோதத்துவ நிலை போன்றவற்றின் வெளிப்பாட்டையும் அல்ல. நீங்கள் யார் என்ற கோட்பாட்டையும் அல்ல. நீங்கள் எதிர்கொள்வது எல்லையற்ற அமைதியின் உணர்வையும் அக்கணத்தில் உயிர் வாழ்ந்து கொண்டிருப்பதை இதய பூர்வமாக ரசித்துப்

பாராட்டுதலையும் மட்டுமே. அந்தப் பிரபஞ்ச சக்தியுடனான உங்கள் முழுமையான இணைப்புதான் அது. இவை இரைச்சலும் பரபரப்பும் நிறைந்த உலகில் கிடைத்தற்கரிய அனுபவங்கள்: சும்மா இருத்தலின் ஆனந்தம்.

யார்? என்ன? எங்கே? எப்போது? எப்படி? ஏன்? என கேள்விக்கு மேல் கேள்விகளைக் கேட்பதன் மூலம் பகுத்தறிவு தன்னை வெளிப்படுத்துகிறது. இவை யாவும் நம் அன்றாட வாழ்க்கையில் நம்பமுடியாத அளவுக்கு உதவியாகத்தான் இருக்கும். ஆனாலும் இவை அந்த முடிவற்றதற்கு நம்மை அழைத்துச் செல்ல முடியாது. அந்த கணத்தில் எது இருக்கிறதோ, அதன் ஆழ்ந்த அனுபவத்தைப் பெற மனதின் பிடியிலிருந்து விலகிச் செல்ல வேண்டும். கேள்விகள் ஒழியும்போது எல்லாவற்றையும் அறிந்துகொள்கிறோம்.

இதனால்தான் இந்தியாவில் தன்னை அறியும் அறிவு "ராஜ யோகம்" என அழைக்கப்படுகிறது. "யோகா" என்பதன் பொருள் பல விதமான நிலைகளில் உங்கள் உடலை வளைப்பதல்ல, மாறாக அதன் பொருள் "ஒன்றிணைதல்" என்பதாகும். எனவே உங்களை அந்த தெய்வீகத்துடன் ஒன்றிணைக்கும் யோகம், எல்லாவற்றிலும் உயர்ந்த ராஜ யோகமாகும். ஆகவே ராஜ யோகம் என்பது, எல்லா இணைதல்களிலும் தலை சிறந்ததும், அந்த தெய்வீகத்துடன் உங்களை ஒன்றிணைக்கும் யோகங்களுக்கெல்லாம் தலையாய யோகம். மேலும் தெய்வீகம் மலைமேல் மறைந்திருக்கும் மர்மமான ஒன்று அல்ல - அது உங்கள் இதயத்தில் குடி கொண்டிருக்கும் அமைதியே.

உடம்புதன்னைநேரடியாக எனக்கு வெளிப்படுத்துவது போலவே எனது இதயமும் நேரடியாக என்னுடன் தொடர்பு கொள்கிறது. உங்கள் உடலுக்குப் பசி

எடுக்கும்போது, அது உங்களுக்குத் தெரியப்படுத்துகிறது. உங்கள் உடம்புக்குத் தூக்கம் வரும்போது, அது உங்களுக்குத் தெரியப்படுத்துகிறது. உங்கள் உடம்பில் வலி ஏற்படும்போது அது உங்களுக்குத் தெரியப்படுத்துகிறது. "தயவுசெய்து" என்று சொல்லப்படுவதோ, எதிர்பார்க்கப்படுவதோ இல்லை. அழகிய சொற்களோ, இங்கிதமோ எதுவும் அங்கில்லை. "உனக்குப் பசி எடுத்திருக்கிறது. நீ எதையாவது சாப்பிட வேண்டும்" என்று சொல்கிறது. தன்னை அறியும் அறிவானது உங்கள் உள்ளத்தை தெளிவாகக் கேட்க உதவுகிறது. உங்கள் இதயம் நிறைவடையும்போது உங்களுக்குத் தெரியும். உங்கள் இதயம் ஆனந்தத்தால் நிரம்பியிருக்கும்போது உங்களுக்குத் தெரியும். உங்கள் இதயம் அன்பால் நிரம்பியிருக்கும்போது உங்களுக்குத் தெரியும். ஆழ்ந்த அமைதியின் மொழியானது தெளிவானதும், வலுவானதும் இத்தருணத்திற்கானதுமாகும். அதில் ஒரு எளிமையான கவிதை உள்ளது. அதைக் கேட்பது மகிழ்ச்சியளிக்கிறது.

நம் வழியைக் கண்டறிதல்

விமானிகளுக்கு விமானம் ஓட்டுவதற்கான முதல் விதி என்ன? அவர்கள் எங்கே இருக்கிறார்கள் என்பதைத் தெரிந்துகொள்வதே! நீங்கள் இருக்கும் இடம் உங்களுக்குத் தெரியாவிட்டால், "வரைபடம் எவ்வளவு சரியாகவும், துல்லியமாகவும் இருந்தாலும் பயனற்றது. தன்னை அறிந்து கொள்ளாமல் தான் யாரென்று நம்புவது என்பது ஒரு வரை படத்தை வைத்துக் கொண்டு அந்த வரைபடத்தில் நீங்கள் எங்கிருக்கிறீர்கள் என்று தெரிந்து கொள்ளாமலிருப்பதைப் போன்றது. நீங்கள் இருக்கும் இடம் உங்களுக்குத் தெரியவில்லை

என்றால், அங்கிருந்து நீங்கள் செல்ல விரும்பும் இடத்திற்கு எவ்வாறு செல்வீர்கள்?

விமானிகள் "திக்கு திசை தெரியாத நிலையை" அனுபவிக்கக் கூடும். இது நிகழும்போது அவர்கள் தன் நிலை மறந்து எந்த உயரத்தில் இருக்கிறார்கள், காற்றின் வேகம் என்ன என்பதெல்லாம் தெரியாது இருப்பார்கள். அவர்கள் எங்கே இருக்கிறார்கள் என நினைக்கிறார்களோ அங்கே அவர்கள் இல்லை. விமானிகளுக்கு, உண்மையில் அவர்கள் இருக்கும் இடம் தெரியாதிருப்பதுடன் குழப்பமும் அடைகிறார்கள். நம் அன்றாட வாழ்க்கையில் நாமும் சிறிதளவு அது போன்றதொரு அனுபவத்தை உணரலாம். நம்மை நாம் அறியாதபோது நமக்குப் பல திட்டங்களும், யோசனைகளும் இருக்கலாம்; ஆனால் நமக்கு என்ன முக்கியம் என்பதைப்பற்றிக் கொஞ்சம்கூடத் தெளிவு இருக்காது. நம்மை நாம் அறியாதபோது, திருப்திகரமான பதிலிலிருந்து நம்மை மேலும் மேலும் தூர விலக்கிச் செல்லும் எண்ணற்ற கேள்விகள், நமக்குள் எழக் கூடும். நம்மை நாம் அறியாதபோது, ஏற்கனவே உள்ளிருக்கும் அந்த அமைதியை ஒருபோதும் அனுபவிக்காமல் இருந்து, அமைதியை தேடுவதற்கான தேவையை மட்டும் நாம் இடைவிடாது உணரலாம்.

உள்நோக்கிப் பார்த்து, இங்கு இத்தருணத்தில் உங்கள் வாழ்வை ரசித்துப் பாராட்டுவதன் மூலம், நீங்கள் இந்தத் தருணத்தில் எங்கிருக்கிறீர்கள் என்பதை அறிவதற்கு நான் உங்களை அழைக்கிறேன். தன்னை உணர்வது நீங்கள் உங்கள் தற்போதைய நிலையை அறிந்து கொள்வதைப் பற்றியதாகும். நாம் அறிந்து கொள்ளக் கூடிய மிக முக்கியமானது என்ன? நம் அனைவருக்கும் இந்த வாழ்வு என்ற ஆசீர்வாதம் கிடைத்ததுடன், நம் ஒவ்வொருவருக்கும் ஒவ்வொரு

நாளும் ஒவ்வொரு மணிநேரமும், ஒவ்வொரு நிமிடமும் நிறைவை உணர்வதற்கான வாய்ப்பு இருக்கிறது என்பதே. உங்களுள் இருக்கும் அந்த அமைதியுடன் நீங்கள் தொடர்பில் இருக்கும்போது, நீங்கள் கற்பனை செய்யும் அந்த இடத்தை அடைவதற்கு நாளைவரை காத்திருக்காமல், ஆனந்தத்தையும் நிறைவையும் இந்தத் தருணத்திலேயே அனுபவித்துக்கொண்டு, இந்த வாழ்க்கைப் பயணத்தை உண்மையிலேயே ஆனந்திக்கலாம்.

விளக்கம் உள்ளிருந்து வருகிறது

எல்லாவற்றிற்குமான விளக்கங்கள் நமக்குள்ளே இருந்துதான் ஆரம்பிக்கின்றன. நம்மில் இருந்துதான் அழகு ஆரம்பிக்கிறது என்பதை உணராமல் நாம் ஜன்னலுக்கு வெளியே பார்த்து: "ஆஹா உலகம் அழகானதல்லவா!" என்று நினைக்கலாம். மனித இனம் அழிந்துவிட்டால், அழகும் நம்மோடு மறைந்துவிடும். ஏனெனில் அழகு நம்மில் இருந்துதான் வெளிவருகிறது. இப்போது உங்களுக்குள்ளே அழகின் எல்லையற்ற பிரபஞ்சம் இருக்கிறது. தன்னை உணர்வது என்பது நம்முள் நம் கவனத்திற்காக காத்திருக்கும் அனைத்து அதிசயங்களுக்கும் நம்மை அழைத்துச் செல்வதற்கான வழியாகும்.

மாம்பழத்தின் இனிய சுவையை நினைத்துப் பாருங்கள். அந்த அபாரமான சுவையை உருவாக்கத் தேவையான அனைத்துப் பொருட்களும் அப்பழத்தின் உள்ளேயே உள்ளது. ஆனால் நாம் மாம்பழத்தை உரித்துச் சுவைக்கும்போது மட்டுமே, அதன் சுவை வெளிப்படுகிறது. அதன் சுவைக்கான ஆசையும் அதன் பழரசத்திற்கான தாகமும் நமக்குள் இல்லாவிடில்,

அந்த மாம்பழம் சில இரசாயன குணங்கள் கொண்ட வெறும் பொருளாக மட்டுமே இருக்கும். நாம் நமது ஆசையுடனும், தாகத்துடனும் மாம்பழத்தைச் சாப்பிடும்போது அது ஒரு சுவையான அனுபவமாகிறது. எல்லாவற்றிற்கும் மேலாக, வாழ்வின் அற்புதமான இனிமையானது நீங்கள் சுவைப்பதற்காக உங்களுக்குள் காத்திருக்கிறது.

உங்களுக்கு மிகவும் தாகமாக இருக்கிறது என்று வைத்துக்கொள்ளுங்கள். ஒருவர் உங்களுக்கு ஒரு குவளை குளிர்ந்த நீரைத் தருகிறார் அல்லது குளிர்ந்த நீரின் குணாதிசயங்கள் பற்றி முப்பது நிமிட அறிமுக வீடியோ ஒன்றைக் காண்பிக்கிறார் - இதில் நீங்கள் எதைத் தேர்ந்தெடுப்பீர்கள்? தன்னை அறியும் அறிவிற்கான தாகத்தைத் தணிக்க நாம் யார் என விளக்கும் கோட்பாடுகளை உருவாக்காமல் நாம் யார் என்பதை அனுபவிப்பதற்கான தேர்வை எப்போதும் நாம் செய்யலாம்.

அனுபவம் இல்லாமல் நாம் நினைப்பது, நம்புவது அனைத்தும் கோட்பாடே. அற்புதமான முறையில் எல்லாவற்றிற்கும் விளக்கம் தரும் என்ற நம்பிக்கையில் நாம் கோட்பாடுகளுக்கு அடிமையாகலாம். பின்னர் நாம் நம் எண்ணக்கருத்துக்களுக்கு ஏற்றவாறு உண்மையை மாற்றியமைக்கத் தொடங்குகிறோம். ஒரு பொருளாதார நிபுணரிடமிருந்து கேட்ட ஒன்று நினைவிற்கு வருகிறது: “இந்த யோசனை நடைமுறையில் நன்றாகச் செயல்படுகிறது. ஆனால் கோட்பாட்டளவில் அது செயல்படுமா?”

கோட்பாடுகள் பல பயன்பாடுகளைக் கொண்டுள்ளன. அவை சில நேரங்களில் அத்தியாவசியமான பயன்பாடுகளாகும். ஆனால் கோட்பாடுகளுக்கு எல்லைகளும் உண்டு. திருமண ஆண்டு விழாவைக்

கொண்டாடுவதற்கு ஒரு சுவையான விருந்தைத் தயாரிக்கப்போவதாக தன் மனைவியிடம் உறுதியளிக்கும் ஒரு மனிதரைக் கற்பனை செய்து பாருங்கள்.

"என் அன்பே, இரவு உணவுக்காக என்ன தயாரித்திருக்கிறாய்?"

"ஓ, நான் உன்னை அதிகளவில் நேசிப்பதால் இன்று பகல் முழுவதும் உனக்காக என்ன தயாரிக்கலாம் என்பது பற்றி யோசித்துக் கொண்டிருந்தேன்" எனப் பதிலளிக்கிறார்.

"கேட்கவே மிகவும் நன்றாக இருக்கிறது!"

"ஆனால் உண்மையில் நான் உனக்காக எதையுமே தயாரிக்கவில்லை."

"ஓ!"

இது ஏதோ ஒரு தத்துவ ரீதியிலான விவாதம்போல் இருக்கிறது. மனிதனாக இருப்பதற்கு, மிகச்சிறந்த அறிவு பூர்வமான விஷயங்களை ஒருங்கிணைப்பது சுவாரசியமாக இருக்கலாம். ஆனால், அவை அனைத்தும் அனுபவமாக மாற்றப்பட்டால் மேலும் எவ்வளவு அதிக உற்சாகத்தை அளிக்கும்? இது தத்துவ ரீதியிலான விசாரணைக்கு எதிரான விவாதமல்ல. நாம் யார் என்பது பற்றிய யோசனைகளும் கோட்பாடுகளும் உங்களை ஒரு குறிப்பிட்ட எல்லைவரை மட்டுமே எடுத்துச் செல்ல முடியும் என்பதை நான் குறிப்பிடுகிறேன். வாழ்க்கை கோட்பாடு சார்ந்ததல்ல.

அறிந்து கொள்ளத் தக்கது எது?

தன்னை அறிவதற்குப் பதிலாக அதைப் பற்றிய விளக்கங்களினால் நாம் திசை திருப்பப்பட்டு நம்மை அறிவதற்கான வாய்ப்பை தவறவிட்டுவிடலாம்.

அறிந்து கொள்ளத்தக்கது எது? நாம் உயிருடன் இருக்கிறோம். நாம் கடந்து செல்லும் இத்தருணங்கள் உண்மையானவை. ஒவ்வொரு கணத்தையும் முழுமையாக நாம் அனுபவித்து இன்புறலாம். அமைதியானது நாம் தேடும் கடலளவு ஆழமான நிறைவு உணர்வைக் கொண்டு வருகிறது. மேலும் நாம் அமைதியில் இருக்கும்போது, உள் உலகமும், வெளிஉலகமும் நமக்காக முன்னெப்போதும் இல்லாத அளவு சகல மகிமையுடனும் பிரகாசிக்க முடியும். ஞானம் என்பது விளக்கமல்ல. அது உங்களுக்குள் உள்ள தெய்வீகத்தை அனுபவம் செய்வது பற்றியதே.

எளிமையான உண்மை நம் கண் முன்னால் உள்ளது. ஆனால் அதீத சிந்தனைகள் நம்மை எளிமையான உண்மைகளிலிருந்து திசைதிருப்பக் கூடியவை. பண்டைய கிரேக்க நாடக ஆசிரியர் யூரிபிடீஸ் கூறியது போல "புத்திசாலித்தனம், விவேகம் அல்ல." சில சமயம் மக்கள் ஒரு பக்கத்தைக் கொண்ட புத்தகத்திற்காக இரண்டாயிரம் பக்க கையேட்டைப் படிப்பது போலத் தோன்றுவதுடன், எவ்வளவு அதிகமாக வாசிக்கிறார்களோ, அவ்வளவு குறைவாகவே புரிந்துகொள்கிறார்கள் என்று தோன்றுகிறது.

இது தொடர்பாக எனக்குப் பிடித்த பழைய கதை ஒன்றுள்ளது. சூரியனா அல்லது சந்திரனா முக்கியமானது என அறிந்து கொள்ள பிராந்தியத்தில் உள்ள புத்திசாலிகள் ஒன்று கூடினர். நீண்ட நேரமாக ஆழ்ந்து ஆராய்ந்து, ஆராய்ந்து இறுதியில் சந்திரனே மிக முக்கியமானது என்ற முடிவிற்கு வந்தனர். ஏன் சந்திரன் மிக முக்கியமானது? இதற்கு அவர்கள் "பாருங்கள், பகலில் அதிக அளவு வெளிச்சம் இருக்கும்போது சூரியன் பிரகாசிக்கிறது. ஆனால் சந்திரனோ இரவில் இருட்டாக இருக்கும்போது

பிரகாசிக்கிறது. அதனால் சந்திரனே முக்கியமானது என்பது தெளிவாகிறது" எனக் கூறினார்கள்.

நான் அந்தக் கதையை முதலில் கேட்டபோது, சிரித்துவிட்டு இது முட்டாள்தனமாக இருக்கிறதென யோசித்தேன். உண்மையிலேயே நாமும் சில நேரங்களில் இப்படித்தான் சிந்திக்கிறோம் என எனக்குத் தோன்றியது. நம் வாழ்க்கையில் மிக அத்தியாவசியமான, நம் கண்முன்னே வெளிப்படையாக உள்ள முக்கிய விஷயங்களைப் பாராட்ட மறந்துவிடலாம். நாம் இதை அடையாளம் கண்டு உண்மையிலேயே முக்கிய-மானவற்றைப் பாராட்ட ஆரம்பிக்கும்போது, நம் மீது ஒளி பிரகாசித்து, நமக்குக் தரப்பட்ட அற்புதமான பரிசை ஒளிரச் செய்வதுபோல இருக்கும்.

தெளிவான பாதையைக் கண்டறிதல்

நான் ஒருமுறை லண்டனில் போக்குவரத்து அதிகமான நேரத்தில், காரில் பயணம் செய்து கொண்டிருந்தபோது, ஒரு மனிதர் தனியாக வீதியில் வித்தியாசமான முறையில் நடந்து சென்றுகொண்டிருப்பதைக் கண்டேன். அவர் சாதாரண வேகத்தில்தான் சென்றுகொண்டிருந்தார். ஆனால் அவரின் அங்க அசைவுகள் அவரைச் சுற்றியிருந்தவர்களை விட சற்று வித்தியாசமாக இருந்ததை சிறிது தூரத்திலிருந்தே என்னால் கவனிக்க முடிந்தது. இன்னும் அருகில் சென்றபோது, அந்த மனிதர் பார்வைக் குறைபாடுள்ள ஒருவர் என்றும், தன் கைத்தடியைப் பயன்படுத்தி தனது வழியை உணர்வதும் தெளிவாகத் தெரிந்தது.

பார்வைக் குறைபாடுள்ள பலர் கைத்தடியின் உதவியுடன் நடந்து செல்வதை நான் பலமுறை கவனித்திருக்கிறேன். ஆகையால் என் கவனத்தை

ஈர்த்தது அதுவல்ல. மாறாக அந்த மனிதர் தன் வலப்புறம் இருந்த சுவரைப் பற்றியோ, இடப்புறம் இருந்த வீதியைப் பற்றியோ அல்லது சுற்றிலும் இருக்கக்கூடிய இடையூறுகள் பற்றியோ எவ்வித அக்கறையையும் வெளிப்படையாகக் காட்டவில்லை என்பதுதான். அவர் தான் பாதுகாப்பாக தொடர்ந்து செல்வதற்குப் போதுமான அளவு தடைகளற்ற இடம் உள்ளதா என்பதைத் தெரிந்துகொள்ளக் கைத்தடியைப் பயன்படுத்தினார். கடந்து சென்று கொண்டிருந்த வாகனங்கள், கடைக்கு வெளியே உரையாடிக் கொண்டிருந்த ஆணும் பெண்ணும், நிறுத்தப்பட்டிருந்த காரிலிருந்து வந்து கொண்டிருந்த இசை, சாலையின் மறுபக்கத்தில் குரைத்துக் கொண்டிருந்த பெரிய நாய் இவையெதுவும் அவரது கவனத்தைத் திசைதிருப்பவில்லை என்பதை அந்த மனிதனிடம் காணப்பட்ட அசைவுகள் எடுத்துக் காட்டின. அவருக்குத் தான் எங்கிருக்கிறார் என்பது தெரிந்திருந்ததுடன், ஒரு தெளிவான கேள்வியை எப்பொழுதும் கேட்டுக்கொண்டிருந்தார்: நான் தொடர்ந்து செல்வதற்கு எனக்கு முன்னால் தடைகள் எதுவுமற்ற பாதை உள்ளதா?”

மனம் போனபோக்கில் வாழும் நமது வாழ்வை அவரது அணுகுமுறையுடன் ஒப்பிடும்போது அது எவ்வளவு பயனளிக்கும் என்று நினைத்தேன். தடைகளும் பிரச்சினைகளும் எங்கும் வரக்கூடும் என்று சில நேரங்களில் நாம் கற்பனை செய்கிறோம். ஆபத்து இல்லாத இடத்தில் ஆபத்து இருப்பதாகக் காண்பதுடன் அது இருக்குமிடத்தில் அதைக் காணத் தவறிவிடுகிறோம். இத்தருணத்தில் நாம் எங்கிருக்கிறோம், எங்கு செல்ல விரும்புகிறோம் என்பதை விடுத்து, நம்மைச் சுற்றி நடப்பவற்றில் நம்

கவனத்தைச் சிதற விடுகிறோம். ஒரு மலையைப் பார்க்கும்போது அது நம்மைத் திகைப்படையச் செய்யும். ஆனால் அந்த மலையைச் சுற்றிச் செல்வதற்கு அங்கு ஒருபாதை உள்ளது. நாம் எதிர்கொள்ளக் கூடும் என்று நாம் நினைக்கும் சகல தடைகளையும் நினைத்து நாம் மலைத்துப் போவதால் நமக்கு எதிரேயுள்ள தெளிவான பாதையின் எளிமையைக் காணத் தவறி விடுகிறோம்.

பார்வைக் குறைபாடுள்ள ஒருவரின் பாதையில் தடை இருந்தால் என்ன செய்வார்? உணர்வதன் மூலம் தடைகளைத் தவிர்த்துத் தெளிவான பாதையில் செல்லத் தொடங்குவார். நம் மனதில் ஒரு தடையொன்றை எதிர்கொண்டால் நாம் என்ன செய்கிறோம்? எப்படியாவது அத்தடைகள் தாமாகவே அகன்றுவிடும் என்று எண்ணி தொடர்ந்து செல்கிறோம்.

நான் ஒரு விஷயத்தை வலியுறுத்த விரும்புகிறேன். என் அனுபவத்தில், தன்னை உணரும் அறிவு இருந்தால் பாதையிலிருந்து தடைகள் மாயமாக அகலப் போவதில்லை. ஆனால் அது தெளிவான பாதையை நாம் காண்பதற்கு உதவுகிறது. அப்பொழுது, நாம் எவ்விதம் செயல்படவேண்டும் என்று தீர்மானிக்கலாம். முக்கியமானவற்றில் நாம் கவனம் செலுத்தினால், அந்தத் தெளிவான பாதையை உணர்ந்துகொண்டே நாம் தொடர்ந்து முன்னோக்கிச் செல்லலாம்.

சில சமயங்களில் நம் வாழ்க்கை தடைகளால் ஆதிக்கம் செலுத்தப்படுவதாகத் தோன்றுவதுடன், அதனால் ஏற்படும் உணர்வு நம்மைத் திணறடிக்க வைப்பதுபோல் உணரலாம் என்பதை நான் அறிவேன். தன்னை அறியும் அறிவினை அடைவதற்கும், ஆனந்தத்தை அனுபவிப்பதற்கும், தங்கள் இதயத்தில் அமைதி செழிப்பதைக் காண்பதற்கும், தெளிவு பெறுவதற்கும், சிறந்த தேர்வுகளைச் செய்வதற்கும்

பெரும் தடைகளை மக்கள் காண்பதை நான் அறிவேன். ஆனால் இவையெல்லாம் அவர்களின் வெறும் நம்பிக்கைகளே. அத்துடன் நம் உள்ளிருக்கும் அமைதியுடன் இணைந்து, அதிலிருந்து தொடங்குவதற்கு நாம் முடிவு செய்யும்போது உண்மையிலேயே நமக்கு முன் ஒரு தெளிவான பாதை இருப்பதை நான் அறிவேன்.

இதயத்திற்கும் மனதிற்கும் இடையிலான ஓர் உரையாடல்

உணர்வுகளுக்கு அதிக அளவு முக்கியத்துவம் கொடுப்பதால், உலகத்திற்கான நம் உணர்ச்சிகளைக் கவனிக்காமல் விட்டுவிடும் ஆபத்து உள்ளதா? ஆம், ஒருவேளை இருக்கலாம். நம் உணர்வுகள் எப்போதும் யதார்த்தத்துடன் ஒத்துப்போவதில்லை என்பதை நாம் அறிவோம். சிலசமயங்களில் நாம் எல்லோருமே பகுத்தறிவற்றவர்களாக நடந்து கொள்ளலாம். நமது உணர்ச்சிகளும் நம் மனதால் பெரிதும் உருவாக்கப்படலாம். நம்மை நாம் அறிந்து கொள்ளாவிடில் நம் உணர்ச்சிகள் உட்பட எதனாலும் நாம் ஏமாற்றப்படலாம். ஆனால் தன்னை அறிவதன் மூலம் நாம் நம் ஆழமான உணர்வுகளுடன் இணைந்துகொள்ள முயற்சி செய்கிறோம்.

என் எண்ணங்களையும், என் ஆழ்ந்த உணர்வுகளையும் சம நிலையில் வைத்திருப்பதற்காக அவற்றைக் கவனமாக கேட்பது எனக்கு மிகவும் பயனுள்ளதாக இருப்பதைக் காண்கிறேன். அவை இரண்டும் ஒன்றுடன் ஒன்று உடன்படவில்லை என்பது போலத் தோன்றினால், இதயத்தையும் மனதையும் ஒன்றாக அமர்ந்து பேசுவதற்கு அழைக்க இது

நல்லதொரு தருணமாகும். நாம் அதைச் செய்யப் போகிறோமெனில் நமது வேறொரு பகுதியையும் அந்தக் கலந்துரையாடலுக்கு அழைக்கலாம்: அது நமது ஒட்டு மொத்தமான சகல அனுபவங்களையும் கொண்ட உள்ளுணர்வாகும்.

நம் உள்ளே நடக்கும் உரையாடல்களில், நமது மனதின் குரலே பெரும்பாலும் ஓங்கி நிற்கிறது. யார், என்ன, எங்கே, எப்போது, எப்படி, ஏன் என்பதெல்லாம் சேர்ந்து கூட்டாகப் பாடுவது நமக்கு எப்போதும் கேட்கிறது. எனவே, இதயத்தின் குரலை வலுவடையச் செய்வது நமக்கு உதவியாக இருக்கும். மனம் எதிர்பார்ப்புகள், திட்டங்கள், ஆர்வங்கள், மற்றும் கவலைகளைப்பற்றி மும்முரமாக நம்மிடம் கூறிக் கொண்டிருக்கும் அதேவேளை, இதயமோ "நிறைவடையுங்கள்" என்ற ஒரே விஷயத்தை பல்வேறு வழிகளில் எளிமையாகக் கூறுகிறது. அதனால்தான் என்னைப் பொறுத்தவரை "நீங்கள் யார்?" என்ற கேள்விக்கு அர்த்தம் நிறைந்த பதிலை இதயத்தில் மட்டுமே கண்டுகொள்ள முடியும்.

நம் மனம் எப்போதும் அர்த்தத்தை உருவாக்க முயற்சிக்கும். அதே வேளையில், நமது இதயமோ அர்த்தங்களால் அழகாக நிரம்பி வழிகிறது. அன்பு பற்றி முன் கூறிய உதாரணத்தை எடுத்துக் கொள்ளுங்கள். அன்பிற்கு ஒருபோதும் எந்த விளக்கமும் தேவையில்லை. நம் மனம் நமக்கு காரணங்களைக் கூற முயற்சிக்கலாம். ஆனால் நம் இதயமோ அன்பை உணரலாம் அல்லது உணராமல் விடலாம். நாம் ஏன் அன்பை உணர்கிறோம் என்பதற்கு நம்மால் விளக்கம் கொடுக்க முடியாது. அன்பு இருக்கிறது அவ்வளவுதான். அது எவ்வளவு அற்புதமானது?

அமைதியும் இதே போன்றதே. அது நம் இதயத்தில் உள்ளது. அமைதிக்கான தாகமும் நம்முள் இருக்கிறது. அமைதியின் ஊற்றும் நம்முள் இருக்கிறது. இதனால்தான் முதல் முறையாக அமைதியைப் பற்றி ஒருவருடன் பேசுவது எப்பொழுதுமே சுவாரஸ்யமானது. ஏனெனில் நாம் இருவரும் அவரவர் மனதிலிருந்து ஆரம்பித்து, முதலில் வார்த்தைகள் மூலம் ஒருவரையொருவர் புரிந்துகொண்டு, பின்பு உள் அமைதியின் உருவமற்ற அழகை ஒரு சிறிதளவாவது காண முயல வேண்டும். இறுதியில் அமைதி என்பது ஓர் உணர்வுதான் என அர்த்தம் கொடுக்கிறது. நமது வாழ்வில் அமைதி எதுவாக இருக்க முடியும் என நான் உணர்வதை இந்தப் புத்தகத்தின் மூலம் தெரிவிக்கிறேன். இருந்தபோதும் உங்களால் மட்டுமே அதை அனுபவிக்கவும், புரிந்துகொள்ளவும் முடியும்.

எல்லாவற்றையும் கேள்விக்குட்படுத்தலின் முக்கியத்துவம்

பல ஆண்டுகளாக ஏற்றுக்கொள்ளவும், நம்புவதற்கும் நம்முள் போடப்பட்டு நாம் தேர்ந்தெடுத்த விஷயங்களால் நம் மனம் நிரம்பியுள்ளது. நாம் நம் நம்பிக்கைகளை நம்முடன் எடுத்துச் செல்கிறோம். சில வேளைகளில், இவை பெரும் சுமையாகத் தோன்றலாம். உங்களுடைய நம்பிக்கைளால் நிரம்பிய மூட்டைகளை இறக்கி வைத்துவிடுவதாக ஒருகணம் கற்பனை செய்து பாருங்கள். அது உங்களுக்கு இலகுவான ஒரு உணர்வைத் தருவதுடன் புதிய யோசனைகளையும், அனுபவங்களையும் ஏற்றுக்கொள்ளக் தயாராக வைத்திருக்கும் என்பதைக் கற்பனை செய்து பாருங்கள்.

நாம் அறிந்தவற்றையும், நம்புவனவற்றையும் எப்படிக் கற்றுக்கொள்கிறோம் என்பதைக் கருத்தில் கொள்வது பயன்தரும். உதாரணமாக பொருள் விளங்காது மனப்பாடம் செய்தல் என்பது நாம் பெற்றோரிடம் இருந்து தகவல்களைச் சேகரிக்கும் வழிகளில் ஒன்றாகும். பெரியவர்களான பின்னரும் வாழ்க்கையில் அதைப் பயன்படுத்துகிறோம். நான் ஜப்பானுக்கு முதன்முறையாகச் சென்றபோது "நன்றி" என்று ஜப்பானிய மொழியில் எப்படிச் சொல்வது என்று கற்க விரும்பி நண்பர்கள் சிலரிடம் கேட்டேன்.

அவர்கள் நன்றி என்பதற்கு ஜப்பானிய மொழியில் "அரிகாத்தோ கொசைமாசு" என்று சொல்ல வேண்டும் எனப் பதிலளித்தார்கள்.

அரிகாத்தோ கொசைமாசுவா? என்று கேட்டேன்.

அது கேட்பதற்கு சிக்கலானதாக இருந்தது.

"அரிகாத்தோ கொசைமாசு!"

"ம்ம்ம்"

மெதுவாக அவர்கள் அந்தச் சொல்லைப் பிரித்து விளங்க வைத்து அந்த வார்த்தைகளை எனக்கு அர்த்தம் உள்ளதாக்கினார்கள். என்னால் அதை உரையாடல்களில் உபயோகிக்க முடிந்தவரை எனக்குப் பயிற்சி அளித்தார்கள். அவ்வாறே மேலும் சில உபயோகமான சொற்றொடர்களை இயல்பாக உபயோகிப்பதற்கும் பயிற்சி அளித்தார்கள். இந்த வார்த்தைகளை என்னுடையதாக்க எனக்கு உதவியாக இருந்தது.

எனவே கருத்து விளங்காமல் மனப்பாடம் செய்து கற்றுக்கொள்வது பயனுள்ளதாக இருக்கலாம். ஆனால் நமக்குச் சொல்லிக் கொடுக்கப்படும் எல்லாவற்றிலும் முழுமையாக சார்ந்திருக்காமல் இருக்கவேண்டும். நாம் வளர்ந்து வரும்போது நம் பெற்றோரும் ஆசிரியர்களும் உலகத்தைப் பற்றி தாம்

புரிந்துகொண்டதை நம்முடன் பகிர்ந்து கொண்டனர். உங்களுக்குக் கற்றுக் கொடுக்கப்பட்டதை மறுபரிசீலனை செய்ய நீங்கள் தயாராக இருத்தல் நீங்கள் சுதந்திரமாக இருப்பதைக் காட்டுகிறது. வாழ்க்கையைப் பற்றி நாம் செய்யும் அனுமானங்கள், மற்றும் நாம் கேட்கும் கேள்விகள் என்ன? அவை நமது ஊகங்களும் கேள்விகளுமா? நமது காதுகளுக்கிடையில் சிந்தனைகளால் ஏற்படும் இரைச்சலில் பெரும்பாலானவை உண்மையிலேயே வேறொருவருடையதுதான். ஆனால், நாம் விரும்பினால் அந்த இரைச்சலின் அளவை குறைக்க முடியும். அப்போது நாம் நம்மையே கேட்க முடியும்.

உங்கள் பெற்றோர் நல்ல நோக்கத்துடன் உங்களுக்குப் பல விஷயங்களை கூறியிருக்கலாம். ஆனால் அவை கட்டாயம் சரியாகத்தான் இருக்க வேண்டும் என்பதல்ல. தலைமுறை, தலைமுறையாக ஒப்படைக்கப்பட்டு வரும் உபயோகமற்ற பரம்பரை உடைமைகளைப் போலவே, நாம் பரம்பரையாக கையளிக்கப்படும் இவ்வாறான எண்ணங்களையும் நாம் கனமான மூட்டையாகச் சுமக்கிறோம்.

நமது பெற்றோர்களும் ஆசிரியர்களும் எந்த உண்மைகளை நம்பி வாழ்ந்தார்களோ அவையெல்லாம் இப்போது முற்றிலும் தவறானதாக நமக்குத் தென்படலாம். நாம் எவற்றையெல்லாம் கற்றோமோ அவற்றையெல்லாம் கேள்விக்கு உட்படுத்திய வண்ணமே இருந்தால் நம்மால் உலகத்தைத் தெளிவாகப் பார்க்க முடியும். மற்றவர் கண்களால் அன்றி நமது சொந்தக் கண்களால் பார்க்க வேண்டும்.

ஒருநாள் பள்ளிக்கூடத்தில் விஞ்ஞான வகுப்பு ஆசிரியர், "உங்கள் பௌதிகவியல் புத்தகத்தில் 132 ஆம் பக்கத்தைப் புரட்டுங்கள்" எனக் கூறினார். நாங்களும்

அந்தப் பக்கத்திற்குச் சென்று சில நிமிடங்கள் பாடத்தைப் படித்த பின் ஆசிரியர் அணுவைப் பிரிக்க முடியாது, என்று தவறாக வரையறை செய்திருப்பதைச் சுட்டிக்காட்டினார். அவர் உரத்த குரலில் "குறுக்காக ஒரு கோட்டை அடியுங்கள்". அது தவறு என்று கூறினார். அது என்னை ஆச்சரியப்படுத்தியது. கடந்த வருடம் இவ்வகுப்பில் கற்ற அனைவரும் இந்தப் புத்தகத்தைப் பயன்படுத்தியிருக்கிறார்கள். அவர்கள் மனதில் இன்னமும் அணு பிரிக்க முடியாத ஒன்றாகவே இருக்கலாம்! அணுவைப் பிரிக்க முடியாது என்பதை நம்பியதில் அவர்களுக்கு என்ன வித்தியாசம் ஏற்பட்டிருக்கும் என்று எனக்குத் தெரியவில்லை. ஆனால் அந்த நிகழ்வானது கோட்பாடு எதிலும் திடநம்பிக்கை கொள்ளாதிருப்பது நல்லது என்பதை எனக்கு கற்றுக்கொடுத்தது.

தலைமுறை தலைமுறையாக வந்துகொண்டிருக்கும் கருத்துக்கள், புதியவற்றைக் கற்றுக்கொள்வதற்கு தடையாக இருக்கும். அதேவேளை, அனுபவத்தின் மூலம் வரும் கற்றலானது சாத்தியங்கள் நிறைந்த ஒரு உலகத்தை காண நம்மை ஊக்குவிக்கிறது என்பதை நான் காலப்போக்கில் கற்றுக்கொண்டிருக்கிறேன். ஒருவேளை சிந்தனைகளை விட அனுபவத்திலிருந்து நம் தன்னம்பிக்கை அதிகரிக்கிறதல்லவா?

நமது பெற்றோர், மற்றும் ஆசிரியர்களின் நம்பிக்கைகளை சிந்திக்காமல் பின்பற்றுவதைவிட வாழ்வை விழிப்புணர்வுடன் வாழ அற்புதமானதொரு சந்தர்ப்பம் நமக்கு உள்ளது. அதனால்தான் என் வார்த்தைகள் எவ்விதம் உங்களுடன் இசைந்து போகின்றன என்பதை நீங்கள் உணர வேண்டும் என்பதற்காக உங்களை அழைக்கிறேன். அவற்றை

வெறுமனே நம்ப வேண்டாம். அவற்றைச் சோதியுங்கள், உங்கள் கோட்பாட்டு ரீதியில் அல்ல. உங்கள் அனுபவ ரீதியில்.

மௌனமாக இருங்கள்

நம் நம்பிக்கைகளைப் பற்றி யாராவது கேள்வி கேட்க ஆரம்பித்தால், அது பயத்தைத் தூண்டுகிறது. அருகருகே வளரும் இரு முட்புதர்கள் போல நம்பிக்கையும் பயமும் ஒன்றுடனொன்று பின்னிப் பிணைந்து இருக்கின்றன. அவற்றை ஒன்றிலிருந்து ஒன்றைப் பிரிப்பது மிகக் கடினமாகும். நீங்கள் பயத்தோடு வாழ்ந்தால் அது நம்பிக்கைகளில் அடைக்கலம் தேடத் தூண்டுகிறது. ஆனால் நம்பிக்கைகள் சிலசமயங்களில் மேலும் அதிக பயத்திற்கு வழிவகுக்கிறது.

நான் முன்பு குறிப்பிட்ட, மனதிற்கும் இதயத்திற்குமான சமநிலையை நினைவில் கொண்டு கற்றுக்கொள்வதை அணுகுவது உதவியாக இருப்பதைக் காண்கிறேன். என் மனம் இடையறாத மாற்றங்களுக்குத் தயாராக இருக்கவேண்டும். ஆனால் என் இதயம் மாற்றப்பட முடியாதது. அது எனக்கு உள்ளே வலிமையைத் தருவதுடன் ஏனைய கருத்துக்களைக் கேட்கவும் தயாராக இருக்கிறது. புதிய விஷயங்களுக்கு திறந்த உள்ளத்துடன் இருப்பது பற்றியும் மற்றவர்களிடமிருந்து கற்றுக்கொள்வது பற்றியும் பழைய கதை ஒன்று நினைவிற்கு வருகிறது.

இளைஞன் ஒருவன் ஞானத்தைப் பெற விரும்பி அதற்காக ஒரு ஞானியைத் தேட ஆரம்பித்தான். தனக்கு இசைவான ஒருவரைக் கண்டுபிடிக்கும்வரை தொடர்ந்து தேடினான். கடைசியில் ஒருவரைக் கண்டுகொண்டான். அவரை அணுகி “தயவுசெய்து

உங்களால் எனக்கு ஞானத்தைத் கற்றுத் தர முடியுமா?" எனக் கேட்டான்.

ஆரம்பத்தில் அந்த ஞானி தயங்கினார். "உண்மையிலேயே நீ ஞானத்தைப் பெறத்தயாரா?" எனக் கேட்டார்.

"நிச்சயமாக" எனக் கூறினான். "நான் பல வருடங்களாகத் தேடிக்கொண்டிருக்கிறேன். இதைத் தேடி வெகுதூரம் பயணம் செய்துள்ளேன். நான் தயாராகத்தான் இருக்கிறேன்" என இளைஞன் கூறினான்.

அந்த ஞானி ஒருகணம் யோசித்துவிட்டு: "சரி! நான் உனக்கு கற்றுக் கொடுக்கிறேன். ஆனால் அதற்கு முன் நான் என் பயிர்களுக்கு தண்ணீர் ஊற்ற வேண்டும். அதனால் என்னுடன் கிணற்றடிக்கு வந்து நான் கிணற்றிலிருந்து தண்ணீர் அள்ளும் வரை காத்திரு. அத்துடன் நிபந்தனை ஒன்று உள்ளது. எது நடந்தாலும் எதுவுமே பேசாமல் மௌனமாக இருக்க வேண்டும். நான் என் செடிகளுக்கு தண்ணீர் ஊற்றி முடித்தவுடன் உனக்கு ஞானத்தைத் தருகிறேன்" என்றார்.

"இது மிகவும் நல்லது. நான் செய்ய வேண்டியது எல்லாம் அவர் செடிகளுக்கு தண்ணீர் ஊற்றும் வரை மௌனமாக பார்த்துக்கொண்டிருப்பது மட்டுமே. பின்னர் அவர் எனக்கு ஞானத்தை கற்றுத் தருவார்" என அந்த மாணவன் தனக்குள் நினைத்துக் கொண்டான்.

அவர்கள் கிணற்றருகில் சென்றதும் ஞானி வாளியைக் கிணற்றுக்குள் இறக்கினார். ஒருநிமிடம் கழித்து வாளியை வெளியே இழுத்தபோது வாளியில் நிறையத் துளைகள் இருந்ததனால், தண்ணீர் முழுவதும் ஒழுகி வெளியே ஓடி வாளி காலியானது. உடனடியாக அந்த ஞானி காலியான வாளியை மீண்டும் கிணற்றுக்குள் போட்டார்.

"ஹ்ம்ம், இது விசித்திரமாக இருக்கிறது. அவர் உண்மையிலேயே விவேகமுள்ளவரா? தன் வாளியில் பல துளைகள் இருப்பது அவருக்குத் தெரியாதா? ஒவ்வொரு முறையும் வாளியை மேலே இழுக்கும்போதும் வாளி காலியாகிறதால் செடிகளுக்கு அவர் எப்படி தண்ணீர் ஊற்றுவார்? என மாணவன் யோசிக்க ஆரம்பித்தான். ஆனால் "சரி!" நான் செய்ய வேண்டியதெல்லாம் மௌனமாக இருப்பதே. அப்போது அவர் எனக்கு ஞானத்தைத் தருவார் என நினைத்தான்.

ஞானி வாளியை திரும்பவும் மேலே இழுத்தார். மீண்டும் தண்ணீர் துளைகள், வழியாக வெளியேறி வாளி விரைவில் காலியானது. மாணவன் மனதில் சந்தேகங்கள் எழ ஆரம்பித்ததை உணர்ந்தான். ஆனால் அவன் "மௌனமாக இரு, உனக்கு ஞானம் கிடைக்கும்" என தனக்குள் சொல்லிக்கொண்டான்.

மூன்றாம் முறையாகவும் வாளி மேலே வந்தபோது தண்ணீர் துளைகள் வழியாக வழிந்தோடி வாளி விரைவில் காலியானது. இருந்தபோதும் ஞானி மறுபடியும் வாளியைக் கிணற்றுக்குள் போட்டார். மாணவன் இப்போது உண்மையிலேயே சந்தேகப்பட ஆரம்பித்தான். அவரால் வாளியில் நிறைய துளைகள் இருப்பதையும், தண்ணீர் வெளியேறுவதையும் ஏன் பார்க்க முடியவில்லை? இந்த மனிதர் உண்மையில் ஒரு ஆசானாக இருக்க முடியுமா?

நான்காவது முறையாகவும், துளைகளிலிருந்து நீர் ஒழுகியபடி வாளி கிணற்றிலிருந்து வெளியே வந்தது. ஞானி மீண்டும் அதைக் கிணற்றினுள் போட்டார். "இந்த மனிதருக்கு என்ன ஆயிற்று? உண்மையில் இவரால் எனக்கு எதையாவது கற்றுக் கொடுக்க முடியுமா?" என மாணவன் சிந்தித்தான்.

ஐந்தாவது முறையாகவும் ஞானி அந்த வாளியை மேலே இழுத்தார். நீர் ஒழுகி கிணற்றைச் சுற்றி வழிந்தோடி குளம் போல் தேங்கி நின்றது. இம்முறை மாணவனால் தன்னை அடக்கிக் கொள்ள முடியவில்லை. அவன் அந்த ஞானியிடம்: "என்னை மன்னியுங்கள். வாளியில் நிறையத் துளைகள் இருப்பதும் அதில் தண்ணீரைத் தக்க வைக்கமுடியாது என்பதும் உங்களுக்குத் தெரியவில்லையா?" எனக் கேட்டான்.

வாளியை ஞானி கீழே வைத்துவிட்டு புன்னகைத்தபடி மாணவன் அருகில் வந்து அமர்ந்தார். "உண்மைதான். வாளியில் நிறைய துளைகள் இருப்பதால் தண்ணீரை தக்க வைத்துக் கொள்ளமுடியாது என்பது உண்மைதான். உன் வாளியிலும் நிறைய துளைகள் இருக்கின்றதென்பதையும் அதில் எதையும் தக்க வைத்துக்கொள்ள முடியாது என்பதையும் வெளிப்படுத்திவிட்டாய். இந்த வாளியில் நிறையத் துளைகள் இருப்பதுபோல உன் மனமும் பல்வேறு நம்பிக்கைகளால் நிறைந்துள்ளது."

பல பழைய கதைகளைப் போலவே இதன் முடிவும் எளிமையானது. உங்கள் மனம் ஏற்கனவே நம்பிக்கைகளால் நிரம்பியிருந்தால் மற்றவர்களிடமிருந்து எதையும் கற்றுக்கொள்வது கஷ்டமாக இருக்கும். விவேகமானது குளத்தில் அல்லது கிணற்றில் கல்லொன்றை வீசும்போது உண்டாகும் சிற்றலைகள் போல வெளிநோக்கி பரவுகிறது.

ஒருமுறை என் தந்தை உரையாற்றுவதைக் கேட்க சந்தேகப் பேர்வழி ஒருவன் வந்தான். அவரின் செய்தியோ, கதையோ எதுவானாலும் பின்னாலிருந்து அதைக் கேட்டு கூச்சலிடவோ அல்லது எதிர்ப்பைத் தெரிவிக்கவோ, தக்க தருணத்திற்காக காத்திருந்தான். இக்காரணத்தால் அவன் என் தந்தையின் ஒவ்வொரு

வார்த்தையையும் மிகக் கவனமாகக் கேட்க வேண்டி இருந்தது. அவன் கேலியாக கூச்சலிடவேயில்லை. உண்மையாகவே, நிகழ்ச்சியின் முடிவில் அவன் என் தந்தையிடம் கற்றுக்கொள்ளவும் தயாராக இருந்தான். ஏற்கனவே அவன் ஏதேதோ கருத்துகளுடனும் திட்டத்துடனும் வந்திருந்தாலும் தன் இதயத்திற்கும், புத்திக்கும் இச்செய்தியைக் கேட்பதற்கு போதிய அளவு இடமளித்தான்.

தெரிந்து கொள்வதற்கான தேவை

சில சமயங்களில் மக்கள் என்னிடம், "ஆழ்ந்த அமைதி பற்றிய இந்தப் பேச்செல்லாம் வெறும் கற்பனையே. நிஜ உலகிற்கு வாருங்கள்" எனச் சொல்வார்கள். உண்மையில் அமைதி சாத்தியமானதா என்று சந்தேகிக்கும் பலரும் இருக்கிறார்கள். சிலர் கவனமாக பரிசீலித்த பிறகு இந்த முடிவிற்கு வருகிறார்கள். அதற்கு நான் மதிப்பளிக்கிறேன். மற்றவர்கள் ஒரு நொடியில் அமைதி சாத்தியம் என்பதை முற்றிலுமாகவே நிராகரிக்கிறார்கள். உங்கள் வாழ்க்கையில், தன்னை அறியும் ஞானம் இல்லையெனில் "அமைதி சாத்தியம்" போன்ற பெரிய கொள்கைகள் உங்களுக்கு அச்சுறுத்தலாக இருக்கக்கூடும். சிலர் தங்கள் வலுவான நம்பிக்கைகள் என்ற கோட்டைக்குள் சந்தேகத்திற்கு இடமான எதையும் அனுமதிக்கப் பயப்படுகிறார்கள்.

சந்தேகங்கள் நமக்கு மனக்குழப்பத்தை ஏற்படுத்தலாம். நீங்கள் நேசிக்கும் ஒருவர் உங்களுக்கு விசுவாசமாக இருக்கிறாரா என்று சந்தேகித்தால், அதனால் ஏற்படும் பயத்தைக் கோட்பாட்டு ரீதியாகப் பேசித் தீர்க்கமுடியாது. நாமே தெரிந்து கொள்ள வேண்டும்.

உங்களுக்கு இதை நாடக வடிவில் கூறுகிறேன். அக்பர் பதினாறாம் நூற்றாண்டில் இந்தியாவில் ஆட்சி புரிந்தவர். பீர்பால் அவருடைய ஆலோசகர் என்று உங்களுக்குத் தெரியும்.

ஒருநாள் சக்கரவர்த்தி அக்பரின் மனைவி அவரிடம் வந்து "என் சகோதரனை விட பீர்பாலுக்கு நீங்கள் அதிக அளவு சலுகை வழங்குகிறீர்கள். என் சகோதரனுக்கு நீங்கள் முதலிடம் கொடுக்க வேண்டும். பீர்பால் ஒரு உதவாக்கரை!" என்று கூறினாள்.

அக்பர் பதிலளித்தார்: "ஆமாம், நான் நிச்சயமாக பீர்பாலுக்கு சலுகைகள் வழங்குகிறேன். காரணம் அவர் நகைச்சுவை ஆற்றலும், சாமர்த்தியமும் படைத்தவர்."

அக்பரின் மனைவி: "என் சகோதரனும் அப்படிப்பட்டவன்தான். அவன் ஆலோசகனாக நியமிக்கப்பட வேண்டும்" என்று கூறினார்.

அக்பர் "இது எப்படி சாத்தியமாக முடியும்?" என்றார்.

அதற்கு அவள் "அது மிகவும் சுலபம். நீங்கள் தோட்டத்தில் உலாவிக் கொண்டிருங்கள். பீர்பாலைக் கூப்பிட்டு, என்னை அழைத்துவரச் சொல்லுங்கள். நான் வரமாட்டேன். என்னை அவனால் அழைத்துவர முடியாத தவறுக்காக அவனை பதவியிலிருந்து நீக்கிவிடலாம்" என்றாள்.

பின்னர் அக்பர் தோட்டத்தில் உலாவிய வண்ணம் "பீர்பாலைக் கூப்பிடு" என்று கட்டளையிட்டார். விரைவில் பீர்பால் வந்தார்.

"அரசே, நான் உங்களுக்கு என்ன செய்ய வேண்டும்?" என்று கேட்டார்.

"நீ சென்று என் மனைவியை அழைத்துக்கொண்டு வா. நான் இங்கு உலாவும்போது அவளும் உடனிருக்க வேண்டும் என்று விரும்புகிறேன்" என்றார்.

பீர்பல் அக்பரைப் பார்த்து: "மேன்மை தாங்கிய அரசே, உங்களுக்குப் பல வேலைக்காரர்கள் உள்ளனர். ஆனால் இந்த கௌரவம் எனக்கு ஏன் அளிக்கப்படுகிறது?" எனக் கேட்டார்.

பேரரசர் முகத்தில் ஒரு நமட்டுச் சிரிப்புடன் "காரணம் ஏதும் இன்றியே நான் உன்னைத் தேர்ந்தெடுத்தேன்" எனக் கூறினர்.

பீர்பல் பிரச்சினை ஒன்று இருப்பதை உணர்ந்துகொண்டார். என்ன நடந்திருக்கும் என்பதை ஊகித்துக் கொண்டார். சக்கரவர்த்தியின் மனைவிதான் இதனைச் செய்யத் தூண்டியிருக்க வேண்டும். அத்துடன் அரசரின் மனைவிக்கு அங்கு வரும் எண்ணம் இல்லை என்பதையும் அனுமானித்தார்.

மகாராணியை பார்க்க செல்லும் வழியில், ஒரு காவலாளியை நிறுத்தி அவனிடம், "நான் மாண்புமிகு மகாராணியிடம் பேசப்போகிறேன். நான் பேசிக் கொண்டிருக்கும்போது, இடையில் அங்கே வந்து என் காதில் கிசுகிசுக்க ஆரம்பி. ஆனால் சில வார்த்தைகளை மகாராணிக்கும் கேட்கும்படி சற்று உரத்த குரலில் சொல்ல வேண்டும். அந்த வார்த்தைகள் ... 'அத்துடன் அவள் பேரழகி' என்பதுதான்" என்றார்.

பீர்பால் மகாராணியிடம் சென்று பேசத்தொடங்கினார்.

"மாண்புமிகு மகாராணி அவர்களே, சக்கரவர்த்தியார் தாங்களும் பூந்தோட்டத்திற்கு வந்து தன்னுடன் இணைந்துகொள்வதை விரும்புகிறார்" என்றார். ஆனால் பீர்பாலின் பேச்சு எடுபடவில்லை. சிறிது நேரத்தின் பின் காவலாளி உள்ளே வந்து பீர்பாலின் காதில் ரகசியமாக கிசுகிசுத்தான். பிறகு பீர்பல் அறிவுறுத்தியபடி சற்று உரத்த குரலில் 'அத்துடன் அவள் பேரழகி!' என்று சொல்லிவிட்டு அகன்றான்.

பீர்பால் ராணியைப் பார்த்து, "மகாராணியாரே, இப்போது நீங்கள் வரவேண்டிய அவசியமில்லை. ஆனால் நான் அங்கு தேவைப்படுகிறேன்" என்று சொல்லி வெளியேறினார்.

இரண்டு நிமிடங்கள் கூட ஆகியிருக்காது மகாராணியார் பூந்தோட்டத்தில் சக்கரவர்த்தியின் அருகில் இருந்தார். சக்கரவர்த்தி அவளை நோக்கி, "பார்த்தாயா, பீர்பால் புத்திசாலி என்று நான் சொன்னேன் அல்லவா? "எப்படி நீங்கள் அதைச் செய்தீர்கள்?" எனப் பீர்பாலிடம் அரசர் கேட்டார்.

பீர்பால் சொன்னார், "பேரரசே, நான் செய்ய வேண்டியிருந்தது எல்லாம், மகாராணியார் மனதில் சந்தேகத்தின் ஒரு சிறிய விதையை விதைத்ததுதான். மகாராணி அது என்னவென்று அறிய விரும்பினார்."

கற்பித்தல் பற்றி

பலமுறை என் தந்தை, "நான் இதுவரை கேட்காத கேள்விகளுக்கும்கூட என் ஆசான் பதிலளித்தார். அது எப்படி நடந்தது என்று என்னால் புரிந்துகொள்ள முடியவில்லை" என்று என் சகோதரர்களிடமும் என்னிடமும் கூறி இருக்கிறார். என் தந்தையிடமிருந்து நாங்கள் கற்றுக்கொண்ட விஷயங்களில் ஒன்று நமக்குக் கற்றுக் கொடுக்கப்படுவதை எவ்வாறு கவனமாகக் கேட்டு பின்பு அதைப்பற்றி ஆழமாகச் சிந்தனை செய்வது என்பதே. பெரும்பாலும் பதில்கள் கிடைத்தபின்தான் எனக்கு அதற்கான கேள்விகள் தெளிவாகத் தெரிந்தன.

என் தந்தை எனக்கு வழங்கியவற்றிற்கு, குறிப்பாக எனக்குள் சென்று நிறைவை உணரக்கூடிய அந்த விசேஷமான பரிசுக்காக, மிகவும் நன்றியுள்ளவனாக

இருக்கிறேன். தந்தை மகன் என்ற உறவு, நீண்டகாலத்திற்கு முன்னரே, அவர் உயிர்நீத்தபோதே முடிவுற்றது. ஆனால் அவர் எனக்கு அளித்த பரிசானது தொடர்ந்து கனிகளைத் தந்துகொண்டிருக்கிறது. அந்தக் கனியின் விதைகளை என்னால் முடிந்த அளவு நிறைய மக்களுடன் பகிர்ந்து கொள்வதே எனது இலட்சியம்.

நான் சிறியவனாக இருந்தபோது, என்னை மக்கள் ஒரு ஆசிரியரின் ஸ்தானத்தில் பார்த்தது எனக்கு எப்போதுமே சௌகரியமாக இருந்ததில்லை. மருத்துவர்கள், வழக்கறிஞர்கள், வயதில் முதிர்ந்தோர், மற்றும் கற்றறிந்தவர்கள் ஒரு பெரிய அறையில் பொறுமையாக நான் உரையாற்றுவதற்காகக் காத்திருந்ததை இப்போதும் நான் நினைவில் வைத்திருக்கிறேன். அப்போது எனக்கு ஒன்பது அல்லது பத்து வயது இருக்கும். முப்பது, நாற்பது, ஐம்பது வயதுள்ளவர்களும்கூட என்னிடம் கேள்விகள் கேட்பதற்காகக் காத்துக் கொண்டிருந்தார்கள். நான் அவர்களுக்கு பதில் அளிக்க வேண்டியிருந்தது.

நான் பேசும்போது அங்கு கூடியிருந்தோர் அடிக்கடி என்னிடம் கேட்ட கேள்வி "உங்களுக்கு இது எப்படித் தெரியும்?" என்பதே. இதனை அனுபவ வாயிலாக அறிந்திருக்கிறேன் என்பதே எப்போதும் எனது பதிலாக இருந்தது. சபையோர், "உங்களால் அதை எங்களுக்குக் காண்பிக்க முடியுமா?" எனக் கேட்பார்கள். "முதலில் நீங்கள் அமைதிக்கான உங்களது தாகத்தை உணர வேண்டும்" எனப் பதிலளிப்பேன். ஏனென்றால் தன்னை உணர்தலுக்குத் தயாராகுதல் என்பது, அந்த ஆவல் உங்களிடம் இருப்பதை நீங்கள் ஏற்றுக் கொள்வதில் இருந்து ஆரம்பிக்கிறது.

உங்களிடம் ஏற்கனவே இருக்கும் நம்பிக்கைகளை உறுதிப்படுத்திக்கொள்ள இந்தப் பயணத்தை

ஆரம்பிப்பதில் எந்தவித பயனும் இல்லை. இது நீங்கள் உண்மையாக யார் என்பதை அனுபவிப்பதற்கான தேவையை உணர்ந்து கொள்வது பற்றியதாகும். இது ஒரு குழந்தைக்கு காகிதத்தால் சுற்றப்பட்ட ஒரு பரிசைக் கொடுப்பது போன்றது. அவர்கள், "இதில் என்ன உள்ளது? அதுவா? அல்லது இதுவா? இது என்னவென எனக்குத் தெரியும் என்று நினைக்கிறேன்!" என்று சொல்ல ஆரம்பிப்பார்கள். அவர்கள் தாம் விரும்பும் பரிசு எவ்வாறு இருக்க வேண்டுமென்று விரும்புகிறார்களோ, அதனுடன் பரிசுப் பொட்டலத்தின் வடிவத்தை ஒப்பிட்டுப் பார்க்க முயற்சிக்கிறார்கள். உள்ளே என்ன இருக்கிறது என்று தெரிந்து கொள்வதற்கான ஒரேயொரு வழி பரிசைச் சுற்றியுள்ள காகிதங்களை ஒவ்வொன்றாக அகற்றுவதுதான். தன்னை உணர்வதும் இவ்வாறானதே.

இந்தியாவில் உரையாற்றுவதற்கான எனது சுற்றுப்பயணங்கள் முடிவடைந்ததும் நான் பள்ளிக்கூடம் சென்று மறுபடியும் மாணவனாக ஆகிவிடுவேன். சில சமயங்களில் என்னைப் போலவே ஆசிரியருக்கும் நிலைமையைச் சமாளிப்பது கஷ்டமாக இருந்தது. ஒருகணம் நான் கூறியவை மிகுந்த கவனத்தோடு மக்களால் கேட்கப்பட்டது. மறுநாள் ஆசிரியர்கள்: "நீ தாமதமாக வந்திருக்கிறாய்!" என்று என்னைப் பார்த்துச் சத்தமிட்டார்கள். (உண்மையில் நான் தாமதமாகத்தான் போயிருக்கக்கூடும்)

நான் யார் என்று என்னையே கேட்டுக்கொண்டேன். இதற்கான எனது பதில் இந்த எளிமையான சிந்தனையுடன் ஆரம்பித்தது. "என் வாழ்க்கை தொடர்ந்து மாறிக்கொண்டே இருக்கிறது. ஆனால் தன்னை உணர்தலின் மூலம் நான் எப்போதும் என்னுடன் இணைந்திருப்பேன்." எதுவுமே நிரந்தரமாக

இறுதிவரை இருக்காது என்பதை மிகத் தெளிவாக தெரிந்து கொண்டதினால், எனது வாழ்வில் வெவ்வேறு பாத்திரங்களாகச் செயல்படுவது பற்றி அதிக அக்கறைகொள்ளத் தேவையில்லை. "நான் என்றென்றும் மாணவனாக இருக்கப் போவதில்லை. ஆனால் பள்ளிக்கூடத்தில் படிக்கும்போது, என்னால் அந்தப் பாகத்தைச் செய்யமுடியும்." நான் என் வாழ்நாள் முழுவதும் குழந்தையாக இருக்கப் போவதில்லை. ஆனால் அவ்வாறு இருக்கும் கட்டத்தில் நான் மகனாக இருக்க முடியும். மேலும் "என் வாழ்நாள் முழுவதும் இந்தியாவில் ஞானத்தை வழங்கும் பேச்சாளராக இருக்கப்போவதில்லை. ஆனால் நான் இங்கே இருக்கும் வரை அதைச் செய்ய முடியும்" என நான் நினைத்தேன்.

வாழ்க்கையில் எதுவுமே நிலையானதல்ல எனப் புரிந்துகொள்வது சுதந்திரமான உணர்வைக் கொடுத்தது. எனது கண்ணோட்டத்தை மேலும் நெகிழ்வாக்க அது உதவியது. அத்துடன் அது என் கண்டிப்புமிக்க ஆசிரியர்களைச் சகித்துக்கொள்வதை மேலும் இலகுவாக்கியது.

நம்பிக்கையை இடைநீக்கம் செய்யுங்கள்

"விவேகம் வியப்புடன் ஆரம்பிக்கிறது" என்று சாக்ரட்டீஸ் கூறினார். மீண்டும் ஒருமுறை ஆழமான அந்த உண்மையை ஒரு சில வார்த்தைகளில் சுருக்கமாக கூறியுள்ளார். இதே சிந்தனை, "வாசகர்களுக்கு ஒரு விஷயம் உண்மையற்றது எனத் தெரிந்திருந்தாலும், அந்த நம்பிக்கையின்மையை ஒருகணம் இடைநிறுத்தி, அதை உண்மையென நம்புவதற்கு இடமளிக்கவேண்டும்" எனக் கூறிய

ஆங்கில கவிஞர் கோல்ரிட்ஜின் ஆவலில் பிரதிபலிக்கின்றது.

1772 இல் பிறந்த சாமுவேல் டைலர் கோல்ரிட்ஜ் மக்கள் வாசிக்கும்போது, தர்க்க ரீதியான மனப்பான்மையிலிருந்து தம்மை விடுவித்துக்கொள்ள வேண்டும் என விரும்பினார். அப்படிச் செய்வதால், அவர்கள் ஏற்கனவே நினைத்ததை விடவும் மேலான வேறு ஏதோ ஒன்றை அனுபவிக்க முடியும் என்பது அவர் கருத்து. இந்த உணர்வுடன் கோல்ரிட்ஜ், கவிஞர் வில்லியம் வோர்ட்ஸ்வொர்த் உடன் இணைந்து உயர்ந்த கற்பனைத்திறன் கொண்ட கவிதைகளின் தொகுப்பை 'லிரிகல் பாலட்ஸ்' (Lyrical Ballads) என்ற பெயரில் உருவாக்கினார். *வோர்ட்ஸ்வொர்த்தின் இலக்கு என்ன என்று கோல்ரிட்ஜ் விவரித்தார்.*

பழக்கவழக்கத்தின் மந்த நிலையிலிருந்து நம் மனதின் கவனத்தை நம் எதிரே உள்ள உலகின் அழகிற்கும், அற்புதத்திற்கும் விழித்தெழச் செய்வது. அது ஒரு வற்றாத பொக்கிஷம். ஆனால் பரிச்சயம் என்ற மெல்லிய திரையினாலும், சுயநலத்தினாலும் நமக்குக் கண்கள் இருந்தும் பார்ப்பதில்லை, காதுகள் இருந்தும் கேட்பதில்லை, இதயம் இருந்தும் அதை உணர்ந்துகொள்வதோ புரிந்துகொள்வதோ இல்லை.

இதே விதமான மனோபாவத்துடன், நம்புதலை நாமே 'விரும்பி இடைநீக்கம் செய்வதே' நமது நோக்கம். ஆம், உலகத்தை புரிந்துகொள்ள சாமர்த்தியமான சிந்தனையும், உன்னதமான யோசனைகளும் நமக்கு எப்போதுமே தேவைதான். விஞ்ஞானம் நம் அனைவருக்கும் மகத்தான நன்மைகளைத் தருகிறது. ஆனால் தன்னைப் பற்றிய உணர்வு என வரும்போது, நம் சிந்தனையை மௌனமாக்கி, நம் உள்ளே உள்ள மிக ஆழமான குரலைக் கேட்கவேண்டும். உண்மையாகப்

பார்க்கும் கண்களும், உண்மையாகக் கேட்கும் காதுகளும், உண்மையாக உணர்ந்து புரிந்துகொள்ளும் - உண்மையில் அறிந்துகொள்ளும் - உள்ளங்களும் நமக்குத் தேவை.

நமது புத்தியை விருத்தி செய்யும் அதேசமயத்தில் நமது அன்றாட இயந்திர வாழ்க்கையினால் ஏற்படும் சோம்பல் தன்மையிலிருந்து, நமக்கு எதிரே உள்ள உலகம் மற்றும் நமக்குள் இருக்கும் உலகம் ஆகிய அற்புதங்களை நோக்கி நம் கவனத்தை விழித்தெழச் செய்வதற்காக, நம் கருத்துக்களின் மேல் நாம் வைக்கும் நம்பிக்கையை, நாமே விரும்பி இடைநீக்கம் செய்வதில் என்ன கெடுதல்?

அத்தியாயம் 5

உங்களிடமிருந்து ஆரம்பியுங்கள்

ஓர் இளைஞன் சாலையில் நடந்து சென்று கொண்டிருந்தபோது, வயது முதிர்ந்த ஒருவர், முதுகில் சுமந்திருந்த பெரிய விறகுக்கட்டின் சுமையினால் கூனியவாறு செல்வதைக் கண்டான். இந்த மனிதரோ உலகில் நீண்ட காலம் வாழ்ந்தவர், நானோ இப்பொழுதுதான் வாழ்க்கையை ஆரம்பிக்கிறேன். இவரிடம் இருந்து ஏதாவது அறிவுரை பெற்றுக்கொண்டால் என்ன? என்று இளைஞன் தனக்குள் யோசித்தான். அவரிடம் சென்று, "முதியவரே! தயவுசெய்து வாழ்க்கையைப் பற்றி எனக்கு ஏதாவது அறிவுரை வழங்குங்கள்" எனக் கேட்டான். அந்த மனிதர் இளைஞனைப் பார்த்தபடி தோளில் இருந்த கனமான சுமையைக் கீழே இறக்கி வைத்துவிட்டு நிமிர்ந்து நின்றார். மீண்டும் அந்த இளைஞனைப் பார்த்தபடி குனிந்து விறகுக்கட்டை தூக்கித் தோளில் சுமந்தபடி அங்கிருந்து சென்றுவிட்டார்.

இந்தக் கதை கற்றுத்தரும் பாடம் என்ன? ஒருவேளை, நாம் சுமக்கும் பொறுப்புக்களைக் குறைத்துக் கொள்ளவேண்டும் என்பதாக இருக்கலாம். அல்லது வாழ்க்கையின் பெரும்பகுதியில் முக்கியமானவற்றைச் செய்துகொண்டு, கவனச் சிதறல்களில் நேரத்தை வீணடிப்பதைத் தவிர்க்க வேண்டும் என்பதாகவோ

அல்லது ஒரு விஷயம் பற்றிச் சொல்வதை விட செயல் மூலம் அதிகமாகக் காண்பிக்க முடியும் என்பதாகவோ இருக்கலாம். ஆனால் இக்கதை நாம் நமது சொந்தக் கால்களில் நிற்கவேண்டும் என்ற வாழ்வின் கோரிக்கையை எப்போதும் எனக்கு நினைவூட்டுகிறது. நமக்கு அவ்வப்போது பிறரிடமிருந்து உதவி தேவைப்பட்டாலும் இறுதியில் நாமேதான், நமக்கான பொறுப்பை ஏற்றுக்கொள்ள வேண்டும். இதைப் பற்றியதுதான் இந்த அத்தியாயம்.

உங்கள் கப்பலைச் செலுத்துங்கள்

சற்று பின்நோக்கிச் செல்வோம். நாம் பிறந்தபோது, நாமே நம் உலகின் மையமாக இருந்தோம். வாழ்வின் சிக்கல்கள், குழப்பங்கள் எதுவுமே நம்மைப் பாதிக்கத் தொடங்கவில்லை. அத்துடன் நமது தேவைகளையும் உயிருடன் இருப்பதின் தூய சக்தியையும் நம்மால் வெளிப்படுத்த முடிந்தது. ஒரு குழந்தை இயல்பாகவே சிரிக்கும் அல்லது அழும் விதத்தைச் சிந்தித்துப் பாருங்கள். குழந்தை, தன்னை அனுபவித்து இன்புறும்போது அதன் அழகான புன்னகையைப் பற்றிச் சிந்தித்துப் பாருங்கள். இந்த உணர்வுகளை நாம் ஏன் கைவிட்டு விடுகிறோம்? வளர்ந்தவர்களாகிய பின்பு நாம், பிறருக்காக நடித்து எல்லோரையும் மகிழ்விக்க முயற்சிக்கும் நடிகர்களைப்போல் ஆகிவிட முடியும். ஆனால், நம் ஆனந்தம் எங்கே? நம் அன்பு எங்கே? நம் அமைதி எங்கே? இவை அனைத்தும் மிக ஆழமாக நமக்குள் எப்போதும் இருக்கின்றன. ஆனால், சில சமயங்களில் அவை அங்கே இருப்பதை நாம் மறந்துவிடுகிறோம்.

சுயத்துடனான நமது இணைப்புத் துண்டிக்கப்படும்போது, பதில்களுக்காக நாம் வெளியுலகத்தை

நாடலாம். பிறர் நாம் கூறுவதைக் கரிசனத்துடன் கேட்பது முதல், நிபுணத்துவ வழிகாட்டுதல்களை வழங்குவது வரை எத்தனையோ வழிகளில் நமக்கு உதவமுடியும். ஆனால், இறுதியில் உண்மையிலேயே நாம் யார் என்பதை மீண்டும் நாமேதான் கண்டுபிடிக்கவேண்டும். இறுதியில், என் மகிழ்ச்சிக்கு நான் மட்டுமே பொறுப்பாளியாவேன். உங்கள் மகிழ்ச்சிக்கு நீங்கள் மட்டுமே பொறுப்பாளியாவீர்கள்.

நீ உன்னை ஏற்றுக் கொள்கிறாயா?

சில நேரங்களில் நமது குடும்பத்தினர்கள், நண்பர்கள் மற்றும் சக ஊழியர்கள் நம்மைப் பற்றி நினைப்பது எதுவோ அதுவேதான் நாமெனத் தவறாக நம்புகிறோம். அவர்களின் சிந்தனைகளுடன் பொருந்தும்வகையில் அல்லது அவர்கள் என்ன சிந்திக்கிறார்கள் என்று நாம் நினைக்கிறோமோ, அதற்கு ஏற்றவகையில் நமது அபிப்பிராயங்களை உண்டாகுவதில் நாம் ஈடுபடுகிறோம். தம்மைப் பற்றிய மதிப்பீடுகளைத் தெரிந்துகொள்வதற்காக இடைவிடாது கருத்துக் கணிப்புகளை நடத்தி மக்கள் எதைக் கேட்க விரும்புவார்கள் என தாம் நம்பும் விஷயங்களைப் பற்றி மட்டுமே பேசும் அரசியல்வாதிகள்போல் நாம் ஆகிவிடலாம். ஆனால் மற்றவர்களது அபிப்பிராயங்களும், உங்களுடைய சொந்தத் தேவைகளும் ஒன்றிலிருந்து ஒன்று மாறுபட்டவை. இதனை ரோமானியப் பேரரசரும் தத்துவஞானியுமான மார்கஸ் அரலியஸ் இவ்வாறு கூறியிருக்கிறார்:

ஒவ்வொரு மனிதனின் ஆனந்தமும் அவனையே சார்ந்திருக்கிறது. அப்படி இருந்தும், பார்! நீ உன்

ஆனந்தத்தை மற்றவர்களின் எண்ணங்களுக்கும்
மற்றும் உன்னைப் பற்றிய கருத்துக்களுக்கும்
உட்பட்டு இருக்குமாறு செய்கிறாய்.

தன்னைத்தானே மதிக்காத ஒருவரை மதிப்பது மிகக் கஷ்டமானதாகும். உண்மையில் பார்க்குமிடமெல்லாம் தாம் ஏற்றுக் கொள்ளப்பட வேண்டும் என்ற எதிர்பார்ப்பு இருப்பதைக் காண்கிறோம். தம் தோற்றத்தைப் பற்றி அந்நியர்கள் என்ன நினைப்பார்கள் என்று மனிதர்கள் கவலைப்படுகிறார்கள். கூட்டங்களில் தாம் கூறியவை புத்திசாலித்தனமானதுதானா என்று எண்ணி அவர்கள் கவலைப்படுகிறார்கள். பிறர் தன்னை விரும்புகிறார்களா என எண்ணி ஏங்குகிறார்கள். இவை எல்லாவற்றையும் விட முக்கியமானது, நீங்கள் உங்களை ஏற்றுக்கொள்கிறீர்களா? உங்களுக்கு உங்களுடனேயே நேரத்தைச் செலவிடுவதில் விருப்பம் உண்டா? உங்களால் உங்களைப் புரிந்து பாராட்டமுடிகிறதா? இது சுயநலமாக இருப்பது பற்றியது அல்ல. இது நீங்கள் உங்களையே மையமாகக் கொள்வதைப் பற்றியது.

புண்படாதே, புண்படுத்தாதே

வீட்டில், வேலையிடத்தில், பள்ளிக்கூடத்தில், மக்கள் மத்தியில், நாம் தொடர்ந்து எடை போடப்படுவதுபோல் உணரக்கூடும். அதனால் நாமும் எல்லாவற்றையும் எடைபோட ஆரம்பிக்கிறோம். மக்கள் எடை போடுபவர்களாக இருப்பதாக நாம் அவர்களை எடை போடுகிறோம். இதனால், காலநிலையைப் போன்ற எதிர்மறையானதொரு சூழ்நிலை உருவாகி நீங்கள் அறியும் முன்னர் ஒரு புயலே உருவாகிவிடுகிறது.

தனித்தனியாக இருக்கும்போது நிலையானதாகவும், அவற்றை ஒன்றுடன் ஒன்றைச் சேர்க்கும்போது வெடிக்கும் தன்மையையும் கொண்ட இரு இரசாயனப் பொருட்களைக் கற்பனை செய்து பாருங்கள். உங்களிடமும், மற்றவரிடமும் உள்ள ஒருவரையொருவர் எடைபோடுவதற்கான ஆர்வமும் இந்த ரசாயனப் பொருட்களைப் போன்றதென நினைத்துப் பாருங்கள். இந்த இரு ரசாயனங்களும் ஒன்றுடன் ஒன்று சேரும்போது உணர்ச்சிகள் உள்ளே குமுறத் தொடங்குகின்றன.

ஆனால் வேறு ஒரு வழி இருக்கிறது. இதைச் செய்வது எப்பொழுதும் இலகுவானதல்ல. மற்றவர்களை எடை போடுவதை நாம் நிறுத்திவிட்டு, நம்மை நாமே எந்த அளவுக்கு ஏற்றுக் கொள்கிறோம் என்பதில் கவனம் செலுத்தினால், அது எல்லாவற்றிலும் மாற்றத்தைக் கொண்டுவரும். நம்மை மையமாகக் வைத்து உணரும்போது, மற்றவர்களின் அபிப்பிராயங்கள் எதுவாக இருந்தாலும் அவற்றைக் கேட்பது நமக்குப் பிரச்சினையாக இருக்காது.

எனக்கு பயனுள்ளதாக இருக்கும் ஒரு சொற்தொடர்: "புண்படாதே, புண்படுத்தாதே." வேறொரு விதமாகக் கூறுவதானால், உங்களைப் புண்படுத்தும் பிறரின் விமர்சனங்கள் என்ற சுமைகளை உங்கள் கப்பலில் ஏற்றாவிட்டால் அடுத்த துறைமுகத்தில் அவற்றை இறக்க வேண்டிய தேவையை நீங்கள் உணரமாட்டீர்கள்.

நமக்கு மற்றொருவரின் குணாதிசயத்தில் கவனம் செலுத்த வேண்டும் என்ற சலனம் ஏற்படும்போது அதற்குப் பதிலாக நாம் நம்மீது கவனம் செலுத்தலாம். நான் எப்படி இருக்கிறேன்? நான் என்னைப் புரிந்து கொள்கிறேனா? நான் மற்றவர்களிடம் கருணையுடனும், அன்புடனும் நடந்து கொள்கிறேனா? நான் என்னுள் அந்த அமைதியை உணர்கிறேனா? எனக்கு நானே

சொல்லிக் கொள்வது: உனக்குள் இருக்கும் கருணையை உணரும் வரை, மற்றவர்களிடம் இருந்து கருணையை எதிர்பாராதே. உனக்குள் இருக்கும் அன்பை உணரும் வரை, மற்றவர்களிடம் இருந்து அன்பை எதிர்பாராதே. உனக்குள் இருக்கும் அமைதியைக் கண்டுகொள்ளும் வரை மற்றவர்களில் அமைதியைத் தேடாதே.

கவிஞர் ரூமி இதை அழகாக விவரித்துள்ளார்:

நேற்று நான் புத்திசாலி, அதனால் உலகை மாற்ற விரும்பினேன்.
இன்று நான் விவேகி, அதனால் என்னையே நான் மாற்றிக் கொண்டிருக்கிறேன்.

இதே விவேகம், 600 ஆண்டுகளுக்குப் பிறகு ரஷ்ய எழுத்தாளர் லியோ டால்ஸ்டாய் அவர்களால் மீண்டும் வெளிப்படுத்தப்பட்டது:

...நமது உலகத்தில் எல்லோரும் மனித இனத்தில் மாற்றத்தைக் கொண்டு வர வேண்டும் எனச் சிந்திக்கிறார்களே தவிர, தம்மைத்தாமே மாற்றிக் கொள்ள வேண்டும் என்று ஒருவரும் சிந்திப்பதில்லை.

இவற்றை வேறுவிதமாகச் சொல்வதானால் - உங்களிடமிருந்தே ஆரம்பியுங்கள்.

நீங்கள் அக்கறைப்படத் தேவையில்லை

விமர்சனத்திற்குப் பதிலளிப்பதற்கு மாற்றுவழி ஒன்று இருக்கிறது என்பதை ஞாபகப்படுத்தும் அருமையான கூற்றொன்றைக் கண்டேன். மற்றவர்கள் உங்களைப்

பற்றி என்ன நினைக்கிறார்கள் என்பதைப் பற்றி நீங்கள் அக்கறைப்படத் தேவையில்லை. ஆமாம்! நீங்கள் மதிக்கும் ஒருவர் உங்களைப் பற்றி ஒரு பயனுள்ள விஷயத்தைக் கூறினால் நல்லது, அதில் இருந்து கற்றுக்கொள்ளுங்கள். இல்லையென்றால், நீங்கள் உங்கள் வழியிலேயே செல்லுங்கள்.

ஒரு கணவனும், மனைவியும் தமது குதிரையின் பக்கத்தில் நடந்தபடி ஒரு நீண்ட பயணத்தை ஆரம்பித்தனர். கிராமவாசிகள் சிலர் இவர்களைப் பார்த்து, "புத்தி கெட்ட தம்பதிகள். அவர்களிடம் ஒரு குதிரை இருந்தும் அதன் மேல் சவாரி செய்யவில்லை" எனக் கூறினர்.

இந்த உரையாடலைக் கேட்ட அந்த ஆணும் பெண்ணும், "சரி, குதிரை மேல் சவாரி செய்வோம்" என்று கூறி அவர்கள் இருவரும் குதிரையில் அமர்ந்தார்கள்.

அடுத்த கிராமத்தில், இந்த வெளியூர் பயணிகளைப் பார்ப்பதற்கெனச் சிலர் தமது வீடுகளுக்கு வெளியே வந்து "இவர்கள் இந்த அளவு இரக்கமற்றவர்களா? இருவரும் அந்தக் குதிரை மேல் சவாரி செய்கிறார்கள், பாவம் அந்தக் குதிரை!" எனக் கூறினார்கள்.

மீண்டும் இந்தக் கருத்துக்கள் அவர்கள் காதில் விழுந்ததும் "குதிரைக்கும் என் மனைவிக்கும் நான் இரக்கம் காட்ட வேண்டும்" என்று அந்த மனிதன் தனக்குள் சிந்தித்தான். தான் நடந்து கொண்டு தன் மனைவியைக் குதிரை மேல் அமரும்படி அழைத்தான். அவளும் அமர்ந்து கொண்டாள்.

பக்கத்து வீடுகளிலிருந்து வெளியே வந்த சிலர் "இந்தப் பெண்ணைப் பாருங்கள்? தன் கணவன் பற்றி அவள் இதயத்தில் எவ்வித இரக்கமும் இல்லை" என்றார்கள்.

எனவே தன் மனைவியை விமர்சனங்களிலிருந்து காப்பாற்ற “நீ கீழே இறங்கிவா! நான் குதிரை மேல் உட்காருகிறேன்” எனக் கணவன் கூறினான்.

அடுத்த கிராமத்து மக்கள் “உன் மனைவி மேல் உனக்கு ஒரு துளியேனும் இரக்கம் இல்லையா? நீ குதிரையில் சவாரி செய்கிறாய். அவளோ நடந்து செல்கிறாள்” என்று கூறினார்கள்.

கணவன் குதிரையிலிருந்து இறங்கி மனைவியிடம், “இவர்கள் சொல்வதையெல்லாம் ஏற்றுக்கொண்டே இருந்தால் நாம் போக வேண்டிய இடத்தைச் சென்றடைய முடியாது. ஆகவே நாம் முன்பு சென்றபடியே செல்வோம்” என்று கூறி இருவரும் குதிரையின் பக்கத்தில் நடந்தவாறு பயணத்தைத் தொடர்ந்தனர்.

யாருக்கும் அக்கறையில்லை

இந்தியாவில், பெரும்பாலான குடும்பங்கள் சிக்கனமாகவே தம் பணத்தைச் செலவு செய்வார்கள். அவர்கள் அப்படிச் செய்ய வேண்டிய தேவையும் இருக்கிறது. ஆனால், தம் பெண்ணிற்கு அல்லது பையனுக்கு திருமணம் என்று வந்துவிட்டால் ஆடம்பரத்துக்காக பணத்தை வீண்செலவு செய்வார்கள். சில வேளைகளில் அவர்கள் தம் ஆண்டு வருமானத்தை விடவும் அதிக அளவு கடன் வாங்குவார்கள். நன்மதிப்பைப் பெற கடன் வாங்கிச் செலவழிப்பார்கள். அது உலகெங்கும் நடப்பதுதான். ஆனால், இந்தியர்களுக்கு இது ஒரு கை தேர்ந்த கலை. அதன்பின் அவர்களேதான் அக்கடனைச் செலுத்த வேண்டும்.

இதோ, பல்லாயிரக்கணக்கில் பணத்தைச் சேமிப்பதற்கான ஒரு யுக்தி. உங்களிடம் மதிப்பும்,

மரியாதையும் வைத்து உங்களை நேசிப்பவர்களை மட்டுமே உங்கள் திருமணத்துக்கு அழையுங்கள். பிறந்த நாட்கள், ஆண்டு நிறைவு விழாக்கள் மற்றும் சகல கொண்டாட்டங்களுக்கும் இது பொருந்தும். ஆனால், உண்மை என்னவென்றால் உங்களின் போலி கௌரவத்திற்காக, எல்லாம் நிறைவாக இருப்பதுபோல் மற்றவர்களுக்கு காட்ட முயற்சித்தால் நீங்கள் தவறான வழியில் செயல்படுவதாக இருக்கலாம். உங்களைப் பற்றிய பிறரின் அபிப்பிராயங்களை உங்களால் கட்டுப்படுத்த முடியாது. அவர்களின் கருத்துக்கள் மாறிக்கொண்டும் அதிகரித்துக்கொண்டும் இருக்கும். நாம் நம்மேல் நம்பிக்கை வைத்தால், நம்மைப் பற்றிய மற்றவர்களின் அபிப்பிராயங்கள் கடந்து போய்விடும். அந்த விமர்சனங்கள் சில வேளைகளில் நியாயமற்றவையாகவோ, சிலவேளைகளில் சரியானவையாகவோ, சில வேளைகளில் நம்மை மகிழ்விப்பனவாகவோ இருந்தாலும், அவற்றின் முக்கியத்துவம் ஒருபோதும் நிலைத்து நிற்பதில்லை. நான் என்னைப் பற்றி என்ன உணர்கிறேன், நீங்கள் உங்களைப் பற்றி என்ன உணர்கிறீர்கள் என்பது மட்டும்தான் நிலைத்து நிற்கப் போகிறது.

பல சந்தர்ப்பங்களில், நம்மைப் பற்றி எடை போடுபவர்கள், உண்மையில் நம்மைப் பற்றிச் சிந்திப்பதே இல்லை. அவர்களைப் பற்றி நாம் என்ன நினைக்கிறோம் என்பதைப் பற்றித்தான் அவர்கள் அநேகமாகச் சிந்தித்துக் கொண்டிருப்பார்கள்! அல்லது அமெரிக்கப் பத்திரிகையின் ஆலோசகரும் பத்தி எழுத்தாளருமான ஆன் லான்டர்ஸ் ஒரு முறை கூறியது போல் “20 வயதில் மற்றவர்கள் நம்மைப் பற்றி என்ன நினைக்கிறார்கள் என்று நாம் கவலைப்படுகிறோம். 40 வயதிலோ நம்மைப் பற்றி

மற்றவர்கள் நினைப்பதைப்பற்றி அக்கறை கொள்வதில்லை. 60 வயதிலோ அவர்கள் நம்மைப் பற்றி ஒருபோதும் நினைத்ததே இல்லை என்று தெரிந்துகொள்கிறோம்."

ஒருமுறை நான் இந்தியாவில் புனேயில் உள்ள சிறைகைதிகளோடு பேசிக் கொண்டிருந்தபோது, ஒரு கைதி எழுந்து என்னிடம் "நான் தவறுதலாக இங்கு இருக்கிறேன். நான் இங்கு இருக்க வேண்டியவன் அல்ல, விரைவில் விடுவிக்கப்பட்டு வீடு திரும்பப் போகிறேன். அக்கம்பக்கத்திலுள்ளவர்கள் என்னைப் பற்றி என்ன நினைப்பார்கள்?" என்று கேட்டான்.

அங்கிருந்த ஒவ்வொருவரும் அவனைத் திரும்பிப் பார்த்ததால், கைதிகளுக்கு இந்த விஷயம் எவ்வளவு முக்கியமானது என்பதை நான் விரைவில் புரிந்து கொண்டேன். அவனின் கேள்வி எல்லோரையும் தட்டி எழுப்பியது. நூற்றுக்கணக்கானவர்கள் அந்த அறையில் இருந்ததால், அது ஓர் இக்கட்டான தருணமாக இருந்தது. அந்த அறை நிசப்தத்தில் ஆழ்ந்தது. அதன்பின் எனது பதில் என்னவாக இருக்கும் என்பதை அறியும் ஆர்வத்துடன் எல்லோரும் என்னைத் திரும்பிப் பார்த்தார்கள்.

"நீங்கள் நிச்சயமாக தெரிந்து கொள்ள விரும்புகிறீர்களா?" என நான் கேட்டேன்.

அதற்கு அவன் தெரிந்து கொள்ள விரும்புவதாகக் கூறினான்.

"உங்களுக்கு இந்தப் பதிலைச் சொல்வதற்காக என்னை மன்னியுங்கள்" என்று நான் சொன்னேன். "அவர்கள் உங்களைப் பற்றிச் சிந்திக்கவே இல்லை. அவரவருக்கு அவரவர் பிரச்சினைகள் உள்ளன. உங்களைப் பற்றி அவர்கள் என்ன நினைக்கிறார்கள் என்று நீங்கள் சிந்தித்துக் கொண்டிருக்கிறீர்கள். ஆனால், பெரும்பாலானோர்

வெவ்வேறு விஷயங்களைச் சிந்திப்பதில் மும்முரமாக ஈடுபட்டுக் கொண்டிருக்கிறார்கள். அவர்கள் அங்கே அமர்ந்து உங்களைப் பற்றி மட்டுமே சிந்தித்துக் கொண்டிருக்கிறார்கள் என நீங்கள் எப்படி நினைக்கலாம்? நீங்கள் முக்கியமானவராக இருந்தாலும் கூட அவர்கள் நினைத்துக்கொண்டிருக்கும் அளவு முக்கியமானவர் அல்ல. அவர்கள் அவர்கள் வேலையைப் பார்த்துக்கொண்டிருப்பார்கள்!"

கைதிகளுக்கு இந்த அணுகுமுறை உதவியாக இருந்ததுபோல் தோன்றியது. ஏனெனில் மற்றவர்கள் நம்மை எடை போடுதல் என்பது பற்றி எப்போதுமே இருவிதமான அபிப்பிராயங்கள் உள்ளதை நாம் அனைவரும் அறிந்திருக்கலாம். ஏறத்தாழ முட்டாள்தனமானது என்னவென்றால், அது அவ்வளவு முக்கியமானதல்ல என்று நமக்கு தெரிந்திருந்தாலும், அவர்கள் மனதில் ஓடிக்கொண்டிருக்கும் சிந்தனைகளைப் பற்றி நாம் கற்பனை செய்வது. அநேகமாக அவர்கள் வேறு எதையாவது சிந்தித்துக் கொண்டு இருக்கக்கூடும்! இது இப்படியே சுற்றிச் சுற்றிப்போய் கொண்டிருக்கும். அதை நிறுத்துவதற்கு நேரமும் முயற்சியும் தேவை. ஆனால் அதற்கான தீர்வு உங்களால் எதை அறிந்துகொள்ள முடியுமோ அதற்கு உங்கள் சக்தியைச் செலவிடுவதுதான். உங்கள் உள்ளத்திலே நீங்கள் யார் என்பதை அறிந்துகொள்வதே. மற்ற அனைத்தும் இரைச்சலே.

புத்தரின் கிண்ணம்

மற்றவர்களால் மன தைரியத்தை இழந்ததாக உணரும் எவரும் இந்தக் கூற்றைத் தெளிவாகக் கேட்கவேண்டும் என நான் விரும்புகிறேன். உங்களுக்குச் சரியானது

எது என்பதை தீர்மானிக்கும் சக்தி உங்களிடம் இருக்கிறது. அந்த சக்தியை உங்களுக்கு நினைவூட்டவும், அந்த சக்தி உங்களுக்குள் நிறைவாகவும், உயிரோட்டத்துடனும் இருக்கிறது எனக் கூறுவதற்கும், தைரியமாக முயற்சிக்குமாறு பரிந்துரைக்கவும் நான் இங்கு வந்திருக்கிறேன். மீண்டும் ஒருமுறை நீங்கள் சரியென எண்ணுவதை செயற்படுத்துவதில் உறுதியாக இருங்கள் எனக் கூறுகிறேன். அதைரியப்படுதல் என்பது உங்கள் தைரியத்தை உங்களிடமிருந்து மறைத்து வைப்பதே. ஆனால் அதைக் கண்டுபிடிப்பதற்கான வாய்ப்பு எப்போதும் உங்களிடம் இருக்கிறது.

ஒருமுறை புத்தர், சீடன் ஒருவருடன் நடந்து சென்று கொண்டிருந்தபோது, நகரத்தில் இருந்த யாவரும் அவரை, "நீங்கள் நல்லவரல்ல, நீங்கள் அதைச் செய்வதில்லை, இதைச் செய்வதில்லை," என விமர்சித்துக்கொண்டே இருந்தார்கள்.

"புத்தரே இவர்களெல்லாம் உங்களை விமர்சிப்பது உங்களுக்குக் கவலையாக இல்லையா?" என அந்தச் சீடன் கேட்டான்.

புத்தர் தாம் வீடு திரும்பும் வரை காத்திருந்து தன் கிண்ணத்தை எடுத்து அந்தச் சீடனை நோக்கி நகர்த்தினார்.

"இது யாருடைய கிண்ணம்?" என அவர் கேட்டார்.

சீடன் "இது உங்கள் கிண்ணம்" என்றான்.

அந்தக் கிண்ணத்தை மேலும் சீடனுக்குச் சிறிது அருகில் நகர்த்தினார்.

"இது யாருடைய கிண்ணம்?"

"இப்பொழுதும்கூட இது உங்கள் கிண்ணம்தான்."

இப்படியே தொடர்ந்து அவர் செய்து கொண்டிருந்தார். சீடனும் தொடர்ந்து இது உங்கள் கிண்ணம். "இது உங்கள் கிண்ணம்தான்" எனக் கூறிக்கொண்டே இருந்தான்.

பின்னர் புத்தர் அந்தக் கிண்ணத்தை எடுத்து சீடரின் மடியில் வைத்துவிட்டு "இப்பொழுது இது யாருடைய கிண்ணம்?" எனக் கேட்டார்.

சீடன், "இப்பொழுதும் இது உங்கள் கிண்ணம்தான்" என்றான்.

"சரியாகச் சொன்னாய்!" என்று புத்தர் கூறினார். "இந்தக் கிண்ணத்தை நீங்கள் ஏற்றுக் கொள்ளாவிட்டால், இது உங்களுடையது அல்ல. மற்றவர்களின் விமர்சனத்தை நான் ஏற்றுக் கொள்ளாவிட்டால் அது என்னுடையது அல்ல" என்றார்.

குறை கூறாதீர்கள்

நாம் கவனமாக இல்லையென்றால், ஒருவரது எதிர்மறையான போக்கு மற்ற எல்லோரையும் பாதிக்கும். இதனால்தானோ என்னவோ ஆறாம் நூற்றாண்டின் பெனடிக்டைன் ஹோலி ஆர்டரின் ஸ்தாபகர் புனித பெனடிக்ட் என்பவர் குறை சொல்வதற்குத் தீவிரமான எதிர்ப்பைத் தெரிவித்தார். இது "தி ரூல் ஆஃப் செய்ன்ட் பெனடிக்டின்" (The Rule of Saint Benedict) என்ற பெனடிக்டின் ஆன்மீக பீடத்தின் விதிமுறைகளைப் பற்றிய "நியதிப் புத்தகத்தில்" அடிக்கடி குறிப்பிடப்பட்டிருக்கும் ஒன்று. மடாலயம் ஒன்றில் குறைசொல்லிக்கொண்டேயிருக்கும் ஒருவருடன் 24 மணிநேரமும் ஒன்றாக வாழ்வது எவ்வளவு எரிச்சலூட்டுவதாக இருக்கும் எனக் கற்பனை செய்து பாருங்கள்.

இது நகைச்சுவை ஒன்றை எனக்கு ஞாபகமூட்டுகிறது. இளைஞன் ஒருவன் மடாலயம் ஒன்றில் சேர்கிறான். முதல்நாள் காலை அவனுக்கு விளக்கம் கொடுத்தார்கள். இந்த மடாலயத்தில் முக்கியமான விதிமுறை ஒன்று

இருக்கிறது. பேசுவதற்கு அனுமதியில்லை. ஆனால் வருடத்துக்கு ஒருமுறை "எப்படி இருக்கிறது? என்று உங்களிடம் கேட்போம். அப்பொழுது நீங்கள் இரண்டு வார்த்தைகளில் பதிலளிக்கலாம்."

முதலாவது வருடம் கழிந்ததும் "எப்படி இருக்கிறது?" என்று அவனிடம் கேட்டார்கள்.

"அதிகக் குளிர்" எனக் கூறினான்.

இன்னுமொரு வருடம் கழிகிறது.

"இப்போது எப்படி இருக்கிறது?" எனக் கேட்டனர்.

"படுக்கை கடினம்" எனக் கூறினான்.

இன்னுமொரு வருடம் கழிகிறது.

"இப்போது எப்படி இருக்கிறது?" எனக் கேட்டனர்.

"அதீத நிசப்தம்" எனக் கூறினான்.

இறுதியில், தலைமைத் துறவி வந்து அவனிடம்; "நீ இங்கு மூன்று வருடங்கள் இருந்திருக்கிறாய். ஆனால் நீ சொன்னதெல்லாம் புகார்! புகார்! புகார் மட்டும்தான்!" எனக் கூறினார்.

உங்களுக்குத் தேவையானவை அனைத்தும் உங்கள் உள்ளேயே உள்ளன

சில நேரங்களில், நமக்குள் இருக்கும் வெறுமையான உணர்வை நிரப்புவதற்காக மற்றவர்களின் அங்கீகாரத்தையும், கவனத்தை ஈர்க்கும் வேறு விஷயங்களையும் நாம் நாடுகிறோம். ஆனால் நமது அந்த வெறுமையை வேறு எவராலும் நிரப்ப முடியாது. அவர்கள் செய்வதெல்லாம் உடைந்த பாத்திரத்தினுள் தண்ணீரை ஊற்றுவது போன்றதே. நாம் நம்மை ஏற்றுக் கொள்ள வேண்டும். அதன் அர்த்தம் என்னவென்றால், நாம் நம்முள் இருக்கும் அந்த அற்புதமான வலிமைகளையும், வளங்களையும் ஏற்றுக்கொள்ள

வேண்டும் என்பதே. உண்மையில், மற்றவர்களின் மதிப்பீடுகள் பற்றி நாம் கவலைப்படத் தேவையில்லை. ஏனெனில் நமக்குத் தேவையான அனைத்தும் நமக்குள்ளேயே இருக்கின்றன.

இது மிகவும் முக்கியமானதால், மீண்டும் சொல்கிறேன். நமக்குத் தேவையான அனைத்தும் நமக்குள் இருக்கின்றன! தெளிவு, ஆனந்தம், அமைதி, அன்பு மேலும் இவை போன்ற நேர்மறையான உணர்வுகள் எல்லாமே நமக்குள் மலர்வதற்காகக் காத்திருக்கின்றன. நிச்சயமாக எதிர்மறையான உணர்வுகளும் நமக்குள் உள்ளன. உங்களுக்குள் தெளிவும் இருக்கிறது. அதேபோல் குழப்பமும் உள்ளது. ஆனந்தம் உங்களுக்குள்ளே இருக்கிறது. அதேபோல் விரக்தியும் உள்ளது. உங்களுக்குள் அமைதி இருக்கிறது. அதேபோல் குழப்பமும் உள்ளது. அன்பு உங்களுக்குள்ளே இருக்கிறது. அதேபோல் வெறுப்பும் உள்ளது.

உங்கள் எதிர்மறையான பண்புகள் எளிதில் தானாக வெளிப்பட முயல்கின்றன. நீங்கள் சற்றே முயற்சி செய்து உங்களுக்குள் இருக்கும் நேர்மறையான பண்புகளைக் கண்டுபிடிக்க வேண்டும். உங்கள் அமைதியிலிருந்து நேர்மறையான பண்புகள் வெளிப்படுகின்றன. அத்துடன் அது உங்கள் உள்ளத்தின் அடித்தளத்தில் ஒரு மாற்றமுடியாத, திடமான அஸ்திவாரத்தை இடுகிறது. ஆனால், இந்தப் புதையலை எங்கு தேடுவது என்பதை நீங்கள் தெரிந்து வைத்திருக்கவேண்டும். இது எனக்கு ஒரு கதையை நினைவுக்குக் கொண்டு வருகிறது.

ஒரு மனிதன் தன் ஊரை விட்டுப் புறப்பட்டுப் பணம் சம்பாதிப்பதற்காக நகரத்திற்குச் செல்கிறான். அவன் நன்றாக உழைத்து முன்னேறினான். சில வருடங்களுக்குப் பிறகு தன் குடும்பத்தைப்

பார்ப்பதற்கான நேரம் வந்துவிட்டதாக எண்ணினான். பரிசுப்பொருட்கள் நிரம்பிய பல மூட்டைகளுடன், வீடு நோக்கித் தன் நீண்ட பயணத்தை ஆரம்பிக்கிறான். சீக்கிரமே ஒரு திருடனின் பார்வை அவன் மேல் விழுகிறது. திருடன் "இந்த மனிதனிடம் நிறையப் பணம் இருக்கிறது. அவனிடம் உள்ள சிறிய பரிசுப் பொருள்கள் பற்றி எனக்கு அக்கறையில்லை. ஆனால், எனக்குத் தேவையானதெல்லாம் அவனது பணப்பைதான்" என எண்ணினான். அந்த மனிதனை அணுகி உரையாடத் தொடங்கினான். அவன் போகும் இடத்தை விசாரித்து அறிந்தபின் "நல்லது, நானும் அதே திசையில் செல்ல இருப்பதால், நாம் இருவரும் ஒன்றாகப் பயணம் செய்யலாமே" எனக் கூறினான்.

அன்று இரவு இருவரும் ஒரு விடுதியில் தங்கினார்கள். இரவு உணவின்போது அந்த மனிதன் திருடனிடம் தான் இதுவரை நகரத்தில் நன்கு சம்பாதித்தாகவும், ஊருக்குச் சென்று ஒரு பெரிய வீட்டைக் கட்டி குடும்பத்தைக் கவனித்துக் கொள்ளப் போவதாகவும் கூறினான். திருடனுக்கோ இதைக் கேட்கக் குதூகலமாக இருந்தது. அவன் நேரத்தோடு தூங்கச் செல்வதாக சாக்குப்போக்குச் சொல்லிவிட்டு, அந்த மனிதனுடைய அறைக்குச் சென்று, ஒவ்வொரு மூட்டையையும் சல்லடை போட்டுத் தேடியபோதும் அம்மனிதனின் பணத்தைக் கண்டுபிடிக்க முடியவில்லை. ஒவ்வொரு அலமாரியாகத் தேடியும் கண்டுபிடிக்க முடியவில்லை. படுக்கையைப் புரட்டிப் போட்டுத் தேடியும், ஒரு சல்லிக் காசைக் கூடக் கண்டுபிடிக்க முடியவில்லை.

மறுநாள் இரவு, இன்னொரு விடுதியில் தங்கினார்கள். "சரி, நீங்கள் நிறையப் பணம் சம்பாதித்திருக்கிறீர்கள். அதையெல்லாம் ஊருக்குக் கொண்டுசென்று பெரிய

வீடு கட்டிக் குடும்பத்தைப் பராமரிக்கப் போகிறீர்கள். அப்படித்தானே?" என்று அந்த மனிதனிடம் கேட்டான்.

"ஆமாம், நான் எதிர்பார்த்ததை விட மிக அதிகமாகச் சம்பாதிக்க முடிந்தது. அந்தப் பணத்தை எல்லாம் வீட்டுக்குக் கொண்டுசென்று சில நல்ல விஷயங்களைச் செய்ய ஆவலாக இருக்கிறேன் என்றான்" அந்த மனிதன்.

மீண்டும் ஒரு முறை, அந்தத் திருடன் அங்கிருந்து நழுவி, அந்த மனிதனின் அறையினுள் சென்று, அவன் கற்பனைக்கு உட்பட்ட சகல இடங்களிலும் பணத்தைத் தேடிப்பார்த்தும் எதுவுமே கிடைக்கவில்லை.

மறுநாள் இரவு, இன்னொரு விடுதியை அடைந்தார்கள். மீண்டும் இரவு உணவை உண்பதற்காக அந்த மனிதன் திருடனுடன் வந்திருந்தான். உணவு சாப்பிட்டு முடிந்ததும், "அப்படியென்றால் நீங்கள் விரைவில் வீடு சேர்ந்து அந்தப் பணத்தை எல்லாம் முதலீடு செய்யப் போகிறீர்களா?" என்று திருடன் கேட்டான். "ஆமாம், எல்லாமே நன்றாக அமையப் போகிறது" என்று அந்த மனிதன் கூறினான். அவ்வாறு கூறியவுடன் அந்த மனிதனுக்கு இரவு வாழ்த்து கூறிவிட்டு திருடன் மீண்டும் அளவற்ற விரக்தியுடன் அந்த மனிதனின் அறையில் ஓர் அங்குல இடம்கூட விடாமல் எல்லா இடமும் பணமூட்டையைத் தேடினான். எதுவுமே அகப்படவில்லை.

மறுநாள் காலை, அவர்கள் அந்த மனிதனின் ஊரை நெருங்கிக் கொண்டிருந்தார்கள். மேலும் திருடனால் தன்னைக் கட்டுப்படுத்திக் கொள்ள முடியவில்லை. "நான் உங்களுக்கு ஓர் உண்மையைச் சொல்லவேண்டும். நான் ஒரு திருடன். உங்களிடம் நிறையப் பணம் இருக்கின்றதென்று நீங்கள் சொன்னதும், நான் அதை அடைய விரும்பினேன். ஒவ்வொரு இரவும் உங்கள்

அறை முழுவதும் தேடினேன். உங்களுடைய காலணிகளுக்குள்ளும் உங்கள் தலையணைக்கு அடியிலும் தேடினேன். என்னால் எதையும் கண்டுபிடிக்க முடியவில்லை. உண்மையிலேயே ஏதாவது பணம் சம்பாதித்தீர்களா?” என்று கேட்டான்.

மகிழ்ச்சியுடன் “ஆமாம்” என்று சொல்லியவாறே, தன் சட்டைப் பைக்குள் இருந்த கனமான பணப்பைகள் இரண்டை வெளியில் எடுத்துக் காட்டினான். “நீ ஒரு திருடன் என்று ஆரம்பத்திலேயே நான் தெரிந்துகொண்டேன். அதனால், ஒவ்வொரு இரவும் உணவருந்தச் செல்லுவதற்கு முன்பு, உன்னுடைய அறைக்குள் சென்று, என் பணப்பைகளை உன் தலையணைக்குக் கீழ் ஒளித்து வைத்துவிடுவேன். நீ என் தலையணைக்கடியில் தேடுவாய். ஆனால், உன் தலையணைக்கடியில் ஒருபோதும் தேடமாட்டாய்” என்று எனக்குத் தெரியும் எனக் கூறினான்.

விலை மதிக்கமுடியாத “அமைதி” என்ற அந்தப் புதையலைக் கண்டுகொள்ள உங்களுக்கு உள்ளே பாருங்கள். இது எந்தக் கடையிலும் விற்பனைக்காக இருப்பது இல்லை. நில உரிமையாளர்கள் எவரது கட்டுப்பாட்டிலும் இது இல்லை. எந்த அரசாங்கமும் இதை அதன் விதிகளுக்கு உட்படுத்துவதில்லை. அத்துடன் இதை உங்களிடமிருந்து யாரும் திருடவும் முடியாது. தன்னை அறியும் அறிவையும் உங்களுக்குள் இருக்கும் அமைதியையும் கண்டறிவதற்கான வாய்ப்பை வழங்கும் சகல செல்வங்களையும் கொண்டவர் நீங்கள்.

பார்த்தல், உணர்தல், சுவைத்தல், முகர்தல், கேட்டல் ஆகிய ஐம்புலன்களைக் கொண்டு வெளியுலகை உணர்வதில் நாம் கைதேர்ந்தவர்களாக இருக்கிறோம். ஆனால், அந்தப் புலன்களை நாம் நம் உள்நோக்கியும்

திருப்ப முடியுமென்பது உங்களுக்குத் தெரியுமா? உங்கள் உள்ளே இருக்கும் உலகத்தின் தன்மை மற்றும் வடிவமைப்புக்கள் என்ன? உங்களுக்குள்ளே பார்க்க முயற்சிக்கும்போது நீங்கள் காணும் காட்சிகள்தான் என்ன? உங்கள் தேவைகள் மற்றும் விருப்பங்கள் பற்றிய சுவைதான் என்ன? உங்கள் உணர்ச்சிகள் தரும் நறுமணம் என்ன? உங்களுக்குள் மறைந்திருக்கும் நாதம்தான் என்ன? உங்களால் உங்களைத் தெளிவாகக் கேட்க முடிகிறதா?

நான் சிறுவனாக இருந்தபோது, வர்ணங்களுக்குக் கொடுக்கப்பட்ட இலக்கங்களைக் கொண்டு வர்ணம் தீட்டும் புத்தகங்கள் இருந்தன: 1 என்றால் சிவப்பு, 2 மஞ்சள், 3 நீலம் இப்படியே போகும். அதைச் செய்வது வேடிக்கையாக இருந்தது. அதற்குப் பின்னர் ஏற்கனவே வர்ணம் தீட்டப்பட்ட புத்தகங்கள் புதிதாக வெளிவர ஆரம்பித்தன. நீங்கள் தண்ணீரைப் பூசியதும் ஓவியம் கண்ணுக்குப் புலப்பட ஆரம்பிக்கும். இது சற்று எளிமையானதாக இருந்தது. இப்படிச் செய்தால் என்ன எனச் சிந்தித்து ஒருநாள் நான் முழுப் புத்தகத்தையுமே நீரில் அமிழ்த்தி பின் உலர வைத்துத் திறந்து பார்த்தபோது முழு புத்தகத்திலும் வர்ணம் கலந்துபோயிருந்தது. அர்த்தமேயில்லாமல் ஒரே குழப்பமாக இருந்தது. எனவே நான் ஆரம்பத்திலிருந்து ஓவியத்தை வரைந்து வர்ணம் தீட்டத் தொடங்கினேன்.

வர்ணத்தை எங்கு தீட்ட வேண்டும் என்று தமக்குக் கூறப்படும் என்ற நம்பிக்கையுடன் வாழ்ந்துவரும் பலர் இவ்வுலகில் இருக்கிறார்கள். அவர்கள் வர்ணம் தீட்டக்கூடிய அல்லது நீரைப் பூசினால் வர்ணம் தோன்றக்கூடிய சதுரங்களைத் தாருங்கள். எதையும் உருவாக்கும்படி மட்டும் என்னைக் கேட்காதீர்கள்" என்கிறார்கள். ஆனால், நம்மை வெளிப்படுத்தவும்,

நமக்குள்ளிருக்கும் ஆற்றலைக் கொண்டு அழகிய ஓவியங்களை வரையவும், நமக்கு வாய்ப்பு வழங்கப்பட்டிருக்கிறது. மலரும் ஒவ்வொரு காலைப் பொழுதும் நாம் நம்முடைய மிகச் சிறந்த ரூபமாக விளங்கலாம். இலக்கங்களைப் பொருட்படுத்தாதீர்கள். அந்தச் சதுரங்களுக்கு வெளியே வர்ணம் தீட்டுங்கள். உங்கள் உள்ளத்தில் என்ன இருக்கிறதோ அதை வர்ணம் தீட்டுங்கள். உங்களுடைய அற்புதமான ரூபத்தை ஓவியமாக்குங்கள்.

ஒன்றுகளும் பூஜ்ஜியங்களும்

பல வருடங்களுக்கு முன்பு கலிபோர்னியாவின், சாந்தா குரூசில் நடந்த நிகழ்வொன்றில் பேசிக்கொண்டிருந்தேன். கேள்வி - பதிலோடு அந்த நிகழ்வு நிறைவு பெற்றது. அந்த அறை நிரம்பி இருந்ததுடன், பலர் வெளியில் நின்று ஜன்னல்கள் மற்றும் கதவுகள் வழியாகப் பார்த்துக்கொண்டிருந்தது எனக்கு நினைவிருக்கிறது. ஒரு கட்டத்தில், யோகாசன ஆசிரியை ஒருவர் தனக்குக் கேள்வி ஒன்று இருப்பதைக் கையை உயர்த்தி எனக்குத் தெரிவித்தார். அப்போது எல்லோர் கவனமும் அவரை நோக்கித் திரும்பியது.

"நீங்கள் யோகாசனத்தைப் பற்றி என்ன நினைக்கிறீர்கள்?" என்று கேட்டார்.

நான் நிலைமையைத் தவறாகப் புரிந்து கொண்டிருக்கக்கூடும். "யோகாசனத்தை, நாம் எல்லோரும் கட்டாயம் செய்ய வேண்டும்" என நான் சொல்வேன் என்றும், அதனால் அவரிடம் யோகாசனம் கற்க அதிக அளவில் மாணவர்கள் வருவார்கள் அல்லது அவருக்கு அதிக புகழ் கிடைக்கலாம் என்றும் அவர் எதிர்பார்த்திருக்கக்கூடும் என நான் உணர்ந்தேன்.

அதைப் பற்றிப் பிறகு சிந்திக்கும்போது, என் பதில் அவருக்கு அபத்தமாகத் தோன்றியிருக்கலாம் என்று நினைக்கிறேன்.

"யோகாசனமா? அது பூஜ்ஜியம் மாதிரி" என்று நான் பதிலளித்தேன்.

பூஜ்ஜியம்.

அவருக்கு மிகவும் கோபம் வந்தது. அவர் எதிர்பார்த்திருந்த பதில் அதுவல்ல. ஆகையால், அவர் எழுந்து வெளியே சென்றுவிட்டார். அவர் வெளியேறியபின், அறையில் தொடர்ந்து இருந்தவர்களிடம் நான் கூறியதன் கருத்தை விளக்க ஆரம்பித்தேன்:

"அதைப்பற்றி இவ்வாறு சிந்தியுங்கள். நீங்கள் ஒன்று. அந்தப் பூஜ்ஜியம் யோகாசனம். பூஜ்ஜியத்தை ஒன்றுக்கு முன்னால் வைத்தால் என்ன கிடைக்கும்? ஒன்று ஒன்றாகவே இருக்கும். பூஜ்ஜியம் பூஜ்ஜியமாகவே இருக்கும். பூஜ்ஜியத்தை ஒன்றுக்குப் பின்னால் வைத்தால் கிடைப்பது பத்து. இன்னொரு பூஜ்ஜியத்தை சேர்த்தால் நூறு."

அது ஒரு சிறப்பான பதில் என நான் நினைத்தேன். ஆனால், யோகாசன ஆசிரியருக்கு நான் புத்திசாலித்தனமாகத்தான் சொல்லியிருக்கிறேன் என்பதை விளக்கத் தாமதித்துவிட்டேன்!

இதில் முக்கியத்துவம் வாய்ந்த விஷயம் ஒன்று உள்ளது. நாம் எதற்கு முன்னுரிமை கொடுத்து நம் முன்னால் வைக்கிறோமோ அவை நம்முடன் சேர்க்கப்படுவதில்லை. தொழில், பணம், நம்பிக்கைகள், மற்றவர்களின் தேவைகள், யோகாசனம் என்பனவற்றிற்கு முன்னுரிமை கொடுத்து அவற்றை நமக்கு முன்னால் வைப்பதற்குப் பதிலாக, நாம் யார் என்பதற்கு முன்னுரிமை கொடுத்து, மற்றவற்றை

அதன் பின்னால் வைக்கும்போது, நாம் யார் என்பதன் பெறுமதி பன்மடங்கு அதிகரிக்கிறது. எல்லாவற்றிற்கும் மேலாக நாம்தான் அந்த "ஒன்று" என்பதை நிலை நாட்டவேண்டும். ஏனெனில் அது இன்றி எதுவுமே இல்லை. எனவே அதன்பின் அந்த ஒன்றுக்குப் பின்னால் நாம் எத்தனை பூஜ்ஜியங்களை வேண்டுமானாலும் சேர்த்துக் கொள்ளலாம்.

இந்த உலகத்தில் 7 பில்லியன் மக்கள் இருக்கின்றனர். அதில் நீங்கள் ஒன்று. நான் ஒன்று. உங்கள் வாழ்வில் எல்லாமே நீங்கள் என்ற அந்த ஒன்றில் இருந்து ஆரம்பிக்கவேண்டும். குறிப்பாக உங்களிடமிருந்தே இருந்தே ஆரம்பிக்க வேண்டும்.

நீங்கள் எதைத் தேர்ந்தெடுப்பீர்கள்?

நாம் உண்மையில் யாரென்பதைப் புரிந்து கொள்ளும்போது, அது மிகச்சக்தி வாய்ந்த கருவி ஒன்றை நமக்குத் தருகிறது. அந்தக் கருவி நம் வாழ்வையும், நம்மைச் சுற்றியுள்ள உலகத்தையும் வடிவமைக்கிறது. நான் இங்கு தேர்ந்தெடுத்தலைப் பற்றிப் பேசுகிறேன். நீங்கள் யார் என்று உணர்ந்துவிட்டால், அமைதிக்கும் குழப்பத்திற்கும் இடையில், அன்புக்கும் வெறுப்புக்கும் இடையில், ஆனந்தத்துக்கும் அதிருப்திக்கும் இடையில் தேர்ந்தெடுக்க வழி செய்கிறது. தேர்ந்தெடுக்காமல் இருப்பதும் ஒரு தேர்ந்தெடுத்தலே. வாழ்க்கை என்னும் நதியில் மிதப்பதை நீங்கள் தேர்ந்தெடுக்கும்போது, அது உங்களை உங்களுக்குப் பிடிக்காத ஓர் இடத்திற்கு எடுத்துச் சென்றால் அதற்காக நீங்கள் குறை கூற முடியாது.

நம் வாழ்வில் என்ன நிகழ்கிறது என்பதைப் பற்றி நாம் விழிப்புணர்வோடு இருந்தாகவே வேண்டும். நாம் காரிலோ, சைக்கிளிலோ வீடு நோக்கிச் சென்றுகொண்டிருக்கும்போது, வழி தவறாமல் சரியான திசையில் போகிறோம் என்பது நமக்கு எப்படித் தெரியும்? வழியில் நாம் காண்பவை யாவும் நாம் எங்கிருக்கிறோம், எந்த இடத்தை நோக்கிச் செல்கிறோம் என்பதை உறுதிப்படுத்தும். வாழ்க்கையில் சரியான பாதையில் இருக்கிறோம் என்பதற்கான அடையாளங்கள் என்ன? அவற்றை நாம் தெளிவாகக் காண்கிறோமா? நான் இன்று எங்கே இருக்கிறேன், இந்த உலகத்தில் எதை நான் அனுபவிக்க விரும்புகிறேன் என்ற விழிப்புணர்வு எனக்கு இருக்கிறதா?

எப்பொழுதுமே விழிப்புணர்வோடு இருப்பது சாத்தியமா? இல்லை, ஏனென்றால் விழிப்புணர்வு இன்றி வாழ்வதென்பது நமக்கு இயல்பாகவே வரும் ஒன்று. நாம் அதில் மிகவும் திறமை வாய்ந்தவர்கள். ஆனால், விழிப்புணர்வோடு இருக்க முயற்சி செய்தால் எப்படி இருக்கும்? அது நம் மீதும் மற்றவர்களின் மீதும் ஆழமான தாக்கத்தை ஏற்படுத்தும். ஆனால், நாம் எப்போதும் நம்மிடம் இருந்தே ஆரம்பிக்கவேண்டும். நீங்கள்தான் உங்கள் பிரபஞ்சத்தின் மையம் என்பதை நீங்கள் முதலில் முழுமையாக உணர வேண்டும்.

நம் வாழ்க்கையில் நாம் தேர்ந்தெடுக்கும் ஒவ்வொரு விஷயமும், நம்மில் பெரும் மாற்றங்களைக் கொண்டுவருவதோடு, நம்மைச் சுற்றி இருப்பவர்களின் வாழ்விலும் தாக்கத்தை ஏற்படுத்தும். தமக்கு தேர்ந்தெடுப்பதற்கான வாய்ப்பு இல்லையெனப் பலர் நினைத்தாலும், அந்த வாய்ப்பு எப்பொழுதுமே இருக்கிறது. நீங்கள் ஒரு இக்கட்டான சூழ்நிலையில் இருக்கும்போது, உங்களுக்கான சுதந்திரம், பாதுகாப்பு

அல்லது வாய்ப்புகள் மிக அரிதாகவே உள்ளது போல் உணரலாம். அப்படியான சூழ்நிலைகள், மனிதர்களுக்கு நிகழத்தான் செய்கிறது. அவை பயமுறுத்துவதாக இருந்தபோதும் நீங்கள் உங்களுக்குள் இருக்கும் அந்த அமைதியினுடனான தொடர்பை ஏற்படுத்தத் தீர்மானிக்கலாம். ஆனால், நாம் மட்டுமே தேர்ந்தெடுக்க முடியும். நமக்காக அதை வேறு எவராலும் செய்ய முடியாது.

வாழ்க்கைப் பயணமென்பது, மோட்டார் வண்டி ஒன்றைச் செலுத்துவதுபோல். வாகனம் செலுத்தும்போது பல விஷயங்களை தேர்ந்தெடுக்க வேண்டியிருக்கும்: எப்போது முன்னோக்கிப் போவது, கார் எந்தக் கியரில் (Gear) இருக்கிறது, என்ன வேகத்தில் செலுத்தவேண்டும், எங்கே நிறுத்துவது, ரேடியோவில் எதைக் கேட்பது என. உங்கள் வாழ்வெனும் வாகனத்தின் ஓட்டுனராக நீங்கள் இருக்கும்போது, தீர்மானம் எடுக்கும் பொறுப்பு உங்களுடையதே. நீங்கள் எடுக்கும் தீர்மானங்களுக்கு பின்விளைவுகள் உண்டு. சரியாகத் தேர்ந்தெடுக்-காவிட்டால், நீங்கள் வழி தவறிப் போகலாம். எரிபொருள் தீர்ந்து போகலாம். செயலிழந்து போகலாம்! ஏன் விபத்து கூட ஏற்படலாம். எனவே சரியாகத் தேர்ந்தெடுங்கள். நீங்கள் செல்ல விரும்பிய இடம் எதுவோ அங்கு செல்வதுடன் பயணத்தையும் ஆனந்தமாக அனுபவிக்கலாம்.

இந்த உவமானத்தை இன்னும் கொஞ்சம் பார்ப்போம். வாகனத்தைச் செலுத்தும்போது, பின்னால் வருவனவற்றைக் காட்டும் கண்ணாடியையே பார்த்துக்கொண்டு இருந்தீர்களேயானால், முன்னே வருவதைக் காணத் தவறவிட்டு விடுவீர்கள். அடுத்த திருப்பத்தில் என்ன இருக்குமோ என்று கற்பனை செய்துகொண்டே இருந்தீர்களானால், உங்களுக்கு

நேரெதிரே நடப்பதைக் கவனிக்கத் தவறவிட்டு விடுவீர்கள். அந்தக் கணத்தில் இருப்பதுதான் திருப்தியைத் தரும். உங்கள் முன்னால் இருக்கும் பாதையைத் தெளிவாகப் பார்ப்பதும், சரியான நேரத்தில் சரியான தேர்வுகளை மேற்கொள்வதும், முழுப்பயணத்தையும் ரசிப்பதும் வேண்டும். நீங்கள் உங்கள் வாழ்க்கை என்ற வாகனத்தை ஓட்டும் பொறுப்பை எடுத்திருக்கிறீர்களா?

ஆரம்பிக்கலாமா?

ஒவ்வொரு கணமும் நமக்குக் கொடுக்கப்பட்டுள்ள இந்த வாழ்வெனும் பரிசை ஏற்றுக்கொள்ள முடிவு செய்து, அந்தப் பரிசு நமக்கு வழங்கப்பட்டுள்ளது என்பதையும் புரிந்து கொள்ளும்போது நாம் நம்மில் இருந்து ஆரம்பிக்கிறோம். மற்றவர்களின் அபிப்பிராயங்கள், தேவைகள், விருப்பங்கள் போன்ற இரைச்சல்களுக்கு அப்பால் சென்று, நம் உள்ளம் கூறுவதைக் கேட்பதற்கு நாம் தேர்ந்தெடுக்கும்போது நாம் நம்மில் இருந்து ஆரம்பிக்கிறோம். நம்முள் அமைதியும் வலிமையும் நிறைந்த உலகம் இருப்பதையும், திருட முடியாத பல பொக்கிஷங்கள் அங்கு இருப்பதையும் உணரும்போது நம்மில் இருந்தே நாம் எல்லாவற்றையும் ஆரம்பிப்போம். நாம் யார் என்பதை அறிந்து கொள்வதற்கான நம் தாகத்தை உணரும்போது, நாம் நம்மில் இருந்து ஆரம்பிக்கிறோம்.

முதன் முறையாக நம் சுயத்தை சந்திக்கும்போது ஏற்படும் ஆச்சரியம், மற்றும் என் இதயம் சொல்வது பற்றி எனது சில வரிகள்:

இருளில், பார்க்கக் கற்றுக்கொள் என நீங்கள் கூறினீர்கள்
முதலில் குழப்பமாக இருந்தேன்
ஆனால் இப்பொழுதோ நான் பார்க்கிறேன்.
கோப்பை இல்லாமலே, சுவைக்கக் கற்றுக்கொள் எனக் கூறினீர்கள்
ஆரம்பத்தில் தாகமாக இருந்தேன்
ஆனால், இப்போதோ நான் அருந்தி விட்டேன்.
அசைவின்றி, தொடுவதற்குக் கற்றுக்கொள் எனக் கூறினீர்கள்
ஆரம்பத்தில் உணர்வின்றி இருந்தேன்
ஆனால், இப்பொழுதோ நான் உணர்கிறேன்.
நிசப்தத்தில், கேட்கக் கற்றுக்கொள் எனக் கூறினீர்கள்
ஆரம்பத்தில் நான் செவிடனாக இருந்தேன்
ஆனால், இப்பொழுதோ நான் கேட்கிறேன்.

இந்த அத்தியாயத்தில் பல விஷயங்களைப் பற்றி ஆராய்ந்துவிட்டோம். இறுதியில் நாம் நம்மோடு தொடர்பில் இருக்க எளிமையான மூன்று வழிகளை உங்களுக்கு நினைவுபடுத்துகிறேன்:

- நமக்குத் தேவையான அனைத்தும் நமக்குள் இருக்கிறது என்பதைத் தெரிந்து கொள்ளுங்கள். உங்களுக்குள் இருக்கும் உன்னதமான பல வளங்களை உணர்ந்து கொள்ளுங்கள்.
- நம்மிடம் உள்ள மகத்தான ஆற்றலை நாம் வாழும் முறையின் மூலம் வெளிப்படுத்த வேண்டும். உங்களைப்போல வேறு எவருமே இல்லை. அதனால், உங்களால் முடிந்த அளவு உங்களின் அதிசிறந்த நிலையை அடையுங்கள்.
- எப்பொழுதுமே நமக்கு தேவையானதைத் தேர்ந்தெடுக்கும் வாய்ப்பொன்று உள்ளதென்பதை ஞாபகத்தில்

கொள்ளுங்கள். நீங்கள் எவ்வித சூழ்நிலையில் இருந்தாலும் உங்களுக்கு எப்போதும் ஒன்றுக்கு மேற்பட்ட வழிகள் இருப்பதைத் தெரிந்துகொள்ளுங்கள்.

பின் குறிப்பு: யார் அந்த முட்டாள்?

இந்த அத்தியாயத்தின் முடிவில் இந்தக் கதையைச் சேர்க்காமல் இருக்க என்னால் முடியவில்லை. இது அக்பர் - பீர்பால் கதை ஒன்றின் எனது மறு ஆக்கமே. நம்மைப் பற்றிய தெளிவான பார்வை இன்றி மற்றவர்களை மதிப்பிடுவதில் நமது நேரத்தை வீணாக்குவது பற்றியதே.

இந்தியப் பேரரசர் அக்பர் ஒருமுறை தன் விருப்பத்திற்குரிய மந்திரி பீர்பாலின் உதவி தேவைப்படவே, அவரை அழைத்து

"பீர்பால்! நீங்கள் சென்று ஐந்து முட்டாள்களைக் கண்டுபிடித்துக் கொண்டு வாருங்கள்!" என்றார்.

பீர்பாலும், "சரி அரசே!" எனக் கூறி, அறையை விட்டு வெளியேறினார். ஆம்! என்று சொல்லி விட்டேன். ஆனால் நான் ஐந்து முட்டாள்களை எப்படிக் கண்டுபிடிக்கப் போகிறேன் என சிந்தித்தவாறே நடந்தார். ஏன் இதற்கு ஒத்துக்கொண்டேன்? இது இலகுவான காரியமில்லையே!"

அரச சபையில் பீர்பால்தான் அதிபுத்திசாலி. ஆனால் இந்தப் பிரச்சினைக்கு ஒரு தீர்வு கிடைக்காது போகலாம் என்ற கவலை அவருக்கு ஏற்பட்டது. அதனால், தன் மற்ற எல்லாப் பணிகளையும் ஒதுக்கி வைத்துவிட்டு, முட்டாள்களைத் தேடித் தெருவிற்குப் புறப்பட்டார். இந்த விஷயத்தை எவ்வாறு அணுகுவது என்று சிந்தித்துக்கொண்டே செல்லும் வேளையில், வீதியில் ஒரு மனிதன் கால்களை அங்குமிங்குமாக அசைத்துக்

கொண்டு, இரு கைகளையும் அகல விரித்துக் கொண்டு நிலத்தில் விழுந்து கிடப்பதைக் கண்டார்.

அந்த மனிதனிடம் சென்று "நீ என்ன செய்கிறாய்?" எனக் கேட்டார்.

"என் மனைவி வீட்டை அலங்காரம் செய்கிறாள். ஜன்னலை அளந்து சந்தைக்கு சென்று, அதற்குத் திரைச்சீலை வாங்கி வருமாறு கூறினாள். அவள் வாங்கி வருமாறு கூறிய திரைச் சீலையின் அளவு இதுதான்" எனத் தன் இரு கைகளுக்கும் இடையில் இருந்த இடைவெளியைக் காண்பித்தான். "நான் விழுந்து விட்டேன். திரும்ப எழுந்து நிற்பதற்கு எனது கைகளை உபயோகிக்க முடியாத காரணத்தினால் நான் இங்கே தரையில் போராடிக் கொண்டிருக்கிறேன்" என்றான்.

"சரி, முதல் முட்டாளைக் கண்டு பிடித்துவிட்டேன்" எனப் பீர்பால் எண்ணிக்கொண்டார்.

ஏறக்குறைய ஒரு மணி நேரத்திற்குப் பின், தலையில் ஒரு பெரிய கூடையைச் சுமந்தவாறே, கழுதை மேல் ஒரு மனிதன் சவாரி செய்வதைப் பார்த்தார்.

"என்ன செய்கிறாய்?" என பீர்பால் கேட்டார்.

"நான் என் கழுதையை மிகவும் நேசிக்கிறேன். அதன் மேல் இந்தச் சுமையை ஏற்ற எனக்கு விருப்பமில்லை. அதனால், நானே இந்தச் சுமையை என் தலையில் சுமந்து கொண்டிருக்கிறேன்" என்றான்.

இன்னொரு முட்டாளும் கிடைத்து விட்டதால் பீர்பாலுக்கு மட்டற்ற மகிழ்ச்சி.

இருளத் தொடங்கியதால் பீர்பால் ஒரு தெருவிளக்கிற்கு அருகில் நிற்கச் சென்றபோது, ஒரு மனிதன் முழங்கால்களில் தவழ்ந்து கொண்டு தரையில் எதையோ தேடிக் கொண்டிருந்ததைக் கண்டார்.

"என்ன செய்கிறாய்?" என்று பீர்பல் கேட்டார்.

"இன்று மாலை, என் நண்பர்களோடு இங்கிருந்து ஒரு மைல் தொலைவில் உள்ள ஒரு காட்டிற்குச் சுற்றுலா சென்றிருந்தேன். என் கையில் அணிந்திருந்த மோதிரம் அங்கு விழுந்து விட்டது" என்றான்.

"சரி, மோதிரத்தைத் தேட வேண்டியது அந்தக் காட்டில் அல்லவா?" என்று பீர்பால் கேட்டார்.

"உங்களுக்குப் பைத்தியமா? இந்த நேரத்தில் காட்டில் வெளிச்சம் எதுவுமின்றி இருட்டாக இருப்பதால் அங்கே எப்படித் தேடுவது!" எனக் கேட்டான்.

பீர்பல் மகிழ்ச்சியில் தன் இரு கைகளையும் தட்டினார்.

பீர்பல் மறுநாள் அந்த மூன்று மனிதர்களையும் அரசரிடம் அழைத்துச் சென்றார்.

"மன்னரே!" நீங்கள் கேட்டபடி முட்டாள்களைக் கண்டு பிடித்துவிட்டேன் என்று சொல்லியவாறு, தான் அவர்களைச் சந்தித்தபோது அவர்கள் என்ன செய்து கொண்டு இருந்தார்கள் என்பதை விளக்கினார்.

"பீர்பால்! நான் ஐந்து முட்டாள்களை அல்லவா கண்டு பிடிக்கச் சொல்லி கேட்டிருந்தேன்" என்றார் அரசர்.

"மன்னரே, நேற்றைய நாள் முழுவதையும் வீணாக்கி முட்டாள்களைத் தேடித் திரிந்த நான்தான் அந்த நான்காவது முட்டாள், என்றார் பீர்பால்.

"அந்த ஐந்தாவது முட்டாள்?" யார் எனக் கேட்டார் அரசர்.

ஒரு புன்னகையே பீர்பாலின் பதிலாக இருந்தது.

அத்தியாயம் 6

நன்றியோடு இருங்கள்

மக்களிடம், "உங்கள் வாழ்வில் நீங்கள் எதற்கு நன்றியுடையவர்களாக இருக்கிறீர்கள்?" எனக் கேட்கும்போது, அவர்கள் பெரும்பாலும் "எனது குடும்பத்திற்கு, என் நண்பர்களுக்கு, எனது வீட்டிற்கு, எனது தொழிலுக்கு என ஏதாவது பதிலைக் கூறுவார்கள். இவை அனைத்தையும் புரிந்துகொள்ள முடிகிறது. அந்த விஷயங்கள் அனைத்தும் நிச்சயமாக அற்புதமான ஆசீர்வாதங்களே. இதற்குத்தான் நன்றியுணர்வுடன் இருக்கவேண்டுமென்று மக்கள் உண்மையில் நினைக்கிறார்கள். ஆனால் இந்த வாழ்க்கைக்காக நன்றியுணர்வுடன் இருக்கிறேன் என்று அவர்கள் சொல்லும் நாளுக்காகக் காத்துக்கொண்டிருக்கிறேன். அது இல்லாமல் மற்ற அனைத்தும் சாத்தியமற்றவை. ஆனால் நமக்கு அது ஒருபோதும் நினைவிலிருப்பதில்லை.

பரிசைத் திறந்து பார்க்கலாம்

அடிக்கடி மக்கள் "இன்றைய தினத்திற்காக வாழ வேண்டும்!" எனப் பிரகடனப்படுத்துவதை நான் கேட்கிறேன். ஆனால் நம்மில் எத்தனை பேர் அதன் உண்மையை உணர்கிறோம்? நாளொன்றில் நாம் எவ்வளவு முறை "நான் உயிருடன் இருக்கிறேன், அதற்கு நன்றி!" என உணர்கிறோம். காலையில் நமக்குத்

தோன்றும் முதல் விஷயம் இதுதானா? அல்லது அதற்குப் பதிலாக நமது மனம் "இப்பொழுது என்ன நேரம்? இன்று நான் என்ன செய்யவேண்டும்? பற்பசை எங்கே? எனக்குக் காப்பி வேண்டும்!" போன்ற கேள்விகள் கேட்கிறோமா? இவை எல்லாம் இரைச்சல். இரைச்சல்! இரைச்சலைக் கேட்கும்போதெல்லாம் வேறெதையும் காதில் வாங்குவதை நிறுத்திவிடுவதுடன் நம் உள்ளம் சொல்வதைக் கேட்பதையும் நிறுத்திவிடுகிறோம்.

உயிர் என்னும் பரிசானது திறக்கப்பட்டு பாதுகாக்கப்பட வேண்டியது. (நிச்சயமாக இந்தப் பரிசில் காலாவதியாகும் தேதி குறிப்பிடப்பட்டிருக்கும். ஆகவே பரிசு சுற்றப்பட்டிருக்கும் காகிதத்தைக் கிழித்தெறியத் தொடங்குங்கள்!) ஒவ்வொரு கணமும் நமக்குத் தரப்பட்டிருக்கும் வாய்ப்பை முழுமையான தெளிவுடன் பார்க்கும்போது, நம் உள்ளம் மெச்சுகிறது. அந்த நன்றியுணர்வைப் பற்றித்தான் நான் இங்கு குறிப்பிட விரும்புகிறேன். ஒவ்வொரு மூச்சும் உயிர் என்ற ஆசீர்வாதத்தைக் கொண்டு வருகிறதென்பதை நம் உள்ளத்தில் ஏற்றுக்கொள்ளும்போது, அத்தெளிவுடன் நிறைவு என்ற அற்புதமான உணர்வும் வருகிறது.

"நான் உயிருடன் இருக்கிறேன், அத்துடன் நான் உயிருடன் இருப்பதை உண்மையாகவே அறிவேன்" எனும்போது நன்றியுணர்வு வெளிப்படுகிறது. அப்போது அந்த உயிர்ச்சக்தி என்னுள்ளே இயங்கிக் கொண்டிருப்பதை உணர்கிறேன். இக்கணத்தில், இந்த முழு அண்டசராசரத்தையும் இயக்கும் அந்த அற்புதமான சக்தி என்னையும் இயக்கிக் கொண்டிருக்கிறது. என் இரத்த அணுக்கள் எனது நுரையீரலில் இருந்து பிராணவாயுவை அது தேவைப்படும் இடமெங்கும் எடுத்துச் செல்கிறது. எலெக்ட்ரான்கள், புரோட்டான்கள், மற்றும் நியுட்ரான்கள் எல்லாம் என்னுள்ளேயும்,

என்னைச் சுற்றியும் உள்ளன. இந்த வியக்கத்தக்க கிரகத்தில் ஒவ்வொரு புதிய மூச்சும், அது எடுத்துவரும் சகல சாத்தியங்களுடன் என் வாழ்விற்குச் சக்தியளிக்கிறது. மனிதன் என்பவன் பல சிக்கலான பாகங்களாலும், செயல்முறைகளினாலும் மிகத் திறமையாக உருவாக்கப்பட்ட ஒரு முழுமையான உயிர் வாழும் அதிசயமாகும். ஆகவே நமது வடிவமைப்பைப் புகழ்ந்து பாராட்டி ஒவ்வொரு கணத்தையும் முழுமையாக அனுபவிப்பதை விட, வேறெந்த சிறந்த பரிசை நம்மால் நமக்குக் கொடுக்க முடியும்?

மிகத் தூய்மையான நன்றி என்னுள் இருந்து வெளிப்படுவது இந்த உயிருக்கே, இந்த வாழ்க்கைக்கே. நான் செயல்படுவதற்கு அது உதவுகிறது என்பதற்காக அல்லாமல், இப்பொழுது இந்த உலகில் வாழ்தலின் அனுபவத்திற்காக மட்டுமானதே. நான் வெளி உலகில் இருந்து எனக்குள் பயணம் செய்யும்போது இந்த நன்றி உணர்வென்ற பாடல் எனக்காக இசைக்கிறது.

நம்மைப் போலவே இந்தப் பூமியில் கோடிக்கணக்கானோர் இருக்கின்றனர். ஒவ்வொருவரும் அவரவர்களுக்கு வழங்கப்பட்டிருப்பதை உணரும் விதம் தனித்துவம் வாய்ந்ததாக இருக்கிறது. நான் உயிரோடு இருப்பதை எப்படி உணர்கிறேன், நான் நிறைவாக இருக்கும்போது எப்படி உணர்கிறேன், அத்துடன் ஆனந்தமாக இருக்கும்போது எப்படி உணர்கிறேன் என்பது பற்றி, நாம் ஒவ்வொருவரும் வித்தியாசமான பாடலைப் பாட முடியும். ஒரு சிலர் தமக்கு வழங்கப்பட்டிருக்கும் பரிசைப் பற்றி எதுவும் தெரியாதிருக்கிறார்கள். ஏனையோர் அதை அடிக்கடி கொண்டாடுகிறார்கள். நீங்கள் யாராக இருந்தாலும் உங்கள் வாழ்க்கையில் உரிமை கொண்டாடக்கூடிய

மிகப்பெரிய சொத்திற்கான நன்றியை உணர்வதற்கான ஒரு வாய்ப்பு எப்பொழுதுமே உள்ளது.

நன்றியுணர்வு

நன்றியுணர்வு என்பது, நம் சிந்தனைக்குரிய ஒரு விஷயமல்ல. அது நாம் உணர வேண்டிய ஒன்று. நிறைவடைவதை நாம் உணரலாமே தவிர, நாம் நிறைவடைந்ததாகச் சிந்திக்க முடியாது. நாம் நன்றியுடன் இருப்பதை உணரலாமேயன்றி, நன்றியை சிந்திக்க முடியாது. இது நாம் பாக்கியசாலிகள் என்று சிந்திப்பதைப் பற்றியதல்ல. இது நாம் எவ்வாறு உணர்கின்றோம் என்பதன் மூலம் இந்த வாழ்விற்கு நன்றி செலுத்துவதைப் பற்றியது.

நற்பண்பாக நன்றியுணர்வை இங்கு சொல்லவில்லை. இந்த வாழ்வை எனக்குத் தெரிந்த வகையில் நான் பாராட்டுவதே நன்றியுணர்வு. நமக்கு ஏதாவது கொடுக்கப்படும்போது “நன்றி” எனக் கூறும்படி நாம் அடிக்கடி வற்புறுத்தப்படுகிறோம். (சிறுவர்களுக்கு எப்பொழுதும் இந்த அனுபவம் உண்டு). ஆனால் இந்த வாழ்விற்கான நன்றியுணர்வு நம்முள்ளேயிருந்துதான் வருகிறது.

நமது வாழ்வுக்கான நன்றியை உணர ஆரம்பிப்பதற்குச் சரியான நேரம் எது? இந்தக் கணமே. கொண்டாட்டமொன்றிற்காகவோ, அல்லது கிரகங்களின் சேர்க்கைகளுக்கோ, அல்லது வாழ்வில் ஓர் இக்கட்டான நிலைமைக்காகவோ, காத்திருக்க வேண்டிய தேவை இல்லை. நாம் நம் கவனத்தை உள்நோக்கித் திருப்பி நமக்குத் தரப்படுவதைப் பாராட்டுவதே நன்று. நன்றியை உணரும் அந்த சரியான தருணத்தில் கவனச் சிதறல்கள் யாவும் மறைந்து போய்விடும். இது எப்படியென்றால், இறுதியாக நாம் சென்றடைய வேண்டிய இடத்தை

அடைந்தபோதும், உற்சாகமூட்டும் புதிய பயணமொன்று ஆரம்பிப்பதைப் போன்றதே. கடந்த காலமும், நிகழ்காலமும் சந்திப்பதற்கான பொருத்தமான இடம் நன்றியுணர்தலே; இது இக்கணத்திற்கான கொண்டாட்டம்.

நாம் பூரணமானவர்கள்

நன்றியுணர்வு என்பது, ஏற்கனவே இருப்பதிலிருந்து வருவதேயல்லாமல், எது இருக்கக்கூடும் என்பதிலிருந்து வருவது அல்ல. இதன் அர்த்தம் நாம் நமது தேவைகள் மற்றும் விருப்பங்கள், நமது பெருவிருப்புக்கள், நம்பிக்கைகள், மற்றும் கனவுகள் என்பவற்றைக் கைவிட வேண்டும் என்பதல்ல. ஏற்கனவே நம்மிடம் இருப்பனவற்றிற்கு நன்றி கூறுவதற்கு வெளிப்புற வெற்றிகளுக்காகக் காத்திருக்க வேண்டியதில்லை. நம் கற்பனைத்திறனும் ஊக்கமும் வெளியுலகில் சிறந்த விஷயங்களை - நமக்காகவும், பிறருக்காகவும் சாதிக்கலாம். ஆனால் நம்மை பூரணப்படுத்துவதற்கு நாம் எந்தவொரு சாதனைகளையும் சாதிக்கத் தேவையில்லை. நாம் ஏற்கனவே பூரணமானவர்கள்.

நாம் எப்பொழுதும் விஷயங்கள் எப்படி உள்ளனவோ அப்படியே ஏற்றுக் கொள்ளவும், அவை எப்படி உள்ளனவோ அப்படியே அனுபவிக்கவும், அவை எப்படி உள்ளனவோ அப்படியே அவற்றைப் பாராட்டவும் தேர்ந்தெடுக்கலாம். இருப்பது எதுவோ அதை பாராட்டும்போது, நமது நன்றியுணர்வுக்கு எல்லையே கிடையாது. நம் திருப்தியை அளவிட முடியாது. நம் ஆனந்தத்தை அளவிட முடியாது. நம் அன்பை அளவிட முடியாது. நமது புரிந்துணர்வை அளவிட முடியாது. நமது சந்தோஷத்தை அளவிட முடியாது. நம் ஆழ்ந்த அமைதியை அளவிட முடியாது. ஒரு தையற்காரனைப்

போல், அளவு நாடாவை உபயோகித்து அவற்றின் அளவுகளை குறிப்பிட முடியாது. நம்மால் அவற்றைத் தராசில் வைத்து நிறுக்க முடியாது. அவை எல்லையற்றவையும், உருவமற்றவையுமாகும். ஆனால் அவை நமக்கு மிகமிக உண்மையானவை.

ஒவ்வொரு மூச்சையும் நாம் மதிக்கும்போது, அதுவே உண்மையாகும். நாம் நம்முள்ளே உள்ள அமைதியுடன் பூரணமாக இணையும்போது, அதுவே உண்மையாகும். இவையெல்லாமே “இப்பொழுது” “இங்கு” மட்டுமே நடைபெற முடியும். “இத்தருணம்” என்பதற்கான நல்வினை என்ன? இத்தருணத்திற்கான நல்வினை உள்ளுணர்வாகும். இத்தருணத்திற்கான நல்வினை ஆனந்தமாகும். இத்தருணத்திற்கான நல்வினை நன்றியுணர்வாகும்.

துன்பத்திற்கு அப்பால், வெற்றிக்கு அப்பால்

அடிக்கடி என்னிடம் கேட்கப்படும் கேள்வி: “எனது வாழ்வில் நடைபெறும் கெடுதலான விஷயங்கள் பற்றி நீங்கள் கூறுவதென்ன? நான் அவற்றிற்கு நன்றியுணர்வுடன் இருக்க வேண்டுமா?” அல்லது ஒரு தடவை யாரோ ஒருவர் என்னிடம் கோபத்துடன் கேட்டது போல் “குழப்பங்களுக்கு நாம் நன்றியுடையவர்களாக இருக்க வேண்டுமா? துன்பத்திற்காக நாம் நன்றியுடையவர்களாக இருக்க வேண்டுமா? வேதனைக்கு நாம் நன்றியுடையவர்களாக இருக்க வேண்டுமா?” இல்லை! ஆனால் அந்த உணர்வுகளிலும் ஏதோ ஒரு நல்லதைச் சுட்டிக்காட்டும் அறிகுறி உள்ளது. அதுவே வாழ்வு. இந்த வாழ்க்கை இல்லாமல் உங்களால் நல்லதையோ கெட்டதையோ உணர முடியாது. வாழ்க்கை இல்லாமல் உங்களால் கோபப்பட முடியாது. உங்களால்

வேதனைப்படமுடியாது. உயிருடன் நாம் வாழும் இந்த வாழ்வு இன்றி, கெட்ட நேரம் நல்ல நேரமாக மாறுவதைப் பார்ப்பதற்கான சந்தர்ப்பமும் உங்களுக்கு இருக்காது. இதைப் பற்றிய கதை ஒன்று.

ஓர் அரசனும், அவனுடைய மந்திரியும், படைத்-தலைவனும் ஒரு ரகசிய திட்டத்துடன் வேறொரு இராஜ்ஜியத்திற்குச் சென்றிருந்த தருணத்தில், ஆப்பிள் பழம் ஒன்றை வெட்டிக் கொண்டிருந்தபோது, அரசன் தனது பெருவிரலை வெட்டிக் கொண்டான். இரத்தம் பீறிட்டுப் பாயத் தொடங்கியதால், படைத் தலைவன் அரசனின் காயத்திற்குக் கட்டுப் போட்டதன்பின், அவர்கள் பயணத்தைத் தொடர்ந்தார்கள். அரசன் காயமடைந்த காரணத்தினால் கவலையாக இருந்ததுடன், மீண்டும் மீண்டும் "இப்படி ஏன் நடந்தது?" என தன்னைத் தானே கேட்க ஆரம்பித்தான். அவன் சில மைல் தூரம் சென்ற பின்பு, மந்திரியிடம், "நான் எதற்காக என் விரலை வெட்டிக்கொண்டேன்?" எனக் கேட்டான்.

"தலைவா, எது நடந்தாலும், நடப்பதெல்லாம் நன்மைக்கே" என மந்திரி பதிலளித்தான்.

அரசனுக்கோ, பெருவிரல் வலியைக் கொடுத்துக் கொண்டேயிருந்ததால், மந்திரியின் பதில் எரிச்சலூட்டுவதாக இருந்தது. அரசன் "அவனுக்கு ஒரு பாடம் கற்பிக்க எண்ணினான்." ஆகவே அவன் படைத்தலைவனை அழைத்து, ஆழமான பள்ளம் ஒன்றைக் கண்டுபிடித்து, மந்திரியை வெளியே வரமுடியாதபடி அதற்குள் தள்ளிவிடச் சொன்னான்.

அச்சந்தர்ப்பத்தில் மந்திரி கடுமையாகச் சண்டையிட்டு படைத்தலைவனின் காதைக் கடித்து அவனது காதிலிருந்து இரத்தம் கசிந்து கொண்டிருந்தபோதும், படைத்தலைவன் அரசனின் கட்டளையைச் சரியாகச் செய்து முடித்தான். "அரசே,

நீங்கள் ஏன் எனக்கு இப்படிச் செய்கிறீர்கள்?" என மந்திரி கூச்சலிட ஆரம்பித்தான்.

"சரி! எது நடந்தாலும், நடப்பதெல்லாம் நன்மைக்கே" என அரசன் கூறினான்.

அரசனும், படைத் தலைவனும் மந்திரியை பள்ளத்தினுள் விட்டுவிட்டு, ஒரு காட்டைக் கடந்து பல மணி நேரமாக நடந்து சென்ற பின்னர், ஒரு விநோதமான கிராமத்தை வந்தடைந்தனர். கண் மூடித்திறப்பதற்கு முன் அவர்களைக் கிராமவாசிகள் சுற்றி வளைத்துக் கொண்டனர். ஊர் மக்கள் அத்துமீறிப் பிரவேசித்த அந்த விருந்தாளிகள் மீது மிகவும் கோபத்தில் இருந்தனர். அவர்களின் கிராமத்தினுள் அத்துமீறி நுழைபவர்களுக்கு அவர்கள் வழங்கும் தண்டனை, அவர்களைப் பலியிடுவதுதான். அந்தக் கிராமவாசிகள் முதலில் பலியிடுவது அரசனைத்தான் எனத் தீர்மானித்து, அவனைக் கட்டிவைத்து விட்டு நெருப்பு மூட்டத் தொடங்கினார்கள்.

அரசன் "இது கொடூரமானது! அவர்கள் ஏன் இப்படிச் செய்கிறார்கள்? என்னைக் காப்பாற்றுங்கள்! நிறுத்துங்கள்!" எனக் கத்தினான்.

இறுதி ஏற்பாடுகளைச் செய்ய ஆரம்பித்த நிகழ்ச்சிப் பொறுப்பாளர், திடீரென்று கிராமத் தலைவர் பக்கம் திரும்பி "நாம் இந்த மனிதனைப் பலிகொடுக்க முடியாது!" எனக் கூறினார்.

"ஏன் முடியாது?" எனக் கிராமத் தலைவன் கேட்டான்.

"நாம் பலியிடுபவன் குறைபாடு இல்லாதவனாக இருக்க வேண்டும். ஆனால் இதைப் பாருங்கள்!" என்று கட்டுடன் இருந்த அரசனின் பெருவிரலைச் சுட்டிக் காட்டினான்.

கிராமவாசிகள் புலம்பினார்கள். ஆனால், உடனடியாக அவர்கள் தங்களது கவனத்தைப் படைத்தலைவன் பக்கம் திருப்பி அவனைக் கட்டிப் போட்டார்கள்.

மீண்டும் பொறுப்பாளன் இறுதி ஏற்பாடுகளைச் செய்வதற்கு ஆயத்தமானான். ஆனால், அவன் அப்போது படைத்தலைவனின் இரத்தம் வடியும் காதுகளை கவனித்தான்.

"நம்மால் இந்த மனிதனையும் பலி கொடுக்க முடியாது!" என அவன் கத்திக்கொண்டே மீண்டும் அவன் கட்டை அவிழ்த்து விட்டான்.

கிராமத் தலைவனும், கிராமவாசிகளும் கோபத்தில் கொந்தளித்தார்கள். ஒவ்வொருவரும் கூச்சலிட்டு வாதாட ஆரம்பித்தார்கள். அந்தக் குழப்பத்தின் மத்தியில் அரசனும், படைத்தலைவனும் அங்கிருந்து மெதுவாக நழுவிச் செல்ல முடிந்தது. திரும்பவும் காட்டின் வழியாக அவர்கள் நடந்து சென்று மந்திரி இருந்த பள்ளத்தை வந்தடைந்தார்கள்.

"அவனை வெளியே எடுங்கள்!" என்று அரசன் கட்டளையிட்டான். "உன்னை அங்கே கீழே தள்ளியதற்கு என்னை மன்னித்துக் கொள். அந்த வெட்டுக்காயம்தான் எனது உயிரைக் காப்பாற்றியுள்ளது" என்றான். அரசன் அந்த காட்டுமிராண்டித்தனமான அந்தக் கிராமவாசிகள் பற்றியும், தாம் மரணத்தில் இருந்து தப்பி வந்த கதையையும் கூறினான்.

"நீங்கள் என்னைப் பள்ளத்தில் தள்ளிவிட்டதைப் பற்றி நான் மிகவும் மகிழ்ச்சியடைகிறேன்" என மந்திரி கூறினான். "ஏனெனில் என்னில் எந்தவொரு வெட்டுக்காயமும் இல்லாதபடியால் உங்களுக்குப் பதிலாக என்னைப் பலி கொடுத்திருப்பார்கள்!"

இந்தக் கதை நம் வாழ்வில் இருண்ட மேகங்களுக்கிடையே காணப்படும் ஒளிக்கீற்றுக்களை நமக்கு ஞாபகப்படுத்துகிறது. அந்த ஒளிக்கீற்று ஒன்று நமக்குக் கூறுவதென்ன? அந்த இருண்ட மேகக் கூட்டத்தின் பின்னால் சக்தி வாய்ந்த சூரியன் நமக்காக

நம் வழியை ஒளிரச் செய்வதற்காகவும், இதமான வெப்பத்தைத் தருவதற்காகவும், காத்திருக்கிறது என்று அது நமக்குக் கூறுகிறது.

இது அச்சமூட்டும் விஷயங்களால் நமக்கு ஏற்படக்கூடிய பாதிப்பை எவ்விதத்திலும் குறைத்து மதிப்பிடுவதற்காக அல்ல. அது சுட்டிக்காட்டுவதெல்லாம் நாம் அனுபவிக்கும் வேதனையை விட மேலான வேறு ஏதோ ஒன்று எப்பொழுதும் இருக்கிறது என்பதேயாகும். மகிழ்ச்சியும் அதுபோன்றதே. சகலமும் மாற்றமடையும். நாம் வேதனையை அனுபவிக்கலாம். ஆனால், வேதனைகள் நம்மை வரையறுப்பதில்லை. நமக்குப் பெரும் வெற்றி கிடைக்கலாம். ஆனால் வெற்றியும் நம்மை வரையறுப்பதில்லை. வெற்றியும், வேதனையும் நம் வாழ்வில் தொடர்ந்து நடைபெற்றுக் கொண்டிருக்கலாம். ஆனால் அமைதி நிலையானது.

நம் மனம் உடல் வேதனை மன வேதனை மற்றும் உணர்ச்சிரீதியான வேதனையால் மூழ்கடிக்கப்படலாம். ஆனால் நமது உள்ளத்தில் எப்பொழுதும் அழகானதொன்று நடைபெற்றுக் கொண்டு இருக்கிறது. மிகவும் மோசமான நிலைமையின் மத்தியில் நாம் இருக்கும்போது, ஆழ்ந்த அமைதியை உணர்வது கடினமாக இருக்கலாம். ஆனால் உங்களுக்குள்ளே பாருங்கள். அங்கு வேதனைகளுக்கு அப்பால் ஏதோ ஒரு மென்மையான ஒளிக் கீற்றுத் தென்படும். வேதனைகளின் மறுபக்கத்தில், ஆனந்தம் உங்களுக்காக காத்துக்கொண்டிருக்கிறது என்ற இதமான நினைவூட்டல் அது.

இந்த விஷயம் தொடர்பாக சாக்ரட்டீஸின் சில சிந்தனைகள்:

“நீங்கள் விரும்பியது உங்களுக்குக்
கிடைக்காவிட்டால் நீங்கள் வேதனைப்படுவீர்கள்.

நீங்கள் விரும்பாத ஒன்று உங்களுக்குக் கிடைத்தால் நீங்கள் வேதனைப்படுவீர்கள். உங்களுக்கு விரும்புவது கிடைத்தபோதும்கூட, உங்களால் அதை நிரந்தரமாக வைத்திருக்க முடியாதென்பதனால் நீங்கள் வேதனைப்படுவீர்கள். உங்கள் இக்கட்டான நிலைக்குக் காரணம் உங்கள் மனம்தான். அது மாற்றங்களிலிருந்து வேதனையிலிருந்து, வாழ்வு மற்றும் மரணம் எனும் நிர்பந்தங்களில் இருந்து விடுபட்டு, சுதந்திரமாக இருக்க விரும்புகிறது. ஆனால் மாற்றம் என்பது ஒரு நியதியாகும். அத்துடன் அந்த உண்மையை எவ்வளவு பாசாங்கு செய்தாலும் மாற்ற முடியாது. வாழ்வு ஒரு வேதனையல்ல. நீங்கள் உங்கள் மனதின் பற்றுகளைவிட்டு எது நிகழ்ந்தாலும் அந்தப் பயணத்தைச் சுதந்திரமாகப் பயணிக்கவேண்டும். வாழ்க்கையில் ஆனந்தமடைவதற்குப் பதிலாக வேதனை அடைகிறீர்கள்."

இருண்ட மேகம்

எல்லோரையும்போல, எனக்கும் நல்ல நாட்களும் உள்ளன. மோசமான நாட்களும் உள்ளன. ஆனால் மிக மோசமான நாளாக இருந்தாலும் கூட என்னுள்ளே பார்த்து "நான் உயிருடன் இருப்பதற்கு நன்றி" என்று கூற விரும்புகிறேன். அத்துடன் எனக்கு மிகவும் அற்புதமான நாளாக இருக்கும்போதும், நான் விரும்பியபடி சகலமும் நடைபெறும்போதும், நான் என்னுள்ளே சென்று "நான் உயிருடன் இருப்பதற்கு நன்றி" எனக் கூற விரும்புகிறேன். பிரச்சினைகளோ அல்லது மகிழ்ச்சியோ ஏற்படும்போது, நாம் அதிமுக்கியமான விஷயத்தை மறந்து விடக்கூடாது.

நமது பிரச்சினைகளோ, மகிழ்ச்சியோ நமது உள்ளத்தில் இருக்கும் அமைதியிலிருந்து நம்மைத் திசை திருப்பக்கூடாது.

அர்ஜென்டினாவில் இடம் பெறவிருந்த நிகழ்ச்சி ஒன்றிற்கு நான் உரையாற்றத் தயாராகிக் கொண்டிருந்தபோது, எனது வாழ்வில் ஒருபோதும் இல்லாதவாறு துன்பத்தின் கார்மேகமொன்று வீசியது. எனது மனைவி, மரோலின் அவசரமாக மருத்துவமனைக்கு அழைத்துச் செல்லப்பட்டார் என்னும் செய்தியொன்று தொலைபேசியில் வந்தது. அவர் சன்டியாகோவில் ஹோட்டல் ஒன்றில் எங்கள் இளைய மகனுடன் தங்கியிருந்தார். அவர்கள் தமது அறைக்கு பீட்சா கொண்டு வரும்படி கேட்டிருந்தார்கள். அறைக்கான சேவைத் தள்ளுவண்டியின் கதவைக் குனிந்து திறக்க முயன்றபோது, அவர் திடீரென மயங்கி தரையில் சரிந்து விழுந்துள்ளார். மறுநாள், மருத்துவமனையில் அவரின் முதுகுத்தண்டிலிருந்து கொஞ்சம் திரவத்தை எடுத்து பரிசோதித்தபோது, அதில் இரத்தம் இருப்பது கண்டுபிடிக்கப்பட்டது. அவரின் தலையில் ஏதோ ஒரு பிரச்சினை இருப்பதைப் பரிசோதனை காட்டியது. அவர்கள் அவரின் மூளையில் குருதி நாள அழற்சி இருப்பதைக் கண்டுபிடித்தார்கள். இரத்த நாளம் ஒன்றில் சிக்கலான பிரச்சினை இருக்கிறதெனவும், அவருக்கு உயிராபத்து இருப்பதாகவும் எனக்குக் கூறப்பட்டது.

நான் தொலைபேசியை வைத்துவிட்டு சுற்றுமுற்றும் பார்த்தேன். நான் ஆயிரக்கணக்கான மைல்களுக்கு அப்பால், முற்றிலும் வேறுபட்ட நேரத்தில் இருந்தேன். அன்றிரவு பெருங்கூட்டத்தில் உரையாற்ற இருந்தேன். அவர்களில் பலர் நான் வர வேண்டும் எனப் பல ஆண்டுகளாகக் காத்திருந்தனர். எனக்குள் சுழன்று

கொண்டிருந்த அனைத்து உணர்ச்சிகளையும், சமாளிக்க முடியாமல் தவித்துக்கொண்டிருந்தேன்.

அந்தக் கணத்தில், நான் அமர்ந்திருந்து அமைதியாக என்னுடன் தொடர்பு கொள்ளத் தீர்மானித்தேன். நான் அதைச் செய்தபோது, பல மைல்களுக்கு அப்பால் நடந்து கொண்டிருக்கும் மோசமான நிகழ்வின் அழுத்தத்தை உணர்ந்தாலும், எனக்குள்ளிருந்த அமைதியையும் உணர்ந்தேன். அளவற்ற அமைதியும், தெளிவும் என்னுள்ளே பிரவாகித்தன. விமானப் பயணத்துக்கு ஏற்பாடு செய்ததுடன், அது நடந்து கொண்டிருக்கும்போது, வந்திருக்கும் கூட்டத்தில் உரையாற்றவும் என்னைத் தயார்படுத்திக் கொண்டேன்.

அன்றைய நாளில், நல்லது கெட்டது என்ற இரண்டுக்குமிடையே ஒரு சமநிலையை உணர்ந்ததால், நான் தொடர்ந்து செய்ய வேண்டியதைச் சரியாகச் செய்ய முடிந்தது. நான் நிகழ்ச்சிக்குச் சென்று உரையாற்றினேன். பின்பு நேரடியாக விமான நிலையத்திற்குச் சென்றேன். இரவு முழுவதும் நான் பயணித்துக் கொண்டிருந்தேன். நம்பமுடியாத அளவிற்கு அந்த முழு விமானப் பயணமும் ஒரு கனவு மாதிரி இருந்தது. எனது மனம் மரோலினின் நிலைமை பற்றியும், சாத்தியமான பின் விளைவுகள் பற்றியும் சிந்தித்துக் கொண்டிருந்தது. ஆனால் என்னுள்ளே இன்னுமொரு பகுதியோ நான் செய்ய வேண்டியதைப் பற்றித் தெளிவாக இருந்தது.

நாம் தரையிறங்கி சுங்கச் செயல்பாடுகளை முடித்ததும், நேரடியாக மருத்துவமனைக்குச் சென்றேன். மரோலின் விழித்திருந்தார். ஆனால் வைத்தியர் அறுவைச் சிகிச்சை செய்வது அவசியமெனக் கூறினார். அது சிக்கலான அறுவைச் சிகிச்சையாக இருக்கும்போல் இருந்தது. நான் மருத்துவமனைக்கு

அருகில் தங்க விரும்பினேன். ஆகவே நான் ஹோட்டலில் அறை ஒன்றை ஒழுங்கு செய்து அங்கேயே தங்கியிருந்து, ஒரு மாதத்திற்கு மேலாக ஹோட்டலுக்கும் மருத்துவமனைக்குமாக அலைந்து-கொண்டிருந்தேன். ஒவ்வொரு நாளும் என் குடும்பத்தாரும், நண்பர்களும் தொடர்ந்து நம்பிக்கையை கைவிடாது இருந்தார்கள். அங்குள்ள நிலைமை பற்றி எப்போதும் செய்திகள் வந்துகொண்டே இருந்தன. ஆனால் தன்னை உணர்வதிலிருந்து கிடைத்த எளிமையையும், பலத்தையும் என்னால் உணர முடிந்தது. அதனால் மரோலினுக்கும் குடும்பத்திற்கும் என்னால் உதவக் கூடியதாக இருந்தது.

அந்த நேரத்தில் முழுக் குடும்பமுமே ஆழ்ந்த வேதனையில் இருந்தது. ஆனால், அப்பொழுதும் இந்த வாழ்வுக்கான நன்றியுணர்வு இருந்துகொண்டே இருந்தது. பிரச்சினைகளுக்கு நாங்கள் நன்றியுடையவர்களாக இருக்கவில்லை. ஆனால் எங்கள் உள்ளே நன்றியுணர்வு அப்போதும் தொடர்ந்து இருந்துகொண்டே இருந்தது. இருளின் மத்தியிலும் ஓர் ஒளியானது அங்கு நடைபெற்றுக் கொண்டிருந்ததை முழுமையாகக் காண்பதற்கு உதவியது. பல நாட்களுக்குப் பிறகு மரோலினுடைய உடல் நலம் மெதுமெதுவாக சீரடைய ஆரம்பித்தது. பின்னர் அவர் வீட்டுக்கு வந்தார். அவரை மிகக் கவனமாகப் பராமரித்துக் கொண்டோம். அவர் எவ்வளவு பயங்கரமான அனுபவத்தைக் கடந்து வந்தார் என்பதை இப்பொழுது நீங்கள் அறியமாட்டீர்கள். உடல் ரீதியாகவும், மன ரீதியாகவும், உணர்ச்சி ரீதியாகவும் குணமடைவதற்கான நமது ஆற்றல் அசாதாரணமானது. அடுத்த அத்தியாயத்தில் நம் வாழ்வில் மிகக் கஷ்டமான காலத்தை நாம் எவ்விதம் எதிர்கொள்ளலாம் என்பது பற்றி சொல்கிறேன்.

அமைதி எனும் நதி

ஆழ்ந்த அமைதி என்பது, நம்முள்ளே ஓடிக்கொண்டிருக்கும் ஒரு நதி போன்றதென நான் எண்ணுகிறேன். சில சந்தர்ப்பங்களில் நாம் எந்த நயமும் இல்லாத, நிறமும் இல்லாத, நிழலும் இல்லாத எதுவுமே வளராத வறண்ட நிலத்தில் இருப்பதாக உணரலாம். அங்கே அதன் பின்னர் கடினமான மண்ணிலிருந்து, அமைதியின் துளிகள் பொங்கியெழுந்து, ஒளியில் மின்னி மிளிர்ந்து, பழைய ஆற்றுப்படுகையைத் தேடி வறண்டு பிளவுபட்டுள்ள நிலத்தில் பாயத் தொடங்குகிறது.

நீர்க்குமிழிகள் மேலெழுந்து பள்ளத்தாக்கில் நகர்ந்து செல்லும்போது, பல விஷயங்கள் நடைபெறுகின்றன. ஆற்றங்கரையில் புல்தளிர்கள் வளரத் தொடங்குகின்றன. வறண்ட பூமியில் இருந்த விதைகள் முளைவிட்டு மலரத் தொடங்குகின்றன. அந்தப் புல்லையும் தழைகளையும் உண்பதற்கு வண்டுகள் வரத் தொடங்குகின்றன. பெரிய வண்டுகள் சிறிய வண்டுகளை உண்ண விரும்புகின்றன. அத்துடன் அவை உணவு தேடி அலையும் பறவைகளையும் கவருகின்றன. அந்தப் பறவைகள் பல்வேறு விதைகளை அங்கு கொண்டு வருகின்றன. இப்பொழுது செழிப்பாக இருக்கின்ற நிலத்தில் அந்த விதைகள் விழுகின்றன.

அங்கே மரங்கள் வளருகின்றன. பழங்களின் பாரத்தால் மரக்கிளைகள் வளைகின்றன. அத்துடன் அங்கே அடிவானம் ஒரு பக்கத்தில் இருந்து மறுபக்கம் வரையும் கற்பனை செய்ய முடியாத அளவுக்கு வர்ணங்களையும், வடிவமைப்பையும் கொண்ட இலைகளினாலான வண்ண ஓவியம்போல் காட்சியளிக்கிறது. அத்துடன் பூச்சிகளின் சத்தமும் பறவைகளின் ஒலிகளும் காற்றை இசையினால்

நிரப்புகின்றன. பரந்த காடுகளில் இருந்து மிதந்துவரும் நறுமணம் ஆனந்தமான படைப்பின் விருந்துபசாரத்தில் கலந்துகொள்வதற்கு அனைத்து உயிரினங்களுக்கும் அழைப்பு விடுப்பதுபோல் உள்ளது.

ஒவ்வொரு தாவரத்தின் மற்றும் பிராணியின் பரிணாம வளர்ச்சி தனித்துவமான கூறுகளைக் கொண்டுள்ளது. ஆனாலும் அவை அனைத்திற்கும் செழித்து வளர்வதற்குத் தண்ணீர் தேவை. வாழ்வை மலரச் செய்வதற்கான தண்ணீர் அமைதி ஒன்றுதான். நான் என்னுடன் இணைந்திருக்கும்போது எனது வாழ்வில் தொடர்ந்து இருந்துகொண்டிருக்கும் அமைதிக்கும், ஆசீர்வதிக்கப்பட்டிருக்கும் இந்த வாழ்விற்கும், எனக்காகப் பூத்துக்குலுங்கும் பல வண்ணங்களுக்கும் மற்றும் வடிவங்களுக்கும் நன்றி தெரிவித்துக் கொள்கிறேன்.

போதுமென்பது என்ன?

எனக்கும் மற்றவர்களைப் போலவே சிறந்த உணவு, வியப்பூட்டும் இடங்கள், புதிய தொழில்நுட்பங்கள் போன்ற எல்லாம் பிடிக்கும். கிட்டத்தட்ட செல்வந்தனாக இருப்பதற்கு நீங்கள் அதிர்ஷ்டம் செய்து இருந்தால், இந்த உலகம் சில அற்புதமான விஷயங்களை உங்களுக்கு வழங்கும். நாம் தொடர்ந்து சொத்துக்களைச் சேகரித்துக்கொண்டும், அவற்றிற்கு சொந்தம் கொண்டாடிக்கொண்டும், ஆனால் அவற்றைப் பாராட்டாமல் இருக்கும்போதும்தான் பிரச்சினைகள் வருகின்றன.

ஒரு தடவை, நான் தொலைக்காட்சி நிலையம் ஒன்றில் உலகளாவிய பிரச்சினைகள் பற்றிக் கலந்துரையாடிக் கொண்டிருந்தேன். யாரோ ஒருவர்

பேராசை பற்றியும் அதை உலகெங்கும் காணக்கூடியதாக இருப்பது பற்றியும் பேசினார். காரில் வீட்டுக்குப் போகும் வழியில் நான் பேராசைக்கான மாற்று மருந்தைப் பற்றிச் சிந்தித்தேன். பின்பு நான் ஒரு போக்குவரத்துச் சமிக்ஞை விளக்கில் நின்றபோது, நம் காருக்கு அருகில் இன்னுமொரு கார் வந்து நின்றது. சாரதி தன் காரில் ரேடியோவின் இசையை உரத்த சத்தத்தில் வைத்திருந்தார். அது பூம் பூம் என அலறியது. என்னுடைய முதல் எண்ணம்: “அது சகிக்க முடியாததாக இருந்தது. அவர் அப்படிச் செய்திருக்க வேண்டாம்” என்பதாக இருந்தது. ஆனால் மீண்டும் நான் யோசித்துப் பார்த்தேன்: “உண்மையிலேயே அவர்களுக்கு அந்தப் பாடலை மிகவும் பிடித்திருந்தபடியால் எல்லோரும் அதைக் கேட்க வேண்டுமென விரும்பியிருக்கலாம்!” என எண்ணினேன். ஒருவேளை அந்த மனிதன் அந்தப் பாடலை ரசித்துக் கொண்டிருந்திருக்கலாம். அப்போது பேராசைக்கு மாற்று மருந்து பாராட்டுதல் என எனக்குத் தோன்றியது. அத்துடன் நாம் உண்மையாகவே ஏதாவது ஒன்றை ரசிக்கும்போது, நாம் அதைப் பகிர்ந்துகொள்ள விரும்புகிறோம். அதற்கு நேர்மாறானது நாம் விரும்பும் ஒன்றை நமக்கென மட்டும் வைத்திருப்பதே.

பேராசை என்பது நாம் விரும்பும் ஒன்றை மேலும் அதிகமாக பெறும்வரை நாம் ஆனந்தமடைய முடியாது என்னும் ஓர் உணர்வாகும். ஆனால் நம்மிடம் என்ன இருக்கிறதோ அதற்கு நன்றியுணர்வோடு இருக்கும்போது, நிறைவென்னும் உணர்வை அணுகுகிறோம். அந்த நன்றியுணர்வுடன் நாம் நம்மை முழுமையாக இணைத்துக் கொண்டவுடன் பேராசைக்கு ஒரு முடிவு வந்துவிடும்.

நாம் நமக்கு நேர்மையாக இருந்து ஒவ்வொரு நாளும் நாம் எதற்கு முன்னுரிமை அளிக்கிறோம்

என்பதை உணரவேண்டும். நமது முன்னுரிமைப் பட்டியலில் வாழ்க்கையைப் பாராட்டுதல் என்பது முதலிடத்தை வகிக்கிறதா? அல்லது மற்றவற்றிற்கு முக்கியத்துவம் கொடுப்பதால் நமது கண்களில் இருந்து மறையும் வரை அது மேலும் மேலும் கீழ் நோக்கித் தள்ளப்பட்டுக் கொண்டே இருக்கிறதா? நம் வாழ்வு என்னும் பரிசை அனுபவிப்பதைவிட நம் முன்னுரிமைப் பட்டியலில் நமது உறவுகள், வீடு, தொழில், விடுமுறை நிகழ்ச்சிகள், பொழுதுபோக்குகள், தொழில்நுட்பம் போன்றவை முக்கியத்துவம் பெறத் தகுதி வாய்ந்தவையா? நம்மிடம் கொடுக்கப்பட்டுள்ள ஆசீர்வாதத்தை அனுபவிப்பதற்கு முன்னுரிமை கொடுக்க வேண்டுமென நான் விரும்புகிறேன். மற்றைய விஷயங்களால் அது மறைக்கப்பட இடமளிக்கக் கூடாது. ஒவ்வொரு நாளும் இந்த ஆசீர்வாதத்திற்கான பாராட்டுதலுக்கு முதலிடம் அளித்தால் நம் வாழ்வு எப்படி இருக்கும்? நம் செயல்பாடுகளை இது எவ்விதம் மாற்றும்? உங்கள் வாழ்வில் இது என்ன தாக்கத்தை ஏற்படுத்துமென நீங்கள் எண்ணுகிறீர்கள்?

தமது கடைசிக் காலத்தை நெருங்கிக் கொண்டிருக்கும் சில மக்களை நான் பார்க்கிறேன். அத்துடன் அவர்களுக்கும் அது தெரிந்தும், அவர்களின் மனமோ அவர்களின் முன்னுரிமைப் பட்டியலில் மற்ற எல்லா விஷயங்களுக்கும் முதலிடம் அளிக்கின்றது. நம் வாழ்வில் நமக்குத் தரப்படும் இந்த பெறுமதி மிக்க நாட்களின் உண்மையானதும், ஆழமானதுமான ஆனந்தம் எங்கே உள்ளது? நமக்கு அதைவிட முதன்மையான முன்னுரிமைகள் ஏதேனும் உள்ளதா? நமது மனம் வெளியேயுள்ள இந்த உலகில் நிறைவைத் தேடத்தேட நம்முள்ளே உள்ள உண்மையான நிறைவின்

உணர்வில் இருந்து நாம் விலகிப் போகிறோம். கவிஞர் கபீர் அவர்களின் சில அறிவுரைகள் இதோ:

“நீரில் உள்ள மீன் தாகமாக உள்ளது. ஒவ்வொரு தடவையும் நான் அதைப் பார்க்கும்போது, அது என்னைச் சிரிப்பூட்டுகிறது.”

எப்பொழுது நாம் பேராசையுடன் இருக்கிறோமோ, அப்போது நாமும் தண்ணீரில் தாகத்துடன் இருக்கும் அந்த மீனைப் போன்றவர்களே. தண்ணீர், தண்ணீர், எல்லா இடமும் தண்ணீர். ஆனால் குடிப்பதற்கோ ஒரு துளி தண்ணீர் கூட இல்லை. நமக்கு அவசியமான அனைத்தும் நம்மிடம் உள்ளன. ஆனால் நாம் அதைப் பாராட்டுவதில்லை. நம்மிடம் இருப்பவற்றிற்கான நன்றியுணர்வு நம் தாகத்தைத் தீர்க்கிறது.

நீங்கள் வெற்றி பெற்றதாக உணர்கிறீர்களா?

வெளி உலகில் உள்ள சகலமும் பார்க்கப் போனால் தற்காலிகமானது. உங்களை விட்டு எந்த நேரத்திலும் ஒரு நொடியில்கூட விலகக்கூடும். இப்பொழுது நீங்கள் என்னவாக இருப்பதாக உணர்கிறீர்களோ அதுதான் முக்கியம். நீங்கள் வெற்றி பெற்றதாக உணர்கிறீர்களா? உங்களால் மட்டுமே அதைத் தீர்மானிக்க முடியும். நீங்கள் வெற்றி பெற்றவராக உணர்கிறீர்களா? உங்களால்தான் நீங்கள் விரும்பும் வெற்றியை உருவாக்க முடியும். நீங்கள் வெற்றி பெற்றதாக உணர்கிறீர்களா? உங்களுடனான உங்கள் தொடர்பு பற்றிய உங்களது பதில் என்ன?

யாரோ ஒருவர் "நீங்கள் வென்றீர்கள்" எனத் தங்களிடம் கூறுவதைக் கேட்பதற்காக எத்தனை கோடிக்கணக்கான மக்கள் தங்கள் வாழ்க்கையில் மிகக் கடினமாக உழைக்கிறார்கள் என்பது உங்களுக்குத் தெரியுமா? "இதுதான் வெற்றி" என யாரோ நிர்ணயித்திருக்கும் எல்லைக் கோட்டை அடைய, எத்தனை கோடி மக்கள் கனவு காண்கிறார்கள் என்பது உங்களுக்குத் தெரியுமா?

வாழ்வு என்பது இதுதானா? அல்லது அதை விட மேலாக வேறு ஏதாவது உள்ளதா? நல்லது, நமக்குள்ளே ஒரு உலகம் உள்ளது. அத்துடன் அந்த உலகில் மற்றவர்கள் வெற்றி எனக்கூறும் விஷயங்களை அடைவதற்கு நீங்கள் முயற்சி செய்ய வேண்டியதில்லை. அதனை நீங்கள் எளிமையாக உங்கள் உள்ளே கண்டு கொள்ளலாம். நீங்கள் புகழ் பெறுவதற்காக முயற்சி செய்ய வேண்டிய அவசியமில்லை. நீங்கள் யாரோ, அதற்காகவே நீங்கள் நேசிக்கப்படுவதை உணரலாம். பிறர் தரும் மரியாதையைப் பெறுவதற்காக நீங்கள் முயல வேண்டியதில்லை. நீங்கள் யாரோ அதை நீங்கள் பாராட்டலாம். நீங்கள் உங்கள் உடைமைகளை அளவிடவோ, மதிப்பிடவோ தேவையில்லை. பதிலாக வாழ்க்கை என்னும் பரிசை நீங்கள் தொடர்ந்து அனுபவித்துக் கொண்டே இருக்கலாம்.

விருப்பங்களும் தேவைகளும்

நிறைவைப் பற்றிய நமது குழப்பத்திற்கான காரணம் எதுவெனில், நம் தேவைகளுக்கும் விருப்பங்களுக்கும் இடையே உள்ள வித்தியாசத்தை நாம் எப்போதுமே அறியாதிருப்பதாகும்.

காற்று - மூன்று நிமிடங்கள் இது இல்லாமல் இருந்தால் இறந்து விடுவோம்.

வெப்பம் - இது இல்லாமல் மூன்று மணிநேரம் வரை உயிர் வாழலாம். அதன் பின் நாம் இறந்துவிடுவோம்.

நீர், உணவு, உறக்கம் - இவை நமது தேவைகளே.

உருளைக்கிழங்குப் பொரியல் - அது ஒரு விருப்பம்

புதிய திரைப்படத்திற்குச் செல்லுதல் - அது ஒரு விருப்பம்.

பளபளப்பான புதிய காரை வாங்குதல் - அது ஒரு விருப்பம்.

விருப்பங்கள் இருப்பதில் எந்தத் தவறும் இல்லை. அவை நம் வாழ்வில் மகிழ்ச்சியைச் சேர்க்கின்றன. அவற்றால் பணப்பரிமாற்றம் இடம்பெறுகிறது. மக்கள் வேலை வாய்ப்பைப் பெறுகிறார்கள். உங்களுக்கு இன்றைக்குப் பிடித்தது நாளைக்குப் பிடிக்காமல் போகலாம். அதுதான் விருப்பத்தின் இயல்பு. விருப்பங்கள் மாறாவிட்டால் அது அர்த்தமற்றது. விருப்பம் என்பது தொடர்ந்து மாறிக் கொண்டிருக்கும். நீங்கள் ஒரு புதிய தொலைக்காட்சிப் பெட்டியை வாங்குகிறீர்கள். அதை வீட்டிற்குக் கொண்டு வந்து அதை மின்சாரத்துடன் இணைத்து இயக்கும்போது, அது புதிதாக வெளிவந்த மற்றுமொரு தொலைக்காட்சிப் பெட்டியை விளம்பரம் செய்கிறது. அப்போது நீங்கள் புதிதாக வெளிவந்துள்ள தொலைக்காட்சிப் பெட்டியை விரும்புவீர்கள். நீங்கள் நண்பர் ஒருவருடன் உணவகம் ஒன்றிற்கு சென்று, உணவுப் பட்டியலைப் பார்த்து, மிகக் கவனமாகச் சிந்தித்ததன் பின்னர் பிடித்த உணவை வரவழைக்கிறீர்கள். அந்த உணவு கொண்டுவரப்பட்ட பின்னர், நீங்கள் உங்களுடைய நண்பன் வரவழைத்த உணவை விரும்புவீர்கள்.

அதுதான் விருப்பம். இது ஒருபோதும் திருப்திப்-படுவதில்லை!

நாம் நமது தேவைகளை மறந்து, விருப்பங்கள்-மீது அதிக கவனம் செலுத்துகிறோம். அது ஆச்சரியப்படுவதற்கில்லை. நீங்கள் அடுத்தடுத்து விரும்பக்கூடிய அனைத்துப் பொருட்களையும், மிக மும்முரமாகத் தொடர்ந்து விளம்பரப்படுத்துகின்ற பல கோடி மதிப்புள்ள தொழிலகங்கள் உள்ளன.

“பழகப் பழகப் பாலும் புளிக்கும்” என்ற உறவுகள் பற்றிய பழமொழியைக் கேட்டிருக்கிறீர்களா? அதன் பொருள் என்னவென்றால் எந்த மக்களுடன் அதிக நேரத்தைச் செலவிடுகிறோமோ அவர்களை சாதாரணமாக எடுத்துக் கொண்டு விடுவோம் என்பதுதான். நம் வாழ்வில் அத்தியாவசியமான தேவைகளைப் பொறுத்தவரையில் பெரும்பாலும் இப்படித்தான் நடக்கிறது. நம்மில் எத்தனை பேர் இன்று காலையில் கண்விழித்ததும் காற்று, தண்ணீர், உணவு மற்றும் மிதமான வெப்பம் கிடைத்ததற்காக நன்றி கூறினோம்? அத்துடன் உறங்கியதற்கும் நன்றி கூறினோம்?

என்னுடைய கண்ணோட்டத்தில் எந்தவொன்றையும் அதிக அளவில் அடைய விரும்புவது தவறேதும் இல்லை. ஆனால், நாம் நம் வாழ்வில் அதற்காக வேறு ஒன்றைக் குறைத்துக் கொள்ளாமல் இருப்பதை உறுதிப்படுத்த வேண்டும். இதை விரும்புவதற்காக எதையாவது விலையாகக் கொடுக்க வேண்டியிருக்குமா? அல்லது அது இன்பமான ஒன்றைச் சேர்த்துக் கொள்வதா? ஏதாவது ஒரு நல்லதைச் சேர்த்துக்கொண்டு, அத்துடன் வேறு நல்லது ஒன்றைக் குறைக்காமல் இருந்தால் அது மிகவும் சிறந்த விஷயம்தான்!

எப்பொழுது ஒருவர் தனக்கும், தன்னுடைய குடும்பத்துக்கும் இவ்வுலக பொருளாதார வாழ்வை மேம்படுத்துவதற்கு உறுதியுடனும், கவனத்துடனும்

இருக்கிறாரோ (முக்கியமாக அவர்கள் கஷ்டமான பொருளாதார சூழ்நிலையில் இருக்கும்போதும்கூட) அவர்களை நான் எப்போதும் மதிக்கிறேன். ஆனால் நீங்கள் எங்கே இருந்தாலும், சமநிலையில் இருப்பது நல்லது என்று நான் எண்ணுகிறேன். உயிரோடு இருப்பதின் தூய அற்புதத்துடன் தொடர்பை இழக்காமல் தொடர்ந்து அபிவிருத்தி செய்வதே நல்லது. இந்த உலகில் உள்ள செல்வம் சில சமயம் நம் விருப்பங்களைப் பூர்த்தி செய்யலாம். ஆனாலும், நமது உள்ளத்தில் உள்ள செல்வம்தான் நமது தேவைகளை எப்போதும் நிறைவு செய்யும்.

அடுத்து நான் எதைப் பற்றிச் சொல்லப் போகிறேன் என்பதை நீங்கள் ஊகித்திருக்கலாம்.. உள்ளுக்குள்ளே நீங்கள் அனுபவம் செய்யும் அமைதி ஒரு விருப்பமா அல்லது ஒரு தேவையா? ஒரு தடவை அதை நான் பார்வையாளர்களிடம் கேட்டபோது, அவர்கள் அதனை விவாத நோக்குடனான சவாலாகக் கருதினார்கள். அவர்கள் மிகக் கடினமாகச் சிந்திக்க வேண்டியிருந்தது. உள் அமைதியுடன் தொடர்பில் இருக்கும் உணர்வு, ஒரு தேவையா அல்லது ஒரு விருப்பமா என்பதைத் தீர்மானிப்பது நம் ஒவ்வொருவரையும் பொறுத்தது. ஆனால், என் அமைதி என்றால் என்ன என்று எனக்குத் தெரியும். அது ஓர் ஆழமான தேவை. இது குளிர் சாதனப் பெட்டியை இயக்கி, பின் நிறுத்துவது போன்றதல்ல. உண்மையிலேயே இது காற்றைப் போன்றது. “மாலை ஒன்பது மணியிலிருந்து காலை ஆறு மணி வரை நான் சுவாசிக்கத் தேவையில்லை” என நாம் எவரும் சிந்திப்பதில்லை.

நாம் அமர்ந்திருந்து நம் கவனத்தை அமைதியின் மேல் செலுத்தும்போது மட்டும் அல்லாமல், நம்முள் அமைதி எல்லா நேரமும் நடனமாட வேண்டும்.

அமைதி இல்லாமல், நம்மைத் திருப்திப்படுத்துவதற்காக நாம் எதைச் செய்ய முயன்றாலும், அது செயல்படப் போவதில்லை. அமைதியில் இருக்கும்போது நம் நல்வாழ்விற்கு எது அத்தியாவசியமோ அது இருக்கிறது. நமது நோக்கம் வளத்துடன் உயிர் வாழ்வதேயல்லாமல் சாதாரணமாக உயிர்வாழ்வதல்ல.

இந்த அமைதி பற்றிய கருத்து ஒரு தேவை என்பதைச் சிலர் புரிந்து கொள்ள உண்மையாகவே கஷ்டப்படுகிறார்கள். எனது கருத்தின்படி ஆழ்ந்த அமைதி என்பது உங்கள் வாழ்வில் புத்தியைச்சார்ந்த கருத்தாக இருந்து - சூழ்நிலைகளுக்கு ஏற்ப அதை இயக்கி நிறுத்துவதில் நீங்கள் சந்தோஷப்பட்டால் - நீங்கள் நம்புவதில் சிக்கி இருக்கிறீர்களே அல்லாமல் அறிந்து கொள்வதில் அல்ல. ஆனால் உள்ளே உள்ள பொக்கிஷத்தைக் கண்டுகொள்ள ஒரு கணம் போதும். அந்த நன்றியுணர்வு மிக அருகாமையிலேயே உள்ளது.

திருப்தியாக இருப்பவர் யார்?

நமக்குள்ளே உள்ள அமைதியுடன் நாம் தொடர்பில் இல்லாதபோது மனமானது நமது கவனச்சிதறலின் நீண்ட பயணங்களுக்கு எடுத்து செல்கிறது. நமது வாழ்வில் எதுவுமே சரியாக இல்லாத ஒரு குழப்பமான நிலையில் நாம் இருக்கலாம். நாம் நமக்குள்ள கற்பனைகளை மற்றவர்களின் வாழ்வில் பார்க்கிறோமே தவிர, நம் சொந்த வாழ்வில் உள்ள ஆசீர்வாதங்களைப் பார்ப்பதை நிறுத்திவிடுகிறோம்.

இது நடைபெறும்போது, நாம் எதிர்பார்ப்புக்கள் என்ற கடலில் மூழ்க ஆரம்பிக்கிறோம். ஒவ்வொரு எதிர்பார்ப்பும் மேலும் ஏமாற்றங்களைக் கொண்டு வரும். அத்துடன் ஒவ்வொரு ஏமாற்றமும் மேலும்

அதிக எதிர்பார்ப்புக்களுக்கு வழிவகுக்கும். இப்படித் தொடர்ந்து போய்க் கொண்டிருக்கும். கபீரின் கூற்றுப்படி “பால் கொடுக்க முடியாத பசுவிலிருந்து நெய்யை எதிர்பார்ப்பது போல” செயல்படுத்த முடியாத விஷயங்களில் எதிர்பார்ப்புக்களை வைப்பதில் எவ்வித பிரயோசனமும் இல்லை.

பெஞ்சமின் பிராங்க்லின் ஒரு பல்துறை மேதை ஆவார். அவர் ஒருமுறை எழுதினார்: “விவேகி யார்? எல்லோரிடமிருந்தும் கற்றுக் கொள்பவன். சக்தி வாய்ந்தவன் யார்? தமது தீவிர உணர்ச்சிகளை தன் கட்டுப்பாட்டில் வைத்துக்கொள்பவன். செல்வந்தன் யார்? நிறைவு அடைந்தவன். அப்படிப்பட்டவன் யார்? யாருமே இல்லை”.

“யாருமே இல்லை” என்பது என்னைப் புன்னகைக்க வைக்கிறது. இப்படி மனிதனை அவர் நையாண்டி செய்கிறார். இந்த விஷயத்தில் நான் பிராங்க்லின் கூறிய கூற்றுடன் உடன்படவில்லை. எப்பொழுது நாம் நம்மை நமது வாழ்வின் மத்தியில் வைக்கிறோமோ, அப்பொழுதுதான், நம்மால் உண்மையான வெற்றியை உணர முடியும். நம்மால் உண்மையான நிறைவை உணர முடியும். நம்மால் ஆழமான திருப்தியை உணர முடியும். நம் எல்லோராலும் முடியும். அத்துடன் அது நம்மிடம் இருப்பவைக்கான நன்றியறிதலுடன் ஆரம்பிக்கிறது.

இது ஒரு தடவை நான் கேட்ட கதையொன்றை ஞாபகப்படுத்துகிறது. நான் இந்த அத்தியாயத்தை, “கல் உடைப்பவனும், நிறைவுக்கான அவன் தேடலும்” என்ற கதையுடன் நிறைவு செய்யப் போகிறேன்.

கல் உடைப்பதைத் தனது தொழிலாகக் கொண்ட மனிதன் ஒருவன் வாழ்ந்து வந்தான். தினமும் அவன் மலைக்குச் சென்று பாறைகளை வெட்டி, அவற்றை

வீட்டிற்கு கொண்டு வந்து, அவனுடைய பட்டறையில் சிறிய சிலைகள், கிண்ணங்கள், போன்றவற்றை உருவாக்கி, தனது ஜீவனத்திற்குப் பணம் சம்பாதித்தான்.

மலைக்குச் சென்று, கற்பாறைகளை உடைத்து அவற்றை வீட்டுக்குக் கொண்டு வருவது மிகக் கஷ்டமான வேலையாக இருந்ததனால், அவன் கவலையுடன் இருந்தான். அவன் வேலை செய்யும்போது, எல்லா இடங்களிலும் தூசி படிந்துவிடும். அவன் தனது பண்டங்களை விற்பதற்கு பணக்காரர்களை நம்பியிருக்க வேண்டியிருந்தது. தன்னிடம் எவ்வித அதிகாரமும் இல்லை என அவன் உணர்ந்ததனால், அவன் அதிருப்தியடைந்தான்.

ஒருநாள் அவன் ஒரு பணக்காரனின் வீட்டைக் கடந்து சென்றுகொண்டிருந்தான். அவ்வீட்டில் விருந்தொன்று நடைபெற்றுக் கொண்டிருந்தது. மக்கள் உண்பதும், குடிப்பதுமாக இருந்தார்கள். அவன் "ஒவ்வொரு நாளும் பாறைகளை உடைக்கும் தொழில் இல்லாமல் எனக்கு நல்லதொரு இலகுவான வாழ்க்கை வேண்டும்!" எனத் தனக்குள் தானே எண்ணிக்கொண்டான். அவன் மேலே பார்த்து "கடவுளே, அவரைப் போல் என்னையும் மாற்றுங்கள்" எனக் கூறினான்.

கடவுள் அன்று அதைக் கேட்டுக் கொண்டிருந்தார். (அவரோ அல்லது அவளோ எப்போதும் கேட்டுக் கொண்டிருப்பதில்லை. ஆனால் அன்றைய தினம் கல் உடைப்பவனுக்கு அதிர்ஷ்டம் இருந்தது.) திடீரென்று கல் உடைப்பவன் ஒரு பெரிய வீட்டுடனும், அந்த வாழ்க்கை முறையுடன் சேர்ந்த சகல வசதிகளும் கொண்ட ஒரு பணக்காரனாக மாறினான்.

"நான் விரும்பியது இதைத்தான்" என அவன் தனக்குள்ளே நினைத்தான். "மக்கள் எனக்குத் தலை வணங்குகிறார்கள், எனக்கு மரியாதை செலுத்துகிறார்கள்,

எனது கட்டளைகளுக்காகக் காத்திருக்கிறார்கள்" என்று அவன் மிகவும் ஆனந்தமாக இருந்தான்.

ஒருநாள் அவன் அந்த வழியாக அரசன் செல்வதைக் கண்டான். செல்வந்தர்கள் எல்லோரும் தெருவோரத்தில் நின்று அரசனுக்கு மரியாதை செலுத்திக்கொண்டு இருந்தார்கள். அத்துடன் ஒவ்வொருவரும் அரசனின் பெயரை கேட்டதும் நடுங்கினார்கள். "இது அல்லவா பலம்" என்று அந்த மனிதன் சிந்தித்தான். அது வரை அவன் ஆனந்தமாக இருந்தான். ஆனால் அப்போது அவனுக்கு மேலும் அதிகமாகத் தேவைப்பட்டது. ஆகவே அவன் "கடவுளே! நான் அந்த அரசன்போல் ஆக வேண்டும்" எனக் கூறினான். அன்றும் கடவுள் கேட்டுக் கொண்டிருந்தார். கல் உடைப்பவனாகவும், பணக்காரனாகவும் இருந்த அந்த மனிதன் இப்போது அரசன் ஆனான்.

ஒரு கோடைக்கால காலைப்பொழுதில் இப்பொழுது அரசனாக இருக்கும் அந்த மனிதன் நடந்து தாழ்வாரத்திற்குச் சென்றான். சூரியன் பிரகாசித்துக் கொண்டிருந்தது. அவன் கண்ணுக்கெட்டிய தூரம்வரை அதன் சக்தி வாய்ந்த கதிர்களிலிருந்து தம்மைப் பாதுகாப்பதற்கு எல்லோரும் முயற்சிசெய்து கொண்டிருந்தார்கள். ஆகவே அவன் "அந்தச் சூரியன் என்னை விடச் சக்தி வாய்ந்தவன்!" என எண்ணினான். சகலரும் அந்தச் சூரியனுக்கு மதிப்பளிக்கிறார்கள். ஆகையால் அன்றைய தினமும் "கடவுளே! நான் சூரியனாக விரும்புகிறேன்" என்று அவன் கூறியதைக் கடவுள் கேட்டுக் கொண்டிருந்தார்.

அடுத்த கணம், அவன் வானத்தில் பிரகாசித்துக் கொண்டிருந்தான். "இதைத்தான் விரும்பினேன்" எனச் சிந்தித்தான். "எல்லோரும் எனக்குக் கீழே உள்ளனர். எனக்கு மேலே எவரும் இல்லை. ஒவ்வொருவர்

வாழ்வையும் நான் கட்டுப்படுத்துகிறேன். நானில்லாமல் எவராலும் பார்க்க முடியாது. நான் உதித்த பின்பே எல்லோரும் விழித்தெழுகிறார்கள். நான் உறங்கப் போகும்போதுதான் எல்லோரும் உறங்கப் போகிறார்கள். வாழ்வு நன்றாக உள்ளது."

இப்பொழுது சூரியனாக இருக்கும் அந்த மனிதன் ஒவ்வொரு நாளும், அவனுடைய பழைய இராஜ்ஜியத்தை பிரமாண்டமான மேகக் கூட்டம் ஒன்று மறைக்கும் வரை, தன் சக்தியை உணர்ந்து பிரகாசித்துக் கொண்டிருந்தான். மேகக் கூட்டத்தினூடாக அவன் பிரகாசிக்க முயற்சித்தான். ஆனால் அவனால் முடியவில்லை. "ம்ம், இந்த மேகக் கூட்டம் என்னைவிட சக்தி வாய்ந்ததாக இருக்குமோ? கடவுளே, நான் இந்த மேகமாக இருக்க விரும்புகிறேன்" எனக் கேட்டான்.

ஆகவே, அவன் அங்கே ஆகாயத்தில் பெரிய மேகக் கூட்டமாக மாறினான். "என்னிடம் இப்பொழுது உண்மையான சக்தி உள்ளது. என்னால் சூரியனையே மறைக்க முடியும்" என எண்ணினான். ஆனால் ஒரு நாள் அவனுக்குத் திகைப்பூட்டும் விதத்தில் அவன் அசையத் தொடங்கினான். "என்னை அசையச் செய்வது என்ன?" என அதிசயப்பட்டான். அசையச் செய்தது காற்று என்பதை அவன் உணர்ந்து கொண்டான். "அந்தக் காற்று என்னை விட மிகப் பலம் வாய்ந்ததா? இதை அனுமதிக்க முடியாது!" என எண்ணினான். "கடவுளே! நான் காற்றாக மாற விரும்புகிறேன்."

இப்பொழுது அவன் காற்றாக மாறிவிட்டான். அவன் வீசிக் கொண்டே இருந்தான். அத்துடன் அவன் தனது சக்தியை ரசித்து மகிழ்ந்தான். பின்பு ஒரு நாள் அவன் வீசிக் கொண்டிருந்தபோதும் அவனால் எதையும் அசைக்க முடியவில்லை: "காற்றை விட மிகப் பலமானது எது?" என அவன் வியந்தான். அது அவன்

இது வரை கண்டிராத அளவு மாபெரும் மலை. காற்றால் எதையும் அசைக்க முடியாதபடி அந்த மலை தடுத்துவிட்டது.

“கடவுளே, என்னை ஒரு மலையாக மாற்றுங்கள்” எனக் கேட்டான். அவன் உடனடியாக மலையாக மாறிவிட்டான். “இப்பொழுது உண்மையிலேயே நான் மிகச்சக்தி வாய்ந்தவன்” என அவன் எண்ணினான். “காற்றினால் மேகக் கூட்டத்தை அசைக்க முடியும், மேகக் கூட்டத்தினால் சூரியனை மறைக்க முடியும், சூரியன் அந்த அரசனை விட மிகவும் சக்தி வாய்ந்தவன், அரசன் பணக்காரனை விட மிகவும் சக்தி வாய்ந்தவன், பணக்காரன் கல் உடைப்பவனை விட மிகவும் சக்தி வாய்ந்தவன் ஆனால் காற்றினால் மலையை அசைக்க முடியாது. அத்துடன் இப்பொழுது நான்தான் எல்லாவற்றையும் விட மிகப் பெரிய மலை. நான் விரும்பியது இதைத்தான். இதற்கு மேல் அடைவதற்கு எதுவும் இல்லை!”

சிறிது காலம் அவன் ஆனந்தமாக இருந்தான். அதன் பின் ஒருநாள் அவனுக்கு ‘டக் - டக் - டக்’ என்னும் சத்தம் கேட்டது. யாரோ ஒருவர் தன்னில் ஒரு பகுதியை வெட்டுவதை உணர்ந்தான். “மலையையே வெட்டக்கூடிய அந்த சக்தி வாய்ந்தவன் யார்?” என எண்ணினான். “இவன் இந்த உலகிலேயே மிகவும் சக்தி வாய்ந்தவனாக இருக்க வேண்டும்” என எண்ணியபடி அவன் கீழே பார்த்தபோது அங்கு ஒரு கல் உடைப்பவன் இருப்பதைக் கண்டான்.

அத்தியாயம் 7

சுமைகளை இறக்கி வையுங்கள்

நோயாளி ஒருவர் மருத்துவரிடம் சென்று "டாக்டர், எனக்கு உடம்பெல்லாம் வலிக்கிறது" எனக் கூறினார்.

அதற்கு மருத்துவர்: "நீங்கள் என்ன சொல்கிறீர்கள்? எல்லா இடத்திலும் வலிக்கிறதா?" எனக் கேட்டார்.

"ஆமாம், நான் இங்கே தொடும்போதும் வலிக்கிறது, அங்கே தொடும்போதும் வலிக்கிறது, எங்கு தொட்டாலும் வலிக்கிறது. என்னுடைய உடம்பு முழுவதும் வலிக்கிறது" எனக் கூறினார்.

மருத்துவர் "பிரச்சினை என்னவென்று எனக்குப் புரிகிறது. உங்கள் விரல்தான் உடைந்து விட்டது" எனப் பதிலளித்தார்.

நீங்கள் வாழ்க்கையில் வேதனையை அனுபவித்-துக்கொண்டு இருக்கும்போது, சகல விஷயங்களும் துன்பத்திற்கான மூல காரணம்போல் தோன்றலாம். கஷ்டமான காலங்கள் உங்களைச் சுற்றியுள்ள உலகை மோசமாகச் சித்தரிக்கின்றன. அழகிய சூரிய அஸ்தமனம், பழைய நண்பர்களுடன் கூடி மகிழ்ந்த கொண்டாட்டம், உங்களுக்குப் பிடித்த உணவகத்தில் சாப்பாடு போன்றவை - உங்களை வழக்கமாக மகிழ்ச்சிப்படுத்தக்கூடிய இவை எல்லாமே உங்கள் வாழ்வில் நீங்கள் தவறாக உணரும் எல்லாவற்றையும் நினைவூட்டுவதாக இருக்கலாம். அவை எல்லாமே வேதனையைத் தருவதாக உணரலாம்.

அந்த வேதனை பற்றி எனக்கும் தெரியும். வாழ்க்கையில் கஷ்டங்கள் வரும்போது, அதற்கு எளிதான பதில்கள் இல்லை என்பதும் எனக்குத் தெரியும். சில வேளைகளில் நாம் முன்னோக்கிச் செல்வது போலத் தோன்றும். சில வேளைகளில் நாம் பின்னோக்கிச் செல்வது போலத் தோன்றும். சில நாட்கள் எளிதானதாகவும், சில நாட்கள் கடினமானதாகவும் இருக்கும். வேறு சில நாட்கள் மிகக் கடினமானதாக இருக்கும். “வேதனை தவிர்க்க முடியாதது. ஆனால், துன்பப்படுவது நம்மை பொறுத்தது” என்ற பழமொழி ஒன்றுள்ளது.

என்னைப் பொறுத்தவரையில், துன்பகரமான காலத்திற்கும், கஷ்டமான காலத்திற்கும் இடையில் உள்ள பயனுள்ள வேறுபாட்டைக் கண்டுகொள்ள வேண்டும். வாழ்க்கை பல கஷ்டமான தருணங்களை நமக்குத் தரக்கூடும். அவை தொடர்பான பிரச்சினை-களைத் தீர்ப்பது சுலபமானதல்ல. ஆனால் அதைப் பற்றி நாம் எதையாவது செய்யமுடியும் என்பதை நம் ஆழ் மனத்தில் உணர்கிறோம். நமது நிலைமையை நம்மால் மாற்ற முடியும். கஷ்டமான காலங்களில் விஷயங்கள் நம்பிக்கையற்றவையாக இருப்பதாகவும், நம்மால் அதைப்பற்றி எதுவுமே செய்யமுடியாதுபோலவும் நாம் உணரலாம். அப்படியான தருணங்கள் நம் தைரியத்தை அடியோடு பாதித்து விடுவதுடன் பயம், விரக்தி, துயரம் மற்றும் கவலை போன்ற உணர்ச்சிகள் நம் வாழ்வை ஆக்கிரமித்து விட்டது போன்று உணர்வோம்.

சிலவேளைகளில் நமது நிலைமையை மாற்ற உண்மையிலேயே நம்மால் எதுவுமே செய்ய முடியாது. வாழ்வின் சில அம்சங்கள் நமது கட்டுப்பாட்டிற்கு அப்பாற்பட்டது என்னும் உண்மையை நாம் ஏற்றுக் கொள்ள வேண்டும். இருந்தாலும் நாம் நமக்குள்ளே

எவ்வாறு பதிலளிக்க வேண்டும் என்பதற்கான தீர்மானம் எப்போதுமே நம்மிடம் இருக்கிறது. கஷ்டமான காலங்களில் நமது தெளிவு மற்றும் விவேகம் என்பவற்றில் இருந்து நாம் தூர விலகிவிடினும், அந்த வலிமைகள் எப்போதும் நமக்குள்ளேதான் இருக்கின்றன. நம்முள் இருக்கும் வலிமைகளுடன் தொடர்பு கொள்வதற்கான தேர்வு நமக்கு இருக்கின்றதென்பதை ஏற்றுக் கொள்வதே நாம் உணரும் விதத்தில் ஒரு திருப்பம் ஏற்படுத்த முடியும்.

கஷ்டங்களை நாம் கடந்து செல்லும்போது இரு வகையான உண்மைகள் அருகருகே உள்ளன என்பது தெரிகிறது. அவை நம் உள்ளத்தில் எப்போதும் வீற்றிருக்கும் நல்லதும், நம் மனத்தில் ஓடிக் கொண்டிருக்கும் தீயதுமே. நாம் நம்முள் இருக்கும் நல்லவற்றுடன் தொடர்பு கொள்வதற்கான சாத்தியம் எப்போதும் இருக்கிறது. மிகவும் கஷ்டமான காலங்களிலும் கூட அது சாத்தியமாகும்.

உங்கள் வாழ்வில் வரும் கஷ்டமான காலங்களோடு இணைந்து வரும் இருண்ட மனச்சோர்வைக் குறைக்கக்கூடிய சில கருத்துக்களை உங்களோடு பகிர்ந்து கொள்கிறேன். மனித இனத்தில் உள்ள நல்லனவற்றைக் கருத்தில் கொண்டு அவர்களிலுள்ள நேர்மறையான விஷயத்திற்காக பரிந்து பேச விரும்புகிறேன். ஏனெனில் இந்த உலகில் உள்ள பிரச்சினைக்கு காரணம் நீங்கள்தான் என நம்புவதை விட மோசமான இருள் வேறு எதுவும் இருக்க முடியாது.

நீங்கள் இச்செய்தியைக் கேட்டதுண்டா?

இக்காலத்தில் தொலைக்காட்சி மற்றும் வேறு பல சாதனங்கள் மூலம் நாம் பெறக்கூடிய தகவல்களின்

அளவு அதிகரித்திருப்பது மிக அற்புதமானதே. நம்மைச் சுற்றி நடக்கும் சகலவற்றையும் அறிந்து கொள்வதற்கான ஆற்றல் நம்மிடம் இருக்கிறது. அதே நேரம் அச்செய்திகள் நமக்கு அருகாமையிலும் அதற்கு அப்பாலும் நடைபெறும் அமைதியைக் குலைக்கும் தகவல்களையும் நமக்கு எடுத்து வருகின்றன. வழக்கத்துக்கு மாறான ஒரு கதை செய்தியாகிறது. நாம் எதிர்மறையான செய்திகளை மேலும், மேலும் கேட்கும்போது உண்மையை நாம் புரிந்துகொள்வது குழப்பமடைகிறது. அப்போது நமக்கு இந்த உலகம் மேலும் மேலும் பயங்கரமானதாகவும், பெரும்பாலானோர் மோசமானவர்களாகவும் தென்படலாம்.

இந்த உலகத்தில் மோசமான விஷயங்கள் நடக்கத்தான் செய்கின்றன. ஆனால் நாம் ஒவ்வொரு மோசமான செய்தியிலும் மூழ்கி நம் கைகளைப் பிசைந்து அவதிப்படுவதனால் எவருக்குமே பிரயோசனம் இல்லாததுடன், அவை நம்மைத் துன்பப்படுத்துகின்றன. அதற்குப் பதிலாக இந்தப் பயங்கரமான நிகழ்வுகளால் பாதிக்கப்பட்டவர்களின் மனநிலையை உணர்ந்து, அனுதாபப்பட்டு, முடியுமானால் அவர்களுக்கு நேரடியாக உதவுவதற்கு நம் சக்தியை உபயோகப்படுத்தலாம். இந்த நிகழ்வுகளில் நமக்கு ஏதாவது பங்கிருக்கிறதா? அப்படியானால் அது என்ன என்ற கேள்வியையும் நாம் கேட்கலாம். ஏதாவது ஒரு விதத்தில், இந்தப் பிரச்சினையில் நாமும் ஒரு பகுதியா? அத்துடன் இந்த உலகத்தில் வெறுப்பை விட அன்பு, கருணை, பெருந்தன்மை என்பன மிக அதிகமாக இருக்கின்றன என்பதையும் நாம் எப்போதும் நினைவில் கொள்ள வேண்டும். இவ்வாறான நல்ல செய்திகள் யாவும் ஒருபோதுமே பிரசுரிக்கப்படுவதில்லை.

மனித இனத்திற்கு நல்லதை உணர்வதற்கான ஆற்றல் இருப்பதை நீங்கள் சந்தேகித்தால், உண்மையாகவே நீங்கள் ஒரு கஷ்டமான காலத்தைத்தான் அனுபவிக்கிறீர்கள். அதற்கான ஒரு பரிந்துரை: மற்றவர்களின் நல்லது, கெட்டது என்பனவற்றில் கவனம் செலுத்துவதற்குமுன், உங்களுக்குள்ளே ஆழமாகப் பார்த்து, உங்களுக்கு உள்ளே இருக்கும் நல்லதைக் உணருங்கள். உங்கள் உள்ளார்ந்த வலிமைகளைக் கண்டுகொள்ளுங்கள். உங்களுக்குள் இருக்கும் அன்பைக் கண்டுகொள்ளுங்கள். அமைதி ஆரம்பிக்கும் இடத்திலிருந்து ஒருவர் எவ்வளவு தூரம் விலகிச் சென்றிருந்தாலும், அவர் அங்கு மீண்டும் திரும்புவதற்கான சாத்தியம் எப்போதும் உள்ளது. இந்த உண்மை நமக்கும் பொருந்தும். தரிசு நிலத்துக்கு அழகு மிகுந்த தோட்டமாக மாறுவதற்கான ஆற்றல் இருக்கிறது. அமைதி சாத்தியமே!

நம் அன்புக்குரியவர்கள் இறக்கும்போது

நமது அன்புக்குரியவர்களின் இறக்கும்போது, அது நமக்குத் தாங்க முடியாத துயரத்தைத் தரும். அந்த இழப்பு நமக்கு ஆழமான வெறுமை, விரக்தி, உணர்ச்சியற்ற தன்மை, கோபம், குழப்பம் உட்பட விடை காணமுடியாத பல வினாக்களையும் நம்மிடம் விட்டுச் செல்லலாம்.

ஒவ்வொரு மனிதனும் வேதனையை உணரும் விதம் தனித்துவமானது. நம் மனமும் உள்ளமும் தம்மை பழைய நிலைக்கு மீண்டும் கொண்டு வருகையில், அந்த ஒவ்வொரு உணர்வையும் மீண்டும் அனுபவித்தபடி துயரத்தின் பல கட்டங்களைக் கடந்து செல்கிறோம். மக்களில் சிலர் துக்கம் அனுஷ்டிக்கும்

ஒரு காலகட்டத்தினூடாகச் சென்று மீண்டும் பழைய நிலைக்குத் திரும்புவதை நான் பார்த்திருக்கிறேன். வேறு சிலரோ வாழ்க்கை முழுதாக மாறி வெளிவருவார்கள். பல ஆண்டுகளாக உணர்ச்சிவசப்பட்டு மனம் உடைந்து போனவர்களையும் நான் பார்த்திருக்கின்றேன்.

இழப்பு, துக்கம் போன்ற மிக மோசமான தருணங்களுக்கான எளிமையான தீர்வு எதுவும் என்னிடம் இல்லாதபோதும், என் கருத்துகள் உங்களுக்கு உதவியாக இருக்கக்கூடும். என் சொந்த அனுபவத்திலிருந்து கூறுவதானால் ஆரம்பத்தில் இருந்த எனது தீவிர சோகம் சற்றுக் குறைந்ததும் அந்த மனிதருடனான எனது தொடர்பு மாறிவிட்டதே ஒழிய, முடிவடையவில்லை என்பதை புரிந்து கொள்ள ஆரம்பித்தேன். உங்கள் அன்புக்குரியவர், தனது உடம்பை விட்டுச் சென்றுவிட்டார் என்பதைப் புரிந்து கொள்வதற்குச் சிறிது காலம் எடுக்கலாம். இப்போது அவர்கள் தங்கள் உடம்பை விட்டுச் சென்றுவிட்டதால் நிச்சயமாக வேறு எங்காவது இருக்கத்தான் வேண்டும். அவர்கள் எப்போதும் இருக்கப் போவது உங்களுடன்தான். உங்கள் இதயத்தில்தான்.

வாழ்ந்த அந்த மனிதர்களின் சருமத்தில் இருந்து எழுந்த வாசனை, அவர்களுடைய குரலின் கீதம், சிரிக்கும்போது அவர்களுடைய கண்கள், ஒரு குளிர்ந்த இரவில் அவர்களுடைய இதமான அரவணைப்பு போன்றவற்றை அவர்கள் பற்றிய நினைவுகள் ஈடு செய்ய முடியாது. ஆனால், உங்கள் அன்புக்குரியவரின் குணங்கள் உங்கள் நினைவுகளில் தொடர்ந்து வாழ்ந்துகொண்டே இருக்கும். நீங்கள் எங்கே சென்றாலும் அவரது இந்தப் புதிய ரூபத்தை உங்களுடன் எடுத்துச் செல்வீர்கள். நான் இழந்தவர் பற்றிய இனிய

நினைவுகள், என்னுள் நடனமாட வேண்டும் என விரும்புகிறேன்.

எனக்கு எட்டரை வயதாக இருக்கும்போது எனது தந்தையார் காலமானார். நான் அவர் மீது மிகவும் பாசம் கொண்டிருந்தேன். அவர் மிகவும் அன்பானவர். ஆனால் கண்டிப்பானவரும் கூட. மக்களுக்கு அவர் மேல் மிகுந்த மரியாதை இருந்தது. நீங்கள் சிறுபிள்ளையாக இருக்கும்போது விஷயங்கள் எப்படியோ அவற்றை அப்படியே ஏற்றுக்கொள்வீர்கள். ஆகவே எனக்கு இவையெல்லாம் ஒரு சாதாரண விஷயங்களாகத்தான் இருந்தன. அவரை என்னுடைய தந்தையாக மட்டுமே நோக்கினேன். ஆயிரக்கணக்கான மக்கள் அவர் உரையாற்றுவதைக் கேட்பதற்கு வருவார்கள். அந்த நிகழ்ச்சிகள் அற்புதமானவையாக இருந்தன. அங்கு வந்திருந்த ஒவ்வொருவரும் தம்மைப் பற்றி மேலும் சற்று அதிகமாக அறிந்துகொள்ள வேண்டும் என்ற ஒரே நோக்கத்துடனேயே வந்திருந்தனர். அவர் அமர்ந்து பேசத் தொடங்கும் அந்தக் கணத்திலிருந்தே அங்கு பூரண நிசப்தம் நிலவும். அதில் நானும் ஒருவனாக இருக்கக் கிடைத்தது என் பாக்கியமே. எனது வாழ்நாளில் அத்தகைய அனுபவத்தை ஒரு நாளாவது அனுபவிக்கக் கிடைத்திருந்தாலே மிகவும் விசேஷமாக இருந்திருக்கும். ஆனால் எனக்கோ பல வருடங்களாக அவ்வாறு வாழக் கிடைத்தது.

என்னுடைய தந்தையார் இறந்த முதல் சில நாட்களுக்கு என்ன நடந்ததென்று உண்மையாகவே எனக்கு விளங்கவில்லை. நான் அழுது கொண்டே இருந்தது எனக்கு இன்னமும் நினைவில் உள்ளது. சிறிது நேரத்திற்குப் பின்பு நான் ஏதோ ஒன்றைப் புரிந்துகொண்டேன். என்னுடைய உள்ளத்தில் அவரைப்

பார்க்கவும், கேட்கவும், உணரக் கூடியதாகவும் இருந்தது. அதன்பின் பல வருடங்கள் கழிந்துவிட்டபோதும், இன்னும் நான் என்னுள் அவரைக் காண்கிறேன். அவரது குரலைக் கேட்கிறேன். அவரை என்னில் உணர்கிறேன். ஒருவர் இறந்துவிட்டால், நீங்கள் அது பற்றி எதுவுமே செய்ய முடியாது. நீங்கள் செய்யக் கூடியதெல்லாம் அதை ஏற்றுக் கொள்ள ஆரம்பிப்பதே. பின்பு நீங்கள் மெதுவாக அவர்கள் புதிய விதத்தில் உங்களுடன் இருக்கிறார்கள் என்பதைப் புரிந்து கொள்ளத் தொடங்குவீர்கள். அந்தத் தொடர்பின் உணர்வை உங்களில் இருந்து ஒருபோதும் பிரித்துவிட முடியாது.

என்னுடைய தந்தையாரின் மறைவுக்குப் பின் பலர் ஆழ்ந்த துயரத்தில் இருந்தார்கள். சில நாட்களுக்குப் பின்னர், பெருந்திரளான மக்கள் ஒன்றுகூடியபோது அவர்கள் நிலை குலைந்திருந்ததை என்னால் கவனிக்க முடிந்தது. அவர்கள் அவ்வாறு ஆழ்ந்த துக்கத்தில் தொடர்ந்து இருப்பதை நான் விரும்பவில்லை. நான் திடீரென மேடையில் இருந்த ஒலி பெருக்கியை நோக்கிச் சென்றேன். அங்கு இருந்தவர்களின் முகங்களைப் பார்த்து "நீங்கள் அழத் தேவையில்லை. நீங்கள் யாருக்காக அழுகிறீர்களோ, அவர் இப்போதும் நம் உள்ளங்களில் இருக்கிறார். உங்களுக்குள்ளே அவர் எப்பொழுதும் இருப்பார்" என்று கூறினேன். என்னிடமிருந்து இந்த உணர்வுபூர்வமான வார்த்தைகளைக் கேட்டதும், அது மக்களுக்கு உற்சாகத்தை கொடுத்தது. அவர்கள் மகிழ்ச்சியில் ஆரவாரிக்கத் தொடங்கினார்கள். அவர்கள் என் தந்தையின் அம்சமொன்றை என்னிடம் கண்டிருக்கலாம். ஆனால் அவருடைய சக்தி தம்முள் இருப்பதையும் அவர்கள் உணர்ந்திருக்கலாம்.

எவ்வாறு சக்தியை உருமாற்றவோ அல்லது ஓர் இடத்தில் இருந்து வேறோர் இடத்திற்கு இடம் மாற்றவோ முடியுமே தவிர, அதை அழிக்க முடியாதோ, அது போலவே நம் அன்புக்குரியவர்கள் வேறெதுவாகவோ மாறி வேறு எங்கேயோ இருப்பார்கள். இயற்கை இப்படித்தான் செயல்படுகிறது. இப்படித்தான் பிரபஞ்ச சக்தி இயங்குகிறது. இடைவிடாது பரிணாம வளர்ச்சி அடைகிறது. விதையொன்று மரமாகி அந்த மரம் ஒரு பழத்தைக் கொடுக்கிறது. அந்த ஒவ்வொரு பழத்தினுள்ளும் விதையொன்று உள்ளது. அந்த ஒவ்வொரு விதையும் மேலும் ஒரு மரத்தை உருவாக்கும் ஆற்றலைக் கொண்டுள்ளது. நீங்கள் ஒரு விதையைக் கையில் எடுக்கும் பொழுது எதைக் கையில் வைத்திருக்கிறீர்கள் என்று உங்களுக்குத் தெரியுமா? அது மிகவும் சிறியது. ஆனாலும் ஒரு வனத்தையே உருவாக்கக் கூடிய சாத்தியத்தைக் கொண்டுள்ளது. அந்த விதையில் அந்த வனத்தையே உணருங்கள்.

உங்கள் அன்புக்குரியவர்கள் உங்களுள் எப்போதும் இருப்பார்கள். அவர்களுடைய சக்தி உங்கள் மூலம் கடத்தப்பட்டுக் கொண்டிருக்கிறது. அத்துடன் விழிப்புணர்வு எனும் இந்த முடிவற்ற பிரபஞ்ச சக்தியின் ஒரு பாகமாக அவர்கள் எப்போதும் இருப்பார்கள். உங்கள் உள்ளத்தைத் திறவுங்கள். அங்கு அவர்களின் பிரசன்னத்தை நீங்கள் உணரலாம்.

சந்திரனை நோக்குங்கள்

சந்திரன் பூமியில் இருந்து தோன்றியதாக பல விஞ்ஞானிகள் நம்புகிறார்கள். அந்தக் கோட்பாடானது, “மாபெரும் மோதலின் தாக்கம் எனும் அனுமானம்”

எனக் குறிப்பிடப்படுகிறது. பிரமாண்டமான பொருள் ஒன்று நமது இளம் கிரகத்தில் மோதியபோது உண்டான சிதைவுகளில் இருந்து உருவாக்கப்பட்ட அற்புதமான புதிய சிறுகோள்தான் சந்திரன் எனக் கருதப்படுகிறது. கிரேக்க புராணத்தின்படி சிலர் இந்தத் திரளைச் சந்திரக் கடவுளான செலினின் (Selene) தாயாரின் நினைவாக "தியா" என அழைக்கிறார்கள். ஆகவே சந்திரனின் ஒரு பகுதி பூமியாகவும், மற்றப் பகுதி தியாவாகவும் இருக்கலாம்.

சந்திரன் நம்மை விட்டுப் பிரிந்து ஒரு குறிப்பிட்ட அளவு தூரம்தான் சென்றுள்ளது. இப்போது அது தனது பழைய வீடான பூமியைச் சுற்றி கொண்டிருக்கிறது. அது நகருகையில் இங்கிருக்கும் நம் மீது அதன் தாக்கம் ஏற்படுகிறது. அதேபோல நம்முடைய இறந்து போன அன்புக்குரியவர்களை சந்திரனாக நாம் நினைக்கலாம். அவர்கள் எப்போதும் நம்மில் ஒரு பகுதியாக இருக்கிறார்கள். அவர்கள் நம் வாழ்க்கையைச் சுற்றி வட்டமிடுகிறார்கள். நம் இரவுகளை பிரகாசிக்கச் செய்கிறார்கள். அவர்கள் நமது உணர்வு அலைகளை ஈர்த்து நம்மை நெகிழ வைக்கிறார்கள். மேலே பார்த்து சூரிய ஒளியின் பிரதிபலிப்பை அவர்களின் முகத்தில் காணுங்கள்.

இறந்தவரைக் கௌரவித்து, அவர்கள் புதிய வடிவத்தில் நம்முடன் இருப்பதை நாம் ஏற்றுக் கொள்ளலாம். அவர்கள் எதுவாக இருந்தார்கள் என்பதைப் பற்றி நாம் நினைத்துக் கொண்டிருக்கத் தேவையில்லை. தண்ணீரின் உதவியுடன் வாழ்க்கை என்ற அலையில் நாம் மிதந்துகொண்டே, அந்த இரவு வானத்தைப் பார்த்து சந்திரனுக்கும் நமக்கும் உள்ள தொடர்பை உணர்ந்து கொள்ளலாம். துக்கத்தை உணரும் அதே சமயம் மறைந்தவரோடு வாழ்நாள் முழுவதிலும்

ஒன்று சேர்ந்திருக்கும் உணர்வு நமது இதயத்தில் இருக்கிறது என்பதையும் தெரிந்து கொள்ளலாம். தற்போது இருப்பதைக் கொண்டாடுவதன் மூலம், நாம் முன்பு இருந்ததைப் பொக்கிஷமாகப் பேணமுடியும். நமது அன்புக்குரியவர்களின் நினைவுகளை வாழ்க்கை முழுவதும் நம்மிடம் சுமந்து செல்லலாம்.

நமது அன்புக்குரியவர்களை எவ்வாறு நம்மோடு வைத்திருக்கலாம் என்பது பற்றியும், அது தரும் வலிமை பற்றியதுமான எனது கவிதை ஒன்று இதோ:

இரவு, காரிருளில் மூழ்கியிருக்கையில்
சந்திரன் உதயமாகி ஒளிரத் தொடங்குகிறது
அங்கு உங்களுக்காக சிறிய வெளிச்சமொன்று
இருக்கிறது
ரசிப்பதற்கு மட்டுமன்றி
அதைக்கொண்டு காண்பதற்கும் கூட.

உங்களுள் ஆறுதல் கொள்ள

நமது அன்புக்குரியவரை இழப்பதை விட மிகவும் கஷ்டமான சவால் ஏதும் நமக்கு இருக்க முடியுமா? சிலருக்கு தாம் ஒருநாள் இறக்கப் போகிறோம் என்பது ஒரு பயமுறுத்தும் எண்ணமாக இருக்கலாம். மக்களுக்கு தம் வாழ்வின் முடிவு பற்றி பயம் வாழ்வின் பல்வேறு கட்டங்களில் ஏற்படக்கூடும். நாம் நோய்வாய்ப்பட்டு இருக்கும்போதோ அல்லது ஆபத்தான சூழ்நிலையில் இருக்கும்போதோ இந்தப் பயம் நமக்கு மிகுந்த பதற்றத்தை தரக்கூடும். ஆனால் ஆரோக்கியமாகவும் பாதுகாப்பாகவும் இருக்கும்போது கூட நம்மை பயமுறுத்தக் கூடும்.

மரணத்தை எதிர்நோக்கி இருப்பவர்களிடம் பேசும்படி அடிக்கடி என்னைக் கேட்கிறார்கள். அது எனது உள்ளுணர்வுக்கு முரண்பட்டதாகத் தோன்றினாலும், நம் வாழ்வின் நிலையற்ற தன்மையின் யதார்த்தத்தை முதலில் ஏற்றுக் கொள்வதற்கு அது எனக்கு உதவுவதை நான் காண்கிறேன். இறுதியில் நாம் ஒவ்வொருவரும் இந்த உலகத்தை விட்டுச் செல்லத்தான் வேண்டும் என்பதை நாம் புரிந்து கொள்ள வேண்டும். உங்களுக்கு இப்போது இருக்கும் வாழ்க்கை என்றென்றும் நிலைத்திருக்கும் என்று நினைப்பது ஒரு கற்பனை மட்டுமே. ஆனால் நிச்சயமாக எப்போது இந்த உலகை விட்டு நீங்கள் போகப் போகிறீர்கள் என்பதை எவராலும் சரியாக உங்களுக்குக் கூற முடியாது! உங்கள் வாழ்வு பற்றியும், இறப்பு பற்றியும் உண்மையில் உங்களுக்கு என்ன தெரியும்? நிச்சயமாக உங்களுக்குத் தெரிந்த ஒரே ஒரு விஷயம் நீங்கள் பிறந்தீர்கள், இப்பொழுது, இக்கணத்தில் உயிருடன் இருக்கிறீர்கள் என்பது மட்டுமே.

நாம் நோய்வாய்ப்பட்டிருக்கும்போது, நமக்குள்ளே அளப்பரிய சக்தி இருக்கிறது என்பதை நினைவில் கொள்வது நிச்சயமாக உதவியாக இருக்கும். நம்மால் முடிந்தால் நமக்குள் இருக்கும் அந்த நண்பர்களைக் கண்டுபிடித்து பயன்படுத்த வேண்டிய அவசியம் உள்ளது. இதன் மூலம் நம் உள்ளேயுள்ள தெளிவான ஆற்றலை முழுமையாகப் பயன்படுத்த முடியும். அதாவது கடுமையான நோய், கவலை, ஏமாற்றம் போன்ற நம் எதிர்மறை அனுபவங்கள், உணர்ச்சிகள் எல்லாமே நமது தைரியம், தெளிவு, நிறைவு, ஆனந்தம், அமைதி போன்றவற்றில் இருந்து நம்மைத் தூர விலக்கி விடக்கூடும். ஆனால், நமது தைரியம் அப்போதும் நம்முள்ளேயே இருக்கிறது. நமது தெளிவும்

அப்போதும் நம்முள்ளேயே உள்ளது. நமது நிறைவும் அப்போதும் நம்முள்ளேயே உள்ளது. நமது ஆனந்தமும் அப்போதும் நம்முள்ளேயே உள்ளது. நமது அமைதியும் அப்போதும் நம்முள்ளேயே இருக்கிறது. கஷ்டமான காலங்களிலும் நம் உள்ளத்தில் உள்ள வளங்களை நாம் எப்போதும் அணுக முடியும்.

அமைதியின் இயல்பு ஒன்றைப்பற்றிக் கூற நான் மிகவும் விரும்புவது: நீங்கள் உங்களுக்குள்ளேயே ஆறுதலடைய அது உதவும். இந்த வெளி உலகம் சகிப்பின் எல்லைக்கே உங்களைத் தள்ளும்போதும் கூட, உங்களுக்கு உள்ளே இருக்கும் மாறாத, உங்களை உயிர்வாழ வைக்கும் ஒன்றுடன் எப்போதுமே உங்களால் தொடர்பு கொள்ள முடியுமென்பதை அறிந்து கொள்ளுங்கள். வாழ்க்கைப் போராட்டங்களினால் நீங்கள் களைப்படைந்து இருக்கும்போது உங்களுக்குள்ளே நீங்கள் அமைதியடையலாம் என்பதை அறிந்து கொள்ளுங்கள். எனது தந்தையார், நமக்குள் ஆழ்ந்து சென்று நம்மை நாம் அனுபவிக்கக் கூடிய அந்த உணர்வைப் பற்றி இவ்வாறு கூறினார்: அது தூங்காமல் தூங்குவது போன்றது. நமக்கு தேவைப்படும்போதெல்லாம் நாம் இரைச்சலிலிருந்து விடுபட்டு, உள்ளார்ந்த அமைதி என்ற புத்துணர்ச்சி அளிக்கும் உணர்வுக்குள் செல்லலாம்.

மாபெரும் எதிர்பார்ப்புக்கள்

கஷ்டகாலங்களில் நாமே நமக்கு உதவக் கூடிய ஒரு வழி எதிர்பார்ப்புக்கள் நம் அனுபவங்களை எப்படி உருவாக்குகின்றன என்பதைத் தெரிந்துகொள்வதே. இந்த வழி உண்மையிலேயே கெட்ட காலத்திலும் சரி, நல்ல காலத்திலும் சரி, எந்தக் காலத்திலும்

பொருத்தமாக இருக்கும். தினந்தோறும் எனக்கு எதிர்பார்ப்புக்கள் இருக்கின்றன. எனது அலார கடிகாரம் என்னை உரிய நேரத்தில் நித்திரையிலிருந்து எழுப்ப வேண்டும் என்ற எதிர்பார்ப்பு உண்டு. நான் உப்பு பாட்டிலை எடுக்கும்போது அதற்குள் உப்பு இருக்குமென்ற எதிர்பார்ப்பு உள்ளது. நம் எதிர்பார்ப்புக்கள் எப்போதுமே உண்மைநிலையுடன் ஒத்துப் போவதில்லை என்பதை நாம் புரிந்துகொண்டால், எதிர்பார்ப்புகளை கொண்டிருப்பதில் பிரச்சினை எதுவும் இல்லை. குத்துச் சண்டை வீரரான மைக் டைசன் வெளிப்படையாகக் கூறியது போல, "வாயில் குத்து வாங்கும் வரை ஒவ்வொருவருக்கும் திட்டம் ஒன்று இருந்துகொண்டே இருக்கும்."

பயம் அல்லது கற்பனையால் திசை திருப்பப்படுவதை விடுத்து, வாழ்க்கை எப்படி இருக்கிறதோ அப்படியே ஏற்றுக் கொள்ள தைரியம் தேவை. உள்ளது எதுவோ அதைப் பற்றிய தெளிவு நம்மைப் பெரும்பாலான துன்பங்களிலிருந்து பாதுகாக்க முடியும். அல்லது தத்துவஞானி செனக்கா கூறியது போல் "நிஜத்தை விட கற்பனையில்தான் நாம் அதிகமாகத் துன்பப்படுகிறோம்."

எதிர்பார்ப்புகளினால் நீங்கள் வழி நடத்தப்பட்டால் என்ன நடக்கும்? சரி, ஒரு உப்புப் பாட்டில் காலியாக இருந்தால் ஏற்படும் ஏமாற்றத்திலிருந்து நீங்கள் மீண்டு விடலாம். எலக்ட்ரானிக் கருவிகள் செயல்படாவிட்டால், அதனால் கவலையில் உருகிப் போகின்ற சிலரை எனக்குத் தெரியும். எனினும் அவர்கள் அதிலிருந்து மீண்டு விடுவார்கள். உண்மையான பிரச்சினை பிறரிலிருந்தும், நாம் ஒருவர் மீது ஒருவர் வைத்திருக்கும் எதிர்பார்ப்புக்களிலிருந்தும் ஆரம்பிக்கின்றன. நிறைவேறாத விருப்பங்கள் கட்டுக்கடங்காத கோபத்தையும் துக்கத்தையும் உருவாக்கக்கூடும்.

இதனால் உறவுகள் முறியலாம். இது குழப்பங்களுக்கு வழிவகுக்கும்.

இளம் விவசாயி ஒருவன் வாரந்தோறும் காய்கறி நிறைந்த பாரமான மூட்டைகளைக் கையால் தூக்கிக்கொண்டு சந்தைக்குச் செல்ல வேண்டியிருந்தது. அது மிகவும் கஷ்டமான வேலை. சுமக்க முடிந்த அளவு பாரத்தைத்தான் அவனால் கொண்டு செல்ல முடிந்தது. ஆகவே அவன் மிகவும் கஷ்டப்பட்டு பணம் சேமித்து ஒரு கழுதையை வாங்க விரும்பினான். ஆனால், அவனுடைய மனைவி அதற்கு உடன்படவில்லை. நமக்குத் தேவையானது ஒரு பசுமாடே. ஏனெனில், பசுமாடு பால் மற்றும் வெண்ணெய் தரும் என்று மனைவி கூறினாள். அவர்கள் ஓர் இளம் பசுமாட்டை வாங்கினார்கள். எனினும், நாள்தோறும் அந்தப் பாரமான மூட்டைகளை சந்தைக்கு சுமந்து செல்ல வேண்டிய அவனது பிரச்சினை குறையவே இல்லை. அவன் மேலும் கஷ்டமாக உழைத்து, போதிய அளவு பணம் சம்பாதித்து ஒரு கழுதையை வாங்கினான். அந்தக் கழுதை அவனுடைய வாழ்க்கையையே மாற்றியது. பிரச்சினை என்னவென்றால், அவர்களின் முற்றத்தில் சிறிதளவு இடம்தான் இருந்தது. விரைவில் பசுமாடு பெரிதாக வளர்ந்து விட்டதனால், கழுதையின் நிலைமை பரிதாபகரமானதாகி அது நெரிபடும் அபாயத்தில் இருந்தது.

இந்த நிலைமையால் அந்த மனிதன் விரக்தியடைந்து இறைவனை நோக்கி: "கடவுளே! இவ்வாறு தொடர்ந்து இருக்க முடியாது. இந்தப் பசுமாட்டைக் கொன்று விடுகிறீர்களா? அப்போது என்னுடைய கழுதை தங்குவதற்கு போதிய அளவு இடம் கிடைக்கும்" என்று வேண்டினான். மறுநாள் காலையில் எழுந்து பார்த்தபொழுது அவனுடைய கழுதை இறந்து

கிடந்ததைக் கண்டான். "ஓ கடவுளே!" "உங்களுக்கு ஏற்கனவே கழுதைக்கும், பசுவுக்கும் இடையிலான வித்தியாசம் தெரிந்திருக்கும் என்று நான் நினைத்தேன்" என்று கூறினான்.

எதிர்பார்ப்புக்கள்!

நீங்கள் கலந்துகொண்ட அல்லது கேள்விப்பட்ட சில திருமணங்களைப் பற்றிச் சற்று சிந்தித்துப் பாருங்கள். குற்றம் குறையற்ற, உன்னதமான திருமணம் நடைபெற மணமக்களோ அல்லது அவர்களின் குடும்பத்தினரோ எதிர்பார்த்திருந்தாலும் அங்கு பிரச்சினைகள் எழலாம் என்பது உங்களுக்குத் தெரியும். திருமணத்தை நடத்துகிறவர்களிடம் நண்பர்களோ அல்லது திருமணத்தைத் திட்டமிடுபவரோ முதலில் சொல்ல வேண்டிய விஷயம் "எதுவுமே திட்டமிட்டபடியே முழுமையாக நடைபெறுவதில்லை!" என்பதாகும்.

நிச்சயமாக நமது வாழ்வில் உறவுகள், வீடு, வேலை, திருமணம் போன்ற முக்கிய நிகழ்வுகளைப் பற்றி உற்சாகம் தரும் எதிர்பார்ப்புக்கள் இருப்பது நல்லதே. ஆயினும், நாம் அவற்றையே சார்ந்திருக்கக் கூடாது. ஏமாற்றம் அக்கணத்தின் அற்புதத்தையே திருடிவிடும். இவ்வாழ்க்கையில் அத்தருணங்கள் நமது எண்ணங்களின்படி அமையவில்லையே என மனம் வருந்துவதிலேயே நம் அருமையான வாழ்வின் பெரும் பகுதியை வீணாக்குகிறோம். அது நடப்பதற்குக் காரணம் எதுவாக இருக்கலாம்? உண்மையில் நடப்பவையா அல்லது நமது கற்பனையா? நமது அணுகுமுறையில் நாம் வளைந்து கொடுக்காமல் இருக்கும்போது நிச்சயமாக, நாம் எதிர்பார்க்காத சம்பவங்களும், ஏமாற்றங்களும் ஏற்படுத்தும் தாக்கத்தை அதிகமாக உணர்வோம். நாம் சூழ்நிலைக்கேற்ப சிறிது விட்டுக்கொடுத்து நடக்கக் கற்றுக்கொண்டால், நாம்

மேலும் வலிமை பெறுவோம். மரம் ஒன்று புயல்காற்று வீசும்போது எவ்வாறு அதற்கிசைய வளைந்து கொடுக்கிறது என சிந்தித்துப் பாருங்கள். பறவை ஒன்று புயலினூடாக எவ்வாறு பறந்து செல்கிறது என சிந்தித்துப் பாருங்கள். அலைகளோடு சேர்ந்து மீன் எப்படி நீந்திச் செல்கிறது என சிந்தித்துப் பாருங்கள்.

நமது எதிர்பார்ப்புக்களை நிர்ணயிப்பது யார்? நாமேதான்! நாமே நமது சொந்த எதிர்பார்ப்புக்களை உருவாக்குகிறோம். நாமே பிறரின் எதிர்பார்ப்புக்களை ஏற்றுக் கொள்கிறோம். சில சமயங்களில் ஓர் எதிர்பார்ப்பு நிறைவேறுகிறது. சில சமயங்களில் அது நிறைவேறுவதில்லை. விஷயம் யாதெனில் பிறர் தம் எதிர்பார்ப்புக்களை நம்மேல் திணித்தாலும் அவற்றை நாம் நம்முடையதாக்கிக் கொள்ளத் தேவையில்லை. அவை கைகூடாவிட்டால், நாம் நம்மீது ஏமாற்றம் அடைகிறோம். அது நமது விலைமதிப்பற்ற நேரத்தை வீணாக்குவதுபோல் எனக்குத் தோன்றுகிறது.

ஏன் நீங்கள் உங்களைப் போலவே தோற்றமளிக்கவில்லை?

குறிப்பிட்டதொரு பின்விளைவுடன் நீங்கள் எவ்வளவு தூரம் பின்னிப் பிணைந்து இருக்கிறீர்கள் என்பதைக் காண்பதற்கு உங்களுடைய எண்ணங்களிலிருந்து விலகி நிற்க வேண்டும். அதற்கு அதிக அளவு முயற்சி தேவை. இது பிடிவாத குணமுடைய மனிதன் ஒருவன் தொலைந்து போவதைப் போன்றது. தவறு ஏதோ நடந்துவிட்டது என்பதைக் கண்டுகொள்ளும் நிர்ப்பந்தம் ஏற்படும் வரை அவன் தன்னைச் சுற்றி உள்ள உலகத்தைப் பார்ப்பதற்குப் பதிலாக அந்த இடத்தின் வரைபடத்தை தனக்கு விளங்கிய விதத்தில் நம்புகிறான்.

பின்பு அவன் அந்த வரைபடத்தையே குறை கூறுவான். அதேபோல ஏதோ ஒன்று அங்கு தவறாக உள்ளது என நம் உள்ளம் கூறினாலும் கூட, மனத்தின் பிடியில் அகப்பட்டு கொள்கிறோம்.

நான் ஒரு முறை பெரிய நிகழ்ச்சியொன்றில் உரையாற்றப் போயிருந்தேன். என்னைக் காரில் இருந்து மேடைக்கு அழைத்துச் செல்வதற்காக சில நிகழ்ச்சி அமைப்பாளர்கள் மேடையின் வாசலின் அருகில் காத்திருந்தார்கள். நான் உரையாற்றுவதை அவர்கள் இதற்கு முன்பும் பல தடவைகள் பார்த்திருக்கிறார்கள். அத்துடன் அவர்கள் இப்படி என்னை வரவேற்க விரும்பியதைப் பாராட்டினேன்.

அன்றைய தினம் கோட், சூட், மற்றும் டை போன்ற எதையும் நான் அணிந்திருக்கவில்லை. நான் வழக்கமாக அவையெல்லாம் அணியாமல் நிகழ்ச்சிகளுக்குச் செல்வதில்லை. ஆனாலும், அது ஒரு நீண்ட பயணமாக இருந்ததால், பயணத்திற்கு சௌகரியமான ஆடையை அணியத் தீர்மானித்திருந்தேன். என்னுடைய கார் அங்கே சென்றடைந்தபோது, என்னை வரவேற்பதற்காகக் காத்திருந்தவர்கள் எங்களைப் பார்த்துக்கொண்டு அங்கே நின்றிருந்தார்கள். அவர்கள் நகரவே இல்லை. நான் என்னுடைய கார் கதவைத் திறந்து வெளியே இறங்கியபோது அவர்கள் "நிறுத்தாதீர்கள், நிறுத்தாதீர்கள்!" என்று கத்தினார்கள். "காரை அப்பால் நகர்த்துங்கள்! நாங்கள் ஒருவருக்காகக் காத்திருக்கிறோம். அவர் எக்கணத்திலும் வரலாமென எதிர்பார்க்கிறோம்! காரை அப்பால் நகர்த்துங்கள்!" என்று கூறினார்கள்.

அவர்கள் என்னையே உற்றுப் பார்த்துக் கொண்டிருந்தார்கள். அவர்கள் ஒவ்வொருவரும் ஒரு சூட்டையும் டையையும் தேடுவதை நான் உணர்ந்தேன்.

அவற்றை அணிந்திருக்காததால் நான் அவர்களின் எதிர்பார்ப்புடன் ஒத்துப் போகவில்லை. கடைசியாக அவர்களில் ஒருவருக்கு உண்மை விளங்கியதும், மிகவும் சங்கடப்பட்டார். "ஓ! எங்களை மன்னியுங்கள்! நீங்கள்தான் என்று எங்களுக்குத் தெரியாமல் போய்விட்டது!" என்று கூறினார். மற்றவர்கள் என்னைப் பார்த்தவிதம் "உங்களைப் போலவே நீங்கள் தோற்றமளித்தால் என்ன?" என்று கேட்பதுபோல் இருந்தது.

காலம் காலமாக இருந்துவரும் பிரச்சினை

"அமைதியான மகிழ்ச்சியான இயல்புடைய ஒருவர் முதுமையடைவதன் அழுத்தம் பற்றி அதிகம் கவலைப்படமாட்டார். ஆனால் இதற்கு எதிர்மறையான இயல்பைக் கொண்ட ஒருவருக்கு இளமையும் முதுமையும் சமமான சுமையாகவே இருக்கும்" என்று கிரேக்கத் தத்துவ ஞானியாகிய பிளேட்டோ கூறியுள்ளார். (அவர் 80 வயது வரை வாழ்ந்தவராவார்). எனக்கு வயதாகிக் கொண்டு போகும்போது நான் அந்தக் கூற்றை வாசிக்கும் ஒவ்வொரு தடவையும் அதை மேலும் மேலும் மெச்சிப் பாராட்டுகிறேன். வயோதிகம் அடைவது சிக்கலான ஒரு விஷயம். அத்துடன் ஒருவரின் குணாதிசயத்தை கடுமையாகப் சோதிப்பதாகவும் அமையலாம்.

முதுமையின் பாதையில் நமது ஆணவம் தாக்கத்திற்கு உட்படுகிறது. வயதாவதைப் பற்றிய பயத்தால் ஏற்படும் இரைச்சல்தான் நமது மனத்தை அதிக அளவில் நிரப்புகிறது. "என்னால் அதையெல்லாம் செய்ய முடியாது. இப்போது எனக்கு 60 வயதாகிவிட்டது என்பது உங்களுக்குத் தெரியும்தானே!" அப்படியானால்

இனிமேல் உங்களால் நீண்ட தூர ஓட்டப் பந்தயமொன்றில் ஓட முடியாமல் போகலாம். அல்லது அதை ஓடி முடிப்பதற்கு ஐந்து மணிநேரத்திற்கு மேல் எடுக்கலாம். எப்படி இருந்தாலும் அது ஓர் பெரிய பிரச்சினை இல்லை!

உங்களுடைய வயது என்னவாக இருந்தாலும் உங்களால் செய்ய இயலாத சில காரியங்கள் இருக்கின்றன. சில விஷயங்களை உங்களால் முன்புபோல் செய்ய இயலாது. ஆனால் இப்பொழுது உங்களால் செய்யமுடிந்த பல புதிய விஷயங்கள் உள்ளன. செய்யக்கூடியதை அரவணைத்து செய்ய முடியாததை மறந்து விடுங்கள். முதுமை பற்றிய எண்ணம் நம் மனம் சார்ந்ததே. இளமையில் நாம் வாழ்வை நேசிக்கிறோம். அத்துடன் மரணத்தைப் பற்றி நாம் அக்கறை கொள்வதில்லை. வாழ்வதற்கும் இறப்பதற்கும் பயப்படும்போதுதான் நாம் முதுமை அடைகிறோம்.

உண்மையை அறிந்து கொள்ளுங்கள்

நீங்கள் இரவு உணவை சமைத்துக் கொண்டிருந்த-போது வேறு எதையோ செய்ய முற்பட்டதினால், சமைத்துக்கொண்டிருந்த உணவு அனைத்தும் தீய்ந்துவிட்டது. வீட்டில் இருந்த உணவு அது மட்டுமே. கடைக்குச் செல்வதற்கும் நேரம் கடந்துவிட்டது. இவ்வாறான சூழ்நிலைகளை நீங்கள் சந்தித்திருப்பீர்கள் என எனக்கு நிச்சயமாகத் தெரியும். நீங்கள் என்ன செய்யலாம் என்று யோசித்துக் கொண்டிருக்கும்போது ஒருவர் வந்து “நல்ல நம்பிக்கையுடன் இருங்கள்!” என்று கூறுகிறார்.

உண்மையென்னவெனில் உண்ண உணவு ஏதும் இல்லை எனில் என்னால் நம்பிக்கையுடன் இருக்க

இயலாது! அப்போது நான் செய்ய வேண்டியதெல்லாம் இருக்கும் உண்மையான சூழ்நிலையைப் பார்க்க வேண்டுமே தவிர எல்லாம் தானாகவே சரியாகிவிடும் என்ற நம்பிக்கையுடன் இருக்கமுடியாது. இது என்னை இந்த முடிவுக்குக் கொண்டு வருகிறது. அமைதி தரும் ஆறுதலைப் பற்றிய செய்தியும், அத்துடன் இன்றைய நாளை முழுமையாகப் பயன்படுத்துவது பற்றிய செய்தியும் எப்போதும் நம்பிக்கையோடு இருங்கள் என்பதற்கான அழைப்புக்கள் அல்ல. சகல மோசமான சூழ்நிலைகளையும் மூடி மறைத்து "நம்பிக்கையுடன் இருப்பது போல் காட்டிக் கொள்ளுங்கள்!" என நான் கூறவில்லை. பதிலாக, நாம் உலகத்தைப் புரிந்துகொண்டு நம்மைத் தெளிவாக விளங்கிக்கொண்டால், நம்முடைய வாழ்வை மேலும் கொண்டாடி மகிழலாம். நீங்கள் அனுபவிக்கிற கஷ்டமான காலங்கள் உண்மையானவைதான். அதே நேரம் உங்களுக்குள்ளே இருக்கும் அமைதியும், ஆனந்தமும் கூட உண்மையானவையே. விழிப்புணர்வோடு வாழ்வதென்பது, உங்களைச் சுற்றியுள்ள உலகிலும் உங்களுக்குள் இருக்கும் உலகத்திலும், சூழ்நிலை எதுவாக இருந்தாலும் முடிந்தவரை அதற்குத் தக்கவாறு செயல்படுவதே. நீங்கள் ஏமாற்றத்தை உணரலாம், வேதனையை உணரலாம், கோபத்தை உணரலாம், தனிமையை உணரலாம், மனச்சோர்வை உணரலாம். வேதனையை ஒப்புக்கொள்ளுங்கள். ஆனால், நீங்கள் எப்பொழுதும் உங்களுள் இருக்கும் அமைதியுடன் இணைந்திருக்க முடியும் என்பதையும் அறிந்துகொள்ளுங்கள்.

சீனப் பழமொழி ஒன்று உள்ளது: "புலியைப் படைத்ததற்காகக் கடவுளைக் குறை கூறாதீர்கள். அதற்குச் சிறகுகளைக் கொடுக்காததற்காக அவருக்கு

நன்றி கூறுங்கள்." புலிக்குச் சிறகு இருந்திருந்தால், அது எத்தகைய பேரழிவை உருவாக்கும் என்பதைக் கற்பனை செய்து பாருங்கள்! அதிர்ஷ்டவசமாக நாம் அத்தகைய கற்பனை உயிரினங்களைப் பற்றி எண்ணி அச்சப்பட வேண்டிய தேவை இல்லாததுடன், கற்பனையான சூழ்நிலைகளையும் நாம் சமாளிக்கத் தேவையில்லை. இருப்பது எதுவோ அதைக் கையாளுவதில் நாம் கவனத்தைச் செலுத்தும்போது வாழ்க்கை எளிதாகும். அந்த உண்மைதான் வாழ்வதற்கான சிறந்தநிலை.

உள்ளதை உள்ளபடி பார்ப்பது, அடுத்து நம் வாழ்வில் நிகழவிருப்பதற்காக நம்மைத் தயார்ப்படுத்த உதவும். உங்களுக்கு நல்ல காலம் நடைபெற்றுக் கொண்டு இருந்தால், தொடர்ந்து ஒரு கட்டத்தில் கஷ்டகாலமும் வரும் என்பதை அறிந்து கொள்ளுங்கள். அதைப் பற்றி கவலையடையத் தேவையில்லை. தெரிந்து மட்டும் வைத்துக் கொள்ளுங்கள். உங்களுக்கு ஒரு கஷ்டகாலம் இருந்தால் ஒரு கட்டத்தில் அதைத் தொடர்ந்து நல்ல காலமும் வரும் என்பதையும் தெரிந்து கொள்ளுங்கள். ஆகவே எதிர்காலத்தில் நடக்கக்கூடும் என நீங்கள் எண்ணும் ஒவ்வொரு சூழ்நிலையையும் சித்தரித்து உங்கள் மனத்தை அலட்டிக்கொள்ளத் தேவையில்லை. மாற்றங்கள் வரும் என்பதை அறிந்து அவற்றிலிருந்து மீள்வதற்கான உங்கள் திறனை உணர்ந்து கொள்ளுங்கள்.

வாழ்க்கையில் யதார்த்தமாக இருப்பது என்பது, நம் வாழ்வில் வீசும் கடும்புயலின் மத்தியிலும் கூட மிக அமைதியான ஓரிடம் இருப்பதையும், அந்த இடம் நமக்குள்ளேயே இருப்பதென்பதையும் அறிந்து கொள்ளக் கூடியது. எனக்குத் தெரிந்தது இதுதான். அற்புதமான தருணங்களிலும் மோசமான

தருணங்களிலும் எனக்குள்ளே அமைதியுடன் இருக்க முடியும். எப்போதும் என்னால் வாழ்வின் புயல்களில் இருந்து தப்பிக்கவோ, அல்லது அதனைக் கடந்து செல்லவோ முடியாது போனாலும், என்னுள் இருக்கும் அமைதியான இடத்திற்கு என்னால் செல்ல முடியும்.

எப்போதும் நான் நம்பிக்கையுடனிருக்கும் மனப்பாங்கில் இருந்தபோதும், நான் யதார்த்தத்தை உணர்ந்து நடக்கும் ஒருவன். விமானத்தை ஓட்டும்போது, நான் எப்போதும் தேவைக்கும் அதிகமாக எரிபொருளைக் கொண்டு செல்வதுண்டு. நீங்கள் விமானத்தை ஓட்டக் கற்றுக்கொள்ளும்போது பின்வரும் அறிவுரைகளைக் கேட்பீர்கள்: “ஓர் எதிர்பாராத அவசர நிலை ஏற்பட்டால் மூன்று விஷயங்கள் உங்களுக்குப் பயனளிக்காது: உங்களுக்குப் பின்னால் இருக்கும் விமான ஓடுபாதை, உங்களுக்கு மேலே இருக்கும் வானம், விமான நிலையத்திலிருக்கும் டிரக்கிலுள்ள எரிபொருள்.” உங்கள் விமானம் ஓடுபாதையில் பெரும்பகுதியை ஓடி முடித்த பின்னரும் தரையை விட்டு மேலே எழும்பாவிட்டால், இதுவரை கடந்துவந்த ஓடுபாதையால் ஒருவித பயனுமில்லை. உங்கள் விமானத்தின் என்ஜின்கள் திடீரென்று நின்றுவிட்டால், நீங்கள் விமானத்தை அவசரமாகத் தரையில் இறக்க வேண்டிவரலாம், அப்போது உங்கள் விமானத்திற்கும் நிலத்திற்கும் இடையில் எவ்வளவு இடைவெளி இருக்கிறது என்பதுதான் முக்கியமே தவிர, உங்களுக்கு மேலே எவ்வளவு ஆகாயம் இருந்தாலும் அதனால் எவ்விதப் பயனும் இல்லை. நீங்கள் ஆகாயத்தில் இருக்கும்போது விமான நிலையத்திலுள்ள டிரக்கில் இருக்கும் எரிபொருளினால் உங்களுக்கு எவ்வித பயனும் இருக்கப்போவதில்லை. சூழ்நிலைக்குத் தக்கவாறு நடப்பது என்பது இதுதான்.

நீங்களே உங்கள் வாழ்க்கையின் விமானி

நான் புளோரிடாவில் ஹெலிகாப்டர் ஓட்டக் கற்றுக் கொண்டிருக்கும்போது, கேள்விப்பட்ட இந்த கதை எப்போதும் என்னைச் சிரிக்க வைக்கும். நாம் நமது சொந்தப் பிரச்சினைகளையும், கஷ்டமான காலங்களையும் எப்படி உருவாக்குகிறோம் என்பதை இந்தக் கதை நினைவுபடுத்துகிறது. விமானிகள் மிகைப்படுத்திக் கதை சொல்லும் திறன் கொண்டவர்கள். அத்துடன் கதைகளில் வரும் சிறு சம்பவங்களைக்கூட மேலும் மெருகூட்டிக் கூறுவார்கள். இந்தக் கதை உண்மையான ஒரு சம்பவத்தை அடிப்படையாகக் கொண்டது. ஆனாலும் சில இடங்களில் மிகைப்படுத்தப்பட்டுள்ளது!

ஒருவரிடம் சிறிய விமானம் ஒன்றிருந்தது. விமானத்தின் கீழே இருக்கும் புரபெல்லரைக் கையால் சுழற்றித்தான் அந்த விமானத்தை இயக்க வேண்டும். ஒருநாள் அதைச் செய்வதற்கு அவர் முற்பட்டார். அது இயங்கவில்லை. அங்கு போதியளவு சக்தி இல்லாதபடியால் விமானத்தின் புரபெல்லர் இயங்கவில்லை. ஆகவே அவர் விமானியின் அறைக்குள் புகுந்து த்ராட்டிலை (throttle) அழுத்தி பழைய காரை இயக்க வைப்பதற்கு முயற்சி செய்வதுபோல் செய்தார். அப்போதும், அது இயங்கவில்லை. மேலும், மேலும் அந்த விசையை அதிகரித்தார்.

கடைசியாக அந்த விமானி புரப்பெல்லரை வலிமையுடன் சுழற்றயதால் எஞ்சின் திடீரென இயங்கத் தொடங்கியது. என்ஜின் அதிக அளவு வலுவூட்டப்பட்டதால் விமானம் நகர ஆரம்பித்து விட்டது. அது நல்லதுதான். ஆனால் விமானியோ

அவ்வேளையில் விமானியின் அறைக்கு வெளியே நின்று கொண்டிருந்தார். அது மிகவும் ஆபத்தானது. விமானம் நகராமல் இருப்பதற்காக ஒரு சக்கரத்திற்கு முட்டு கொடுக்கப்பட்டிருந்தது. மற்ற சக்கரத்திற்கு முட்டுக் கொடுக்கப்படாததால் அது நகரத் தொடங்கியது. ஒரு சக்கரம் சிக்கிக் கொண்ட நிலையிலும், மற்றச் சக்கரம் தடையின்றி இருந்ததாலும் விமானம் அவ்விடத்திலேயே வட்டமாகச் சுற்றியது. பின் அதன் வேகம் அதிகரித்தது.

இந்தக் கட்டத்தில் விமானி விமானத்தின் இறக்கையில் உள்ள ஆதாரத்தைப் பற்றிப்பிடிக்க முயன்றபோது மற்ற சக்கரமும் அதற்குக் கொடுக்கப்பட்ட முட்டிலிருந்து விடுபட்டது. இப்போது ஓடுதளத்தில் விமானம் செல்ல ஆரம்பித்தது. இவரோ அதில் தொங்கிக் கொண்டிருந்தார். வட்டமாக சுழன்று கொண்டிருந்தமையால் மயக்கமுற்ற அவரால் தொடர்ந்தும் விமானத்தின் இறக்கையில் பிடித்துக் கொண்டிருக்க முடியவில்லை. இறுதியில் அவர் கையை விட்டபோது அந்த விமானம் தன்னை நேராக்கி நிலைப்படுத்தி வேகத்தை அதிகரித்தபடி ஓடுதளத்தை நோக்கிச் சென்று, மேலெழுந்து விமானியின்றிப் பறக்க ஆரம்பித்தது.

அருகாமையில் வேறு சில விமானிகள் ஹெலிகாப்டரில் பயிற்சி பெற்றுக் கொண்டிருந்தனர். இது நடந்ததைப் பார்த்துக் கொண்டிருந்த அவர்கள், அந்த விமானத்தைத் துரத்திச் செல்லத் தொடங்கினார்கள். இந்தக் காட்சியை அதாவது வானத்தில் ஒன்றையொன்று துரத்திச் சென்றதைக் கற்பனை செய்து பாருங்கள். அந்த வெறுமையான விமானம் ஆனந்தமாகப் பறந்து கொண்டிருந்தது. எதையும் பொருட்படுத்தாமல் அது எதற்காக

வடிவமைக்கப்பட்டதோ அதைச் செய்து கொண்டிருந்தது. தொடர்ந்து ஒரு மணி நேரம் நாற்பத்தைந்து நிமிடங்களுக்கு அதிலிருந்த எரிபொருள் தீரும் வரை பறந்து, பின்பு மிக மெதுவாக கீழே வந்து பரந்த வெளியில் மிகச் சுமுகமாக இறங்கியது. சுலபமாக இந்த விமானம் பறந்து சென்றதைப் பார்த்துக்கொண்டிருந்த ஹெலிகாப்டர் விமானிகள் ஆச்சரியப்பட்டனர்.

இந்தக் கதை எனது நினைவிற்கு வருவதற்கான காரணம், சிலவேளைகளில் விமானிதான் விமானத்தை விபத்துக்கு உள்ளாக்குபவர். அவர்கள் விமானியின் அறைக்குள் சென்று " நான் இதைச் செய்ய வேண்டும். அதைச் செய்ய வேண்டும். இதை அதை எல்லாம் செய்ய வேண்டும்" என்று சிந்திப்பதால் அவர்கள் புரியும் செயல்களே பிரச்சினைகளை உருவாக்குகின்றன. இந்தக் கதையில் வரும் தனித்து விடப்பட்ட அந்த விமானம் அதனுள் எவரும் இல்லாதபோதும் ஆகாயத்தில் அது தன்னுடைய வேலையை மிக மிகக் கச்சிதமாகச் செய்தது. நீங்கள் விமானத்தை ஓட்டும்போது, விமானத்திற்குப் பயனுள்ளதும், நிலைமைக்கேற்ற தேவையான வழிகாட்டல்களைக் கொடுப்பதுடன், அது எதற்காக வடிவமைக்கப்பட்டதோ, அதனைச் செய்வதற்கு அதற்கு இடமளிக்க வேண்டுமேயன்றி வேறல்ல. நமது வாழ்விலும் அவ்வாறே. நாம் இடைவிடாது "நம் வாழ்க்கையைப் பயன்படுத்தி எனக்காக நான் இதைச் செய்ய வேண்டும், அதைச் செய்ய வேண்டும்" என்று சிந்திப்போமாகில், உங்களுக்கும் இவ்வாறான நிலைமை ஏற்படலாம். இந்த வாழ்வு எதற்காக வடிவமைக்கப்பட்டுள்ளதோ, அதைச் செய்ய இடமளித்தால் வாழ்விற்கு ஒரு அழகான எளிமை இருக்கும்.

நமது வாழ்வில் தவறாக சில விஷயங்கள் நிகழும்போது, நாம் பிறரையோ, துரதிஷ்டத்தையோ அல்லது கர்ம வினையையோ குறை கூற முனைகிறோம். நம்மை நாம் எவ்விதம் கையாளுகிறோம் என்பது முக்கியம். நம்மிடம் தெளிவு உள்ளதா? நம்மிடம் யதார்த்தமான திட்டங்கள் இருக்கின்றனவா? எதிர்பாராத நிலைமைகளுக்கு நாம் வளைந்து கொடுக்கிறோமா? நாம் வாழ்வில் எதைத் திறம்பட செய்ய முடியுமோ அதற்கு இடமளிக்காமல், செய்ய முடியாததைச் செய்ய வைக்க நாம் முயற்சிக்கிறோமா? என்னுடைய அனுபவத்தில், நம் வாழ்வைக் கட்டுப்பாட்டில் வைத்திருப்பதற்கும், அதைத் தானாக மலர விடுவதற்கும் இடையிலான சமநிலையைப் பேண முயற்சிக்க வேண்டும். இது ஆகாய விமானத்தை நாம் ஓட்டுவதற்கும் அதைத் தானாகவே பறக்கவிடுவதற்கும் இடையிலான சமநிலைக்கு ஒப்பானது.

தீப்பொறியைக் கண்டுகொள்ளுங்கள்

"இருளை நிந்தனை செய்வதைவிட ஒரு மெழுகுவர்த்தியை ஏற்றி வைப்பது சிறந்தது" என்ற பொன்மொழி ஒன்றுள்ளது. நீங்கள் இரவு முழுவதும் உங்கள் படுக்கையில் இருந்தவாறு இருளைக் குறை கூறிக் கொண்டிருந்தாலும் அது உங்களுக்கு வெளிச்சத்தைக் கொண்டு வரப்போவதில்லை. நாம் நமது பிரச்சினைகள் என்ற இருண்ட காட்டில் இருந்து அழுதுகொண்டே இருக்கலாம். அத்துடன் சில வேளைகளில் இந்தப் பிரச்சினைகள் நம்மை மூழ்கடித்து விடுவது போலத் தோன்றும் என்பது எனக்குத் தெரியும். ஆனால் ஒரு கட்டத்தில் நாம் அனுபவித்ததெல்லாம்

“போதும், போதும்” இனியும் சமாளிக்க முடியாது என்று சொல்லியாகவே வேண்டும்.

அவ்வாறான சூழ்நிலையில், நம்முடைய தைரியத்தை நாம் வரவழைத்துக் கொண்டு, ஒரு தீக்குச்சியை ஏற்றி அந்த மெழுகுவர்த்தியை ஒளியேற்றி வைக்க வேண்டும். பின்னர் அந்த மெழுகுவர்த்தியின் சுடரைக் கொண்டு இன்னுமொரு மெழுகுவர்த்தியை ஏற்றி வைக்கலாம். என்ன நிகழும் என ஊகித்துப் பாருங்கள். இதனால் முதலாவது மெழுகுவர்த்தியின் சுடர் அணைந்து போவதில்லை. இப்போது அங்கு இருமடங்கு ஒளி இருக்கிறது. நாம் மீண்டும் நமது வாழ்வைப் பிரகாசமாக்கும் வரை, இதைத் தொடர்ந்து செய்துகொண்டிருக்கலாம். ஆகவே பற்றவைக்கப்பட்ட ஒரு மெழுகுவர்த்தியினாலேயே மேலும் பல மெழுகுவர்த்திகளைப் பற்றவைக்க முடியும். நாம் எப்போதும் நமக்குள்ளே இருக்கும் அந்தத் தீப்பொறியைக் கண்டு கொள்ள வேண்டும்.

அந்த ஒளி என்ன? அதுவே விழிப்புணர்வு: மிகக் கஷ்டமான காலங்களிலும்கூட வாழ்வில் நம்மை வழி நடத்திச் செல்லக்கூடிய அந்த உண்மையான ஒளி.

கஷ்டமான காலங்களைப் பற்றிய எனது கண்ணோட்டம் புதியதல்ல, பிளாட்டோ காலத்தில், அல்லது பதினைந்தாம் நூற்றாண்டில் கவிஞர் கபீர் எழுதிக் கொண்டிருந்த காலத்தில், அல்லது அவர்கள் இருவரும் வாழ்ந்த காலத்திற்கு ஆயிரக்கணக்கான ஆண்டுகளுக்கு முந்தைய காலத்தைப்போலவே, இந்த செய்தி இன்றைய காலத்திற்கும் பொருத்தமாக இருக்கிறது என நான் நினைக்கிறேன். நான் குறிப்பிடுகிற இந்த விஷயங்கள் எளிமையானவை. இந்த உலகம் கஷ்டம் நிறைந்ததாக இருக்கக்கூடும். ஆனால் மக்கள் நல்லவர்களாகத்தான் பிறக்கிறார்கள். அத்துடன்

எல்லோரும் தங்கள் உள்ளே அமைதியைக் கண்டுகொள்ள முடியும். மரணம் நாம் நேசிப்பவர்களை நம்மிடம் இருந்து எடுத்துச் சென்று, அதை நாம் தொடர்ந்து உணரவும் மதிக்கவும் கூடிய ஒன்றாக மாற்றியமைக்கிறது. உண்மை நிலையை நேருக்கு நேர் எதிர்கொள்வதற்கு தைரியம் தேவை. அது வாழ்வை உள்ளவாறே அனுபவிப்பதற்கு நமக்கு சுதந்திரம் அளிக்கிறது. நம்முடைய எதிர்பார்ப்புக்களை நமது கட்டுப்பாட்டுக்குள் வைத்திருக்க வேண்டும். இல்லாவிட்டால் அவை நம்மை தம் கட்டுப்பாட்டிற்குள் கொண்டு வந்துவிடும். அத்துடன் மிகவும் கஷ்டமான நாட்களிலும், மிக இன்பகரமான நாட்களிலும் நம் உள்ளத்தில் இருக்கும் சுயத்துடன் தொடர்பை ஏற்படுத்துவதற்கான அந்த சாத்தியம் நமக்கு எப்போதும் உள்ளது. நம் உள்ளத்தில் உள்ள மகிழ்ச்சி, நிறைவு மற்றும் அமைதியை அனுபவிப்பதை நாம் தேர்ந்தெடுக்கலாம்.

இக்கருத்துகள் கபீரின் கவிதை ஒன்றை என் நினைவுக்குக் கொண்டுவருகிறது.

நிலவின் மின்னும் ஒளி உள்ளே பிரகாசிக்கின்றது
விழிப்புலனற்ற கண்கள் அதில் நீராட முடியாது
சந்திரனும், சூரியனும் நம்முள்ளேயே
அத்துடன் மௌனத்தின் ஒலியும் உள்ளேயே
வாத்தியங்களின் ஒன்றிசைந்து ஒலிக்கும் நாதமும் உள்ளேயே
செவிப் புலனற்ற காதுகளுக்கு பாட்டின் ஒரு சொல்கூடக் கேளாது
எனது, என்னுடையது என்று இருந்தால்
நீங்கள் ஒரு விஷயத்திலும் வெற்றி கொள்ள முடியாது

என்னுடையதில் நான் பற்றற்று இருப்பின்
என் அன்புக்குரியவர் வருவார் என் பணியை
நிறைவேற்ற
சுதந்திரத்தில் ஆசை கொண்டால், ஞானம் கைகூடும்
ஆயினும் தன்னை உணர்ந்தால்தான் உங்களுக்கு
உண்மையான சுதந்திரம்
கனிகளுக்காக ஆசைப்படும் மரங்களுக்காக, பூக்கள்
மலர்கின்றன
காய்கள் காய்த்ததும்
அத்தாவரங்களுக்குப் பூக்கள் இனித் தேவையில்லை
தொப்புளில் கஸ்தூரியை கொண்ட கஸ்தூரி மான்
தனக்குள் கஸ்தூரியின் வாசனையைத் தேடாமல்
புல்வெளியில் அலைந்து அதைத் தேடுவது போல

உங்களுக்குள்ளே அனைத்து இசைக்கருவிகளும் ஒன்றிசைந்து ஒலிக்கின்றன. உங்கள் உள்ளே ஆழத்தில் உள்ள அமைதியைக் கேளுங்கள். இதுதான் நிசப்தத்தின் ஒலி! உற்றுக் கேளுங்கள்! உங்களை நீங்களே கேட்க முடியும்.

அத்தியாயம் 8

மன்னிப்பதன் மூலம் உங்களை விடுவித்துக் கொள்ளுங்கள்

எல்லோரும் அமைதியில் வாழும் ஓர் உலகத்தைக் கற்பனை செய்து பாருங்கள். அந்த உலகளாவிய அமைதியிலிருந்து என்ன மலரலாம் என்பதைக் கற்பனை செய்து பாருங்கள். கருணையின் அழகான மலர்கள் பூத்துக் குலுங்கும். சமுதாயம் அதன் திறமைகளையும், வளங்களையும், மற்றும் சக்தியையும் அனைவருடைய நலனுக்காகப் பயன்படுத்தும் ஓர் உலகைக் கற்பனை செய்து பாருங்கள்.

தற்போது பாதுகாப்புச் செலவிற்காக ஒதுக்கப்படும் பல மில்லியன் டாலர்களை

- ஒருவரையொருவர், தாக்குவதற்காகச் செலவிடுவதற்குப் பதிலாக நோய்களைத் தடுப்பதற்காகப் பயன்படுத்தியும்,
- உலகம் வன்முறைகளாலும் குற்றச் செயல்களாலும் பிளவுபடாது வலிமையானவர்களாக, புரிந்துணர்வுடனும், கருணையுடனும் ஒன்றிணைந்து வாழும் சமூகங்களையும் குடும்பங்களையும் கொண்ட ஓர் உலகமாகவும்,
- ஒவ்வொருவரின் இல்லமும் பாதுகாப்பானதாகவும், வசதியானதாகவும், விருந்தினர்களை வரவேற்கத்-தக்கதாகவும்,
- மனிதகுலத்தின் சுபிட்சத்திற்கு உதவும் விதத்தில் நவீன தொழில்நுட்பங்கள் வடிவமைக்கப்படுகின்ற இடமாகவும்,

- உணவும் நீரும் தாராளமாக இருப்பதுடன், நம்மிடம் இருப்பதை நண்பர்கள், அயலவர்கள் மற்றும் அந்நியர்களுடன் மகிழ்ச்சியாகப் பகிர்ந்து கொண்டும்,
- நாட்டின் எல்லைகள் பழைய தேசப்படங்களில் உள்ள வெறும் அடையாளக் கோடுகளாக மட்டுமே இருப்பதாகவும்,
- தோற்றத்திலும் உருவத்திலும் மாறுபட்ட பல்வேறு வகையான உயிரினங்கள், சுதந்திரமாக வாழ்வதற்குப் போதிய அளவு இடமுள்ளதாகவும்,
- இயற்கை மக்களால் நேசித்து மதிக்கப்படுவதாகவும்,
- நமது கிராமங்களும், நகரங்களும் நன்றியுணர்வாலும், பெருந்தன்மையாலும் நிரம்பி வழிவதாகவும்,

ஓர் உலகைக் கற்பனை செய்து பாருங்கள்.

ஆயுதங்களால் ஏற்படும் பேரழிவை நோக்கிப் போவதற்கு பதிலாக நாம் அனைவரும் அமைதியில் ஒன்றுபட்டு வாழலாம்.

"ஆமாம்!" என்று கூறுவோம். "இதுதான் நமக்கு வேண்டும்!" என்போம். ஆனால் முதலில் நாம் அமைதி என்னவென்று உண்மையாகவே புரிந்து கொள்ளாதவரை, நாம் விரும்பும் அத்தகைய லட்சிய உலகம் ஒருபோதுமே உருவாகப் போவதில்லை. இதனைப் புரிந்துகொண்டவர்கள் மிகச் சிலரே. நாம் போரைப் பற்றி எல்லாவற்றையும் அறிந்திருந்தபோதும், அமைதியைப் பற்றி நாம் மிகக் குறைவாகவே அறிந்திருக்கிறோம்.

அமைதியைப் பற்றி நமக்கு பற்பல கருத்துக்கள் இருந்தாலும், அவ்வெண்ணக் கருத்துக்கள் யாவும் பெரும்பாலும் நமது யுடோபியன் (கற்பனையினாலான) கனவுகள்தான். **"Utopia"** என்ற சொல்லின் பொருள்

என்ன? கிரேக்க மொழியில் "ou" என்பதன் அர்த்தம் "இல்லை" என்பதாகும். "topos" என்பதன் அர்த்தம் "இடம்" - இந்த இரண்டையும் சேர்த்தால் "அத்தகையதோர் இடம் இல்லை" எனப் பொருள்படும். அமைதியை வேறு விதமான வழியில் தேடத் தொடங்கும் வரை, ஒருபொழுதும் சாத்தியமே ஆக முடியாத அந்த இடத்தைப் பற்றிக் கற்பனை செய்து கொண்டிருப்போம். அமைதியை உங்களுக்குள் தேடுங்கள் என்ற செய்திதான் பல நூற்றாண்டுகளாக எதிரொலித்துக் கொண்டிருக்கிறது. அது உங்களுக்குள்ளும், எனக்குள்ளும் இருந்தே ஆரம்பிக்கிறது.

நமக்குள் இருக்கும் அமைதியை அனுபவிக்கும் போதுதான், அமைதி என்றால் என்னவென்று அறிய ஆரம்பிக்க முடியும். அதனால்தான் தன்னை உணர்தல் முக்கியத்துவம் வாய்ந்ததாகிறது. எப்போது நாம் நமக்குள் இருக்கும் அமைதியைப் புரிந்துகொண்டு, அந்த அமைதியுடன் தொடர்பில் இருக்கின்றோமோ, அப்போதுதான் மனிதர்களுக்கிடையேயான அமைதி என்னவென்பதை நாம் புரிந்து கொள்ளலாம். அப்போதுதான் நாம் அமைதியோடு செயல்பட முடியும். அப்போதுதான் நாம் தேடும் உலக அமைதியானது, 'யுடோபியா' என்ற கருத்து வடிவில் மட்டுமே இல்லாமல் உண்மையாகுவதற்கும் வாய்ப்புள்ளது.

ஒரு விதை மட்டுமே

அமைதி பற்றிய உரையாடல்களில் 'மற்றவர்களைக்' கருத்தில்கொண்டு 'ஆனால்', 'எப்படி', 'சாத்தியமா' என்ற கேள்விகள் எழுவதை நான் பார்க்கிறேன்: மற்றவர்கள் அமைதியாக வாழ விரும்பவில்லை என்றால், உலக அமைதியை எவ்வாறு சாத்தியமாக்க முடியும்?

தனிமனித அமைதியைப் பற்றிக் கேட்பதற்கு மிகவும் நன்றாகத்தான் இருக்கிறது. ஆனால், சமூகத்திலுள்ள மற்ற மனிதர்கள் அனைவரையும் அதைப் பின்பற்றச் செய்வது எப்படி? ஒருவேளை, மற்ற மனிதர்களே அவற்றிற்கு தீர்வாக இல்லாமல் பிரச்சினையாக இருக்கக்கூடுமா?

"மற்றவர்கள்" மீதான நமது கவனம், நாம் நம்முள்ளே பார்ப்பதிலிருந்து நம்மைத் திசை திருப்புகிறது. அமைதியை முழுமையாக அரவணைக்கக் கோடிக்கணக்கான மக்களை ஊக்குவிப்பது கஷ்டமான பணியென்பது உண்மைதான். ஆனால் அதை ஆரம்பிப்பதற்கு நல்லதொரு வழி, ஒரு நேரத்தில் ஒருவராக. நாம் யாரிடமிருந்து ஆரம்பிக்க வேண்டும்? நம்மில் இருந்துதான்!

நீங்களும் நானும், சுற்றிலும் தொடுவானம் வரை நீடித்துச் செல்லும் பரந்த வயல்வெளியில் நிற்பதாகக் கற்பனை செய்யுங்கள் "இந்த வெளியிலும், இதைச் சுற்றியுள்ள வெளியிலும் நீங்கள் ஒரு காட்டை உருவாக்க வேண்டுமென நான் விரும்புகிறேன்" என்று சொல்லும்போது, நீங்களும் "சரி, அது ஒரு சிறந்த யோசனை போலத் தோன்றுகிறது!" என்று கூறுகிறீர்கள். ஆனால், நீங்கள் அதைச் செய்வதற்கு எப்படி ஆரம்பிப்பீர்கள்?

இது ஒரு மிகப் பெரியதும், சிக்கலானதுமான சவாலாவதுடன், ஏறத்தாழச் சாத்தியமற்றது போலத் தோன்றினாலும், ஒரு மரத்தின் இயல்பை நீங்கள் புரிந்து கொண்டால் உண்மையில் அது மிகவும் எளிமையானதாக இருக்கும். ஒவ்வொரு மரமும் தன்னைப் பன்மடங்காகப் பெருக்கும் ஆற்றலைக் கொண்டுள்ளது. ஒரு காட்டை உருவாக்க ஒரு மரமே போதுமென்பதால், நீங்கள் அதனை உருவாக்குவதற்கு

உங்களுக்குத் தேவையானதெல்லாம், வளமான மண்ணும், பொருத்தமான விதையும்தான். பத்தாயிரம் விதைகளைக் கையால் நட வேண்டிய அவசியமில்லை. தண்ணீர், கனரக உபகரணங்கள், மற்றும் நிபுணர்களைக் கொண்டுவர வேண்டிய அவசியமும் இல்லை. உங்களிடம் வளமான நிலமும், ஒரு விதையும் இருந்தால், மேற்கூறியவை எதுவுமே தேவையில்லை. ஒரு விதை மட்டுமே தேவை.

தேர்ந்தெடுக்கக் கற்றுக் கொள்ளுதல்

சண்டையிடுவதை, ஏன் போருக்குச் செல்வதைக் கூட நியாயப்படுத்தக் கூடிய தருணங்கள், நமக்கு உள்ளதா? இருக்கலாம். நம் இதயத்தில் நாம் உணர்வதற்கு ஏற்ப போரை அல்லது அமைதியை நமக்காக தேர்ந்தெடுப்பது நம் ஒவ்வொருவரையும் பொறுத்தது. போர், அமைதி ஆகிய இரண்டுமே நமக்குள்ளேயே இருக்கின்றன. மேலும் தெளிவு, குழப்பம் ஆகிய இரண்டும்கூட நமக்குள்ளேயே உள்ளன. நாம் நம்மைப் புரிந்துகொண்டால் மட்டுமே, சரியாகத் தேர்ந்தெடுக்க முடியும்.

மாபெரும் சமஸ்கிருதக் காவியமான மகாபாரதத்தின் பிரசித்தி பெற்றதொரு கட்டத்தில், போர்வீரனான அர்ஜுனனும் பகவான் கிருஷ்ணரும் போர்க்களத்திற்கு வருகிறார்கள். அடுத்து அங்கு நடைபெற்ற விஷயம் அமைதியையும், போரையும் பற்றிக் குறிப்பிட்டுக் கூறக் கூடியதொரு செய்தியை எடுத்துரைக்கிறது. இதற்கு மகாவீரர் அர்ஜுனன் எடுத்த எதிர்பாராத முடிவும் ஒரு காரணமாகும்.

எனவே மகாயுத்தம் ஆரம்பமாக இருக்கும் வேளையில் அர்ஜுனன் தான் போரிட விரும்பவில்லை என்று கூறுகிறான்.

அவன் போர்வீரர்களின் அணிகளைச் சுற்றிப் பார்க்கிறான். குடும்பத்தினர், நண்பர்கள், ஆசிரியர்கள் மற்றும் தோழர்கள் என நீண்டதொரு வரிசையைக் காண்கிறான். தான் நேசிப்பவர்களுக்கும், தனக்குத் தெரிந்தவர்களுக்கும் எதிராகத் தனது வில்லை எடுக்க விரும்பவில்லை. அவன் கூறிய காரணங்கள் உன்னதமாகவும், தன்னலமற்றவையாகவும் தோன்றுகின்றன.

அர்ஜுனன் சமாதானத்தை அரவணைத்ததால், கிருஷ்ணர் மகிழ்ச்சியடைவார் என்று நீங்கள் நினைக்கலாம். ஆனால், அப்படி நடக்கவில்லை. ஏன்? ஏனென்றால் அர்ஜுனனுக்குத் தன்னை அறியும் அறிவு இருக்கவில்லை. இந்தப் போர்வீரன் தனது முடிவைத் தீர்மானிக்கத் தேவையான பல அடிப்படைக் காரணிகளைப் புரிந்திருக்கவில்லை. அவனது உணர்வுகள் கற்பனையினாலானவையே, அத்துடன் அவன் முழுதாக உண்மை நிலைமையைப் புரிந்திருக்கவில்லை. அவனது உணர்வுகள் சூழ்நிலையின் யதார்த்தத்துடன் தொடர்பு கொண்டிருக்கவில்லை. வேறுவிதமாக நோக்கினால், அவன் உண்மையில் தன்னைத் தானே அறிந்திருக்கவில்லை.

கிருஷ்ணர் அர்ஜுனனிடம் போரின் பின்னணியை விளக்கியதுடன், உலகில் அவனது பங்கையும், ஒரு போர்வீரன் என்ற முறையில் தர்மயுத்தம் ஒன்றில் பங்கேற்கும் அவனது கடமையையும் புரிந்துகொள்ள உதவுகிறார். மெதுவாக அந்தப் போர்வீரன் தனது நிலைமையைப் புரிந்து கொண்டபோது, தனக்கானதொரு முடிவைத் தேர்ந்தெடுப்பதற்கான முழுமையான சுதந்திரம் தனக்கு இருப்பதை உணர்ந்து கொள்கிறான். தேர்ந்தெடுத்தலைச் சரியாகச் செய்வதுதான் முக்கியம், அத்துடன் அது தேர்ந்தெடுத்தல் என்ற ஒன்று இருப்பதை நீங்கள் அறிந்து கொள்வதிலிருந்து ஆரம்பிக்கிறது.

நீங்கள் சிறையில் இருப்பதாகவும், உங்கள் சிறைக்கூடத்தின் ஜன்னல் வழியாக வெளியே பார்த்துப்

பல ஆண்டுகளாக அங்கிருந்து தப்பிச் செல்லத் திட்டம் தீட்டுவதாகவும் வைத்துக் கொள்ளுங்கள். உங்களுடைய சிறைக்கூடத்திற்கு அருகில் ஓர் உயரமான சுவர் உள்ளது. உங்கள் கண்களுக்குத் தெரிவதெல்லாம் அந்தச் சுவர் மட்டுமே. எவ்வித வெளிச்சத்தையும் உங்கள் சிறைக்கூடத்தினுள் நுழைய விடாமல் அந்தச் சுவர் தடுக்கிறது. நீங்கள் தப்பிச் செல்வதற்குத் தடையாகவுள்ள ஒரே சுவர் இதுதான் என நீங்கள் நினைக்கிறீர்கள். ஆனாலும், அந்தச் சுவருக்குப் பின்னால் இன்னுமொரு சுவர் உள்ளது. இரண்டாவது சுவர் முதல் சுவரை விட உயரமானது. ஆனால் உங்களுடைய சிறைக்கூடத்திற்கு அருகில் உள்ள முதலாவது சுவர் அந்த இரண்டாவது சுவரைப் பார்ப்பதிலிருந்து உங்களைத் தடுக்கிறது. அந்த இரண்டாம் சுவருக்கு அப்பால் அதை விடவும் உயரமான சுவரொன்றும் உள்ளது, ஆனால் முதல் சுவர் காரணமாக மூன்றாவது சுவரையும் உங்களால் பார்க்க முடியாதுள்ளது.

பல வாரங்களாக நீங்கள் முதலாவது சுவரைக் கடக்கத் தேவையான அனைத்து உபகரணங்களையும் ரகசியமாகச் சேகரித்து வருகிறீர்கள். மீண்டும் நீங்கள் கவனமாக உங்கள் கயிறுகளை அளந்து, அதைக் கொண்டு சுவரை ஏறிக் கடக்க முடியுமா என்பதைத் தீர்மானிக்கிறீர்கள். உங்கள் சிறைக்கூடத்தை உடைத்து வேகமாகச் சுவரின் உச்சிக்கு ஏறுகிறீர்கள். ஆனால் முதலாவது சுவரின் உச்சியில் நீங்கள் நிற்கும்போது, இரண்டாவது சுவர் இருப்பது தெரிகிறது. உங்களிடம் உள்ள கயிறுகளைக் கொண்டு அந்த இரண்டாம் சுவரின் உச்சியை அடைய முடியாது. உங்களது நிலைமையை நீங்கள் தவறாகப் புரிந்துகொண்டிருக்கிறீர்கள்.

நாம் நிலைமையை முற்று முழுதாகத் தெரிந்து கொள்ளாதவரை, சரியான முடிவெதனையும் நம்மால்

எடுக்க முடியாது. தன்னை உணர்ந்தாலொழிய நமது இதயத்தில் உள்ள அமைதியுடன் தொடர்பு கொள்ள முடியாது. நாம் நமது இதயத்தின் அமைதியுடன் தொடர்பு கொள்ளாவிடில், தவறான காரணங்களுக்காகச் சண்டையிட நாம் முடிவெடுக்கக் கூடும். அவ்வாறே நம் இதயத்தின் அமைதியுடன் நாம் தொடர்பில் இருக்காவிடில் தவறான காரணங்களுக்காகச் சண்டையிடாதிருப்பதை தேர்ந்தெடுக்கக் கூடும். உள் அமைதியிலிருந்து பிறக்கும் தெளிவு தேர்ந்தெடுப்பதற்கு உதவுகிறது. கற்பனையினாலான கனவு காண்பதற்குப் பதிலாக, யதார்த்தத்தைத் தெளிவாகப் பார்த்து, நாம் தேர்ந்தெடுக்க வேண்டும்.

மற்றுமொரு மாபெரும் முன்னேற்றம்

உலக அமைதி உண்மையிலேயே சாத்தியமானதா? மனிதர்களாகிய நாம் உண்மையாகவே ஒன்றிணைந்து வாழும் ஆற்றல் உள்ளவர்களா? பலர் இது சாத்தியமற்றதென நினைக்கிறார்கள். இந்த விஷயம் தொடர்பாக, நீங்கள் எதிர்கொள்ளும் எதிர்மறையான கருத்துக்கள் உண்மையிலேயே ஆழ்ந்து சிந்திக்கத் தூண்டும். ரோம தத்துவஞானி செனேகா கூறினார்: "விஷயங்கள் கஷ்டமாக இருப்பதனால் நாம் தைரியத்துடன் துணிந்து செயல்படுவது இல்லை என்பதல்ல. மாறாக, நாம் தைரியத்துடன் துணிந்து செயல்படாமல் இருப்பதால் அவை கஷ்டமாக தோன்றுகின்றன." எனவே அமைதிக்கு ஒரு வாய்ப்பைக் கொடுப்பதற்கு நாம் ஏன் துணியக் கூடாது?

சில காலத்திற்கு முன்னர் நடந்த ஒரு விஷயத்திற்கு, உங்களை அழைத்துச் செல்ல விரும்புகிறேன். இந்நிகழ்வு 12 வினாடிகள் மட்டுமே நீடித்ததுடன், 120 அடி தூரத்தை

மட்டுமே கடந்து சென்றது, ஆனால் அது உலகையே மாற்றியது. நான் முதன்முதலில் இயந்திர சக்தியினால் பறந்த விமானத்தைப் பற்றிப் பேசுகிறேன். ரைட் சகோதரர்களின் துணிச்சலான திட்டத்தைப் பார்த்து “இது நடக்கப் போகும் காரியமில்லை!” அல்லது “நீங்கள் அப்பாவிகளாக இருக்கிறீர்கள்!” அல்லது “இறைவன் நாம் பறக்கவேண்டும் எனக் கருதியிருந்தால் அவர் நமக்கு இறக்கைகளைக் கொடுத்திருப்பார்!” என்ற கருத்துக்களை பலர் முன் வைத்திருப்பார்கள் என்பதில் சந்தேகமே-யில்லை. ஆனால், சைக்கிள் பழுது பார்க்கும் தொழிலை ஆரம்பித்த இந்த சகோதரர்களுக்குப் பெரும் கற்பனை இருந்தது. அவர்களது அகராதியில் “இயலாது” என்ற வார்த்தையே இருக்கவில்லை. அதுவே விடாமுயற்சி என அழைக்கப்படுகிறது. அமைதியைப் பொறுத்-தவரையில் அதிக விடாமுயற்சியும், துணிவும் நமக்குத் தேவை.

அமைதி சாத்தியமற்றது எனக் கூறும் மக்களுக்கு, ஆகாயத்தில் பறப்பது தொடர்பாக இன்னுமொரு உதாரணத்தை நான் கொடுக்கிறேன். நாம் சந்திரனுக்குச் சென்றோம். இந்தச் சாதனையானது நமது கனவை நனவாக்கிய ஒரு மாபெரும் முன்னேற்றமாகும். இந்தச் சாதனையின் வெற்றிக்கு “அதைச் செய்ய முடியாது!” என்று கூறியவர்களா, அல்லது “முயற்சித்துப் பார்ப்போமே” என்று கூறியவர்களா காரணமாக இருந்தார்கள். 1962ஆம் ஆண்டு ஜனாதிபதி ஜான் எஃப் கென்னடி தனது இலட்சியம் பற்றி பின்வருமாறு கூறுகிறார்:

நாங்கள் சந்திரனுக்குச் செல்ல நினைத்தோம். இந்தத் தசாப்தத்தில் சந்திரனுக்குச் செல்வதற்கும், மற்ற விஷயங்களைச் செய்வதற்கும் நினைத்தது அவை

> எளிதானவை என்பதால் அல்ல, அவை கஷ்டமானவை என்பதால்தான். ஏனெனில், அந்த இலக்கு நமது மிகச் சிறந்த ஆற்றல்கள் மற்றும் திறன்களை ஒன்று கூட்டவும், அளவிட்டுப் பார்க்கவும் உதவும் என்பதாலேயே. அந்தச் சவாலை நாங்கள் ஏற்றுக் கொண்டோம். அதைத் தள்ளிப்போடவும் விரும்பவில்லை. வெற்றி பெற உத்தேசித்திருக்கிறோம்.

சந்திர மண்டலத்திற்கான முதல் துணிகரப் பயணங்களின்போது ஏற்பட்ட சில எதிர்மறையான விஷயங்களை நமது நினைவிலிருந்து அகற்ற வேண்டியிருக்கலாம். பூமியில் அமைதியை உண்மையாக்குவது நிச்சயமாக நமது மிகச் சிறந்த கூட்டுச் சாதனையாக அமையும். ஆகவே அதற்காக நமது தீர்மானத்தை வலுப்படுத்தினால் என்ன? கென்னடியின் வழி நடத்தலை நாமும் பின்பற்றி இவ்விதமாகக் கூறினால் எப்படி இருக்கும்:

> மக்களிடையே அமைதியை நிலைநாட்ட முடிவு செய்தோம். இந்தத் தசாப்தத்தில் நாம் அவ்வாறு தேர்ந்தெடுப்பது அது எளிதானது என்பதாலல்ல. ஆனால் அது கஷ்டமானது என்பதால்தான். அந்த இலக்கு நமது மிகச் சிறந்த ஆற்றல்கள் மற்றும் திறன்களை ஒன்றுகூட்டவும், அளவிடவும் உதவும் என்பதாலேயே. நாம் ஏற்றுக் கொள்ளத் தயாராக இருக்கிறோம். தள்ளிப்போட விரும்பவில்லை. வெற்றி பெற உத்தேசித்திருக்கிறோம். ஏனெனில் நாம் ஒவ்வொருவரும் நம்மிடமிருந்து ஆரம்பிக்கும்போதுதான் அமைதி சாத்தியமாகும் என்பதால்தான்.

பழி வாங்குதல் ஒரு சாபக்கேடு

நாம் ஒருவருக்கொருவர் மரியாதை செலுத்தாதபோது முரண்பாடுகள் தோன்றுகின்றன. மரியாதை இல்லாத போது நமது கோட்பாடுகளும், விதிமுறைகளும் மனிதர்களை விட முக்கியத்துவம் பெறுகின்றன. மனம் இதயத்தின் மீது ஆதிக்கம் செலுத்தும்போது, நமக்கு எதிரானவர்களிடம் நமது எண்ணங்களைத் திணிக்க ஆரம்பிக்கிறோம். பல நூற்றாண்டுகளாக, போர்ப் பிரச்சாரகர்கள் தமது எதிர்த்தரப்பினரை மனிதாபிமானம் அற்றவர்களாக்குவது பலன் தரும் என்பதை நன்கு அறிந்திருந்தனர். உங்கள் எதிரணியினரை அரக்கர்களாகச் சித்தரிப்பதன் மூலம், கண்ணிய-மானவர்களும் அவர்களை வெறுப்பதைச் சுலபமாக்குகிறது. ஒரு சமுதாயம் அதன் எதிரியை மனிதனாகக் காணும்போது அமைதியை நோக்கிய பயணத்தில் ஓர் அடியை அது எடுத்துவைக்கிறது. இது ஒவ்வொரு மனிதனாக நடைபெறுகிறது.

இது பழிக்குப் பழி வாங்குதல் என்ற விஷயத்திற்கு என்னைக் கொண்டு வருகிறது. "எனக்கு அநீதி இழைக்கப்பட்டுவிட்டது. நானும் பழிக்குப் பழி வாங்க வேண்டும்!" என்ற உணர்வு மிகவும் நியாயமானதாகத் தோன்றுவதுடன், அந்த எண்ணம் சரி என்பதை நம்முள் ஆழமாக வேரூன்றச் செய்கிறது. அதைவிட, உங்களைப் பாதுகாத்துக் கொள்ள பதிலுக்கு நீங்களும் பழி வாங்கியே தீர வேண்டும் என்ற உணர்வையும் தரக்கூடும். ஆனால் அந்த உணர்வு மற்றவர்களிடம் பயம், வெறுப்பு மற்றும் பழி வாங்கும் எண்ணத்தை வளர்ப்பதைத் தவிர, வேறெதையும் செய்யுமா?

மகாபாரதத்தின் கதை குருஷேத்திரப் போரை அடிப்படையாகக் கொண்டது. இது பண்டைய இந்திய குரு

வம்சத்தின் முறையான வாரிசுகள் யார் என்பதை தீர்மானிக்க, உறவுமுறையில் ஒன்று விட்ட சகோதரர்களான கௌரவர்களுக்கும், பாண்டவர்களுக்குமிடையே தோன்றிய முரண்பாட்டினால் ஏற்பட்டதாகும். இந்திய புராணங்களின்படி இந்தப் போரானது, நான்கு யுகங்களில் ஒன்றான கலியுகத்தின் ஆரம்பத்தில் இடம் பெற்றதெனச் சிலர் நம்புகிறார்கள். கலியுகம் என்பது கருத்து வேறுபாடுகள், சண்டைகள் மற்றும் சச்சரவுகள் மேலோங்கிய காலமாகும்.

மகாபாரதத்தில் உள்ள பழிவாங்குதல் பற்றிய ஒரு கதை எப்போதும் என் ஞாபகத்தில் இருக்கிறது. நாம் யார் என்பது பற்றிய தெளிவையும், முக்கியமாக நம் இதயத்தினுள்ளிருக்கும் அமைதியுடனான தொடர்பை நாம் இழக்கும்போது, என்ன நடைபெறுமென்பதை இது சித்தரிக்கிறது. அத்துடன் இந்தக் கதை சரியாகத் தேர்ந்தெடுத்தலின் முக்கியத்துவம் பற்றியதுமாகும். போர்க்களத்தில் கிருஷ்ணர் மற்றும் அர்ஜுனனுக்கு இடையிலான உரையாடல் தொடர்பான ஆரம்பப் பதிவு மிகவும் நீண்டதும், சிக்கலானதுமானதொரு கதையாகும். அதில் பெரும்பகுதி பல்வேறு வியாக்கியானங்களுக்கும், வேறுபட்ட விளக்கங்களுக்கும் இடமளிப்பதால் அதை என்னால் முடிந்தவரை சுருக்கமாகக் கூறுகிறேன்.

போர் நடைபெற்ற சிறிது காலத்தின் பின் பரிக்ஷித் என்ற பிரபு மன்னரானார். அவர் ஒரு சிறந்த ஆட்சியாளராகக் கருதப்பட்டதுடன், அவரது ஆட்சியில் மக்கள் அமைதியாகவும் செழிப்பாகவும் வாழ்ந்து வந்தார்கள். ஒரு நாள் அவர் தனது குதிரையின் மீது புறப்பட்டுச் சென்று கொண்டிருந்தபோது, மனித உருவில் வந்த கலியுகத்தைச் சந்திக்கிறார். (இது போன்ற உருவகமும், ஆளுமைப்படுத்தலும் மகாபாரதத்தில் இயல்பானது).

கலியுகம் பரிக்ஷித்தின் முன் நின்று "நான் கலியுகம். நான் உங்கள் ராஜ்ஜியம் முழுவதிலும் பரவ விரும்புகிறேன். இது எனக்கான நேரம்" என்று சொன்னது. அதற்குப் பரிக்க்ஷித் "அவ்வாறு நீ செய்வதற்கு ஒருபோதும் அனுமதிக்கப் போவதில்லை. நீ யார்? நீ என்ன செய்கிறாய்? மக்களை குழப்பமடையச் செய்து, அவர்களைத் தமக்கிடையே சண்டையிடவைத்து தங்கள் பொறுப்புக்களை மறந்து விடச் செய்வது நீதான் என்பது எனக்குத் தெரியும்" என்று கூறினார்.

தனக்குப் பெரியதொரு சவால் அங்கிருப்பதை கலியுகம் உணர்ந்தான். "சகல இடங்களிலும் நான் வியாபித்திருந்தபோதும், எவ்வாறு இவருடைய ராஜ்ஜியத்தில் மட்டும் இல்லாதிருக்க முடியும்?" என்று தனக்குள் யோசித்தான். இருந்தும், பரிக்க்ஷித் ஒரு வலிமைமிக்க ஆட்சியாளர் என்பதை அவன் அறிந்திருந்ததால் மேற்கொண்டு அவருடன் நேரடியாகச் சவால் விடத் துணியவில்லை. நிலைமையை ஒரு கணம் பரிசீலித்த அவன் "இதோ பாருங்கள், நான் உங்களிடம் புகலிடம் கேட்கிறேன்" என்று கூறினான்.

இந்த வகையில் கேட்டால், புகலிடம் அளிக்க வேண்டியது அரசனின் கடமை. விரைவாகச் சிந்தித்துத் தீர்மானம் எடுக்க வேண்டிய நிலையில் பரிக்க்ஷித் இருந்தார். "என் ராஜ்ஜியத்திற்குத் தீங்கு விளைவிக்காத விதத்தில் இவனைத் தங்க வைக்கக்கூடிய ஏதாவதோர் இடம் இருக்குமா?" என்று யோசித்தார். "எப்போதும் அவனைக் கண்காணிக்கக் கூடிய விதத்தில் எவ்வாறு நான் அவனை என்னருகில் வைத்திருப்பது?" என்று யோசித்த பரிக்க்ஷித் "சரி, நீ வந்து எனது மனதில் குடியிருக்கலாம்" என்ற பேரழிவைக் கொண்டு வருகிற துரதிருஷ்டவசமான வார்த்தைகளைக் கூறுகிறார்.

அங்கிருந்து கொண்டு தன்னால் முழு ராஜ்ஜியத்தையும் ஆக்கிரமிக்க முடியும் என்பது தெரியுமாதலால், கலியுகம் மகிழ்ச்சியடைகிறான்.

சில நாட்கள் சென்ற பின்னர், பரிக்ஷித் வேட்டையாடச் சென்றுகொண்டிருந்தபோது அவருக்கு தாகமெடுக்கிறது. ஓர் ஆசிரமத்தைக் கண்டதும் தண்ணீர் தேடி உள்ளே செல்கிறார். அங்கே அவர் ஆழ்ந்த தியானத்தில் இருக்கும் சாமிகா என்ற ரிஷியைப் பார்க்கிறார். பரிக்ஷித் "எனக்குக் கொஞ்சம் தண்ணீர் கொடுங்கள்!" என்று அவரை கேட்கிறார். ஆனால் சாமிகாவுக்கு அது கேட்கவில்லை. அதனால் அரசன்: "தயவு காட்டுங்கள்! நான் உங்களிடம் சிறிது தண்ணீர் தரும்படி தாழ்மையாகக் கேட்டுக் கொள்கிறேன்" என்று கூறினார். சாமிகா அதற்கும் பதிலேதும் அளிக்கவில்லை.

இந்தக் கட்டத்தில் பரிக்ஷித்துக்குக் கோபம் வருகிறது. அவரது இயல்பிற்கு மாறாக, மிகக் கடுமையாகக் கோபப்பட்டார். தான் சிறுமைப்படுத்தப்பட்டதாக உணர்ந்தார். அருகில் ஒரு செத்த பாம்பைக் கண்டார். அசுத்தமான அதை எடுத்து அந்த ரிஷியின் கழுத்தில் போட்டு, அவரை மிகவும் அவமானப்படுத்தினார்.

இவற்றை எல்லாம் பார்த்துக் கொண்டிருந்த ரிஷியின் சீடர்களில் ஒருவர், நீ ஏழு நாட்களுக்குள், பாம்பினால் மரணத்தைச் சந்திப்பாய் என்று அரசனைச் சபித்தார். பரிக்ஷித் தன் தவறை உணர்ந்து சாமிகாவிடம் மன்னிப்புக் கேட்கிறார். ஆனால் அவரால் அந்தச் சாபத்தைப் போக்குவதற்கு எதுவுமே செய்யமுடியவில்லை.

அரசனைப் பாதுகாப்பதற்காக உயர்ந்த கோபுரமொன்று விரைவாகக் கட்டப்பட்டது. அவ்விடத்தை அணுகும் எந்தப் பாம்பையும் கொல்வதற்கு அவரின் சிப்பாய்கள்

தயாராக நின்றார்கள். ஏழாவது நாளானதும் சாபம் நிறைவேறாமல் போகலாம் என்று பரிக்ஷித் நினைத்துக் கொண்டிருக்கிறார். சூரியன் அஸ்தமனமாகிய வேளையில் அவருக்கு பசி எடுத்ததனால் உண்பதற்குச் சில பழங்களை எடுத்தபோது, ஒரு புழு அங்கு தோன்றுகிறது. அது ஒரு பாம்பாக இருந்தால், அது தன்னைக் கடிக்க அதை அனுமதிப்பேன் என்று கேலி செய்கிறார். அச்சமயத்தில் புழு பாம்பாக உருமாறி சாபத்தை நிறைவேற்றியது.

இதனால் பரிக்ஷித்தின் மகன் ஜனமேஜயன் மிகவும் ஆத்திரமடைந்தான். அந்த ராஜ்ஜியத்தில் உள்ள அனைத்துப் பாம்புகளையும் அழிக்க விரும்பினான். அவன் ஒரு பெரிய "சப்த சத்ரா" என்னும் நாக வேள்வியை ஏற்பாடு செய்கிறான். அவனுடைய பணியாட்கள் கண்ணில் காணும் பாம்புகள் எல்லாவற்றையும் எரிக்கின்றனர். அவ்வாறு பழிவாங்கும் படலம் தொடர்கிறது.

இந்தக் கதையில் பரிக்ஷித், சாமிகாவின் சீடன் மற்றும் ஜனமேஜயன், ஆகிய அனைவரும் தாங்கள் அநீதிக்கு உட்படுத்தப்பட்டதாக உணர்கிறார்கள். இந்த உணர்விலிருந்து உருவாகிய கடும் சீற்றமானது, தாம் யார் என்ற அவர்களின் சொந்த உணர்வு உட்பட அவர்களின் பாதையில் குறுக்கிட்ட சகலவற்றையும் எரிக்கிறது. இறுதியாக, அஸ்திகர் என்ற மற்றொரு ரிஷி மூலம் யாகத்தை நிறுத்தும்படி ஜனமேஜயன் வற்புறுத்தப்படுகிறார். "அவரைக் கடித்த பாம்பைத் தவிர வாழ்ந்து கொண்டிருக்கும் பாம்புகள் நல்லொழுக்கம் உள்ளவை. அவை அழிக்கப்பட வேண்டியவையல்ல. நீங்கள் அவற்றின் உயிர்களைக் காப்பாற்றினால் உங்கள் மகிமை அதிகரிக்கும்" என அஸ்திகர் ஜனமேஜயனுக்குக் கூறினார். அத்துடன் ஜனமேஜயன் எரிப்பதை நிறுத்துகிறான்.

கலியுகக் கதையைப் பற்றி மேலும் தெரிந்து கொள்வதில் உங்களுக்கு ஆர்வமிருந்தால் அதை உங்களிடம் விட்டு விடுகிறேன். இல்லையெனில் முழு மகாபாரதத்தையும் சுருக்கமாகச் சொல்ல வேண்டியதாகிவிடும்! கலியுகம் வந்து விட்டது. தெளிவு போய்விட்டது என்பதுதான் விஷயம். அப்போது என்ன ஆட்சி நடக்கும்? கோபம், வலி, பயம், பழிக்குப் பழி வாங்குதல் மீண்டும் மீண்டும் தொடர்ந்து நடந்துகொண்டே இருக்கும். இப்பயங்கரத்தின் சுழற்சி துயரத்தைத் தவிர வேறெதையும் உருவாக்காது. "நீங்கள், 'ஒரு கண்ணுக்குப் பதிலாக இன்னொரு கண்' என்று பழிவாங்கலாம். ஆனால் அது உலகம் முழுவதையும் குருடாக்கிவிடும்" என்று மகாத்மா காந்தி கூறியிருப்பதை இங்கே நினைவில் கொள்ளவேண்டும்.

மன்னிப்பு பற்றிய வித்தியாசமானதொரு கண்ணோட்டம்

குறிப்பாக, உங்களுக்கும், நீங்கள் அன்பு செலுத்துபவர்களுக்கும் பெரும் தீங்கிழைக்கப்பட்டு விட்டால், அதனால் உருவாகும் ஆத்திரத்திலிருந்து மன்னிப்பு வழங்குவதற்கான பாதை மிகக் கஷ்டமானதாக இருக்கலாம். மன்னிப்பு என்பதை மற்றவர்கள் நமக்கு இழைத்த தீங்கைக் கோழைத்தனமாக ஏற்றுக்கொள்வது என்று பார்க்காமல், வேதனையில் இருந்து நம்மை விடுவிப்பதற்கான ஒரு தைரியமான வழியென நோக்கினால், ஒரு முக்கியமான புதிய திருப்பத்தைக் காணலாம்.

சில செயல்கள் மிக மோசமானவையாக, மிகவும் தீங்கு விளைவிப்பவையாக, மிகக் கொடூரமானவையாக,

மிகவும் வெறுக்கத்தக்கவையாக இருப்பதால் அவற்றை நம்மால் ஏற்றுக் கொள்ளவே முடியாது. அவை கட்டாயமாக நீதிக்கு உட்படுத்தப்பட வேண்டும். மன்னிப்பு என்பது, நடைபெற்ற செயல் நம்மைத் தொடர்ந்து பாதிக்காதிருக்க, அச்செயலுக்கும் நமக்கும் உள்ள தொடர்பைத் துண்டிப்பதாகும். மன்னிப்பானது குற்றவாளியை அவருடைய குற்றத்துக்கான பொறுப்பிலிருந்து விடுவிப்பதில்லை; குற்றமிழைத்தவரிடமிருந்து நம்மை விடுவிக்கிறது.

போர்களிலிருந்து தப்பிப் பிழைத்த பலரை நான் சந்தித்திருக்கிறேன். அவர்களில் சிலரின் கதைகள் என்னைக் கண் கலங்கவைத்தன. போர்களில் கொல்லப்பட்டவர்களின் மகன்களும், மகள்களும் தமது இதயங்களில் பழிவாங்கும் எண்ணத்துடன் வளரக்கூடும் என்பதை நான் அறிவேன். இத்தகைய வேதனையளிக்கும் சம்பவங்கள் காரணமாக, நாம் சுமந்து செல்லும் உணர்வுகளில் இருந்து விடுபடுவது ஒருபோதும் எளிதானதல்ல. ஆனால் நான் பாதிக்கப்பட்டவன் என்ற நிலையிலிருந்து சற்று விலகும்போது, வேதனையின் பாதிப்பிலிருந்து தப்புவதற்கான முதல் அடியை நாம் எடுத்து வைக்கிறோம். பழி வாங்க விரும்பும் ஒருவர் தனது பயம் மற்றும் கோபத்தையும் தாண்டி மேலெழும் தன் மனதின் வலிமையைக் உணர்வது அற்புதமானதாக இருக்கும். கடந்த காலத்தில் தமக்கு என்ன நேர்ந்திருந்தாலும், இன்று தாம் நன்றாக வாழ வேண்டும் என்ற மக்களின் மன உறுதியைக் கண்டு நான் வியப்படைகிறேன். அது குறிப்பிடத்தக்க விஷயம். அவர்கள் துன்பப்பட்டார்கள், ஆனால் தமது எஞ்சிய வாழ்நாளை, பாதிக்கப்பட்டவர்கள் எனும் உணர்வோடு அவர்கள் வாழ விரும்பவில்லை.

தென்னாப்பிரிக்காவில்

1972 ஆம் ஆண்டில், எனக்கு பதினான்கு வயதாக இருந்தபோது முதல்முறையாகத் தென்னாபிரிக்காவிற்குச் சென்றிருந்தேன். அங்கு நடந்த நிகழ்ச்சிகளில் உரையாற்றச் சென்றபோது, நான் அங்கு கண்டவற்றையும், அனுபவித்தவற்றையும் பார்த்து அதிர்ச்சி அடைந்தேன். இந்தியாவில் நான் வெறுத்த மோசமான சாதி அமைப்பை அது எனக்கு நினைவூட்டியது. அந்தக் காலகட்டத்தில், ஆட்சியைக் கவிழ்க்க முயற்சி செய்ததற்காக நெல்சன் மண்டேலா சிறையில் இருந்தார்.

தென்னாபிரிக்காவின் இன ஒதுக்கீட்டுக் கொள்கை கொடூரமாக இருந்தது. ஒரு சந்தர்ப்பத்தில் தென்னாபிரிக்க அரசாங்கம் என்னிடம்: “நீங்கள் பல இன மக்கள் கலந்த நிகழ்ச்சியைச் செய்ய முடியாது. வெவ்வேறு இனம் சார்ந்த மக்களைப் பிரித்து வைத்து தனித்தனியாக நிகழ்ச்சிகளை நடத்த வேண்டும்” என்று கூறினர். “மன்னிக்கவும் நான் அப்படிச் செய்யப்போவதில்லை. எனது நிகழ்ச்சிகளுக்கு யார் வேண்டுமானாலும் வரலாம். நான் மனிதர்களுடன்தான் பேசுகிறேன். நான் அவர்களின் இனத்துடன் பேசுவதில்லை. நான் அவர்களின் மதத்துடன் பேசுவதில்லை” என்று கூறினேன்.

கறுப்புப் பட்டியலில் என் பெயர் சேர்க்கப்பட்டது. அரசாங்க அதிகாரிகள் வருகை தந்துள்ள இந்த இளம் பேச்சாளரைக் கைது செய்து அதைச் சர்வதேச செய்தியாக்க விரும்பவில்லை. மாறாக அவர்கள் என்னைப் பின் தொடர்ந்து தினமும் 24 மணிநேரமும் கண்காணித்து வந்தார்கள். நான் எங்கு சென்றேன், எப்படிப் பயணம் செய்தேன், யார் யாரைச் சந்தித்தேன்,

என்ன பேசினேன் என்பதில் நான் அவர்களது சகல விதிகளையும் மீறியதாக நினைக்கிறேன். அதைப் பற்றிய அவர்களது பயமும் கோபமும் குறிப்பிடத்தக்கவை.

எனது நிகழ்ச்சிகளில் பல்வேறு விதமான உருவமும், வடிவமும், நிறமும் கொண்ட அற்புதமான மக்கள் ஒன்று திரண்டிருந்தார்கள். ஆனால் நாங்கள் அனைவரும் எங்களுக்குள்ளே அமைதியை உணர்ந்து நிறைவான வாழ்க்கையை வாழ்வதற்கான தேடுதலுடன் இருந்தோம். பிரிவினை மற்றும் வன்முறையின் மத்தியிலும் இந்த அற்புதமான சாத்தியம் வரவேற்கப்பட்டது. அந்த நேரத்திலிருந்த அனைத்து விதிகளுக்கும் அது மாறானதாக இருந்தது. அத்துடன் சிலசமயங்களில் மனிதர்கள் மனரீதியாக ஈடுபடும் தீய செயல்களை விட, நமக்குள் இருக்கும் அமைதியானது எவ்வளவு சக்தி வாய்ந்தது என்பதை இது எனக்கு எடுத்துக் காட்டியது.

சமீபத்திய ஆண்டுகளில், நீங்கள் நம்ப முடியாத அளவுக்கு மன வேதனை அடைந்த மக்கள் வாழும் இடமாகிய சொவேட்டோவில் (Soweto) நிகழ்ச்சிகளை நான் நடத்தியிருக்கிறேன். அங்கு வருகை தரும் பல பேச்சாளர்கள் மன்னிப்பைப் பற்றிப் பேசுகிறார்கள். ஆனால் அநேகமாக நான் ஒருவன் மட்டுமே, முதன்முதலில் மன்னிப்பு என்பது உங்களுக்கானதேயன்றி, அந்தக் குற்றவாளி-களுக்கானதல்ல என்று கூறுகிறேன். நான் சொல்வது: உங்களால் மன்னிக்கவே முடியாத அளவுக்கு கொடூரமான செயல்களை மக்கள் செய்யக்கூடும். ஆனால் உங்களால் உங்களுக்குச் செய்யக்கூடிய ஒரு விஷயம் வேதனையுடனான இணைப்பைத் துண்டித்துவிடுவது. அவ்வாறு செய்வதன் மூலம் நேற்று நடந்தவற்றால், இன்று உங்கள் வாழ்வில்

ஆதிக்கம் செலுத்த முடியாது என்பதை நீங்கள் உறுதிப்படுத்துகிறீர்கள்.

ஒரு முறை தென்னாபிரிக்காவில், நான் ஒரு நிகழ்ச்சியில் உரையாற்றிக் கொண்டிருந்தபோது, சிறையில் இருக்கும் பெண்ணொருவர் எனக்கு கேள்வியொன்றை அனுப்பி இருந்தார். இதுதான் அந்தக் கேள்வி: "வாழ்க்கையில் என்னையே நான் மன்னிக்கவே முடியாத ஒன்றைச் செய்திருக்கிறேன். நான் துஷ்பிரயோகங்களுக்கு ஆளானதன் காரணமாக, என் குழந்தைகளில் இருவரைக் கொன்றதுடன், நானும் சாக முயற்சித்தேன். நீங்கள் கூறும் அமைதியை நான் உணர விரும்புகிறேன். ஆனால் அதை உணரும் திறனை நான் இழந்துவிட்டேன் என நினைக்கிறேன். எனக்கு ஏதாவது வாய்ப்பு உள்ளதா?"

நான் அங்கு கூடியிருந்த மக்களைப் பார்த்தேன். அவர்கள் என்னை விட இப்படிப்பட்ட மோசமான விஷயங்களைப் பற்றித் தெரிந்தவர்கள்போல எனக்குப் புரிந்தது. நான் அவர்களிடம்: "சரி, இந்த நபருக்கு ஏதாவது வாய்ப்பு இருப்பதாக நீங்கள் நினைக்கிறீர்களா?" எனக் கேட்டேன்.

மிகவும் ஆச்சரியமாக இருந்தது என்னவென்றால் அனைவரும் ஒரே குரலில் "ஆம். வாய்ப்புள்ளது!" என்று கூறினார்கள். அதுதான் அவர்களின் பதில்: அவளுக்கும் வாய்ப்பு இருக்கிறது. அந்தக் கணம் என்றென்றும் என் நினைவில் இருக்கும். மனித நேயம் நிலைக்கும் என்பதற்கான நம்பிக்கை இருப்பதை, வலுவாகவும், தெளிவாகவும் இந்த நிகழ்ச்சி எனக்குத் தெரியப்படுத்தியது.

கடமையும் பொறுப்பும்

நான் முன்பு கூறிய மகாபாரதத்தில் உள்ள ஒரு கதையில், அஸ்திகர் ஜனமேஜயனுக்குச் சவால்

விடுத்தபோது ஜனமேஜயன் தர்மத்தின்படி தனது கடமையை நிறைவேற்றுவதாக பதிலளித்தார். சிலர் தங்கள் நாட்டிற்காக, தங்கள் மதத்திற்காக, தங்கள் சமூகத்திற்காக, தங்கள் குடும்பத்திற்காகப் போராடுவதை தார்மீகப் பொறுப்பாக உணர்கிறார்கள். மற்றவர்களுக்கான உங்கள் கடமை என்னவென்பதை நான் வரையறுக்க முயற்சிக்கப்போவதில்லை. உங்களுக்கான கடமையும் உள்ளதென்பதை நினைவூட்ட மட்டுமே நான் விரும்புகிறேன். உங்களுக்கான அந்தக் கடமை என்னவென்றால், செயல்படுவதற்கு முன்னர் உங்களைப் புரிந்து கொள்வதும், அத்துடன் சண்டை செய்ய வேண்டுமா அல்லது வேண்டாமா என்பதைத் தேர்ந்தெடுப்பதற்கு முன்னர் உங்கள் உள்ளேயுள்ள அமைதியை அனுபவிப்பதும்தான். உங்கள் மனதை, போருக்கான நியாயப்படுத்துதலை ஏற்றுக்கொள்ள வைக்கலாம். ஆனால் உங்கள் இதயம் அதை ஏற்றுக்கொள்ளுமா?

சில ஆண்டுகளுக்கு முன்பு பிரேம் ராவத் அறக்கட்டளை அதன் அமைதிக் கல்வித்திட்டத்தை (Peace Education Program) உள்நாட்டுப் போரில் ஈடுபட்ட ஸ்ரீலங்காவிற்கு அறிமுகப்படுத்தியது. ஆரம்பத்தில் அந்தக் கல்வித் திட்டம் சிறைக் கைதிகளுக்கு உதவுவதற்காகப் பயன்படுத்தப்பட்டது. அமைதிக் கல்வித் திட்டமானது, சமூகத்துடன் மீண்டும் ஒருங்கிணைய விரும்பும் நபர்களுக்கு அமைதியைப்பற்றி அவர்களின் உணர்வைப் புரிந்து அதனுடன் மீண்டும் இணைவதற்காக ஆதரவு வழங்குகிறது. ஸ்ரீலங்காவில் முன்னாள் போராளிகள் மீண்டும் தம்முடனேயே தொடர்புகொள்ள உதவுவதற்காக பணியாற்றினோம். இது ஒரு சக்தி வாய்ந்த தாக்கத்தை அவர்களிடத்தே ஏற்படுத்தியது.

ஒரு முன்னாள் தமிழ்ப் போராளி என்னிடம்: "இந்தச் செய்தியை என் வாழ்வில் முன்னரே அறிந்திருந்தால், நான் போரிடப் போயிருந்திருக்க மாட்டேன்" என்று கூறினார். தற்போது அமைதிக் கல்வித்திட்டம் நூற்றுக்கும் மேற்பட்ட நாடுகளில் செயல்படுகிறது. இது உள்நாட்டுப் போர்களில் ஈடுபட்டுள்ள சமூகங்களில் வாழும் மக்களுக்குத் தொடர்ந்து வழங்கப்படுகிறது.

கொலம்பியாவில், FARC புரட்சிக் குழுவின் முன்னாள் போராளிகளுடன் நம் அணிகள் பணியாற்றின. அவர்களில் பலர் சிறு வயதிலிருந்தே சண்டையிட்டுக் கொண்டிருந்தவர்களாகவும் வேறு எதைப் பற்றியும் அதிகம் தெரியாதவர்களாகவும் இருந்தார்கள். பல தசாப்தங்களாக நாடு முழுவதும் இருந்த தனியார் இராணுவங்கள் மோசமான வன்முறைகளிலும், குற்றச் செயல்களிலும் ஈடுபட்டிருந்தன. போதைப்பொருள் இக்குழப்பங்களில் பெரும்பங்கு வகித்தது. அமைதிக் கல்வித்திட்டத்தை முடித்த, FARCஐச் சேர்ந்த முன்னாள் போராளி ஒருவர் என்னிடம் "ஒரு கொரில்லாப் போராளியால் இந்தச் செய்தியைத் தன் இதயத்திற்குக் கொண்டு செல்ல முடியுமென்றால், உலகத்தின் எஞ்சிய பகுதிகளுக்கு உங்களால் என்ன செய்ய முடியும் என்பதனைக் கற்பனை செய்து பாருங்கள்" என்று கூறினார்.

அன்றாட முரண்பாடு

போரைப் பற்றிப் பேசும்போது அதை அனுபவிக்காதவர்களுக்கு அது வெறும் கோட்பாடாகத் தோன்றக்கூடும். ஆனால் போரில் நடப்பது போன்ற விஷயங்கள் நமது வாழ்விலும் அன்றாடம் குறைந்த மட்டத்தில் நடைபெறுகின்றன. அப்படியான

முரண்பாட்டின் பொதுவான உதாரணத்தை எடுத்துக் கொள்ளுங்கள். நீங்கள் உங்கள் காரில் பயணம் செய்கிறீர்கள். யாரோ ஒருவர் உங்கள் காரை முந்திக்கொண்டு உங்கள் பாதையில் முன்னால் செல்கிறார். அவர்கள் மன்னிப்பும் கேட்கவில்லை. உங்களுக்குக் கட்டுக்கடங்காத கோபம் வருகிறது! கோபத்தால் உங்கள் நரம்புகள் புடைக்கின்றன. நீங்கள் உங்கள் காரின் ஹார்னை அலற விட்டபடியே அடுத்த போக்குவரத்துச் சமிக்கை விளக்கு வரை அவர்களுடன் போட்டி போட்டுக் காரைச் செலுத்துகிறீர்கள். என்ன நிகழ்ந்தது? உங்கள் உணர்ச்சிகளை அவர்கள் கட்டுப்படுத்த இடம் கொடுக்கிறீர்கள். அந்த 10 விநாடி வித்தியாசம் உங்களை எங்கே கொண்டு செல்லப்போகிறது? சுவர்க்கத்திற்கா? அல்லது நெடுஞ்சாலையில் உங்களை முந்தி சென்ற காரின் நீளத்திற்கா? நீங்கள் இருவரும் இறுதியில் முக்கியமில்லாத ஒன்றுக்காகப் போட்டியிட்டுக் கொண்டிருக்கிறீர்கள் என்றால், முக்கியமானதை இழப்பவர் யார்? அவர்களா அல்லது நீங்களா? இருவருமே!

நாம் மற்றொரு அணுகுமுறையை முயற்சித்துப் பார்க்கலாம். யாராவது நம்மை முந்திச் செல்ல முயற்சிப்பதைக் கண்டால், நமது வேகத்தைக் குறைத்து அவர்களை முந்திப் போகவிடலாம். இப்போது நாம் அவர்களைக் கட்டுப்படுத்தினோம். நமது வாகன நிறுத்துமிடத்தை வேறு யாராவது எடுத்துக் கொள்ள முயற்சிக்கிறாரா? அவர்கள் அதை எடுத்துக் கொள்ள விட்டுக்கொடுங்கள். கட்டுப்பாடு நம்மிடம். யாருக்குத் தெரியும்? ஒருவேளை உண்மையாகவே அவர்களுக்கு அவசரமாகக் கவனிக்க வேண்டிய விஷயம் இருந்திருக்கலாம். அவர்களின்

தேவை நமது தேவையை விட முக்கியமானதாக இல்லாவிட்டாலும்கூட நம் செயல் அவர்கள் மனதில் ஒரு கருணையின் விதையை விதைக்கக்கூடும்.

இது முக்கியமானது. ஏனெனில் சிறிய தகராறுகள் விரைவில் சோக சம்பவங்களாக விஸ்வரூபம் எடுப்பதை நாம் காண்கிறோம். எங்கு பார்த்தாலும் மக்கள் முரண்பாடுகளில் சிக்கியுள்ளார்கள். வறுமையான பகுதியிலுள்ள இளைஞர்களே இதில் பொதுவாக முன்னணியில் நிற்பதைக் காண்கிறோம். நகரங்களில் குற்றச் செயல்கள் மற்றும் வன்முறைகள் நிறைந்து காணப்படும் பகுதிகளில் ஓர் இளைஞனோ, யுவதியோ கொல்லப்படுவதைப் பற்றிய செய்தியை அடிக்கடி கேள்விப்பட்டாலும், அதைச் சாதாரணமான ஒரு நிகழ்வு எனப் புறக்கணித்து விடுகிறோம். ஆனால் அது நிகழும்போது நாம் ஒரு கணம் இடைநிறுத்தி, நமது கண்ணோட்டத்தில் அவர்களுடைய மனித நேயத்தை இழந்து விட்டார்கள் என்பதைப் புரிந்துகொள்ள வேண்டும். நம்மைப் பொறுத்தவரையில் அவர்களை ஒரு மனிதனாக நோக்காமல் குற்றவாளிகளின் புள்ளிவிபரத்தில் ஒருவராக பார்க்கிறோம். நாம் வன்முறையால் பாதிக்கப்பட்டவர்களை மனிதர்களாகப் பார்ப்பதை நிறுத்தும்போது, நகரங்களில் போர் மேலும் மோசமாகும்.

நம்பிக்கையும் சலிப்பும்

இளைஞர்களின் வன்முறைகளுக்குத் தீர்வு காணும் பல முயற்சிகளில் நான் ஈடுபடுகிறேன். இந்த முயற்சிகளில் ஈடுபடும் அனைவரும் எதிர்கொள்ளும் சவால் என்னவென்றால் மக்களுடைய நம்பிக்கையின்மையையே. வன்முறையை யாரால்

தடுக்க முடியும்? அனைவரும் ஒன்று சேர்ந்தால் மட்டுமே முடியும். அதற்கான முயற்சி நம் ஒவ்வொருவரிடமிருந்தும் ஆரம்பிக்கிறது. காவல்துறை, அரசியல்வாதிகள், சமூக அமைப்புகள், ஊர்மக்கள், இளைஞர்கள் உட்பட நாம் அனைவரும் இதில் ஈடுபட வேண்டும். நாம் அனைவரும் மனிதர்கள், நாம் அனைவரும் நமக்குள் இருக்கிற நம்பிக்கையை உணரவேண்டும். நீங்களும் நானும் கூட நமக்குள் இருக்கும் நம்பிக்கையைக் காணவேண்டும்.

இளைஞர்கள், சமூகத்துடனான தொடர்பு, வேலைவாய்ப்பு, வசிப்பதற்கு நல்ல இல்லம், வாய்ப்புக்கள், மதிக்கப்படுதல், நேசிக்கப்படுதல் போன்றவை இல்லாதபோது சமூகத்திலிருந்து விலகிச் செல்கிறார்கள். ஆனால் அதைவிட முக்கியமாக அவர்கள் தம்மிடமிருந்தே விலகிச் செல்கிறார்கள். உங்களை நீங்கள் நேசிக்காவிடில், பிறரை உங்களால் எப்படி நேசிக்கமுடியும். அதிலும் குறிப்பாக, உங்களுக்குத் தீங்கு விளைவிக்கலாமென நீங்கள் பயப்படுபவர்கள் மீது அன்பைச் செலுத்த வேண்டுமா? இவர்கள் தம்முடனேயே போராடுவதால்தான் மற்றவர்களுடனும் போராடுகிறார்கள்.

அந்தச் சிறுவர்களுக்குள்ளே சலிப்பினால் உருவாகும் மிக மோசமான இரைச்சல் உள்ளது. அவர்களால் கட்டுப்படுத்தக் கூடியதும், உணரக் கூடியதும், மற்றும் அனுபவித்து, பொக்கிஷமாக வைத்திருக்கக் கூடியதுமான ஒன்று அவர்களுக்குள்ளே இருப்பதை அவர்கள் கண்டுகொள்ள உதவுவதுதான் நமது சவாலாகும். அது அவர்களுக்குள்ளே உள்ளது. அவர்கள் தங்கள் இதயத்திலுள்ள அன்பின் உணர்வோடு இணைந்திருக்கும்போது, அவர்களைச் சுற்றியுள்ளவர்களைப் பற்றிய அவர்களின்

உணர்வுகளைப் பேணி வளர்க்க முடியும். இவ்விதம் அமைதி சக்தி வாய்ந்ததை எல்லோருக்கும் வழங்க வல்லது.

குடும்பம் முக்கியத்துவம் வாய்ந்தது

இளைய தலைமுறைக்கு என்ன செய்யும் வாய்ப்புகள் இருக்கின்றன என்பதில் நாம் கவனம் செலுத்தவேண்டும். அறிமுகம் இல்லாதவருடனான நட்பு, அவர்களின் குடும்பத்துடனான நட்பைவிடவும் அர்த்தமுள்ளதாக இருப்பது ஏன்? சில நேரங்களில் குடும்பத்தினருக்கு பிள்ளைகளுடன் செலவிட நேரமில்லாதது போலத் தெரிகிறது. ஒவ்வொருவருக்கும் அவரவர் கவனத்தைக் கோரும் பல்வேறு விஷயங்கள் இருப்பதாகத் தோன்றுகிறது. பெற்றோர்கள் பொறுப்புக்களை பிள்ளைகளிடம் விட்டுவிடுவதென்பது, பிள்ளைகளை அவர்கள் விருப்பப்படி வாழ அனுமதிப்பதெனக் கருதுகிறார்கள். இதன் விளைவு எதுவாக இருக்குமென ஊகியுங்கள். அப்போது அவர்கள் தனிமையை உணர்வதால் நட்பை நாடி ஒரு தவறான குழுவை நோக்கித் திரும்புகின்றனர். இளைஞர்கள் அந்தக் குழு தம்மை ஏற்றுக்கொள்ள வேண்டும் என்பதற்காக, தங்களை நிரூபிப்பதற்காக, யாராவது ஒருவரைக் கொலை செய்யும் எல்லை வரை கூடப் போவார்கள்.

அரசாங்கம் குடும்பத்தை ஆதரிக்க வேண்டும். தொழில் நிறுவனங்கள் குடும்பத்தை ஆதரிக்க வேண்டும். ஆனால் எல்லாவற்றிற்கும் மேலாக நாம் குடும்பத்தை ஆதரிக்க வேண்டும். குடும்பத்தை வலுப்படுத்த நம் அனைவராலும் என்ன செய்ய முடியும்? நமது குடும்பங்களை ஆதரிப்பதிலிருந்து ஆரம்பிப்போம்.

ஒரு திகைப்பூட்டும் புன்னகை

தம்மிடமிருந்தும், சமுதாயத்திலிருந்தும் விலகி இருக்கும் பல இளைஞர்களுக்கும், குற்றச் செயல்களைப் புரிவதிலிருந்து விடுபட முடியாத வயதுவந்தவர்களுக்கும், அவர்கள் சென்றடைய வேண்டிய இடமாக சிறைச்சாலை உள்ளது. ஆரம்பத்தில் அமைதிக் கல்வித்திட்டமானது சிறையில் இருப்பவர்கள் தம்முடன் தாமே இணைந்து கொள்ளவும், தம் வளங்களைக் கண்டறியவும், அத்துடன் தனிப்பட்ட அமைதியை உணர்ந்து கொள்ள உதவும் வகையில் உருவாக்கப்பட்டது. இது சிறைச் சாலைகளுக்கு உள்ளேயும் வெளியேயும் கைதிகளின் அனுபவத்தில் மாற்றத்தை உருவாக்குவதுடன் அவர்கள், தான் யார் என்பதைப் புரிந்து கொள்ளும் விதத்தினை மாற்றி அமைக்கிறது. நாம் ஆதரவளிக்கும் நிறுவனங்களிலுள்ள ஊழியர்களுக்கும் கூட இந்தத் திட்டம் உதவியாக உள்ளதென்பது நிரூபணமாகி உள்ளது.

நான் கடுமையான பாதுகாப்புள்ள பல சிறைச்சாலைகளுக்கு செல்வேன் என்று முன்னர் ஒருபோதும் எதிர்பார்த்திருக்கவில்லை! பார்ப்பதற்கு அவை தீவிரமான இடங்களாக இருக்கலாம். ஆனால் அவை எப்போதும் ஒரு குறிப்பிடத்தக்க அனுபவத்தை அளிக்கின்றன. “சிறை” என்பது உண்மையிலேயே உலகின் ஒரு சிறிய பிரதி போன்றது என்று என்னால் உணராமல் இருக்க முடியவில்லை. ஒரு நுண்ணிய உலகம். அதனுள்ளே நீங்கள் சகல விதமான மக்களையும் சந்திப்பீர்கள்.

என்னுடைய சிறு வயதில், எனது தந்தையார் போர்க்களத்தில் கிருஷ்ணருக்கும் அர்ஜுனனுக்கும் இடையேயான உரையாடலைப் பற்றிப் பேசுவதைப்

பல தடவை கேட்டிருக்கிறேன். நான் முதன் முதலாகச் சிறைச்சாலைக்குச் சென்றபோதுதான் அந்த உரையாடல் கேட்பதற்கு எப்படி இருந்திருக்கும் என்பதைப் புரிந்து கொண்டேன். அங்கே இருந்த உரத்த, முரண்பட்ட ஒலிகளினால் ஏற்படும் இரைச்சலையும், குழப்பத்தையும் விவரிக்கவே முடியாது. நான் சென்ற எந்தச் சிறையிலும் அமைதியான சூழல் இருக்கவில்லை. ஆனால் நான் அந்த இடங்களுக்குள் செல்லும்போது, மிகத் திகைப்பூட்டும் புன்னகையைக் கண்டிருக்கிறேன். அது வியக்கத்தக்கது. ஏனெனில், கைதிகள் முற்றிலும் இருண்ட சூழலில் வாழ்கிறார்கள். அத்துடன் அங்கே பல வருடங்கள் அவர்கள் இருந்திருக்கக்கூடும். அப்படியிருந்தும் அத்தகையதொரு நல்ல தெளிவான ஆற்றலை அவர்களால் வெளிப்படுத்த முடிகிறது.

ஒரு முறை சிறைச்சாலைக்குச் சென்றிருந்தபோது, மக்கள் சிறைக்குள் வந்ததும், தமது கட்டுப்பாட்டிலிருந்த எவற்றை எல்லாம் இழக்கிறார்கள் என்பதை நான் உணர்ந்தேன். அந்த பரந்த உலகில் அவர்கள் பலவிதமான அழுத்தங்களை எதிர் கொண்டிருக்கலாம். ஆனால் குறைந்தபட்சம் அவர்களுக்கென ஒரு வீடு இருந்தது. அது சேதமடைந்ததாகவோ, பிரச்சினைக்குரியதாகவோ இருந்தாலும், குறைந்தபட்சம் அவர்களால் அதைத் தம்முடையதெனக் கருதக் கூடியதாக இருந்தது. சிறைக் கம்பிகளுக்குப் பின்னால் அவர்கள் அதையும் கூட இழந்துவிட்டனர். அவர்கள் எதற்குமே உரிமையானவர்கள் அல்ல. சிறை அவர்களின் சூழலையும் தினசரிச் செயல்பாடுகளையும் கட்டுப்படுத்துகிறது. பாதுகாப்பு அதிகாரிகளிடம் அதிகார பலம் உள்ளது. மேலும் சக கைதிகள் போட்டிக்கும், பிரச்சினைக்கும் மூல காரணமாக இருக்கலாம். சிறைச்சுவர்கள், கம்பிகள் மற்றும் வேலிகளுக்கு இடையே வாழ்வது மனதுக்கு

உகந்ததல்ல என்பதில் சந்தேகத்திற்கு இடமேயில்லை. ஆனால் விழிப்புணர்வற்ற நிலையில் வாழ்க்கையை வாழ்பவர்களுடன் அடைத்து வைக்கப்படுவது, நம்ப முடியாத அளவுக்கு மிகவும் கொடூரமானது. இறுதியில் சுற்றுச்சூழல் எவ்வளவு மோசமானதாக இருந்தாலும், அங்குள்ள மக்கள்தான் சிறைச்சாலையை துன்பகரமானதாக ஆக்குகிறார்கள்.

இந்தச் சூழ்நிலையிலிருக்கும் ஒருவருக்கு என்னால் என்ன சொல்ல முடியும்? 'என்னால் நீங்கள் இங்கிருந்து வெளியே செல்வதற்கு உதவ முடியாது. ஆனால், உங்களுக்குள்ளே சுதந்திரமாக இருக்க என்னால் உங்களுக்கு உதவ முடியும்.' நான் கைதிகளிடம் நேரடியாகச் இதை சொல்கிறேன், "உங்களால் இங்கே அமைதியை அனுபவிக்க முடியும்!" அமைதி என்பது உங்களிடம் இருப்பதைப் பற்றியதோ, இல்லாததைப் பற்றியதோ அல்ல. நிச்சயமாக எல்லோரும் சிறைக்கூடத்தில் வாழும் வாழ்க்கையை விட வசதியான வீட்டையும் சுதந்திரத்தையும், விரும்புவார்கள். ஆனால் அமைதி என்பது வெளியில் எங்கேயும் இல்லை. அது உங்களுக்குள்ளேதான் இருக்கிறது.

கைதிகள் இதைப் புரிந்து கொள்ளும்போது, தங்களுக்குத் தேர்ந்தெடுக்கும் வாய்ப்பு இருக்கிறது என்று உணர்கிறார்கள். அவர்கள் தங்களுக்குள் இருக்கும் அமைதி, அன்பு மற்றும் சுயமரியாதை போன்றவற்றுடன் தம்மை இணைத்துக் கொள்வதைத் தேர்ந்தெடுக்கலாம், அல்லது தேர்ந்தெடுக்காமலும் விடலாம். ஒரு சிறைச்சாலையில் இருக்கும்போது "தேர்ந்தெடுத்தல்" என்ற ஒன்றிருப்பது நம்ப முடியாத அளவு சுதந்திர உணர்வைத் தரலாம். தேர்ந்தெடுத்தல் என்பது ஒரு வகையான ஆற்றல் ஆகும்

கைதிகள் தாம் தனிமைப்படுத்தப்படுவதாகவும், அச்சுறுத்தப்படுவதாகவும் உணரக்கூடும். இந்த நிலையில் மகிழ்ச்சி, சாந்தம், தெளிவு ஆகியவற்றை வழங்கும் ஓர் இடம் இருப்பதென்பது உயிர் காக்கக்கூடியதாகும். முதன்மை நிலையிலிருக்கக் கூடியதும், உங்களுக்கே உரித்தானதும், உங்களால் அமைதியை உணரக் கூடியதும், மற்றும் உண்மையிலேயே நீங்கள் யார் என்பதை அனுபவிக்கக் கூடியதுமான இடத்திற்கு நீங்கள் செல்லலாம் என்பதை அறிந்து கொள்வது எப்படியானதொரு மாற்றமாக இருக்கும்!

கைதிகள் இந்த அமைதிக் கல்வித்திட்டமானது எவ்வாறு அவர்களை அவர்களின் உள்ளேயுள்ள நல்லவை அனைத்துடனும் இணைக்கிறது என்பது பற்றி சில சமயம் கூறுவார்கள். ஒருவர் என்னிடம்: "உங்கள் செய்தி என் இதயத்தில் ஒலித்துக் கொண்டிருக்கிறது. நான் எனது சக்தி, எனது அன்பு, என் இயல்பு, என் அமைதி, என் ஆனந்தம், எனது கலைநுட்பம் ஆகியவற்றைக் கண்டுபிடித்த வண்ணம் இருக்கிறேன்" என்று கூறினார். அந்த சிறைக் கைதிகள் என்னைப் பார்த்து புன்னகைக்கும்போது தன்னை அறியும் அறிவு வழங்கக்கூடிய அமைதியை அவர்கள் இப்போது புரிந்து கொண்டுள்ளார்கள் என்பதை எடுத்துச் சொல்கிறது.

உங்களால் எதை மாற்ற முடியும்?

அந்த கனமான சிறைக்கதவு அவர்களுக்குப் பின்னால் அடித்து மூடப்படும்போது கைதிகளில் பலர் தமது அவல நிலைக்கு மற்றவர்களைக் குறை கூறுகிறார்கள். பொறுப்பை மற்றவர்கள் மீது சுமத்திவிடுதல் என்பது

ஒரு வகையான பழிவாங்கலாக இருப்பதுடன், அது விரக்தியின் சுழற்சியைத் தொடர வைக்கிறது. இது கைதிகளுக்கு மட்டும் தனித்துவமானதல்ல. எங்குமுள்ள மக்கள் இதைச் செய்கிறார்கள்.

அதற்குப் பதிலாக, ஒரு கைதி உண்மையில் தன்னைப் பற்றிச் சிந்திக்கத் தொடங்கும் அந்த நாளில், ஆழமான ஏதோவொன்று நடப்பதை அவர்கள் உணர்கிறார்கள். நினைத்ததை விடவும் தாம் அதிக சக்தி கொண்டவர்கள் என்பதை, முதல்முறையாகப் புரிந்து கொள்வதாகவும் இருக்கலாம். அவர்களால் நீதி முறையை மாற்றமுடியாது என்பதையும் இறுதியாகப் புரிந்து கொள்கின்றனர். அவர்களால் தமது சரித்திரத்தை மாற்ற முடியாது. ஆனால் அவர்கள் தங்களை மாற்றிக் கொள்ள முடியும். எப்படிப்பட்ட தெளிவு இது!

நம்பிக்கையின்மையிலிருந்து சொந்த வாழ்க்கைக்கான அதிகாரத்தைத் தம் கையில் எடுக்கும் இந்த மாற்றம் மிகவும் முக்கியமானது. ஏனெனில் தனிநபர்கள்தான் சமுதாயத்தை உருவாக்குகிறார்கள். சமுதாயம் தனிநபர்களை உருவாக்குவது இல்லை. நாம் ஒருமித்து ஒருவர் ஒருவராக, சிறைகளில் உள்ளவர்கள் உட்பட, முன்னேறுகிறோம். ஒரு சமூகத்தினுள், தனிநபர்கள் வலுவானவர்களாக இல்லாவிடில், அந்தச் சமூகம் எப்போதும் பலவீனங்களைக் கொண்டதாக இருக்கும். தனிமனிதன் மாறுவது சாத்தியமில்லை என்றால் சமூகமும் பிரச்சினைகளைக் கொண்டதாகவே இருக்கும். நான் மீண்டும் மீண்டும் உலகம் முழுவதும் உள்ள சிறைகளிலும், முன்னாள் போராளிகளிடமும் அமைதி சாத்தியம் என்பதைக் காண்கிறேன்.

என்னுடைய செய்தியைப் புரிந்துகொள்வதற்கு யாராவது திறந்த மனதுடன் இருக்க வேண்டுமா? எனக்குத் தெரியாது. அவர்கள் கேட்கத் தயாராக இருந்தாலே போதும். ஒரு பேனாவும், பேப்பரும் கொடுக்கப்படுமென்று கூறப்பட்டதால்தான் முதல்-முறையாக பல கைதிகள் அமைதிக் கல்வித்திட்ட வகுப்புக்கு வந்ததாக எனக்குத் தெரியும். ஆனால் அவர்கள் வகுப்பில் கவனம் செலுத்திக் கேட்கத் தொடங்கினார்கள். உண்மையாகவே கேட்பதற்கு ஆரம்பித்தார்கள். அது அவர்களின் வாழ்க்கையை மாற்றியது.

தங்களுள் நடக்கும் போரை இறுதியாக வெல்லத் தொடங்கும் வீரர்களை நான் சிறைகளில் காண்கிறேன். அவர்களின் மத்தியில் இருப்பது மிகவும் சக்தி வாய்ந்தது. அமைதிக் கல்வித்திட்டம், அவர்களினுள்ளே நடைபெறும் போரை வெல்வதற்கான மிகவும் எளிமையான செயல்திட்டத்தையும், அமைதியின் பக்கம் நின்று போராடத் தயாராக இருக்கும் மனதின் வலிமை என்னும் சக்தி வாய்ந்த படைப்பலத்தையும் வழங்குகிறது. சில கைதிகள் ஆயுட்கால சிறைத் தண்டனையை அனுபவிக்கிறார்கள். நான் மீண்டும் அவர்களது சிறைச்சாலைக்கு வரப்போவதில்லை என்று அவர்களுக்குத் தெரியும். ஆனால் இறுதியாக அவர்கள் அமைதியாக வாழ்வதென்றால் என்ன என்பதை அனுபவித்ததால் எனக்கு நன்றி கூறினார்கள்.

உங்களை விடுவித்துக் கொள்ளுங்கள்

சில சமயங்களில், கைதிகளின் புன்னகை பூத்த முகங்களை என் மனதில் பசுமையாகச் சுமந்து

கொண்டு, நான் சிறையை விட்டு வெளி உலகத்திற்குத் திரும்பும்போது "சாதாரண" மக்கள் பரிதாபகரமான நிலையில் இருப்பதைக் காண்கிறேன். சிறைக்குள்ளேயோ அல்லது சிறைக்கு வெளியேயோ, அமைதியிலிருந்து பிரிந்திருப்பதென்பது, ஒரு பயங்கரமான ஆயுள் தண்டனை போன்றது. பயம், எதிர்பார்ப்புகள் மற்றும் தப்பபிப்பிராயங்கள் எல்லாமே சுவர்கள், கதவுகள் மற்றும் கம்பிகளைப் போலாகி விடுகின்றன. அந்தச் சிறைக்குள் உங்கள் வாழ்க்கையை மிகவும் துன்பமயமாக்கிக் கொண்டிருப்பவர் நீங்களே. உங்களுக்கான மாற்றங்கள் நடைபெறவேண்டும் என்று நீங்கள் தீர்மானம் செய்யாதவரை விடுவித்துக்கொள்ள வாய்ப்பில்லை. மிகவும் வேதனையான சிறை உங்களுள்ளே இருக்கும் சிறைதான். மிகவும் வன்முறையான போர் நம்முள்ளே நடக்கும் போர்தான். மாபெரும் விடுதலை தரும் மன்னிப்பு நமக்குள் இருக்கும் மன்னிப்புத்தான். மிகவும் சக்தி வாய்ந்த அமைதி உங்கள் உள்ளேயுள்ள அமைதிதான்.

சிறைக்கு உள்ளேயோ, சிறைக்கு வெளியேயோ உங்கள் சூழ்நிலை எதுவாக இருந்தாலும் உங்களுக்கான விடுதலை உணர்வை நீங்கள்தான் உருவாக்குகிறீர்கள் என்பதை கண்டுகொள்ள வேண்டிய தருணம் இதுதான். நம் வாழ்வு பூரணத்துவத்தில், வெகு தொலைவில் இருந்தாலும், நாம் தேர்ந்தெடுத்தால் நாம் எல்லோரும் பூரண அமைதியை உணர முடியும். உள் அமைதியை அனுபவிப்பதற்கு நீங்கள் உங்களை விடுவித்துக்கொள்ளும்போதும், உங்களுக்குள் உள்ள உண்மையானதுடன் நீங்கள் தொடர்புகொள்ளும்போதும், ஏற்படும் மாற்றத்தைக் குறைத்து மதிப்பிடாதீர்கள்.

உண்மையை அனுபவிப்பது தொடர்பாக நான் டெக்சாஸின், சான் அன்டோனியோவிலுள்ள

டொமிங்குஸ் அரச சிறையிலுள்ள (Dominguez State Jail, San Antonio) கைதிகளுடன் சில ஆண்டுகளுக்கு முன்பு பகிர்ந்து கொண்ட கதை இது. இக்கதை அவர்களைச் சிந்திக்கத் தூண்டியது. அத்துடன் நமக்குள் இருக்கும் சக்தியை நாம் மறந்துவிடும்போது ஏற்படக்கூடிய ஆபத்தைப் பற்றியும் கூறுகிறது.

ஒருமுறை காற்றுக்கும் சூரியனுக்குமிடையே யார் சிறந்தவர்? என்ற போட்டி நடைபெற்றது. “உனக்குத் தெரியும் நான் யார் என்று” என சூரியன் சொன்னது. காற்றானது: “ஆம், நான் உன்னை விடச் சிறந்தவன் என்று நினைக்கிறேன். இதற்கான முடிவை நாம் இப்படித்தான் காணப்போகிறோம். அதோ! நடந்து சென்று கொண்டிருக்கும் அந்த மனிதனை உனக்குத் தெரிகிறதா? அவன் கோட் போட்டுக்கொண்டு இருக்கிறான். எனது சக்தியால் அவனைக்கொண்டே அவனுடைய கோட்டைக் கழற்ற முடியும் என்று நான் பந்தயம் கட்டுகிறேன்.”

சூரியன் “நிச்சயம், அதைச் செய்” என்றது. காற்று பலமாக வீசத் தொடங்கியது. காற்று எவ்வளவுக்கு எவ்வளவு அதிகமாக வீசியதோ அந்த அளவுக்கு அந்த மனிதன் தன்னுடைய கோட்டை மேலும் மேலும் இறுக்கிப் பிடித்துக் கொண்டான். காற்று இன்னும் பலமாக வீசியபோது கோட்டை அவன் மென்மேலும் இறுக்கிப் பிடித்துக் கொண்டான். காற்று மீண்டும் முயற்சித்தது. ஆனால், அந்த மனிதன் தனது கோட்டை மிகவும் இறுக்கமாகப் பற்றிக் கொண்டான். காற்று சோர்வடைந்து முயற்சியைக் கைவிட்டது.

பின்னர் சூரியனுடைய தருணம் வந்தது. சூரியன் செய்ததெல்லாம் பிரகாசித்ததுதான். சூரியன்

பிரகாசித்தவுடன், அந்த மனிதன் சௌகரியமாக இருப்பதற்காகத் தனது கோட்டைக் கழற்றினான்.

உலகில் நாம் யாராக இருந்தாலும், நாம் எங்கிருந்தாலும் நம் ஒவ்வொருவருக்குள்ளேயும் ஒரு சூரியன் பிரகாசிப்பதற்காகக் காத்திருக்கிறது. அது பிரகாசிக்கட்டும்.

அத்தியாயம் 9

அன்பு

நான் பிறந்ததும், எனக்கு பிரேம் எனப் பெயர் சூட்டப்பட்டது. ஹிந்தியில் அதன் பொருள் “அன்பு” என்பதாகும் - எவ்வித எதிர்பார்ப்பும் இன்றி வழங்கப்படும் நிபந்தனையற்ற தூய அன்பு. அதனால்தான் இந்த அத்தியாயத்தின் கருப்பொருள் நீண்ட காலமாக எனது உள்ளத்திற்கு நெருக்கமாக இருந்து வருகிறது.

அன்பு பல ரூபங்களில் வந்து நம் வாழ்வின் பெரும் பகுதியை வடிவமைக்கிறது. நம் உணர்வுகள் அனைத்தையும் தொட்டு, நம்மில் சிலரை அனுபவத்தின் உச்சத்திற்கும், அடிமட்டத்திற்கும் எடுத்துச் செல்கிறது. ஆனாலும் நம்மீது அவ்வப்போது வீசும் இன்ப, துன்பப் புயல்களுக்கு மாறாக, நமது வாழ்வை மகிமையானதாகவும் நிலையானதாகவும் ஆக்கக்கூடிய அந்த அன்பைப் பற்றிச் சிந்திக்கவும், உணரவும் வழிகள் உள்ளன.

தொடர்ந்து வரும் பக்கங்களில், அன்பைப் பற்றி எனது தனிப்பட்ட கருத்துக்களையும் கவிஞர்களும் பிறரும் எழுதியுள்ள அருமையான சில வரிகளையும் பகிர்ந்து கொள்ள உள்ளேன். நாம் மற்றவர்கள் மீதும், உலகத்தின் மீதும் காட்டும் அன்பை விட நமக்குள் நாம் அனுபவிக்கும் அன்பைப் பற்றித்தான் எனக்கு ஆர்வம் அதிகம் என்பதை நீங்கள் ஊகித்திருப்பீர்கள். பின்வரும் ஒவ்வொன்றும் தனித்தனிக் குறிப்பாகும். இவற்றின் நோக்கம் கலந்துரையாடல் ஒன்றின்

தருணங்களாக இருக்க வேண்டுமென்பதே. அவை ஆரம்பமே அன்றி முடிவுகள் அல்ல.

அன்பிற்குக் காரணம் எதுவும் தேவையில்லை

அன்பிற்கு வெளிப்புறக் காரணங்கள் எதுவும் தேவையில்லை. எதிர்பார்ப்புக்கள் மாறுகின்றன. விருப்பங்கள் மாறுகின்றன. அதே போல உறவுகளும் மாறுகின்றன. ஆனால், உண்மையான அன்பு எப்பொழுதும் நமக்குள்ளேயே இருக்கிறது. அதை நாம் வேறு ஒருவருக்குக் கொடுக்கவும் முடியாது, நம்மால் கேட்டுப் பெற்றுக் கொள்ளவும் முடியாது. அன்பு என்பது நமக்குள் இருக்கும் ஒரு சக்தி. நமக்குள் இருக்கும் ஓர் அருள். நமக்குள் இருக்கும் ஓர் அழகு.

அன்பு பூரணமானது

ஒரு மரம் எவ்வாறு நிழல் தருகிறது? அது எதுவும் செய்வதில்லை. அது அதுவாகவே இருப்பதனால் நிழலைத் தருகிறது. ஒரு நதி உங்கள் தாகத்தைத் தணிப்பதாகவோ அல்லது மீன்களைத் தருவதாகவோ விளம்பரம் செய்கிறதா? இல்லை. தானாகவே ஓடிக் கொண்டிருக்கும் நதியில் மக்கள் தமது தேவைகளைப் பூர்த்தி செய்து கொள்கிறார்கள். பாய்மரக் கப்பலைச் செலுத்த உதவும் காற்று நாம் அதற்கு மரியாதை செலுத்தவேண்டும் எனக் கேட்கிறதா? காற்று எத்திசையில் வீச விரும்புகிறதோ அத்திசையில்தான் வீசுகிறது. உங்களின் அன்புக்குரியவர்களுக்கு எவ்விதம் உதவலாம்? நீங்கள் நீங்களாக இருந்தால் முடியும்.

அன்பு எளிமையானது

இந்தியக் கவிஞர் கபீரின் சில வரிகள்:

சந்தையில்,
யாவரும் நலம் பெற வாழ்த்துகிறேன்.
யாரும் எனக்கு நண்பனும் அல்ல.
யாரும் எனக்கு எதிரியும் அல்ல.

அன்பு இது போல மிகவும் எளிமையானதே.

அன்பு ஒரு நெருப்பு

எப்போதாவது நீங்கள் ஒரு யோகாசன வகுப்பைப் பார்த்திருந்தால், அங்கு பலர் தங்கள் உடலின் சமநிலையைப் பெறப் போராடிக் கொண்டிருப்பதைக் கவனித்திருப்பீர்கள். "உங்கள் சமநிலையின் மையத்தைக் கண்டுபிடியுங்கள்!" எனப் பயிற்சியாளர் அறிவுறுத்த, வரிசைகளில் நிற்பவர்கள் ஒற்றைக் காலில் தள்ளாடிக் கொண்டிருப்பார்கள். இவ்வாறே நமது உணர்ச்சி ரீதியான சமநிலையைக் கண்டறிவதும் கடினமாக இருக்கலாம். ஆனால், உங்கள் மையம் எங்கே இருக்கிறது என்று என்னால் கூற முடியும். அது உங்களது இதயமே. உங்கள் இதயமே உங்களது உண்மையான வீடு.

எப்பொழுது நாம் தொலைந்து விட்டதாக உணர்கிறோமோ, அதன் பொருள் நாம் நம் இதயம் என்னும் வீட்டிற்குத் திரும்பும் வழியை மறந்து விட்டோம் என்பதுதான். இதன் விளைவாக நாம் குழப்பமடைகிறோம். கவனக்குவிப்பு, Focus என்னும் சொல்லுக்கு லத்தீன் மொழியில் "குளிர் காயும் அடுப்பு"

எனப் பொருள்படும். அது குளிர் பிரதேசங்களில் ஒரு வீட்டின் மையமான இடத்தில் இருக்கும். அது போல நம் இதயத்தில் அன்பின் இதமான சூட்டை உணரும்போது நாம் நம் வீட்டில் இருக்கிறோம் என்று நமக்குத் தெரிகிறது. அப்போது நாம் அன்பை அனுபவிக்கிறோம் என்று நமக்குத் தெரிகிறது.

அன்பு பிரகாசிக்கிறது

சூரியனும் சந்திரனும் சரியான இடத்தில் இருக்கும்போது ஓர் அற்புதம் நிகழ்கிறது. சந்திரன் பிரகாசிக்கிறது! நம்மிடம் உள்ளவற்றிற்கு நன்றி செலுத்தும்போது, அன்பினாலேயே நாம் பிரகாசிக்கிறோம். இந்த ஆற்றல் நம் அனைவரின் உள்ளேயும் இருக்கிறது.

அன்பு நம்முள் இருக்கிறது

லல்லா டெட் என்பவர் பதினான்காம் நூற்றாண்டில் காஷ்மீரில் வாழ்ந்த மாபெரும் இந்துக் கவிஞரும், துறவியுமாவார். அவர் ஆன்மீகத் தேடலில் சமூக மரபுகளை மீறி, தனது இல்லறத்தையும் வீட்டையும் துறந்து, நாடோடிக் கவிஞராகவும் பாடகியாகவும் மாறினார். அவர்களின் இரு குறுங்கவிதைகள் இதோ:

நான் தீவிர ஆவல் கொண்டேன்,
ஏக்கத்தால் நிறைந்திருந்தேன்,
எங்கெங்கும் நான் தேடினேன்.

ஆனால், என்று
அந்த மெய்ப்பொருள்

என்னைக் கண்டு கொண்டதோ, அன்று
நான் என் இல்லத்தை அடைந்தேன்.

மண்ணும் நீயே, விண்ணும் நீயே,
காற்றும் நீயே, பகலும் நீயே, இரவும் நீயே,
தானியமும் நீயே,
சந்தன மணமும் நீயே,
நீரும் நீயே, மலரும் நீயே மேலும் மற்ற
அனைத்தும் நீயே.
எங்கும் நிறைந்திருக்கும் உனக்கு
காணிக்கையாக எதை நான் தருவேன்?

அன்பு இந்தத் தருணத்தில் வாழ்கிறது

அண்மையில், நான் வேலையில் ஈடுபட்டிருந்தபோது, கபீரின் கவிதையை அடிப்படையாகக் கொண்டு இசையமைக்கப்பட்ட பாடல் ஒன்றைக் கேட்டுக் கொண்டிருந்தேன். அப்பாடல் வரிகளின் கருத்தும் இசையும் ஒன்றிணைந்து அற்புதமாக இருந்ததால் மடிக்கணினியில் செய்துகொண்டிருந்த வேலையை நிறுத்தி விட்டு அக்கணத்தை அனுபவிக்கத் தொடங்கினேன். அக்கவிதையில், கபீர் உள்ளத்தின் நிறைவை நாளைக்கென்று தள்ளிப்போடாமல் இப்பொழுதே உணருங்கள். தாகமாக இருந்தால் இப்பொழுதே தண்ணீர் குடியுங்கள். பசியாக இருந்தால் இப்பொழுதே சாப்பிடுங்கள் எனச் சொல்கிறார்.

"இப்போது" என்று அழைக்கப்படும் இக்கணத்தில் மட்டுமே நம்மால் வாழ முடியும் என்பதனால், இக்கணத்திலேதான் நம்மால் அன்பு கொள்ள முடியும். அன்பு கடந்த காலத்திற்கோ, எதிர்காலத்திற்கோ உரியதென்று நாம் நினைப்போமேயானால், இந்தக்

கணத்தில் உணரக்கூடிய அன்பை இழந்து விட நேரிடும். அன்பிற்கு எதிர்காலம் இல்லை. அது இப்பொழுது இல்லையெனில் ஒருபோதுமே இருக்கப் போவதில்லை. பதிலாக இந்தக் கணத்தை நம் உள்ளத்தில் ஏற்றுக் கொண்டால் தெய்வீகமான ஒன்றை நாம் சந்திக்கலாம்: இது நாளைய பொழுதில் நாம் நேசிக்கப்படுவோம் என்னும் கற்பனை அல்ல. ஆனால் நம் உள்ளத்தில் உள்ள அன்பின் உண்மையான அனுபவத்தை இன்றைய நாளில் அனுபவிப்பதாகும்.

அன்பு பெருக்கெடுக்கிறது

அலைகளை நம்மால் எவ்வாறு கட்டுப்படுத்த முடியாதோ, அதே போல் அன்பின் பெருக்கையும் கட்டுப்படுத்த முடியாது. அது எங்கு நல்ல உணர்வு இருக்கிறதோ அதை நோக்கி நகர்கிறது. அது ஏற்றுக் கொள்ளப்படும்போது நல்ல உணர்வில் இருக்கிறது.

அன்பு இனிமையாக இசைக்கிறது

ஹன்ஸ் கிரிஸ்ட்டியன் அன்டர்ஸன் (Hans Christian Andersen) எழுதிய ஒரு கற்பனைக் கதையின் மாற்றுத் கதை இதோ. இதன் மூலக்கதை “ஸ்வீடன் நாட்டின் வானம்பாடி” என்று அழைக்கப்படும் “ஆபரா” பாடகர், ஜென்னீ லிண்ட் (Jenny Lind) மீது இவர் கொண்டிருந்த ஒருதலைக் காதலின் உணர்ச்சி உத்வேகத்தால் உருவாக்கப்பட்டது.

அரசர் ஒருவருக்கு ஒரு வானம்பாடியின் பாடல் மீது விருப்பம் ஏற்பட்டது. அந்தி சாயும் நேரம் அவர் ஜன்னலைத் திறந்து வைப்பார். இந்த வானம்பாடி, ஜன்னலோரமாக வந்து அமர்ந்து அரசருக்காகப் பாடும்.

அத்தருணங்கள் அரசரின் உள்ளத்திற்கு பெரும் மகிழ்ச்சியைக் கொடுத்தன.

ஒரு நாள் வேறு ஓர் அரசர் இவருக்கு இயந்திர வானம்பாடி ஒன்றை அனுப்பி வைத்தார். அரசருக்கோ மட்டற்ற மகிழ்ச்சி. "ஆஹா! என்ன அற்புதமான பரிசு" என்று எண்ணினார். இனிமேல் நான் மாலைதோறும் அந்த வானம்பாடிக்காக காத்திருக்கத் தேவையில்லை. நான் செய்ய வேண்டியதெல்லாம் இதை இயக்கி விட வேண்டியதுதான்."

அதன் பின்னர், அரசர் தன் ஜன்னலைத் திறந்து வைப்பதை நிறுத்தி விட்டார். வானம்பாடியும் வருவதை நிறுத்திக் கொண்டது.

அரசன் இந்த இயந்திர வானம்பாடியினால் வசீகரிக்கப்பட்டார். ஒரு நாளில் எவ்வேளையாக இருந்தாலும் அவர் கட்டளையிடும் போதெல்லாம் அந்த இயந்திர வானம்பாடியும் அவருக்காகப் பாடியது. தங்கமும், வைரமும் கொண்டு அலங்கரிக்கப்பட்டிருந்ததால் அது மிக அழகாகவும் இருந்தது.

அரசர் எப்பொழுதெல்லாம் அதன் பாடலைக் கேட்க விரும்பினாரோ, அப்பொழுதெல்லாம் அந்த இயந்திர வானம்பாடியை இயக்கிவிடுவார். அதுவும் பாடிக்கொண்டே இருக்கும். அரசர் மேலும் மேலும் அதைப் பாடச் சொல்லிக் கேட்டார். இருந்தும் மீண்டும் மீண்டும் அதன் பாடலைக் கேட்டுக் கொண்டிருக்க அரசருக்கு அந்த இசையில் ஆர்வம் குறைய ஆரம்பித்தது. அப்படி இருந்த போதிலும் காலை, மதியம், இரவு என்று அரசர் அந்த இயந்திர வானம்பாடி இசைக்கச் சொல்லிக் கேட்டுக்கொண்டே இருந்தார்.

ஒரு நாள் அந்த இயந்திர வானம்பாடி உடைந்துவிட்டது. ராஜ்ஜியத்தின் மிகக் கைதேர்ந்த

நிபுணர்களால் கூட அந்த வானம்பாடியின் இயந்திரத்தை சரிசெய்ய முடியவில்லை.

விரைவில் அரசர் நோய்வாய்ப்பட்டார். இயந்திர வானம்பாடி மீண்டும் தனக்காக பாட வேண்டுமென்று மிகவும் விரும்பினார். அதன் இசை இன்றி அங்கு மயான அமைதி நிலவியது. அரசர் கட்டிலில் படுத்த படுக்கையாக இருந்தார். அரசருடைய சபையினரால் என்ன சொல்லியும் அவரை ஆறுதல் படுத்த முடியவில்லை. நாட்டு மக்கள் எல்லோரும் அரசர் இறந்து விடுவாரோ என்ற மிகுந்த கவலையில் இருந்தார்கள்.

ஒரு நாள் அரசர் தன் படைவீரர்களை அனுப்பிக் காட்டில் வசிக்கும் தனக்காகப் பாடிய அந்த வானம்பாடியைத் தேடிக் கண்டுபிடிக்க உத்தரவிட்டார். அவர்களால் வானம்பாடியை கண்டுபிடிக்க முடியவில்லை.

ஓர் இரவு, அரண்மனை அமைதியாக இருந்த நேரத்தில் அரசர் ஜன்னலருகே சென்று, ஜன்னலைத் திறந்து காட்டை நோக்கிப் பார்த்தார். அந்த உண்மையான வானம்பாடி மீண்டும் வராதா? என ஏங்கினார். கனிவாக அதனை அழைத்தார். வானம்பாடியே, தயவு செய்து மீண்டும் வா. நான் செய்தது தவறு என்று எனக்குத் தெரிகிறது. நீ விரும்பியபோதெல்லாம் வந்து பாடிச் செல்லலாம். அப்படி வந்து பாடும்போது உன் பாடல் மேலும் இனிமையாகிறது. நீ என் கட்டளைக்குள் இல்லை. நான்தான் உன் கட்டளைக்குப் பணிகின்றேன். தயவுசெய்து என் மீது கருணை காட்டு!" என்றார்.

அன்று மாலை சூரிய அஸ்தமனத்துக்குப் பின், வெளியில் சிறகடிப்பது கேட்டது. வானம்பாடி ஜன்னலோரமாக அமர்ந்து பாட ஆரம்பித்தது. அரசருக்கோ அளவற்ற மகிழ்ச்சி.

"நீ வந்ததற்கு நன்றி" என அரசர் வானம்பாடியிடம் சொன்னார்.

"ஜன்னலைத் திறந்து வைத்ததற்கு நன்றி" என்று சொல்லியது வானம்பாடி.

இருப்பதில் அன்பு கொள்ளுங்கள்

கிரேக்க தத்துவஞானி எபிக்டேடஸ் (Epictetus) கூறினார், உங்கள் மகன், நண்பன் அல்லது துணை உங்களுக்கு இல்லையென்று ஆன பின்னும் நீங்கள் அவர்களை நினைத்து ஏங்குவது, குளிர்காலத்தில் அத்திப் பழத்திற்கு ஏங்குவது போன்றது எனப் புரிந்து கொள்ளுங்கள்." அப்படிக் கூறியதனால் எபிக்டேடஸ் ஒரு கல்நெஞ்சம் கொண்டவர் எனத் தோன்றலாம். ஆனால் அவரின் தத்துவத்தில் கருணையும் உள்ளது. சில நேரங்களில் இல்லாமை, இழப்பு மற்றும் நிராகரிப்புத் தரும் மிகுந்த வேதனையைத் தாங்க முடியாததால், நாம் விரும்பிய விதத்தில் விஷயங்களைக் கற்பனை செய்து அக்கற்பனை உலகினுள் மறைந்து கொள்கிறோம். இது ஒரு விதமான தற்காப்பே! ஆனால் நம் கற்பனைகள் மறையும்போது, மீண்டும் வேதனையை உணர்கிறோம்.

நம்மால் உண்மை நிலையைத் தெளிவாகப் பார்க்க முடிந்தால், இருப்பதைப் பாராட்ட ஆரம்பிப்போமே அல்லாமல், இல்லாத ஒன்றினால் திசை திருப்பப்பட மாட்டோம். அத்திப் பழத்திற்காக குளிர்காலத்தில் ஏங்குவதிலிந்து நம்மை விடுவித்துக்கொண்டு ஏற்கனவே நம்மிடம் இருப்பதில் அன்பு வைப்போம்.

பிரிக்கப்பட முடியாதது அன்பு

பதினாறாம் நூற்றாண்டில் இந்தியாவில் பிறந்தவரும் மீரா எனச் சிலரால் அறியப்பட்டவருமான மீராபாய், கிருஷ்ணர் மேல் மிகுந்த அன்பு கொண்டவர். பலர்

அவரை ஒரு பெரிய ஞானி எனக் கருதுகிறார்கள். பகவான் கிருஷ்ணருடனான தன் ஆழ்ந்த உணர்வு ரீதியானதும், ஆன்மீக ரீதியானதுமான ஐக்கியத்தைப் பற்றியும், அவரிடமிருந்து பிரிந்திருப்பதன் வேதனையைப் பற்றியும் உள்ளத்தை உருக்கும் கவிதைகளை இயற்றி இருக்கிறார். அவரது பஜனைகளும், பக்திப் பாடல்களும் சாதாரண பக்தியின் எல்லையைக் கடந்தவை. இருவரிச் செய்யுள்களாக எழுதப்பட்ட இப்பாடல்கள் முழு மனித குலத்திற்குமே பயனுள்ளதாகும். மீராபாயைப் பொறுத்த வரை அன்பு கொடுக்கப்படுவதற்கே அல்லாமல் எடுத்துக் கொள்வதற்கானதல்ல. உண்மையான அன்பைக் கொடுக்கும்போது, இரு உள்ளங்கள் ஒன்றாகின்றன. மேன்மையான ஒரு வாழ்க்கையை அவர் வாழ்ந்தார். அவரது கணவரின் குடும்பம் அவள் உயிரை மாய்த்துக் கொள்ள வேண்டுமென்ற கோரிக்கையை பலமுறை விடுத்திருந்தனர். இது பற்றி மேலும் எழுதுவதானால் இந்தப் புத்தகத்தில் மீதமுள்ள பக்கங்கள் போதாது. உதாரணமாக அவரின் அன்பின் வெளிப்பாடுகளில் ஒன்றை மட்டும் இங்கே பகிர்ந்து கொள்கிறேன்.

பிரிக்க முடியாதது, பிரபு,
இந்த அன்பு
அது, என்னை உன்னோடு பிணைத்திருக்கிறது:
வைரத்தைப் போல்,
அதை அடிக்கும் சுத்தியலையே அது உடைத்து
விடுகிறது.

தங்கத்திற்குள் செல்லும் முலாம் போல,
என் உள்ளம் உனக்குள் செல்கிறது
தாமரை தண்ணீரில் வாழ்வது போல,
நான் உன்னுள் வாழ்கின்றேன்.

இரவு முழுவதும்
நகர்ந்து செல்லும் அந்த நிலவையே
உற்றுப் பார்த்துக்கொண்டிருக்கும்
அந்தப் பறவை போல,
உன்னில் வாழ்ந்து என்னையே நான் இழந்து
விட்டேன்.

என் அன்பே, திரும்பி வா.

அன்பு எப்போதுமே எளிதானதல்ல

பல வருடங்களுக்கு முன், நான் என் குடும்பத்தோடு இத்தாலி நாட்டின் சார்டினியாவுக்குச் சென்றிருந்தேன். வாடகைக்கு எடுத்திருந்த வாகனத்திலிருந்து இறங்கும்போது அப்பொழுது சிறுவனாக இருந்த என் மகன் கதவை அடித்துச் சாத்தினான். என் விரல் அதில் அகப்பட்டுக் கொண்டது. இது போன்றதொரு அனுபவம் உங்களுக்கு நேர்ந்திருக்குமோ என்னவோ தெரியவில்லை. வேதனை அதிகமாக இருந்தது. உண்மையாகவே பொறுக்க முடியாத வேதனை. நான் என் மகனைப் பார்த்தபோது அவனும் வேதனையாக இருப்பதைக் கண்டேன். அது வேறுவிதமானதொரு வேதனை. “அடடா! என்ன காரியம் செய்து விட்டேன்?” என்று அவன் சிந்திப்பதை அவன் முகம் தெளிவாக எடுத்துக்காட்டியது.

என் விரல் காயப்பட்டிருந்தாலும் எனது உணர்வுகள், புண்படத் தேவையில்லை என்பதை நான் உணர்ந்தேன். வேதனையினால் கத்துவதாலும், அந்தச் சிறுபிள்ளையின் மேல் கோபம் கொள்வதனாலும் என்ன பயன்? நான் அவன் முகத்தைப் பார்த்து, “என்

செயலினால் அவன் வேதனையைப் போக்க முடியும்." என்று எனக்குள் சிந்தித்தேன். "நான் காலாற நடக்கப் போகிறேன். என்னுடன் நீயும் வரலாமே!" என்று சொன்னேன்.

நாங்கள் சேர்ந்து நடந்து கொண்டிருந்தபோது மகன் என்னிடம் அடிக்கடி "அப்பா, உங்கள் விரல் எப்படி இருக்கிறது?" என்று கேட்பான்.

"ஆமாம். அது சரியாகி விட்டது. அது சரியாகி விட்டது" என்று அவனுடைய உணர்வுகளைப் புண்படுத்தாமல் இருப்பதற்காகப் பொய் சொன்னேன். என் கை நடுங்கிக் கொண்டிருந்தது. வேதனை பொறுக்க முடியாது இருந்தது. ஆனால் அவனுக்கு அது தெரிய வேண்டியதில்லை.

உண்மையாகச் சொல்வதானால் அவ்வாறு செய்யக் கடும் முயற்சி தேவைப்பட்டது. ஆனால், என்னுள் ஒரு புறத்தில் "ஏன் இப்படிச் செய்தாய்?" என்று கத்த வேண்டும்போல் இருந்தது.

அந்த விஷயத்தைப் பெரிதுபடுத்துவதால் என் வேதனை அதிகரிக்கவோ குறையவோ போகிறதா? விரலின் வேதனை வேதனை தான். ஆனால் என் உணர்வு ரீதியான வேதனை விரைவில் மறைந்து விட்டது. இது எப்போதும் சுலபமானதல்ல. ஆனால் நம் கவனத்தை உள்நோக்கி, அந்த அன்பின் மேல் திருப்புவதுதான் நாம் விழிப்புணர்வுடன் செய்யக்கூடிய கருணை மிக்க செயலாகும்.

முதலில் உங்களை நேசியுங்கள்

சில நேரங்களில் நமக்குள் இருக்கும் வெறுமையை நிரப்ப மற்றவர்களை நாடுகிறோம். தன்னைத் தவிர மற்றெல்லோரிடமும் அக்கறை கொள்ளும்

நண்பர்களைப் பார்த்திருக்கிறேன். தனிமைக்கு மிகவும் பயந்து, மற்றவர்களை மகிழ்விப்பதற்காகத் தம் நலனையே பணயம் வைப்பார்கள். ஆனால் நாம் நம்மையே நேசிக்காதபோது, மற்றவர்கள் ஏன் நம் அன்பை மதிக்க வேண்டும்? முதலில் நம்மையே நாம் நேசிக்க வேண்டும்.

அன்பு உங்கள் இதயத்தில் இருக்கிறது

கவிஞர் ரூமியின் கவிதையிலிருந்து சில வரிகள்:

என் முதல் காதல் கதையைக் கேட்ட
கணத்திலேயே,
நான் உன்னைத் தேட ஆரம்பித்தேன். அது எவ்வளவு
கண்மூடித்தனமானது
என அறியாமல்

காதலர்கள் இறுதியில் எங்கோ ஓரிடத்தில்
சந்திப்பதில்லை.
எப்பொழுதுமே அவர்கள் ஒருவரில் ஒருவராக
வாழ்கிறார்கள்.

அன்பு உண்மையானது

சூஃபிஸத்தின் சிறந்த முதல் துறவி என சிலரால் கருதப்படும், எட்டாம் நூற்றாண்டின் சூஃபி ஞானி ராபியா அல் பஸ்ரியின் சில கவிதை வரிகள்:

அன்பில் மூழ்கும் இதயங்களிடையே வேறு
எதுவுமே இல்லை.
ஏக்கத்திலிருந்து சொற்கள் பிறக்கின்றன,

உண்மையாக சுவைக்கும்போது பிறக்கிறது சரியான வர்ணனை.
சுவைத்தவரே அறிவர்
விவரிப்பவர் சொல்வது பொய்.
எவ்வாறு வர்ணிக்க முடியும் ஒன்றின் உண்மை வடிவத்தை
எதன் முன் நீ உன்னை இழந்து விடுகிறாயோ அதை?
எதனால் இன்னும் உயிருடன் இருக்கிறாயோ அதை?
எது உன் வாழ்க்கைப் பயணத்திற்கு வழிகாட்டியாக உள்ளதோ அதை?

அன்பு வார்த்தைகளுக்கு அப்பாற்பட்டது

மக்கள் தங்கள் உள்ளத்தின் அனுபவங்களைப் பற்றிச் சொல்லிலோ, எழுத்திலோ வடிக்கும்போது அது நம் உள்ளத்தைத் தொடுகிறது. மொழியின் துணை கொண்டு அன்பின் இருப்பை நம் நினைவில் அழகாகப் பதிய வைக்க முடிகிறது. சில வேளைகளில் காதலர்கள் காதல் மலரும் காலங்களில் பரிமாறிக் கொள்ளும் இதமான, மனம் திறந்து பேசும் வார்த்தைகளை எண்ணிப் பாருங்கள். திருமணங்களில் கூறப்படும் உறுதிமொழிகளை எண்ணிப் பாருங்கள். நம் பிள்ளைகளுக்கு நாம் கூறும் புத்திமதிகளை யோசித்துப் பாருங்கள். நம் குடும்பத்துடனும் நண்பர்களுடனும் உறவு கொண்டாட உபயோகிக்கும் கனிவான சொற்களைச் சிந்தித்துப் பாருங்கள். தலைசிறந்த தலைவர்கள் மக்களோடு தொடர்பு கொள்வதற்காக நிகழ்த்தும் உரைகளைச் சிந்தித்துப் பாருங்கள். ஒருவரின் இறுதிச் சடங்கில் வழங்கப்படும் இரங்கல் உரைகளை நினைத்துப் பாருங்கள்.

இருந்தும் கூட, அன்பானது அதன் மிகத் தூய்மையான வடிவில், மொழியைக் கடந்து செல்கிறது. உங்கள் உள்ளே ஆழமாகச் செல்லச் செல்ல வார்த்தைகள் விலகி அப்பால் செல்கின்றன. நம் உள்ளே நாம் பயணிக்கும்போது நேரம், எண்கள், வடிவங்கள், கருத்துக்கள், வரைவிலக்கணங்கள், அடையாளச் சின்னங்கள், மொழிகள் என்ற எல்லாவற்றையும் கடந்த ஒரு உள்ளார்ந்த நிலைக்கு நாம் சென்று விடுகிறோம். இந்த அமைதி எனும் உட்பிரபஞ்சத்தில் மிகவும் பூரணமான அன்பின் உணர்வையும், நம்மேல் அன்பு செலுத்தப்படுவதையும் காண முடியும்.

உங்கள் வாழ்வை நேசியுங்கள்

ஒவ்வொரு கணத்திலும், நம் வாழ்வென்னும் அன்பளிப்பை அனுபவிக்கவும், பாராட்டவும் நமக்கு மிகச் சிறந்த வாய்ப்பொன்று வழங்கப்படுகிறது. இக்கணமே இருளை விட்டு விலகிச் சென்று, நன்றியுணர்வு என்ற ஒளிக்குள் புகுவதன் மூலம் உயிரின் ஓட்டத்தை நம்முள் உணர முடியும். நாம் அவ்வாறு செய்யும்போது நமக்கென்று உள்ளதை நாம் நேசிக்கிறோம். ஒவ்வொரு நாளும் மூச்சில் அன்பு வைப்பதை, நம் ஆனந்தத்தை நேசிப்பதை, நம் தெளிவை நேசிப்பதை, நாம் செய்யமுடியும். நம் வாழ்வின் மேல் நாம் அன்பு கொள்ள முடியும்.

உள்ளே வந்து வெளியே போகும் ஒவ்வொரு மூச்சுடனும் வரும் இந்த வாழ்வின் கருணையை நாம் ஏற்றுக் கொள்ளலாம். இது நிகழும்போது நம் உள்ளம் நன்றியுணர்வால் நிறைகிறது. அது மேலும் அன்பைக்

கொண்டு வருகிறது. அதனால் முடிவில்லாத இந்தச் சுழற்சி தொடர்ந்து செல்கிறது.

மூச்சு வருவதை நாம் தேர்ந்தெடுப்பதில்லை. ஆனால், வரும் ஒவ்வொரு மூச்சையும் நேசிப்பதை நாம் தேர்ந்தெடுக்கலாம். இவ்வாறு தேர்ந்தெடுப்பதனால் நம்மில் ஏற்படும் விளைவு என்ன? நாம் புன்னகை புரிய ஆரம்பிப்போம்.

அன்பு செலுத்துங்கள்.

அத்தியாயம் 10

தெய்வீகத் தன்மையை வளர்த்துக் கொள்ளுங்கள்

ஓர் உயர்ந்த மலையுச்சியின் விளிம்பில் நடந்துகொண்டிருந்த மனிதன் ஒருவன் கால் தடுக்கி கீழே விழுகிறான். அவன் பாறை இடுக்கில் வளர்ந்திருந்த சிறிய மரக்கிளையைப் பற்றிப்பிடிக்கும் வரை தொடர்ந்து விழுந்து கொண்டிருந்தான். கிளையைப் பற்றிப் பிடித்தவாறு கீழே பார்த்தபோது தரை மிக தூரத்தில் இருப்பதைக் கண்டான். மேலே பார்த்தபோது பாறை மிகவும் செங்குத்தானதாகவும், கால் மிதித்து ஏறுவதற்குத் தடம் எதுவும் இல்லாமல் இருந்ததாலும், பாதுகாப்பாக மேலே ஏறுவதற்கான சாத்தியமில்லை என்பதையும் கண்டான். அதேவேளையில் அவனுடைய கையின் தசைகள் சோர்வடைந்து வருவதையும் அவன் உணரத் தொடங்கினான்.

அவன் மிகவும் விரக்தியடைந்தான். அவனுடைய கைகள் மேலும் மேலும் கனமாகி வலுவிழந்து வருவதை உணர்ந்தான். இறுதியில் மரக்கிளையைப் பிடித்து வைத்திருக்க முடியாமல் கையை விட வேண்டிய நிலை ஏற்பட்டபோது, "கடவுளே! தயவுசெய்து எனக்கு உதவுங்கள்! நான் இறந்துபோக விரும்பவில்லை! தயவுசெய்து எனக்கு உதவுங்கள்!" எனக் கூக்குரலிட்டான்.

திடீரென மேலிருந்து, "சரி, உனது நம்பிக்கையின் அடையாளமாகக் கிளையைப் பிடித்திருக்கும் கையை

விட்டுவிட்டால் மாத்திரமே நான் உன்னைக் காப்பாற்றுவேன்" என்று உரத்த குரல் ஒன்று கேட்டது.

அம்மனிதன் மலையின் உச்சியையும் பார்த்தான். மலை அடிவாரத்தையும் பார்த்தான். பிறகு, "வேறு யாராவது மேலே இருக்கிறீர்களா?" எனக் கூக்குரலிட்டான்.

கடவுளை நோக்கி நாணயங்கள்

மேற்கூறிய நகைச்சுவைக்குப் பின்னால் அர்த்தம் ஒன்று உள்ளது. அதைப் பற்றி பின்பு பேசலாம். முதலில் என்னுடைய மதப் பின்னணி பற்றி உங்களிடம் இங்கு சொல்ல வேண்டும். நான் வளர்ந்துவரும்போது, இமயமலைச்சாரலில் இருந்த பல்வேறு சமூகங்கள், மதங்கள் இவற்றைப் பற்றி அறிந்து கொண்டேன். எவ்வாறு பல்வேறு வகையான கலாசாரங்கள் ஒன்றிணைந்து சூஃபித்துவம், பௌத்தம், சீக்கியம் உட்பட பலவிதமான மத நம்பிக்கைகளை இங்கு கொண்டு வந்தன என்பதையும் நான் அறிந்து கொண்டேன். அத்துடன் எனது பள்ளிக்கூடத்தில் ரோமன் கத்தோலிக்கம் கற்பிக்கப்பட்டது. இருந்தபோதும் என் வாழ்வின் பெரும் பகுதியை அதீத பக்தி கொண்ட இந்துக்களின் மத்தியிலேயே வாழ்ந்து வந்தேன்.

எனது தாயார் உண்மையிலேயே அதீத இந்து பக்தி கொண்டவர். ஆயினும் எனது தந்தையோ அவ்வாறான வலுவான நம்பிக்கைகள் கொண்டவரல்ல. மாறாக நம்புவதை விட அறிந்து கொள்வதையே அவர் விரும்பினார். அவர் மெய்யறிவைத் தேடுவதிலும் பின்னர் அதைப் பற்றிப் பேசுவதிலும் தன் வாழ்நாளைக் கழித்தார். அவரைப் பொறுத்தவரை, இது புத்தகத்தில்

இருந்து கண்டறியக்கூடியதோ, கல்வெட்டுகளில் பொறிக்கப்பட்டதோ அல்ல.

ஒவ்வொருமுறையும் எங்கள் குடும்பம் நகரத்தை விட்டு, தூரப்பயணம் போகும்போதெல்லாம், வீதியோரமாக உள்ள கோவில்களைக் கடந்து செல்வோம். அவ்வாறு கடந்து செல்லும்போது, மக்கள் தங்கள் காரின் ஜன்னலைக் கீழிறக்கி கடவுளை நோக்கி நாணயத்தை வீசுவதைக் காணக்கூடியதாக இருந்தது. கோயிலைச் சுற்றியுள்ள மக்கள், அந்த நாணயங்களைச் சேகரித்து கோவிலுக்குள் எடுத்துச் செல்வார்கள். இருப்பினும் அவற்றில் சில நாணயங்கள் அவர்களின் சட்டைப்பைக்குள்ளும் போயிருக்கும் என நான் சந்தேகிப்பதுண்டு. நாங்கள் ஒரு குறிப்பிட்ட கோவிலைக் கடந்து செல்லும்போதெல்லாம், என் தாய் நாணயம் ஒன்றை வீசுவது வழக்கம். அப்படி வீசும் ஒவ்வொரு முறையும் "இதை ஏன் செய்கிறீர்கள்?;" என எனது தந்தை அவரைக் கேட்பார். அதற்கு எனது தாயாரும் "அப்படிச் செய்வதால் நான் சுவர்க்கம் செல்ல முடியும்" எனப் பதிலளிப்பார். அதற்கு என் தந்தையோ "பணத்தை என்னிடம் தாருங்கள். நீங்கள் சுவர்க்கத்துக்குச் செல்வதை நான் உறுதிப்படுத்துகிறேன்" என்று பதிலளிப்பார். ஆனாலும், என் தாயார் அவரை முறைத்துப் பார்த்துவிட்டு, ஜன்னல் கண்ணாடியை கீழிறக்கி தனது பக்தியை வெளிப்படுத்துமுகமாக நாணயத்தை எறிவார்.

நான் காரின் பின்பக்கம் அமர்ந்திருப்பேன். சிறிது பெரியவனானதும் இது போன்ற உரையாடல்கள் என்னைச் சிந்திக்க வைத்தன. ஒருபுறம் எனது தாயாரின் பேரார்வத்தை என்னால் புரிந்துகொள்ள முடிந்தது. இருப்பினும் மற்றவர்கள் செய்ததையே எனது தாயாரும் கண்மூடித்தனமாகப் பின்பற்றுகிறார் என்பதை என்னால்

மேலும் மேலும் உணர முடிந்தது. (இப்புத்தகத்தில் வேறு இடத்தில் நான் குறிப்பிட்டுள்ளதுபோல் இது விளக்கமின்றி ஒன்றை மனப்பாடம் செய்து கற்றுக் கொள்ளுவதற்கு ஒப்பானது.) எது எப்படி இருந்தாலும், இறைவனை நோக்கி ஒரு நாணயத்தை வீசுவது என்பது சற்று விசித்திரமாக இல்லையா? குறைந்தபட்சம் காரை நிறுத்தியாவது அதனைச் செய்திருக்கலாமே!

எதனையும் ஆராயாமல் எளிதில் நம்பாத எனது தந்தையின் இயல்பு, அவரை மரபு ரீதியான நம்பிக்கை உடையவர்களுடன் முரண்பட வைத்ததென்பதை உங்களால் கற்பனை செய்ய முடியும். ஒருமுறை என் தந்தை புனிதத்தலம் ஒன்றுக்குச் சென்றார். அங்கு பல பக்தர்கள் நிறைந்திருந்தார்கள். அங்கு ஒருவன் ஒற்றைக்காலில் நின்று இறைவனை அமைதியாகப் பிரார்த்தனை செய்து கொண்டிருந்தான். பல வாரங்களாக ஒரு வார்த்தை கூடப்பேசாது ஒற்றைக்காலில் நின்று கொண்டிருக்கிறான் எனக் குறிப்பிடப்பட்ட பலகை ஒன்றும் அவனருகில் இருந்தது. அவனருகில் சென்ற எனது தந்தை "ஓ கடவுளே! ஏன் இந்த மனிதனுக்கு இரண்டாவது காலைக் கொடுத்தாய்? அதை அவன் பயன்படுத்துவதில்லையே. ஏன் இவனுக்கு வாயையும் கொடுத்தாய்? அதையும் அவன் பயன்படுத்துவதில்லையே" எனக் கூறினார். அதைக்கேட்டு ஆத்திரம் அடைந்த அவன் "இப்படிக் கூற உனக்கு என்ன தைரியம்!" என உரத்துச் சத்தமிட்டான். உடனடியாக அவன் மற்ற காலையும் தரையில் பதித்தான்.

நீங்கள் எதைச் சார்ந்தவர்?

எனது மத நம்பிக்கைகள் பற்றி மக்கள் எப்போதும் கேட்பார்கள். "நீங்கள் எதைச் சார்ந்தவர்?" எனக்

கேட்பார்கள். "எல்லாவற்றிற்கும் முதலில் நான் ஒரு மனிதன்" என்பது எனது வழக்கமான பதிலாகும். உண்மையாகச் சொல்லப்போனால், ஒருவருடைய மத நம்பிக்கையைக் கொண்டு அவர்களை வரையறுக்கும் விதம் பற்றி எனக்கு ஆர்வம் இல்லை. "நீங்கள் என்ன?" என்ற கேள்விக்கு ஒருவர் தான் இந்து, கிறிஸ்தவன், முஸ்லீம், யூதன், சீக்கியன், பௌத்தன், நாஸ்திகன், ஜெயின், தாவோயிஸ்ட், ஷிண்டோ, பஹாய் எனக் கூறும்போது, அவர்கள் எதிர்பார்ப்புக்கள் என்ற கூண்டுக்குள் அகப்பட்டு கொள்கிறார்கள்போலத் தெரிகிறது. "நீங்கள் எதைச் சார்ந்தவர்?" என்று கேள்வியை கேட்டவர் மட்டுமே தொடர்ந்து பேசிக் கொண்டிருக்கும் ஒரு பக்க உரையாடலுக்குப் பதிலாக, இரண்டு நபர்களுக்கிடையிலான ஒரு மனம் திறந்த உரையாடலின் ஆரம்பம் என்னவாக இருக்க வேண்டும்? "நீங்கள் எதற்காக இருக்கிறீர்கள்?" என்று யாரிடமாவது கேட்பது அதைவிட மேலும் சுவாரசியமான ஒரு கேள்வியாக இருக்கலாம் அல்லவா?

மதங்கள் தொடர்பான என்னுடைய உணர்வுகள் என் தாயாரை விட என் தந்தையாருடன் பெருமளவில் ஒத்து இருந்தது என்பது ஆச்சரியத்தைத் தரும் ஒன்று அல்ல. தெய்வீகம் எனக்கு நம்பமுடியாத அளவு மிக முக்கியமானது. அதுதான் எனது வாழ்க்கையில் அனைத்தையும் வடிவமைத்தது. ஆனால், என்னை மதம் சார்ந்தவனாக உணர்வதில்லை.

பல ஆண்டுகளாக பல்வேறு ஆன்மீகப் பாரம்பரியங்களை கொண்ட பலரை நான் சந்தித்திருக்கிறேன். அவர்களில் சிலர் ஆழ்ந்த சிந்தனையாளர்களாக எனக்குப் புலப்பட்டனர். எனது நண்பர்களின் ஆனந்தத்திற்கும், ஆதரவிற்கும் மூலகாரணமாக ஆன்மீகம் இருப்பதை நான் அறிவேன்.

அப்படிப்பட்டவர்களுடன் தெய்வீகம் பற்றி நான் நடத்திய சொல்நயம் மிகுந்த கலந்துரையாடல்கள் என்னை மகிழ்ச்சிக் கடலில் ஆழ்த்தியதோடு, நான் பல விஷயங்களைக் கற்றுக் கொள்ளவும் உதவின. இருப்பினும் சுவர்க்கம் மேலே உள்ளதென்ற எவருடைய நம்பிக்கையையும் நான் ஏற்றுக் கொள்வதில்லை. எனக்குள் இருக்கும் தெய்வீகத்தை இங்கேயே அறிந்து கொள்வதிலேயே நான் அதிக ஆர்வம் கொண்டிருக்கிறேன்.

ஒரு தடவை நான் ஆசியாவில் இருந்தபோது, அநேகமான கோவில்கள் மலை உச்சிகளில் இருப்பதைக் கவனித்ததுடன், அவை ஏன் அவ்வாறு அமைந்துள்ளன என்று சிந்தித்துக் கொண்டிருந்தேன். மக்கள் எல்லோரும் மலையடிவாரத்தில் இருக்கும்போது, கோவில்களும் கீழே இருந்தால்தானே சுலபமாக அங்கு செல்ல முடியும்?

இறைவனை விட மேலானவன் யார்?

இந்தியாவில், ஆன்மீகத்தை அடிப்படையாகக் கொண்ட கருத்துமிக்க பல நகைச்சுவையான கதைகள் உள்ளன. அவற்றுள் எனக்கு மிகவும் விருப்பமான அக்பர் பீர்பால் காலத்தில் இடம்பெற்ற கதை ஒன்று இது.

ஒருநாள் சக்கரவர்த்தி அக்பரின் அரசவைக்கு புலவர் ஒருவர் வந்தார். அப்புலவர் சக்கரவர்த்தியின் சிறப்பைப் புகழ்ந்து, பாடிய இனிய பாடல்களைக் கேட்டு சக்கரவர்த்தி மிகவும் மனம் மகிழ்ந்தார். அதற்குப் புலவருக்கு தங்க ஆபரணம் ஒன்றைப் பரிசாகக் கொடுத்ததும், புலவரோ முன்னைய பாடல் வரிகளில் உள்ளதை விட மேலும் அதிக அளவில் புகழ்ந்து பாட, சக்கரவர்த்தியோ புலவருக்கு ஒவ்வொரு பாடலுக்கும் தங்க ஆபரணங்களையும், அற்புதமான பரிசுகளையும் வழங்கினார்.

கவிஞர், அக்பரிடம் “நீங்கள் மிகவும் சிறந்தவர், நீங்கள் அற்புதமானவர், நீங்கள் மிகவும் கருணையுடையவர்” என புகழ்ந்து வார்த்தைகள் தீரும் வரை பலவாறு பாராட்டிக் கொண்டிருந்தார். அன்று பிற்பகலில் கவிஞர் “நீங்கள் கடவுளை விடவும் மேலானவர்!” என்று உளறிவிட்டார்.

அதைக் கேட்டு, அந்த அரசவையே ஸ்தம்பித்துப் போனது. அங்கு ஓர் அசாதாரண அமைதி நிலவியது. அக்பருக்கு எதிராக எதையும் கூற விரும்பாத காரணத்தால் புலவரின் எல்லை மீறிய புகழ்ச்சியை ஆமோதித்துக் கொண்டிருந்த அவர்களால் “அக்பர் இறைவனிலும் மேலானவர்!” என்ற கூற்றை முழுமையாக ஏற்றுக்கொள்ள முடியவில்லை.

அக்பர் அரசவையைச் சுற்றும் முற்றும் பார்த்துவிட்டு “நான் உண்மையில் இறைவனை விட மேலானவனா?” எனக் கேட்டார்.

அதற்கு பதிலளிக்க அங்கிருந்த எவரும் துணியவில்லை. அதை ஆமோதித்தாலோ அல்லது மறுத்தாலோ தமது தலை துண்டிக்கப்படும் என்பதை அவர்கள் நன்கு அறிவர்.

எனவே அங்கு நிசப்தம் நிலவியது. அப்போது எல்லோருடைய பார்வையும் சபையிலேயே மிகவும் புத்தி சாதுர்யம் மிக்க பீர்பால் பக்கம் திரும்பியது. அவன் தனது அசாதாரண திறமையினால் அக்பரோடு ஒரு நெருக்கமான உறவைக் கொண்டிருப்பவன். இதன் காரணமாக சபையினர் அவன் மீது ஏற்கனவே பொறாமை கொண்டிருந்தனர்.

அவர்களில் ஒருவர் எழுந்து “அரசே! இந்தக் கேள்விக்கு பீர்பாலினால் ஒருவேளை பதிலளிக்க முடியும்” எனக் கூறினார்.

“அது நல்ல ஆலோசனை” என மெச்சிய சக்கரவர்த்தியும் “பீர்பால் கூறுங்கள். நான் உண்மையிலேயே இறைவனை விட மேலானவனா?” என்று கேட்டார்.

ஒரு கணம் யோசித்த பீர்பால்: “இதற்கான பதிலை நாளைக்கு நான் தருவதில், உங்களுக்கு ஆட்சேபணை ஏதும் உண்டா?” என அனுமதி கேட்டான்.

சக்கரவர்த்தி அவனுடைய பதிலுக்காக காத்திருக்கப் பொறுமை இழந்தவர்போல் தோன்றினாலும் “பரவாயில்லை, சரி” என்றார்.

அடுத்தநாள் சபை மீண்டும் கூடியதும் பீர்பால் முன்வந்து அதற்கான பதிலைக் கூற ஆயத்தமானான். சபையில் உள்ள அனைவரும் ஏளனம் கலந்த ஆர்வத்துடன் பீர்பலின் கதை இன்றோடு முடியப்போகிறது எனத் தமக்குள் நினைத்துக்கொண்டிருந்தனர். “ஆம்” என்று கூறினாலும், “இல்லை” என்று கூறினாலும், எதை அவன் பதிலாக சொன்னாலும் அவன் தண்டிக்கப்படப் போவது நிச்சயம்” என்பதே அவர்கள் எண்ணம்.

“சரி பீர்பால். சரியான பதிலைக் கண்டுபிடித்து விட்டாயா? நான் உண்மையில் இறைவனை விடவும் மேலானவனா?” என்று சக்கரவர்த்தி கேட்டார்.

அதற்கு பீர்பல் “மாண்புமிகு அரசே, நீங்கள் கடவுளிலும் மேலானவரா என்று என்னால் கூற முடியாது. இருப்பினும் கடவுளினால், செய்ய முடியாத ஒன்றை உங்களால் செய்ய முடியும்” எனப் பதிலளித்தான்.

“என்ன? கடவுளால் செய்ய முடியாத ஒன்றை என்னால் செய்ய முடியுமா?” என ஆச்சரியத்துடன் அக்பர் கேட்டார்.

அதற்கு பீர்பால் கூறினார்: “நீங்கள் உங்களுடைய ராஜ்ஜியத்தை விட்டு ஒருவரை வெளியேற்ற

நினைத்தால், அதை உங்களால் செயல்படுத்த முடியும். ஆனால் இறைவன் யாரையாவது வெளியேற்ற விரும்பினாலும் அவர்களால் எங்கே போக முடியும்?"

தெய்வீகத்தின் ராஜ்ஜியம் நம் அனைவருக்குமானது. நம்முள்ளேயே அது இருக்கிறது. நமது நம்பிக்கைகள், செயற்பாடுகள், நாம் வளர்க்கப்பட்ட விதம், இவை எதுவாக இருப்பினும் தெய்வீகத்தின் ராஜ்ஜியம் நம் எல்லோரையும் அன்போடு வரவேற்கிறது. அதிலிருந்து எவரும் ஒருபோதும் வெளியேற்றப்படுவதில்லை.

நமக்குள்ளே இருக்கும் தெய்வீகம்

நீங்கள் ஓர் ஆன்மீகவாதியானால், நீங்கள் விரும்பிய எதையும் நம்புவதற்கு உங்களுக்கு உரிமை இருக்க வேண்டும். ஒவ்வொருவரும் அவர்கள் தங்களுடைய தெய்வீகத்தோடு தொடர்பை ஏற்படுத்திக் கொள்ளவோ, அல்லது ஏற்படுத்திக் கொள்ளாமல் இருக்கவோ, இருக்கும் சுதந்திரத்தை நான் மதிக்கிறேன். இங்கே நமக்கு முன்பு இருந்ததும், இப்போது நம்மைச் சுற்றிலும் இருப்பதும், நமக்குப் பின்பும் இருக்கப்போவதும் ஆன பிரபஞ்ச சக்தியே எனது தெய்வீகமாகும். இதோ இது சம்பந்தமாக இந்தியக் கவிஞர் கபீரின் சில கருத்துக்கள்:

எள்ளுக்குள் எண்ணெய் இருப்பது போல்
சிக்கிமுக்கி கல்லில் தீப்பொறி இருப்பது போல்
தெய்வீகம் உனக்குள் இருக்கிறது.
உன்னால் முடிந்தால் அதைக் கண்டுகொள்.

இவ்வுலகில் மனிதரின் வாழ்க்கைக் காலம் முடிவடையும். இந்தப் பூமியின் வாழ்நாளும் முடிவடையும். நாம் காணும் ஆகாயத்தை ஒளிரச்

செய்யும் நட்சத்திரங்கள் ஒருநாள் அழிந்துபோகும். ஆனால், உருவமற்ற தெய்வீகமானது நிலைத்திருக்கும். நாம் உயிரோடு இருக்கும் காலம் முழுவதும் தெய்வீகம் நமக்குள்ளே செயல்படுகிறது. அதனால் நமக்குள்ளே ஓர் அற்புதமான ஆசீர்வாதம் நிகழ்ந்து கொண்டிருக்கின்றது. ஒவ்வொரு சுவாசத்துடனும் நம்முள் வந்துபோகும் சக்தி நம்மை உயிரோடு வைத்திருக்கிறது. அதுவே எனது தெய்வீகம்.

எனது தெய்வீகம் கருணையானது, எனது விருப்பங்களை அது நிறைவேற்றுகிறது என்பதால் அல்ல; ஆனால், இந்தப் பிரபஞ்சத்தை இயங்க விட்டிருப்பதால். அந்த சாத்தியத்தில் கருணை இருக்கிறது. மேலே விண்ணில் இருக்கும் சுவர்க்கத்தை ஆளும் தெய்வீகமல்ல இது. மாறாக, இங்கே உயிர்வாழும் அனைத்து ஜீவராசிகளும் சுவர்க்கத்தை அனுபவிப்பதற்கான வாய்ப்பை வழங்கும் தெய்வீகமாகும்.

எனது தெய்வீகம் நன்மை தீமைகளுக்கு அப்பாற்பட்டது. அது அதுவாக இருக்கிறது. நீங்கள் தெய்வீகத்தின் மதிப்பை உணர அதை அதனுடைய கண்களாலேயே பார்க்க வேண்டும். அதாவது உங்களுக்குள் இருக்கும் தெய்வீகத்தின் கண்கொண்டு பார்க்க வேண்டும். அது மனித இயல்புகளைக் கொண்டதல்ல. நீங்கள் அந்த தெய்வீகம் அல்ல, அதேவேளை அது உங்களிலிருந்து பிரிந்திருப்பதும் அல்ல. தேநீரை ஒரு குடுவைக்குள் ஊற்றும்போது, தேநீர் தேநீராகவும், குடுவை குடுவையாகவும் இருக்கும். குடுவை தேநீரால் உருவாக்கப்பட்டது அல்ல. எனினும் அது தேநீரை தன்னுள் கொண்டுள்ளது. தெய்வீகத்தைத் தன்னகத்தே கொண்டிருக்கும் ஒரு பாத்திரமே நீங்கள்.

நமக்கு எது நல்லது கெட்டது என்பது பற்றி எப்போதும் வெவ்வேறு எண்ணங்கள் இருக்கும். இருப்பினும் நாம் நமக்குள் இருக்கும் தெய்வீகத்தை அனுபவிப்பதற்கு இது போன்ற எண்ணங்களைப் படிப்படியாக விட்டுவிட வேண்டும். அதாவது நாம் மனம் கூறுவதை விட்டுவிட்டு உள்ளம் கூறுவதை உணர வேண்டும். நாம் அனுமானங்களையும் எதிர்பார்ப்புக்களையும் சுமந்து திரிகிறோம். ஆனால், ஒரு துளியளவுகூட எடைபோடும் மனநிலை இருந்தாலும் அந்தத் தெய்வீகத்தை உணர முடியாது. இன்ப துன்பத்திற்கு அப்பாற்பட்டது தெய்வீகம். கருத்துக்களுக்கும், கோட்பாடுகளுக்கும் அப்பாற்பட்டது, நன்மை தீமைகளுக்கு அப்பாற்பட்டது, மதிப்பீடு செய்வதற்கும் அப்பாற்பட்டது. இருந்தும் மதிப்பீடு செய்யாமல் இருப்பது எப்படி இருக்கும் என்பதைப் புரிந்து கொள்ளத் தொடங்குவதே நமக்குப் போராட்டமாக உள்ளது.

நாம் எடைபோடுதல், கட்டுப்பாடுகள், சந்தேகங்கள் மற்றும் எண்ணக்கருத்துக்கள் என்பவற்றைக் கைவிடும்போது சுவர்க்கம் ஆரம்பிப்பதுடன் பூரணத்துவத்தின் எளிமையை உணர்வோம். நமது ஒவ்வொரு மூச்சிலும் பூரணத்துவம் நமக்காக உள்ளது. இவை அனைத்தின் மதிப்பை உணர்வதும், நம்முள் இருக்கும் தெய்வீகத்துடன் தொடர்புகொள்வதும், வாழ்க்கையின் அமைப்பை நாம் புரிந்துகொள்வதாகும். இந்தப் புரிதலை ஒரு மனிதனால் எப்போதாவது அடைய முடியுமா? தெய்வீகத்தை ஒரு மனிதனால் எப்போதாவது அனுபவிக்க முடியுமா? இது சாதாரணமான செயலல்ல. இது சாத்தியமில்லை என்று தோன்றலாம். ஆனாலும் இது சாத்தியமே.

தெய்வீகத்தைக் கண்டறிதல்

பல மனிதர்கள் வாழும் இம்மாபெரும் உலகில், வாழ்க்கை என்றால் என்ன, அதன் அர்த்தம் என்ன, அது எப்படி உருவானது என்பது குறித்து, ஒவ்வொருவருக்கும் அவரவரது தனிப்பட்ட சொந்தக் கருத்துக்கள் இருக்கும். ஆயிரக்கணக்கான நாகரீகங்கள் நமக்கு முன்பே இருந்திருக்கின்றன. இனிவரும் காலத்திலும் பல நாகரீகங்கள் தோன்றும் என நம்புகிறேன். ஒவ்வொரு கலாசாரமும் நம்பிக்கையைப் பொறுத்தவரையில் தமது சொந்த அணுகுமுறையைக் கொண்டிருப்பினும், மத நம்பிக்கையுடன் இசைந்து உள் அமைதியை அனுபவிக்கக்கூடிய சந்தர்ப்பம் ஒன்று எப்பொழுதும் உள்ளது. மதங்கள் பெரும்பாலும் மேலே உள்ள சுவர்க்கம் பற்றியே பேசுகின்றன. நான் இங்கே இருக்கும் சுவர்க்கம் பற்றி பேசுகிறேன். என்னைப் பொறுத்தவரை, நாம் தெய்வீகத்தை இங்கேதான் காண்கிறோம்.

இறந்ததன் பின் மறுமையின் சுகம் எனக்குத் தேவை என்று நான் உணரவில்லை. ஆனாலும் அது தேவை என நினைப்பவர்களை ஏற்று மதிப்பளிக்கிறேன். நான் இங்கே, இப்பொழுதே பெற்றுக்கொள்ளக் கூடிய அமைதியின் முடிவற்ற உணர்வுடன் தொடர்புகொள்ள வேண்டிய தேவையை உணர்கிறேன். எனது இதயத்தினுள் இருக்கும் தெய்வீகத்தை நான் எப்போதும் உணர விரும்புகிறேன். இந்தியாவில், பதினாறாம் நூற்றாண்டில் வாழ்ந்த துறவியும் கவிஞருமாகிய துளசிதாசர் எழுதுகிறார்:

ஓ துளசி, உடம்பினுள் உள்ளத்தை அறிந்த ஞானிகள்
மட்டுமே உன்னத நிலையை அடைந்துள்ளனர்.

இதை உணர்ந்து கொள், நீ உன் சுதந்திரத்தை அறிந்து கொள்வாய்.

அதேவேளை மரபுகளில் சிக்கி இருக்கும் ஆசிரியர்களுக்குக் கண்ணாடியில் கானல் நீர் மட்டுமே தெரியும்.

உங்களுக்குள் இருக்கும் தெய்வீகத்தைக் காண்பது

என்னைப் பொறுத்தவரை, தெய்வீகத்தை எனக்குள்ளே கண்டுகொண்டதுதான், உண்மையிலேயே என் வாழ்வை ஆசீர்வதித்த, அற்புதம் நிறைந்த ஓர் அனுபவமாகும். இது போலவே தமது அமைதியின் சொந்த அனுபவத்தை உணரும் பலரை எனக்குத் தெரியும். இருப்பினும் சில சமயங்களில் அப்படியான அனுபவம் நம்மில் இருந்து நழுவிச் செல்லலாம். நம் மனதின் உள்ளேயும் வெளியேயும் உள்ள இரைச்சலினால் நம் கவனம் சிதறடிக்கப்படும்போது இந்தத் தெய்வீகம் படிப்படியாக நமக்குப் புலப்படாது போகலாம். நமது மனம் நம் உள்ளத்தின் தெளிவிலிருந்து நம்மை திசை திருப்புகிறது. இருப்பினும் நாம் ஒவ்வொருவரும் உள்நோக்கித் திரும்பும்போது தெய்வீகத்தைப் பார்த்து அனுபவிக்கக் கூடியதாக இருக்கும். இது ஒரு கதையை எனக்கு ஞாபகப்படுத்துகிறது. நாம் நம்மை அறிந்து கொள்வதும், நம் மனத்தின் எதிர்பார்ப்புகளினால் வழி நடத்தப்படாமல் இருப்பதும் பயனளிக்கும் என்பதை இக்கதை மென்மையாக நினைவூட்டுகிறது.

உயர்ந்த மலையுச்சியில் ஒரு பழமையான கிராமம். அந்தக் கிராமத்தில் மின்சார வசதியோ அல்லது வேறெந்த தொழில்நுட்ப வசதிகளோ இருக்கவில்லை. ஒரு சிலரே வந்து போகும் அந்தக் கிராமத்தின் மத்தியில்,

அமைந்திருந்த அழகிய வீடொன்றில் ஓர் ஆணும் பெண்ணும் வசித்து வந்தார்கள். அது ஓர் ஆனந்தமான எளிமையான குடும்பம். அந்த மனிதன் தனக்கென ஓர் அறையை ஒதுக்கி வைத்து, அங்கு தினமும் சென்று சுமார் ஒரு மணி நேரம் பிரார்த்தனை செய்வான்.

ஒருநாள் பிரயாணி ஒருவன் அக்கிராமத்தின் வழியே சென்று கொண்டிருந்தான். அரிதாகவே மக்கள் அப்படி வருவதுண்டு. அவன் உயரமான மலையில் ஏறிவந்த நீண்ட பயணம் காரணமாக மிகவும் களைப்படைந்திருந்ததால், அவ்வீட்டு முற்றத்தில் தான் கொண்டு வந்த மூட்டையை வைத்துவிட்டு, அருகில் இருக்கும் ஆற்றில் நீராடச் சென்றான்.

அந்த வீட்டின் சொந்தக்காரன் வெளியே வந்தபோது, அங்கு விசித்திரமான மூட்டை ஒன்று இருப்பதைக் கண்டு, அதைத் திறந்து பார்த்தான். அதனுள் ஆடைகள் மற்றும் சில காலணிகளுடன் ஒருமுகம் பார்க்கும் கண்ணாடியும் இருக்கக் கண்டான். கண்ணாடியொன்றை அவன் அப்போதுதான் முதன் முதலாகப் பார்க்கிறான். மூட்டையிலிருந்து கண்ணாடியை வெளியில் எடுத்துப் பார்த்த அவன் அதிர்ச்சியால் துள்ளிக் குதித்தான். அடுத்த கணமே நீண்ட காலமாக தான் பிரார்த்தனை செய்துவரும் உருவத்தை அதில் கண்டதன் காரணமாக அவன் ஆனந்தத்தின் உச்சத்திற்கே சென்று விட்டான். அவன் எப்போதும் தனது தந்தையைப் போன்ற ஓர் உருவத்தையே கடவுள் என்று மனதில் எண்ணியிருந்தான். இப்போது அது உண்மை என அறிந்துகொண்டான். அவன் அக்கண்ணாடியைத் தனது அறையில் இருக்கும் ஒரு மேசை மீது வைத்தான். இப்போது அவனால் தான் வணங்கும் கடவுளை நேரடியாகப் பார்க்க முடிகிறது என்பதால் ஒவ்வொரு இரவும் பல மணி நேரமாகப் பிரார்த்தனையில் ஈடுபட்டான்.

தனது கணவன் சில நாட்களாகத் தன்னுடைய அறையில் அதிக நேரம் செலவிடுவதைக் கவனித்த அவன் மனைவி சந்தேகம் கொண்டாள். இறுதியாக, தனது கணவன் வேறொரு பெண்ணை அங்கே மறைத்து வைத்திருக்கக்கூடும் என்ற முடிவுக்கு வந்தாள். எனவே ஒரு நாள் கணவன் அறையில் இல்லாத நேரம் பார்த்து மெதுவாக உள்ளே சென்ற அவள் அங்கு இருந்த கண்ணாடியைப் பார்த்தாள். அவளும் முதன் முறையாகவே ஒரு கண்ணாடியைப் பார்க்கிறாள். அதைப் பார்த்த அவள் அதிர்ச்சியால் கிட்டத்தட்ட மயக்கமடையும் நிலையை அடைந்தாள். கண்ணாடியில் தெரியும் இந்த அழகிய பெண்ணைத் தீவிரமாகக் காதலிப்பதால்தான் இவர் அறையை விட்டு வெளியே வராமல் இருக்கிறார் என அவள் எண்ணிக்கொண்டாள்.

மிகவும் ஆத்திரம் அடைந்த அவள், கண்ணாடியை எடுத்துக் கொண்டு, கிராமத்திலிருக்கும் பூசாரியிடம் சென்றாள். நீண்ட நரைமுடி, நரைத்த பெரியதாடி, பிரகாசமான கண்கள், சிரித்த முகத்துடன் அமர்ந்திருந்த அவர் அப்பெண் கூறிய விஷயங்களை மிகக் கவனமாகக் கேட்டார்.

பூசாரியோ இதுவரை ஒரு கண்ணாடியைப் பார்த்ததே இல்லை. ஆதலால், அந்தக் கண்ணாடியை அவளிடமிருந்து வாங்கி, தனது முகத்திற்கு முன்னே வைத்துப் பார்த்த அவர் மகிழ்ச்சியால் துள்ளினார். “இவ்வளவு காலமும் நான் வணங்கும் தெய்வம் இதுதான்!” என்று கூச்சலிட்டார். கண்ணாடியைத் தன் கோவிலுக்குக் கொண்டு சென்ற அவர், அதனை வழிபாட்டுப் பீடத்தில் வைத்தார்.

அந்த மனிதன், பெண் மற்றும் பூசாரி அக்கண்ணாடியைப் பார்த்தபோது, அவர்களால் தங்களை அடையாளம் காண முடியவில்லை. அவர்கள்

அதில் கண்டதெல்லாம் அவர்களுடைய நம்பிக்கைகளை மட்டுமே. ஏன்? உங்களை நீங்கள் அறிந்து கொள்ளவில்லை என்றால் நீங்கள் உண்மையாகவே யார் என்பதைப் பார்க்கமாட்டீர்கள்.

துறவியர் இருவர்

தனது வாழ்வைத் திறந்த மனத்துடனும், திறந்த உள்ளத்துடனும், அர்ப்பணிப்போடு வாழும் ஒருவருக்கும், எப்பொழுதும் கோட்பாட்டை அடிப்படையாகக் கொண்டு வாழும் ஒருவருக்கும் இடையில் உள்ள வேறுபாட்டை விளக்கும் கதை இது. மற்ற கதைகள் போலவே வழக்கமாக இக்கதை பலவிதமாகக் கூறப்பட்டாலும், எனக்குப் பிடித்த விதமாகக் கூறுகிறேன்.

துறவிகள் இருவர் தமது மடாலயம் நோக்கி நடந்து கொண்டிருக்கும்போது ஓர் ஆற்றைக் கடக்க வேண்டியிருந்தது. அவர்களின் இருப்பிடத்தை அடைவதற்கு அந்த ஒரு பாதை மாத்திரமே இருந்ததனால், அவர்கள் அந்த ஆற்றைக் கடந்தே ஆக வேண்டும். ஒரு பாலமும் அங்கே இல்லாததினால் ஆற்று நீரினூடாக நடந்தே செல்ல வேண்டும். ஆனால், ஆறு ஆழமானதாகவும், நீரோட்டம் சக்தி வாய்ந்ததாகவும் இருந்தது.

அப்போது அந்த ஆற்றங்கரையில் அழகான பெண்ணொருத்தி கண்களில் கண்ணீருடன் இருப்பதை அவர்கள் பார்த்தார்கள். துறவிகளில் ஒருவர் அவளை அணுகி: “எதற்காக அழுகிறாய்?” எனக் கேட்டார்.

“நான் எனது கிராமத்திற்குச் செல்ல வேண்டும். ஆனால், இந்த ஆற்றின் நீரோட்டம் மிகவும் சக்தி வாய்ந்ததாக இருப்பதால் அது என்னை அடித்து

சென்றுவிடுமோ என்று பயப்படுகிறேன். இருப்பினும் நான் ஆற்றைக் கடந்து சென்றே ஆக வேண்டும்" என்று பதிலளித்தாள்.

"பிரச்சினை இல்லை. நான் உன்னை அக்கரைக்கு அழைத்துச் செல்கிறேன்" என்றார் அத்துறவி.

அவளைத் தூக்கி தன் தோள்களில் சுமந்தபடி ஆற்றைக் கடந்து, மறுகரையில் இறக்கிவிட்டார். அப்பெண்ணும் அவருக்கு தனது நன்றியைத் தெரிவிக்க, துறவியும் அவளை ஆசீர்வதித்து அனுப்பினார். மற்றைய துறவியும் அவர்களோடு ஆற்றைக் கடந்து சென்றதுடன், இரண்டு துறவிகளும் மடாலயத்தை நோக்கி தமது பயணத்தைத் தொடர்ந்தனர்.

மடத்தின் வாசலை அடையும் வரை ஒரு வார்த்தை கூட பேசாது வந்த, உதவி செய்யாத அந்தத் துறவி திடீரென "நீங்கள் செய்தது முற்றிலும் முறையற்ற செயல்! ஒரு துறவியால் எப்படி ஒரு பெண்ணைத் தனது தோளில் சுமக்கமுடியும்? உங்களுக்கு எவ்வளவு துணிச்சல்! நான் இதுவரை உங்களை ஒரு முற்றுந்துறந்த துறவி என்று நினைத்துக் கொண்டிருந்தேன்!" எனக் கூறினார்.

அப்போது, அந்தப் பெண்ணுக்கு உதவி செய்த துறவி, மற்ற துறவியைப் பார்த்து "நான் அந்தப் பெண்ணை ஆற்றின் ஒரு கரையில் இருந்து மறுகரை வரைதான் தோளில் சுமந்து வந்தேன். ஆனால், நீங்களோ அவளை மடாலயம் வரை சுமந்து கொண்டு வந்து விட்டீர்கள்" என்றார்.

நன்றியுணர்வின் வழிபாடு

நான் இந்த அத்தியாயத்தின் ஆரம்பத்தில் கூறிய நகைச்சுவை, நம் அன்றாட வாழ்வின் நிகழ்வுகளுடன்

நமது நம்பிக்கைகள் குறுக்கிடும்போது ஏற்படக்கூடிய பதற்றங்களை தெள்ளத் தெளிவாகக் காட்டுகிறது. நான் பல நண்பர்களுடன் உரையாடியதிலிருந்து நம்பிக்கையானது கடும் சோதனைகளையும் தாங்கிக்கொள்ளும் என்பதை அறிந்திருக்கிறேன். தெய்வீகத்தில் நம்பிக்கை மட்டும் கொண்டிருப்பவர்களைவிட, தங்கள் தெய்வீகம் தங்களுக்குத் தெரியும் என்று உணர்ந்தவர்கள் இது போன்ற சூழ்நிலைகளை சகித்துக் கொள்கிறார்கள். சில சந்தர்ப்பங்களில் இதயம் மனதை விட வலிமையானது. ஆரம்பத்தில் கூறிய நகைச்சுவையில் இறப்பதற்குப் பயப்பட்ட துரதிஷ்டமான மனிதனின் நிலைமையைப் புரிந்துகொள்ள முடியுமானாலும், மக்கள் கஷ்டமான சூழ்நிலைகளைச் சந்திக்கும்போது, ஏன் பிரார்த்தனையில் ஈடுபடுகிறார்கள் என்பதை என்னால் முழுமையாகப் புரிந்துகொள்ள முடிகிறது. ஆரம்பத்தில் கூறிய நகைச்சுவையில் அந்தத் துரதிஷ்டமான மனிதன் கீழே விழுந்து இறப்பதற்கு விரும்பவில்லை. வேண்டிக் கொள்கிறார். இதைப் புரிந்துகொள்ள முடிகிறது. விஷயங்கள் நன்றாக நடக்கும்போதும், நாம் பிரார்த்தனை செய்ய வேண்டும் என்பதே எனது கருத்தாகும்.

என்னைப் பொறுத்தவரை, உண்மையான பிரார்த்தனையானது, நமது நன்றியைத் தெரிவிப்பதேயன்றி, தனிப்பட்ட வேண்டுதல்களைக் கேட்பதல்ல. ஒரு போரை எடுத்துக்கொண்டால், அங்கு இரு தரப்பினரும் தத்தமது வெற்றிக்காகப் பிரார்த்திப்பார்கள். பிரார்த்தனை பற்றிய சிறிய கதையொன்று இங்கே.

ஒருநாள் இளைஞன் ஒருவன், முக்கியமான வேலையொன்றின் நேர்முகப்பரீட்சைக்காக சைக்கிளில் சென்று கொண்டிருந்தபோது, கூரிய கல் ஒன்றின் மீது

சைக்கிளை ஓட்டியதால் சக்கரத்தின் காற்று போய்விட்டது. "இது கொடுமை, இந்தச் சக்கரத்தை நான் சரிப்படுத்தாவிட்டால், எனக்கு இந்த வேலை கிடைக்கப் போவதில்லை" என நினைத்து, அவன் பிரச்சினைக்கு தீர்வு வேண்டி பிரார்த்திக்கத் தொடங்கினான். அதேவேளை அடுத்த சந்தில், இன்னொரு இளைஞன் தனது சைக்கிள் பழுது பார்க்கும் கடையின் முன்னே அமர்ந்திருந்தான். அவனும் "இது கொடுமை, இன்று வாடிக்கையாளர் எவரேனும் வராவிட்டால், எனக்கு வருமானம் கிடைக்கப் போவதில்லை" என நினைத்துப் பிரார்த்தனையில் ஈடுபடலானான்.

பாருங்கள்! ஒருவரின் துரதிஷ்டம் இன்னொருவரின் பிரார்த்தனைக்குப் பதிலாக முடியும். எது நடக்கக்கூடும் என்றதற்காக அல்லாமல் ஏற்கனவே இருக்கும் ஒன்றுக்காக நாம் செலுத்தும் நன்றியே, ஆழமானதும் சக்தி வாய்ந்ததுமான பிரார்த்தனையாகும். எனது அனுபவத்தில், நன்றியுணர்வை வெளிப்படுத்தும் பிரார்த்தனைக்காக எப்போதும் உங்களுக்குப் பதில் கிடைக்கும்.

நமக்குக் கிடைத்த வாழ்க்கைக்காக, நாம் செலுத்தும் இதயபூர்வமான நன்றி நம்முள் இருக்கும் அமைதியின் அற்புதமானதொரு வெளிப்பாடே. நம் வாழ்வில் நல்லவை, சரியானவை எல்லாவற்றின் மதிப்பையும் உணர்ந்து நன்றியுடன் பாடுவதற்கு நம் இதயத்தின் குரல் தயாராக உள்ளது. இதோ உங்களுக்காக ஒரு மகிழ்ச்சிகரமான முரண்பாடு: நன்றியுணர்வு நாம் பூரணமானவர் என்பதை உணர வைக்கிறது. ஆனால், அந்த நன்றியுணர்வை மேன்மேலும் உணர்வதற்கான ஆற்றல் எப்போதும் நம்மிடம் உள்ளது. நம் எல்லோரிடமும் அமைதி, ஆனந்தம், மற்றும்

அன்புக்கான எல்லையற்ற ஆற்றல் இருக்கிறது. இது குறிப்பிடத்தக்கதொன்றல்லவா?

பதினெட்டாம் நூற்றாண்டில் வாழ்ந்த இந்திய ஞானி சுவாமி பிரமானந்தரின் நன்றியுணர்வை வெளிப்படுத்தும் பாடலொன்று:

மிக அற்புதமானதொரு படைப்பை நீ உருவாக்கி உள்ளாய்.
வெறும் எண்ணத்தாலேயே இந்த உலகம் என்ற நாடகமேடையை அமைத்துவிட்டாய்.
எழுதுகோல், காகிதம், வர்ணம் எதுவுமின்றி உன்னதமானதை உருவாக்கினாய்.
எல்லாவற்றிலும் நான் ஒரு முகத்தை காண்கிறேன்,
ஒரு முகத்திலிருந்து பலவற்றைப் படைத்தாய்.
ஒரு நீர்த்துளியிலிருந்து அனைத்து ஜீவராசிகளையும் படைத்தாய்.
இதயக் கோயில்கள் அனைத்தினுள்ளும் நீ குடி கொண்டுள்ளாய்.
தூண்கள், உத்தரங்கள் எதுவும் இன்றி, இப்படைப்பு முழுவதையும் நீ தாங்குகிறாய்.
நிலமின்றி இந்த வசீகரமான மாளிகையை அமைத்துள்ளாய்.
விதையின்றி, முழு வனத்தையே உண்டாக்கிவிட்டாய்.
ஒவ்வொருவர் உள்ளேயும் வாழ்கிறாய் ஆனாலும் மறைந்திருக்கிறாய்.
மறைந்திருக்கும் உன்னை ஆசான் எனக்குக் காட்டித்தந்தபோது
பிரம்மானந்தரின் இதயம் பேரானந்தத்தால் நிரம்பிவிட்டது.

இவை நமக்குள் இருக்கும் தெய்வீகத்தைப் போற்றும் எவ்வளவு அழகான சொற்கள்!

சுவர்க்கத்தை இங்கே உருவாக்குதல்

உங்கள் நம்பிக்கைகள் எதுவானாலும், எண்ணற்ற வழிகளில் போற்றப்படவும், அனுபவிக்கவும், சுவர்க்-சுவர்க்கமொன்று இப்பூமியில் உங்களுக்காக இங்கேயே, இப்போதே இருக்கிறது. சுவர்க்கம் என்றால் என்ன? நீங்கள் நிறைவாக இருப்பதை உணரும் இடமே சுவர்க்கம். சுவர்க்கம் எப்படி இருக்கும்? அற்புதமாக இருக்கும்.

நமது கண்களையும், இதயத்தையும் அதற்காகத் திறக்கும்போது, நாம் இந்த சுவர்க்கத்தை சந்திக்கிறோம். இங்கேயே, இப்போதே அதை உணரும்போது, உயிருடன் இருப்பதன் அழகை ஏற்றுக்கொள்ளும்போது, இன்றே இப்பூமிதனில் சுவர்க்கத்தை நாம் உணர்ந்து-கொள்கிறோம். நான்கு கிலோ எடையுடன் ஒரு குழந்தை பிறக்கும்போது, இப்பூமியின் எடை நாலு கிலோ அதிகரிக்குமா? இல்லை. அதே நபர், வயதாகி 90 கிலோ எடையுடன் இருக்கும்போது இறந்தால் பூமியின் எடை 90 கிலோ குறையுமா? இல்லை. நாம் இருக்கும் இடம் இதுதான் - இப்பூமி.

நான் கூறும் சுவர்க்கம், மற்றும் நரகம் பற்றி விவரிக்க இதோ ஒரு கதை:

ஓர் அரசன் போருக்குச் செல்ல ஆயத்தமாகிக் கொண்டு இருந்தான். போரை சுலபமாகத் தொடங்கிவிட்டு, அப்பகுதிக்கு அருகில் கூட செல்லாத நமது அரசியல்வாதிகள் போலன்றி அக்கால யுத்த தர்மத்தின்படி போர்க்களத்தில், தானே முன்னணியில் நின்று போர்புரிய வேண்டும் என்பது அவனுக்கு

நன்றாகத் தெரியும். எனவே தனக்கு இது ஒரு பயங்கரமான காலகட்டம் என்பதும் அவனுக்கு நன்றாகத் தெரியும். “போரில் நான் இறக்கக்கூடும், அப்படி இறந்து போனால் நான் சுவர்க்கத்துக்கு போவேனா? அல்லது நரகத்திற்கு போவேனா? அது சரி, சுவர்க்கம் என்றால் என்ன? நரகம் என்றால் என்ன?” என்று இரவு முழுவதும் இதைப் பற்றியே நினைத்துக் கொண்டு இருந்தான்.

காலையில் அரசன் தனது போர்க்கவசத்தை அணிந்து கொண்டு, குதிரையின் மேல் ஏறி, அவனுடைய சேனை பின் தொடர, போர்க்களத்தை நோக்கிப் புறப்பட்டான். சென்று கொண்டிருக்கும்போது “சுவர்க்கம் என்றால் என்ன? நரகம் என்றால் என்ன?” என்ற கேள்விகள் அவன் மனத்தில் ஒலித்துக் கொண்டே இருந்தது.

அவன் சவாரி செய்து கொண்டிருந்தபோது, மிகவும் மதிப்புக்குரிய அறிவாளி ஒருவர், மறுபுறத்தில் செல்வதைக் கண்ட அரசன் அறிவாளியிடம் விரைந்து சென்று, “நில்லுங்கள்! நான் உங்களிடம் இரண்டு கேள்விகள் கேட்க விரும்புகிறேன்! சுவர்க்கம் என்றால் என்ன? நரகம் என்றால் என்ன?” என்று கேட்டான்.

அதற்கு அந்த அறிவாளி: “நான் செல்வதற்குத் தாமதமாகிவிட்டது. உனக்கு பதிலளிக்க எனக்கு நேரம் இல்லை” என்றார்.

அரசன் மிகுந்த ஆத்திரமடைந்தான். “நான் யார் என்று உங்களுக்கு தெரியுமா? நான் ஓர் அரசன்! உங்கள் ஆட்சியாளருக்குப் பதிலளிக்க உங்களுக்கு நேரமில்லையா?” என்று கேட்டான். மேலும் மேலும் அரசனின் கோபம் அதிகரித்துக் கொண்டே சென்றது.

அரசனை நோக்கிய அந்த அறிவாளி: “அரசே, இப்போது நீங்கள் நரகத்தில் இருக்கிறீர்கள்” என்றார்.

அரசன் சிறிது நேரம் இது பற்றி சிந்தித்தான். "அவர் சொல்வது சரிதான்! அவர் உண்மையிலேயே அறிவாளிதான்" என்று தெளிவடைந்தான். எனவே குதிரையிலிருந்து இறங்கி, முழங்காலில் மண்டியிட்டு "நன்றி. நீங்கள் என் கண்களைத் திறந்துவிட்டீர்கள். மிக்க நன்றி!" என்றான்.

அரசனை பார்த்த அந்த அறிவாளி: "அரசே! நீங்கள் இப்போது சுவர்க்கத்தில் இருக்கிறீர்கள்!" என்றார்.

பாருங்கள், அவர் மூன்றே மூன்று விஷயங்கள்தான் கூறினார். ஆனால், அரசனின் மிகப்பெரிய கேள்விக்கு பதிலளித்துவிட்டார். சுவர்க்கம், நரகம் பற்றி அறிய வேண்டும் என்ற ஆர்வம் எங்கிருந்து வந்தது? அவனுள்ளே இருந்துதான். நரகம் எங்கே இருந்தது? அவனுள்ளேதான். சுவர்க்கம் எங்கே இருந்தது? அதுவும் அவனுள்ளேதான்.

எப்போது குழப்பம், கோபம், பயம் இருக்கிறதோ, அப்போது நீங்கள் நரகத்தில் இருக்கிறீர்கள். எப்போது தெளிவு, நன்றியுணர்வு இருக்கிறதோ அப்போது நீங்கள் சுவர்க்கத்தில் இருக்கிறீர்கள். அது அப்படிப்பட்டது தான்.

சுவர்க்கத்தில் வாழ்தல்

ஒவ்வொரு கணத்தின் முக்கியத்துவத்தையும், அற்புதத்தையும் நாம் பாராட்டும்போது, அழியாத்தன்மை என்றால் என்ன என்பதைப் புரிந்து கொள்வதை சற்றே நெருங்குகிறோம். நாம் எப்போதுமே இந்தத் தருணத்தில்தான் வாழ்வதால், இத்தருணமானது அழியாத்தன்மை கொண்டது. ஒவ்வொரு கணத்திலும் விழிப்புணர்வுடன் வாழும்போதும், வாழ்வென்ற ஆசீர்வாதம் நமக்கு கிடைத்துள்ளது என்பதை அறிந்து

கொள்ளும்போதும், சுவர்க்கத்தை நாம் பூமியில் அனுபவிக்கிறோம். நமக்குள்ளேயே நாம் அமைதியை உணர்தலே இவ்வாழ்க்கையின் உச்ச நிலையாகும். இதுதான் எனது மிகவும் தெய்வீகமான அனுபவம் ஆகும்.

ஆழ்ந்த அமைதியின் சுவர்க்கம் பரிபூரணமானது. அந்த பரிபூரணத்தின் உணர்வானது நம்மை சுற்றியுள்ள உலகத்தையும் சுவர்க்கமாக மாற்றக் கூடியது.

நீங்கள் அமைதியில் வாழும்போது காலைக் கதிரவனின் மென்மையான உதயத்தைக் காண்பது சுவர்க்கம்தான்.

ஒரு புதிய நாளையும் அதன் எல்லா சாத்தியங்களையும் கொண்டுவரும் உதயசூரியனின் இளஞ்சூட்டை உணர்வதும் சுவர்க்கம்தான்.

வைகறைப் பொழுதில் கூடி மகிழ்ந்து பாடும் பறவைகளின் இசையைக் கேட்பதும் சுவர்க்கம்தான்.

கடலின் மேல் சூரியனின் கதிர்கள் நடனமாடுவதைக் காண்பதும் சுவர்க்கம்தான்.

புவிஈர்ப்பு விசையை மீறி ஒரு திமிங்கலம் மகிழ்வுடன் சில நொடிகள் துள்ளிக் குதிப்பதைக் காண்பதும் சுவர்க்கம்தான்.

பூந்தோட்டத்தில், காலைக் கதிரவனின் கனமான வெப்பத்தினால் மேகம்போல் திரள்திரளாக மேலெழும் சுகந்தத்தை முகர்வதும் சுவர்க்கம்தான்.

நம் முகத்தை மென்மையாக வருடிச்செல்லும் தென்றல் காற்றை உணர்வதும் சுவர்க்கம்தான்.

வெப்பமான நாளில் குளிர்ந்த ஐஸ் தண்ணீரைப் பருகுவதும் சுவர்க்கம்தான்.

இனிப்பான கனிகளை மரத்திலிருந்தே பறித்து ருசிப்பதும் சுவர்க்கம்தான்.

நாம் ஓய்வெடுக்க இடமளித்து, மாலையில் அந்த நாளுக்கு விடைகொடுத்து அடிவானத்தில் மெல்ல மறையும் மாலை சூரியனைக் காண்பதும் சுவர்க்கம்தான்.

இவ்வழகிய பூமியில் எப்போதும் எங்கோ ஓரிடத்தில் சூரியோதயமும், அஸ்தமனமும் இடம்பெற்றுக் கொண்டிருக்கிறது என்பதை அறிவதும் சுவர்க்கம்தான்.

மென்மையான நிலவொளியால் வர்ணமயமாக்கப்பட்ட தரையின் வடிவங்களைப் பார்ப்பதும் சுவர்க்கமே.

இருண்ட கானகத்திலிருந்து கேட்கும் ஆந்தையின் அழைப்புக் குரலும் சுவர்க்கமே.

வானில் திடீரென அற்புதமாக மின்னிமறையும் விண்மீன்களைக் காண்பதும் சுவர்க்கமே.

உங்களின் அன்புக்குரியவர் புன்னகைப்பதைப் பார்ப்பதும் சுவர்க்கமே.

நிறைவை உணர்வதும் சுவர்க்கமே.

நம் மூச்சில் தெய்வீகத்தை உணர்வதும் சுவர்க்கமே.

நம் இருத்தலே பேரானந்தம். இந்த உணர்வு உயிருடன் இருப்பதன் பேரானந்தமே தவிர வேறு எதையும் அடைவதற்கான பாதை அல்ல. நாம் எங்கு வாழ்ந்தாலும், எந்த வயதினராக இருந்தாலும், எதை நம்பினாலும், யாராக இருந்தாலும் நாம் அனைவரும் ரசித்து அனுப்பவிப்பதற்காகவே இந்த உணர்வுகள் உள்ளன.

சுவர்க்கத்தில் இருப்பது போன்ற உணர்வு இதுதான். அப்படியெனில் நரகம் என்றால் என்ன? நாம் சுவர்க்கத்தில் இல்லாதபோது அதுவே நரகம்.

அத்தியாயம் 11

கருணை மூலம் எங்கும் நிறைந்துள்ளதுடன் ஐக்கியமாகுங்கள்

எனக்குப் பன்னிரண்டு வயதாக இருந்தபோது, ஒருநாள் டேராடூனில் பள்ளிகூடத்திலிருந்து நான் வீட்டிற்கு வந்தேன். அப்போது எங்கள் வீட்டிற்கு வெளியே ஒரு விசித்திரமான கேம்பர் வேன் நிறுத்தப்பட்டிருந்ததைக் கவனித்தேன். இது இங்கிலாந்தின் உற்பத்தி நிறுவனமான “காமர்” கம்பனியால் தயாரிக்கப்பட்டது. அதனால் எங்கள் வட்டாரத்தில் நாங்கள் வழக்கமாகக் காணும் இந்தியத் தயாரிப்பான அம்பாசிடர் கார்களில் இருந்து வித்தியாசமாக இருந்தது. எனது குடும்பத்தினர் எவரும் ஒருபோதும் இந்தியாவை விட்டு வெளிநாடு சென்றிருக்கவில்லை என்பதால் எங்கள் தெருவில் இந்த வெளிநாட்டு வாகனத்தின் வருகை, அனைவர் கவனத்தையும் ஈர்த்தது. அந்தக் காலத்தில் நான் அறிவியல் மர்மக் கதைகள், வேற்றுக்கிரக வாசிகள், திகில் மற்றும் அது போன்ற விஷயங்களைச் சித்தரிக்கும “தி ட்விலைட் சோன்” (The Twilight Zone) என்ற தொலைக்காட்சி நிகழ்ச்சியின் தீவிர ரசிகனாக இருந்ததால், எனது கற்பனை கரைபுரண்டு ஓடியது. அந்தக் கேம்பர் வேனுக்குள் இருப்பவர்கள் யாராக இருக்கலாம்? அவர்கள் ஏன் இங்கே வந்தார்கள்? என்னும் கற்பனை உலகில் நான் சஞ்சரித்தேன்.

நான் சிறுவனாக இருந்தபோது குறுகுறுப்பு நிறைந்தவனாகவும் அதிகத் தன்னம்பிக்கை கொண்டவனாகவும் இருந்ததால், நேராக வேனை நோக்கிச் சென்று அதன் கதவுகளைத் திறந்தேன். அப்போது நான் திகைப்படைந்தேன். வாகனத்தின் பின் ஆசனங்கள் மேற்கத்தியர்களால் நிறைந்து காணப்பட்டது. அவர்கள் விசித்திரமான ஆடைகளை அணிந்து அமைதியாக அமர்ந்திருந்தார்கள். இன்றைய காலமெனில் "கேம்பர் வேன் ஒன்றில் சில ஹிப்பிகள் இருக்கிறார்கள்!" என்று மட்டுமே நினைத்திருப்போம். ஆனால் அன்றைய தினம் எனக்கு இந்த விருந்தினர் பற்றிய அனைத்துமே புதிதாக இருந்தது. அவர்கள் விசித்திரமான பாணியில், மேற்கத்திய ஆடைகளையும் இந்திய ஆடைகளையும் கலந்து அணிந்திருந்ததோடு, ஆண்கள் உட்பட எல்லோருக்கும் நீண்ட தலைமுடி இருந்தது. இது எனக்கு நம்ப முடியாத ஒரு காட்சியாக இருந்தது. ஆனால் அங்கு வீசிய வாடையுடன் ஒப்பிடும்போது அது ஒரு பொருட்டாகத் தெரியவில்லை. வெப்பமான காலத்தில் மேற்கொண்ட நீண்ட பயணத்தின் காரணமாக வியர்வையால் நனைந்த உடல்கள், ஊதுபத்தி மற்றும் பிறபொருட்களிலிருந்து எழுந்த வாசனை கலந்த கடும் வாடை வாகனத்திலிருந்து வீசியது. நான் சிறிது தயங்கியபடி, நான் கண்ட காட்சியையும் அந்த வாடையையும் புரிந்துகொள்ள முற்பட்டேன்.

அவர்களில் ஒருவர் என்னை நன்கு கூர்ந்து பார்த்தார். பின் கை விரல்களை அசைத்து எனக்கு வணக்கம் தெரிவித்தார். அந்தக் காட்சியைப் புரிந்துகொள்ள முயற்சித்துக் கொண்டிருந்த நானும் பதிலுக்கு அரைகுறையாகக் கையசைத்தேன் என நினைக்கிறேன். ஆனால், இந்தச் சந்திப்பின் விசித்திரம்

ஓர் அழகான உணர்விற்கு மெதுவாக வழிவகுத்தது. அதாவது "நம்மிலிருந்து நிச்சயமாக மிகவும் வேறுபட்ட முன்பின் தெரியாதவர்களாக இருந்தாலும், அவர்கள் சினேகபூர்வமானவர்களாகத் தெரிகிறார்கள்" என்ற ஓர் உணர்வு.

சில நிமிடங்களுக்குப் பின்னர், நான் அந்த ஆண்களுடனும் பெண்களுடனும் பேச ஆரம்பித்தபோது, அவர்கள் என்னைச் சந்திப்பதற்காக வந்திருப்பது தெரிய வந்தது. இதயத்திலிருந்து உள் அமைதியைப் பற்றிப் பேசும் இந்தச் சிறுவனைச் சந்திக்க அவர்கள் விரும்பினார்கள். அடுத்த சில நாட்களாக அவர்கள் என்னிடம் கேள்விகள் பலவற்றைக் கேட்டார்கள். நானும் என்னால் இயன்ற வரை சிறப்பாகப் பதிலளித்தேன். கலந்துரையாடல் தொடர்ந்தபோது பரஸ்பர மரியாதை வளர்ந்தது. அவர்கள் கேள்விகளை ஆங்கிலத்தில் கேட்டபோதும், அவை இந்தியர்கள் எப்பொழுதும் என்னிடம் கேட்டு வந்த கேள்விகளிலிருந்து எந்த விதத்திலும் வேறுபட்டிருக்கவில்லை.

தடைகளைக் கடந்து

சிறிது காலம் மேற்கத்திய விருந்தினர்கள் அங்கே தங்கியிருந்தனர். மேலும் சில மேற்கத்தியர்கள் அவர்களுடன் வந்து இணைந்தனர். அத்துடன் நாட்கள் செல்லச் செல்ல, நாங்கள் ஒருவரையொருவர் சற்று அதிகமாகத் தெரிந்து கொள்ள ஆரம்பித்தோம். எனினும் என் குடும்பமும், அவர்களைச் சுற்றியிருந்த முதியவர்கள் சிலரும் கலாசாரத் தடைகளைக் கடப்பதில் என்னைப் போலன்றி குறுகிய மனப்பான்மையைக் கொண்டவர்களாக இருந்தனர். அவர்கள், அந்த மேற்கத்தியர்களைத் தூய்மையற்-

றவர்களாகப் பார்த்தார்கள். அந்த வாகனத்தின் பின் ஆசனத்தில் நெடுநேரம் அமர்ந்து வந்ததால், அவர்கள் நன்றாகக் குளித்துத் தூய்மையாக வேண்டியிருந்தது என்ற அர்த்தத்தில் நான் கூறவில்லை. அவர்கள் ஆன்மீக ரீதியில் தூய்மையற்றவர்களாகக் கருதப்பட்டனர் என்ற அர்த்தத்தில் கூறுகிறேன். அந்தக் காலத்தில், 1960களில், பெருமளவு மேலை நாட்டு மக்கள் இந்தியாவிற்கு வரத் தொடங்கியதைப் பார்த்து இந்தியர்கள் பெருமிதம் கொண்டனர். ஆனாலும், அவர்களிடம் ஓரளவு எச்சரிக்கையோடும் இருந்தனர். வெளிநாட்டினரைப் பற்றிக் கேள்விப்படுவது ஒரு விஷயம். நேருக்கு நேர் அவர்களை எதிர்கொள்வது முற்றிலும் வித்தியாசமானதொரு விஷயம்.

ஒரு நாள், வெளிநாட்டு விருந்தினர்களில் ஒரு அமெரிக்கப் பெண்மணி சிறிதளவு உணவு கேட்டு எங்கள் வீட்டுச் சமையலறைக்குள் வந்தார். அவரைப் பணிவாகவும், உறுதியாகவும் சமையலறையிலிருந்து வெளியேறும்படி எனது குடும்பத்தினர் கேட்டுக் கொண்டார்கள். அதன் பின்பு சமையலறை முழுவதும் மீண்டும் “புனிதமாக்கப்பட” வேண்டியதாக இருந்தது. அதற்காகச் சமையலறையை முழுமையாகச் சுத்தம் செய்ய வேண்டியிருந்தது. அதாவது “தீண்டடத்தகாத” ஒருவர் - ஒரு தாழ்த்தப்பட்ட இனத்தைச் சேர்ந்தவர், அல்லது சாதி அமைப்புக்கு முற்றிலும் உட்படாதவர் என்பதால் தூய்மையற்றவர் எனக் கருதப்படும் ஒருவர், உள்ளே நுழைந்து விட்டாரென்பதுபோல் இருந்தது. அந்தப் பெண்மணி நடத்தப்பட்ட விதத்தைப் பார்த்து நான் மிகவும் அதிர்ச்சியடைந்தேன். “அவளும் ஒரு மனிதப் பிறவி தானே, அவள் உணவைத் தேடித் தானே உள்ளே வந்தாள். அவளுக்குச் சிறிதளவு உணவைக் கொடுப்போமே!” என நான் கூறினேன். ஆனால், பதில்

தெளிவாக இருந்தது: "இல்லை. இது நடக்கவே நடக்காது."

சில ஆண்டுகளுக்குப் பின்னர், நான் தென்னாபிரிக்காவுக்குச் சென்றபோது, பெரும்பாலும் தாழ்வு மனப்பான்மை கொண்டவர்கள், மற்றவர்கள் மீது தமது ஆதிக்கத்தைச் செலுத்த வழிகளைத் தேடுகிறார்கள் என்பதைத் தெளிவாகப் புரிந்து கொண்டேன். சிலர் மற்றவர்களை அடக்கி ஆள்வதன் மூலம் தம்மைத்தாமே உயர்த்திக் கொள்வதாக நினைக்கிறார்கள். ஆனால், இது அகம்பாவத்தை அதிகரிப்பதற்கான வழியே அன்றி, வேறு எதுவுமில்லை. முடிவில் இது எப்போதும் தோல்வியைத் தழுவும் என்பது நிச்சயம். தாழ்வு மனப்பான்மையை நிவர்த்தி செய்வதற்கு இதை விட மிகச் சிறந்த வழி எதுவெனில், எதிர்மறையான பண்புகளை மற்றவர்கள் மீது காட்டாமல், உங்கள் மேல் மரியாதையையும் அன்பையும் வளர்த்துக் கொள்வதுதான். நாம் நம் உணர்வுகளுக்கு முக்கியத்துவம் கொடுக்கும்போது பாரபட்சம் இருக்குமிடம் தெரியாமல் மறைந்து விடும்.

கேம்பர் வேனில் வந்த விசித்திரமான விருந்தினர்களில் சிலர், எனது வாழ்நாள் நண்பர்களானார்கள். இந்தியாவை வந்தடைய அவர்கள் மேற்கொண்ட பிரயாணத்தின்போது, ஏராளமான உடல் ரீதியிலான கஷ்டங்களைக் கடந்து வந்திருந்தனர். அவர்கள் ஆப்கானிஸ்தானிலும், பாகிஸ்தானிலும் பெற்ற சுவாரசியமான அனுபவங்களைச் சொன்னார்கள். அத்தகையதொரு பயணத்தை இக்காலத்தில் நினைத்துக் கூடப் பார்க்க முடியாததுடன், அது புத்திசாலித்தனமற்ற செயலாகவும் தோன்றும்.

பெரும்பாலும் மேலைநாட்டவர்கள் காற்சட்டைக்குப் பதிலாக வேட்டியும் மேற்கத்திய பாணியிலான சட்டைகளுக்குப் பதிலாக குர்தாவும் அணியத்

தொடங்கினர். உண்மையைச் சொல்வதானால், அந்த உள்ளூர் ஆடைகளில் அவர்களைப் பார்ப்பதற்கு வேடிக்கையாக இருந்ததாக நான் நினைத்தேன். ஆனால், அவர்களுக்கு அது மிகவும் பிடித்திருந்தது. அக்காலத்தில் நிகழ்ச்சிகளில் உரையாற்றச் செல்லும்போது, நானும் வேட்டியும், குர்தாவும் அணிந்தேன். ஆனால் பள்ளிக்கூடத்தில் ஒவ்வொரு நாளும் நான் நீளக் கால்சட்டை, கோட்டு, மேற்கத்திய பாணியில் மேல்சட்டை, டை அடங்கிய சீருடையை அணிந்திருப்பேன். ஆனால் பெரும்பாலான நேரங்களில் மேலைநாட்டவர்கள் இந்தியப் பாணியிலும், இந்தியப் பள்ளிக்கூடச் சிறுவர்கள் மேற்கத்தியப் பாணியிலும் உடை அணிந்திருப்பர்.

எனது புதிய நண்பர்களுடன் இங்கிலாந்துக்குச் செல்லும்வரை, இரண்டு கலாச்சாரங்களும் இவ்வளவு வித்தியாசமானதாக இருக்கும் என்பதை நான் உணர்ந்திருக்கவில்லை. நான் வெளிநாட்டிற்குச் சென்றது அதுவே முதல்முறை என்பதால், அது ஒரு வித்தியாசமான உணர்வாக இருக்கக்கூடும் என நினைத்தேன். எனக்கு எல்லாமே அந்நியமாக இருந்தது. நான் வந்து இறங்கியவுடன் “நான் இப்போது இந்தியாவில் இல்லை” என்று நினைத்தது, எனக்குத் தெளிவாக நினைவில் உள்ளது. சொல்லப் போனால் அது ஒரு சிந்தனை மட்டுமல்லாமல், வீட்டிலிருந்து நான் வெகுதூரத்தில் இருக்கிறேன் என்ற ஆழமான உணர்வையும் தந்தது. நான் 1971 ஜூன் மாதம்தான் அங்கு சென்றேன். ஆனால் நவம்பர் மாதம் வரை நான் இந்தியாவுக்குத் திரும்பப் போவதில்லை என்பது அப்போது எனக்குத் தெரிந்திருக்கவில்லை.

நான் லண்டனுக்கு சென்ற அன்று எனக்காக வாடகைக்கு எடுக்கப்பட்டிருந்த வீட்டிற்குச் சென்று

குளித்துவிட்டு, கீழ்த்தளத்திற்கு வந்து, விமானப் பயணத்தின் அசதியைப் போக்க ஒரு சாய்மனையில் அமர்ந்திருந்தேன். என்னைச் சுற்றி மக்கள் கூட்டமாகக் கம்பளத்தின் மீது அமர்ந்திருந்தார்கள். அவர்களில் பெரும்பாலானவர்களை நான் முன்னர் ஒருபோதுமே சந்தித்ததில்லை. அவர்கள் என்னைப் பார்த்துக்-கொண்டிருந்தார்கள். நான் அவர்களைப் பார்த்துக் கொண்டிருந்தேன். ஆரம்பத்தில் ஒரு வார்த்தை கூட பரிமாறிக் கொள்ளப்படவில்லை. அதன் பின்னர் மெதுவாக மெதுவாக நாங்கள் பேச ஆரம்பித்தோம். அவர்களின் வரவேற்பு மிகவும் இதமாக இருந்தது.

இங்கிலாந்திற்கு வந்த அந்த ஆரம்ப நாட்களிலிருந்தே, நான் தங்கி இருக்கும் நாட்டின் மக்களை மதிக்கவேண்டும் என்ற ஒரு பலமான பிடிமானத்தை வளர்த்துக் கொண்டேன். அமைதியின் செய்தியைப் பகிர்ந்து கொள்வதற்காக நான் பற்பல இடங்களுக்குச் சென்றிருந்ததால் என் வாழ்க்கையில் இது ஒரு முக்கியமான விஷயமாக இருக்கிறது. நான் எனது சொந்த நாட்டின் கலாசாரத்தை எடுத்து வருகிறேன். ஆனால் நான் போகும் நாட்டின் கலாசாரத்தையும் எப்போதும் மதிக்க விரும்புகிறேன். நான் உலகம் முழுவதும் பயணம் செய்தபோதும் நான் வசிப்பது அமெரிக்காவில். இங்கு குடியேறிய ஒருவனாக நான் அந்த இடத்தின் கலாசாரத்தின் ஒரு பகுதியாக இருக்க விரும்பினேன். அத்துடன் அதற்கு உதவவும் விரும்பினேன். இந்தச் சமநிலைக்குக் குடியேறிய மக்கள் முயற்சிப்பது மிகவும் முக்கியமானதென்பது எனது எண்ணம்.

குடியேறிய மக்கள் "சமநிலையைச் சரியாகப் பேணுதல்" என்ற சர்ச்சைக்குரிய விஷயம் பல நூற்றாண்டு காலமாக இருந்து வருகிறது. பாரசீகர்கள்

இந்தியாவுக்குப் புகலிடம் தேடி வந்தபோது அவர்கள் எதிர்ப்பைச் சந்தித்தனர். சில உள்நாட்டவர்கள் நாட்டில் ஏற்கனவே மக்கள் நிரம்பியுள்ளதாகவும், உணவு மற்றும் தண்ணீருக்கான வளங்களின் தேவை அதிகமாக இருப்பதாகவும் உணர்ந்தனர். பாரசீக நாட்டுப் பெரியவர்களின் குழுவை வரவேற்று உபசரித்த அரசர் ஒரு கூஜாவிலும், அத்துடன் ஒரு கோப்பையிலும் பால் கொண்டு வருமாறு கட்டளை இட்டார். அவர் பாரசீகர்களிடம், பால் நிறைந்த கோப்பையைக் காட்டி, "இந்தக் கோப்பையைப் போல் நாமும் நிரம்பி இருக்கிறோம். இதில் மேலும் சேர்த்தால் இந்த நாடு நிரம்பி வழியும்" என்று கூறினார். அதன் பின் அவர், கூஜாவிலிருந்த பாலைக் கோப்பையில் அது நிரம்பி வழிந்து, தரையில் சிந்தும் வரை ஊற்றினார்.

அப்போது புத்திசாதுரியமான பாரசீகர் ஒருவர், முன்வந்து மன்னரிடமிருந்த கோப்பையைப் பணிவுடன் எடுத்து, தனது சட்டைப் பைக்குளிலிருந்து சிறிதளவு சர்க்கரையை எடுத்து அந்தப் பாலில் கலக்கினார். "இப்போது பால் மேலும்; இனிப்பாக இருக்கிறது. அத்துடன் கோப்பையிலிருந்து எதுவுமே இழக்கப்படவில்லை. நாங்கள் உங்கள் சமுதாயத்திற்கு வளம் சேர்ப்போம். எதனையும் எடுத்துச் செல்ல மாட்டோம்" என்று கூறினார்.

வேறுபாடுகளைத் தேடுதல்

சில சமயங்களில், நான் விமானத்தை ஓட்டும்போது, "நீங்கள் இப்போது ஜன்னல் வழியாகப் பார்த்தால், சரியாக நமக்குக் கீழே இந்த நாட்டிற்கும், அந்த நாட்டிற்கும் இடையே உள்ள எல்லையைக் காண்பீர்கள்" என அறிவிப்பேன். அங்கே உங்களால் காணமுடியாத

எல்லை ஒன்றைத்தான் நான் எப்போதும் தேர்ந்தெடுப்பேன். அங்குள்ளவர்கள் தரையை நன்கு உற்றுப் பார்க்கத் தொடங்குவார்கள், பிறகு எல்லையற்ற மலைத் தொடரோ, பாலைவனமோ, வயல் வெளிகளோ, அல்லது சமுத்திரமோ அன்றி கண்ணுக்குத் தெரியக் கூடிய எந்த ஓர் எல்லையும் அங்கே இல்லை என்பதை உணர்வார்கள். நாம் எப்போதும் வேறுபாடுகளையும், பிரிவினைகளையும் தேடுகிறோம்.

எறும்பு ஒன்றுடன் எல்லைகளைப் பற்றிப் பேச முயற்சி செய்யுங்கள். வீட்டு உரிமையாளர் ஒருவர் தன் வீட்டிற்கு வெளியே ஒரு சிறிய தடுப்புவேலியைப் போட்டிருந்தபோதும், எறும்பு, நாள் முழுவதும் ஒரு பக்கத்திலிருந்து மறு பக்கத்திற்கு மீண்டும், மீண்டும் வருவதும், போவதுமாக இருக்கும். பறவை ஒன்றுடன் எல்லைகளைப் பற்றிப் பேச முயற்சி செய்து பாருங்கள். "ஏய்! பறவையே! உன் கடவுச் சீட்டு (passport) எங்கே?" காகங்கள், தேனீக்கள் மற்றும் பட்டாம் பூச்சிகளுக்கும் எல்லைகள் கிடையாது. மீன்களுக்கும், டால்பின்-களுக்கும், மற்ற மீன் இனங்களுக்கும் எல்லைகள் கிடையாது. மேகங்களுக்கும், வீசும் காற்றுக்கும், தண்ணீருக்கும் எல்லைகள் கிடையாது.

குழந்தைப் பருவத்திலிருந்தே, மனிதர்களிடையே உள்ள வேறுபாடுகளைப் பற்றி நமக்குக் கற்பிக்கப்படுகிறது. நாம் அவற்றை நம்பிக் கொண்டு வளர்கிறோம். "நாம் இங்கிருந்து வந்தவர்கள், எனவே நாம் இப்படிப்பட்டவர்கள் என்றும், அவர்கள் அங்கிருந்து வந்தவர்கள், எனவே அவர்கள் அப்படிப்பட்டவர்கள்" என்றும் எண்ணுகிறோம். எப்படி இருந்தாலும் மக்களிடையே உள்ள வேறு-பாடுகள் மேலோட்டமானவைதான். "எங்கள் உணவு தனித்துவமானது. எங்கள் அற்புதமான சப்பாத்தியைப் பாருங்கள்" என்று இந்தியர் ஒருவர் கூறலாம். இத்தாலியர்

ஒருவர் “எங்கள் உணவு தனித்துவமானது: எங்கள் அற்புதமான பாஸ்தாவைப் பாருங்கள்” என்று கூறலாம். ஆனால், பாஸ்தா எதிலிருந்து தயாரிக்கப்படுகிறது? சப்பாத்தி எதிலிருந்து தயாரிக்கப்படுகிறது? அவர்கள் சற்று வித்தியாசமான முறையில் தயாரிக்கப்பட்ட ஒரே பொருளையே உண்கிறார்கள். இது ஒரு பெரிய வித்தியாசமா?

யாராவது ஒருவர், இருதய அறுவைச் சிகிச்சைக்குச் சென்றால், மருத்துவர்கள் அந்த நபரின் இனத்தைச் சார்ந்து வேறுபட்ட விதமான அறுவைச் சிகிச்சையைச் செய்வார்களா? மருத்துவர்கள், மருத்துவக் கல்லூரி-களில், மக்களின் நிறத்தைச் சார்ந்து எவ்விதம் சிகிச்சையளிப்பது எனக் கற்றுக் கொள்வதில்லை.

நம்மிடம் மேலும் பல பொதுவான விஷயங்கள் உள்ளன. “எனக்குத் தாகமாக இருக்கிறது” என்பதைப் பலமொழிகளில் சொல்லலாம். ஆனால் அதன் அர்த்தம் எப்போதும் ஒன்றேதான். “நீங்கள் எங்கேயிருந்து வருகிறீர்கள்?” என்ற கேள்வி அடிக்கடி என்னிடம் கேட்கப்படுவதுண்டு. அப்போதெல்லாம் நான் புன்னகை செய்வேன். நான் எதைச் சொல்வது? “நீங்கள் வந்த அதே இடத்திலிருந்துதான் நானும் வந்தேன். பூமியிலிருந்துதான்!” சிலவேளைகளில் கேள்வி கேட்டவர், என்னை ஒரு பித்துப் பிடித்தவனாகப் பார்ப்பார். இருந்தபோதும் நான் உண்மையைத்தானே சொல்கிறேன்.

நான் மெக்சிகோவுக்குச் சென்றபோது அங்குள்ள மக்கள் என்னை அந்நாட்டைச் சேர்ந்தவன் என்றும், மலேசியாவுக்குச் சென்றபோது, அங்குள்ளவர்கள் என்னை மலாய்க்காரர் என்றும் நினைக்கிறார்கள். மேலும் பல இடங்களில் எனக்கு இவ்வாறு நடக்கிறது. உண்மையில் சந்தேகத்திற்குரிய வெளிநாட்டவர் என்று

என்னைத் தடுத்து வைத்துக் கேள்விக்கு உட்படுத்திய ஒரே நாடு இந்தியா மட்டுமே! என் சகோதரி இந்தியாவின் வடபுரத்தில் ஒரு குறிப்பிட்ட இடத்தில் வசித்துக் கொண்டிருந்தபோது நான் அவரைப் பார்க்கச் சென்றிருந்தேன். வெளிநாட்டவர்கள் உள்ளே செல்வதை இராணுவம் விரும்பவில்லை. அதனால் நுழைவாயில் ஒன்றில் கடமையிலிருந்த ஒரு சிப்பாய் என்னைப் பார்த்து எனது கடவுச்சீட்டைக் காண்பிக்கும்படி கேட்டார். ஆனால், "நான் ஓர் இந்தியன்!" என்று கூறினேன். வெளியே என்ன சர்ச்சை நடக்கிறது? என்னைப் பார்க்க வந்த மேலதிகாரி ஒருவர் என்னை உடனடியாக அடையாளம் கண்டு கொண்டார். அவர் சிரித்து விட்டு சிப்பாயை நோக்கி: "ஆமாம்! அவர் இந்தியன் தான்;!" என்றார். பொதுவாக திறந்த மனப்பான்மையுடன் இருப்பவர்கள்கூட தங்களை விட வித்தியாசமாக இருப்பவர்கள் பற்றிக் கடுமையாக எடைபோடுவது ஆச்சரியமாக இருக்கலாம்.

ஒருமுறை அர்ஜென்டினாவில் நான், தன்னை உணரும் பயிற்சி முறைகளைப் பற்றி மக்களுக்கு (அது பற்றி மேலும் அத்தியாயம் - 12 இல் கூறுவேன்) அறிமுகப்படுத்திக் கொண்டிருந்தேன். எனக்கு உதவி செய்துகொண்டிருந்த ஒருவர்: "தன்னை உணரும் அறிவைப் பெறத் தகுதியற்றவர் ஒருவர் இங்கே இருக்கிறார்" எனக் கூறினார்.

"ஏன் பெற முடியாது?" என நான் கேட்டேன்.

"ஏனென்றால், அவள் தான் ஒரு விலைமாது என்று என்னிடம் இப்போது சொன்னாள்" எனக் கூறினார்.

"அவள் ஒரு விலைமாது என்பதற்காக நீங்கள் ஆட்சேபித்தால், அவளுடன் படுக்கையைப் பகிர்ந்து கொள்ளாதீர்கள். இதற்கும் தன்னை உணரும் அறிவை

அவளுக்குக் கற்றுக் கொடுப்பதற்கும் என்ன சம்பந்தம்?" என நான கேட்டேன்.

உண்மையான தொடர்புகள்

நம்முடைய மனதில் தோன்றும் எண்ணங்கள் மற்றும் கருத்துக்களிலிருந்து நாம் விலகிச் செல்லும்போது, சக மனிதர்களைப் பற்றி நமது உள்ளம் என்ன சொல்கிறது? நாம் இவ்வுலகில் வெறுப்பு, சுயநலம், பொறாமை, தப்பபிப்பிராயம் போன்றவற்றைப் பார்க்கிறோம் என்பது உண்மைதான். சிலர் விழிப்புணர்வின்றித் தங்கள் வாழ்க்கையை வாழ்வதனால், அதன் விளைவுகள் அவர்களுக்கும், மற்றவர்களுக்கும் தீங்கிழைக்கக் கூடும். ஆனாலும் நாள்தோறும் நிகழும் கோடானு கோடி கருணையான செயல்கள் எல்லாம், எவரும் கண்டுகொள்ளாமலேயே நடக்கின்றன. நம்மிலும், நம்மைச் சுற்றியும், தாராள மனப்பான்மை, படைப்பாற்றல், கனிவு, புரிந்துணர்வு இன்னும் பல அற்புதமான விஷயங்கள் நிகழ்கின்றன. மனித இயல்பு பற்றிய உயர்ந்த லட்சியங்களைக் கொண்டோ அல்லது அவநம்பிக்கை கொண்டோ இருப்பதைக் காட்டிலும் நாம் உண்மை நிலையைக் கருத்தில் கொள்ள வேண்டும்.

உண்மை என்னவென்றால், நம்மில் நல்லது கெட்டது இரண்டுமே உள்ளது என்பதுதான். மக்களின் கண்களில் நினைத்துப் பார்க்கமுடியாத அளவிற்கு இருளைப் பார்த்திருக்கிறேன். மிக ஆழமான காரிருளைக் கண்டிருக்கிறேன்; சிறிதும் ஒளி தென்படாத அளவு ஒரு முடிவே இல்லாத இருள். அத்துடன் மக்கள் துன்பகரமான காலங்களைக் கடந்துசென்று கொண்டிருக்கும்போதும்கூட அவர்களின் கண்களில் நம்பிக்கையின் சுடரையும், ஆனந்தத்தையும், அன்பின்

ஒளியையும் கண்டிருக்கிறேன். நம் அனைவரிடமும் இருள், ஒளி ஆகிய இரண்டிற்குமான சாத்தியம் உள்ளது. அத்துடன் அவை இரண்டும் நமக்குள் அருகருகே வசிக்கின்றன.

என்னில் உள்ள நல்லவை என நான் கருதும் யாவும் நான் விரும்பாதவற்றிலிருந்து வெகுதொலைவில் இல்லை. அன்பு, வெறுப்பிலிருந்து ஒருபோதும் வெகுதொலைவில் இல்லை. தெளிவு, குழப்பத்திலிருந்து ஒருபோதும் வெகுதொலைவில் இல்லை. ஒளி, இருளிலிருந்து ஒருபோதும் வெகுதொலைவில் இல்லை. ஒளியை இருளாகவும், இருளை ஒளியாகவும் மாற்றுவதற்கு சுவிட்ச்சை அழுத்துவது மட்டுமே தேவை. நம் வாழ்விலிருந்து இருளை அகற்றுவதைப் பற்றிக் கவலைப்பட வேண்டியதில்லை. வெளிச்சத்தை உள்ளே கொண்டு வருவதில் மட்டும் கவனத்தைச் செலுத்துங்கள். நம் வாழ்க்கையிலிருந்து குழப்பத்தை நீக்குவது பற்றி நாம் கவலைப்படத் தேவையில்லை. தெளிவை உள்ளே கொண்டு வருவதில் மட்டும் கவனமாக இருங்கள். நம் வாழ்விலிருந்து வெறுப்பை அகற்றுவதைப் பற்றி நாம் கவலை கொள்ளத் தேவையில்லை. அன்பைக் கொண்டு வருவதில் மட்டும் கவனமாக இருங்கள்.

நம்முள்ளே பல குணங்கள் உள்ளன. செயல்படுத்தவோ, அல்லது வெளிப்படுத்தவோ தேர்ந்தெடுக்கும் குணங்கள்தான் நமது வாழ்க்கையை அதிகமாகத் தீர்மானிக்கின்றன. இந்தத் தேர்ந்தெடுக்கும் வல்லமை, மனித அனுபவத்தின் ஓர் அடிப்படை அம்சமாகும். நம் மனிதநேயம் நமது தேர்ந்தெடுக்கும் திறனை அடிப்படையாகக் கொண்டது.

முன்னொரு காலத்தில் மனிதனொருவன் இருந்தான். அவன் ஒரு விஷயம் தவிர, ஏனைய விஷயங்களில்

சாதாரணமானவனாக இருந்தான். அவன் தன்னை ஒரு கோதுமைத் தானியம் என நினைத்துக் கொண்டிருந்தான். ஒரு கோழியைக் காணும் வரை அவனுக்கு இது உண்மையிலேயே ஒரு பிரச்சினையாக இருக்கவில்லை. அவன் ஏதாவது கோழியைக் கண்டால், அது தன்னைச் சாப்பிடப் போகிறது என்று எண்ணித் திடீரென நிலைகுலைந்து விடுவான்.

இப்பிரச்சினையானது, அவனது குடும்பத்தவர்களால் மேலும் தாங்கிக் கொள்ள முடியாத அளவுக்கு மோசமாகிக் கொண்டே வந்தது. எல்லோரும் ஒன்றாகச் செல்லும்போதெல்லாம், அவன் கோழிகளைக் கண்டால், அலறியடித்துக் கொண்டு ஓடிவிடுவான். அந்த நாள் வெளியே உல்லாசமாகக் கழித்த நாளாக அமையாது. எனவே, அவர்கள் அவனை மருத்துவர் ஒருவரிடம் அழைத்துச் சென்றபோது, அவர் ஒரு விசேஷ மருத்துவமனையைப் பரிந்துரைத்தார். அந்த மனிதன் அங்கு சென்று தங்கினான். மருத்துவர் அவனுக்குச் சிகிச்சை அளித்தார். நாள்தோறும் அவனுடன் உரையாடி, அவன் ஒரு கோதுமைத் தானியம் அல்ல, ஒரு மனிதனே என்று அவனை நம்ப வைக்க முயற்சித்தார்.

இதற்கு நீண்ட காலம் எடுத்தது; உண்மையிலேயே நீண்ட காலம். பிறகு ஒரு நாள் மருத்துவர் அவனிடம் “நீ யார்?” என்று கேட்டபோது “நான் ஒரு மனிதன்!” என்று பதிலளித்தான்.

“நீ ஒரு மனிதன், கோதுமைத் தானியம் அல்ல என்று நிச்சயமாகத் தெரியுமா?”

“நிச்சயமாக, நான் ஒரு மனிதன்தான்!”

“உனக்குத் தெரியுமா, நீ குணமடைந்து விட்டாய். இப்போது நீ இந்த மருத்துவமனையை விட்டுப் போகலாம்” என்று மருத்துவர் சொன்னார்.

அங்கிருந்து வெளியேறுவதைப் பற்றி அந்த மனிதன் மிகவும் மகிழ்ச்சியடைந்தான். மருத்துவர் அவனது சான்றிதழில் கையெழுத்திட்டார். அவன் அதை எடுத்துக் கொண்டு வெளியேறினான். மருத்துவர் மிகவும் ஆறுதலடைந்தார்.

சுமார் பதினைந்து நிமிடங்கள் கழிந்ததும், அந்த மனிதன் மீண்டும் வந்தான். மருத்துவர் ஆச்சரியத்துடன், "நீ இங்கே என்ன செய்கிறாய்? உன்னை நான் போகலாம் என்று சொன்னேனே! நீ குணமாகி விட்டாய்" என்று கூறினார்.

அவன் அவரைப் பார்த்து "டாக்டர், நான் குணமாகி விட்டேன் என்று எனக்குத் தெரியும். ஆனால் நான் கோதுமைத் தானியம் அல்ல என்பதைக் கோழிகளிடம் யாராவது சொல்லியிருக்கிறார்களா?" எனக் கேட்டான்.

அதுதான் நமது பிரச்சினையும்கூட! சரி, நாம் நம்மைக் கோதுமைத் தானியம் என்று நினைக்காவிட்டாலும்கூட, நாம் யார் என்பதைப் பற்றிக் குழப்பமடையலாம். நாம் யார்? ஒரு மனிதப் பிறவி! அத்துடன் அன்பின், கருணையின், ஒளியின் சமுத்திரத்தையே தன் உள்ளத்தில் சுமந்து செல்லும் ஒரு ஜீவன். நாம் எல்லோர் உள்ளேயும் இந்தப் பண்புகள் இருக்கின்றன. நம்மை வேறுபடுத்தும் விஷயங்களைக் காண்பதற்குப் பதிலாக, உங்கள் உள்ளேயும் என்னுள்ளேயும் உள்ள அற்புதங்களை கொண்டாடுவது நம்மால் முடியும்.

தேவைகள் நம்மை ஒன்றிணைக்கின்றன

கலாசார ரீதியில் மக்கள் பெரும்பாலும் வெவ்வேறு முறைகளைக் கையாளுகிறார்கள். பல்வேறு சமூகங்கள் மற்றும் சமுதாயங்கள் மரணத்தை எவ்வாறு

அணுகுகிறார்கள் என்பதைப் பாருங்கள். இந்தோனேசியத் தீவான சுலவேசியில் உள்ள டோராஜா மக்கள் விமர்சையான இறுதிச் சடங்குகளை நடத்துவதற்காகப் பணம் சேமித்து, இறந்த தங்கள் உறவினர்களின் உடல்களை மம்மியாகச் செய்து தங்களது பரம்பரை வீட்டில் வைத்திருப்பார்கள். இந்த வகையில் உடல்கள் மாதக்கணக்கிலும் சில சமயங்களில் வருடக் கணக்கிலும் வைக்கப்பட்டிருக்கும். அவர்கள் இறந்து விட்டதாகக் கருதாமல், நோய் வாய்ப்பட்டதாகக் கருதி பராமரிக்கப்படுவதுடன், உணவும் பானமும் கொண்டு வந்து இறந்த உடல்களின் அருகில் அமர்ந்து பேசுவார்கள். அவர்களைக் குடும்பக் கல்லறை ஒன்றில் அடக்கம் செய்த பின்னரும் அவருடைய உறவினர்கள், இறந்தவர்களின் தலைமுடி மற்றும் ஆடைகளைப் புதுப்பிக்க, அவ்வப்போது இறந்தவர்களைச் சவப்பெட்டிகளிலிருந்து வெளியே எடுப்பார்கள். அந்த உறவினர்கள் இறந்தவர்களிடம் பேசுவார்கள். புகைப்படம் எடுப்பார்கள். நம்மில் சிலருக்கு இது பயங்கரமானதாகத் தோன்றலாம். ஆனாலும் அவர்கள் இந்தச் சடங்கை, காலஞ்சென்ற தமது அன்புக்குரியவர்களை இதயப்பூர்வமாகக் கௌரவிப்பதற்கும், நினைவு கூர்வதற்கும் ஒரு சந்தர்ப்பமாகக் கருதுகிறார்கள்.

மங்கோலியா மற்றும் திபெத் ஆகிய நாடுகளில் உள்ள பலர், மரணத்திற்குப் பின்பும் மனித ஆன்மா வாழ்வதாக நம்புகிறார்கள். மறுபிறப்பு எடுக்க உதவுவதற்காக, உடல்கள் துண்டுகளாக வெட்டப்பட்டு, ஒரு மலையுச்சியில் கழுகுகள் உலாவும் இடத்திற்கு அருகில் போடப்படுகின்றன. ஓர் ஆன்மா அதன் மறுபிறப்புக்காகக் காத்திருக்கும் தருணத்தில் சுவர்க்கத்திற்குப் போக உதவும் தேவதைகளாக இந்தப்

பறவைகள் கருதப்படுகின்றன. அதனால் இந்தப் பாரம்பரிய வழக்கத்தின் பெயர் “வான் அடக்கம்” என்பதாகும்.

பெரும்பாலான இந்து கலாசாரங்களில், இறந்தவர்களின் உடல் தகனம் செய்யப்படுகிறது. சட்டமிடப்பட்டு மாலை சூட்டப்பட்ட நபரின் புகைப்படத்தைத் தவிர, வேறு எந்தத் தடயமும் எஞ்சியிருக்காது. நீங்கள் ஒருவரின் வீட்டிற்குள் நுழையும்போது அத்தகைய மாலையிடப்பட்ட புகைப்படம் ஒன்றைப் பார்க்க நேர்ந்தால், அந்த நபர் காலமாகி விட்டார் என்பதே பொருள். ஆனால், அவர் அந்தக் குடும்பத்தின் இதயத்தில் நிலைத்திருக்கிறார் என்பதை நீங்கள் அறியலாம்.

நீங்கள் உலகத்தைச் சுற்றி வந்தீர்களானால், இறந்தவர்கள் பல்வேறு முறைகளிலும் நினைவு-கூரப்படுவதை நீங்கள் காணலாம். இப்போது, தகனம் செய்யப்பட்ட உடலின் சாம்பலை எடுத்து ஒரு கலசத்தில் வைப்பதற்குப் பதிலாக, தீவிர வெப்பம், மற்றும் அழுத்தத்தைப் பிரயோகித்து அவற்றை வைரக்கற்களாக்கி, ஆபரணங்கள் செய்வதற்குக் கூடப் பயன்படுத்தலாமெனவும் நான் கேள்விப்பட்டிருக்கிறேன்!

ஆம், மக்களிடையே கலாசார வேறுபாடுகள் உள்ளன. இதை நாம் அடிக்கடி கவனிக்கலாம். அனுபவிக்கலாம். கொண்டாடலாம். ஆனால் இந்த வேறுபாடுகள் இந்தப் பூமியின்மேல் நாம் எப்படி வாழ்கிறோம் என்பதன் ஒரு பகுதி மட்டுமே. நாம் என்னவாக இருக்கிறோம் என்பதன் சாராம்சத்தை அவை வரையறுப்பதில்லை. விருப்பங்களும், ஆசைகளும், விதிகளும், சம்பிரதாயங்களும், உண்மையில் வாழ்க்கை முறையைப் பற்றியதே அல்லாமல், வாழ்வைப் பற்றியதல்ல. நாம் எங்கிருந்து

வருகிறோம், எதை நம்புகிறோம் என்பவை எதுவாக இருந்தாலும் நம்மை ஒன்றிணைக்கும் மற்ற விஷயங்களும் உள்ளன. அவற்றில் நமது அடிப்படைத் தேவைகள் முக்கியமானவை.

எவை இல்லாமல் நம்மால் வாழ முடியாதோ, அவையே நமது அடிப்படைத் தேவைகளாகும். நம் அனைவருக்கும் பசியும், தாகமும் ஏற்படுகிறது. நம் அனைவருக்கும் தங்குமிடம் தேவை. மிகவும் அழகான இந்தக் கிரகத்தைச் சூழ்ந்திருக்கும் அதே காற்றையே நாம் அனைவரும் பகிர்ந்து கொள்கிறோம். நாம் மூச்சை உள்ளே எடுத்து வெளியே விடுகிறோம்.

நமது தேவைகளைப் பூர்த்தி செய்ய நாம் எவ்வாறு ஒன்றிணைந்து செயல்படுகிறோம் என்பது தனிமனிதனின் கண்ணோட்டமும், உலகளாவிய கண்ணோட்டமும் சேர்ந்த வியக்க வைக்கும் கலவையாகும். இன்று, மனிதர்களாகிய நாம் கட்டியெழுப்பிய உலகைச் சுற்றிப் பார்க்கும்போது நாம் எதைப் பார்க்கிறோம்? நமது பொதுவான தேவைகளைப் பூர்த்தி செய்வதற்கான சவாலை நாம் எவ்வாறு கையாண்டிருக்கிறோம்? சில சமயங்களில் அதிஅற்புதமான மனித முன்னேற்றத்தினால் நிறைய செழிப்பையும், அழகையும், தாராள மனப்பான்மையையும், பொருள் வளத்தையும் நாம் காண்கிறோம். வேறு சில சமயங்களில் பயம் மற்றும் பேராசையின் விளைவுகளைக் காண்கிறோம்: சுற்றுச்சூழல் மாசடைதல், உணவுப் பற்றாக்குறை, சுகாதாரப் பிரச்சினைகள் போன்றவற்றை. மீண்டும் இங்கே என்ன தெரிவு செய்யவேண்டும் என்பது அதிமுக்கியமானது. நம்மால் கெடுதலைச் செய்ய முடியுமானால், நல்லதையும் செய்ய முடியும். பெரும்பாலும் மனிதர்கள்தான் மற்ற மனிதர்களுக்கு மோசமான சூழ்நிலைகளை அடிக்கடி உருவாக்குகிறார்கள். ஆனால், அந்தச் சூழ்நிலைகளை

அவர்களால் நிவர்த்தி செய்யக் கூடிய சாத்தியம் எப்போதும் உள்ளது. இது பெரும்பாலும் சிறிய முயற்சிகளில் இருந்து தொடங்குகிறது.

பசி இயற்கையானது. ஆனால் உணவுப் பற்றாக்குறை என்பது மனிதனால் உருவாக்கப்பட்ட பிரச்சினையாகும். இயற்கையோடு நாம் சரியான முறையில் செயல்பட்டால், நமக்குத் தேவையான அனைத்து உணவையும், அதை விட மேலும் அதிகமாகவும், இயற்கையால் வழங்க முடியும். எனினும் உணவு விநியோகம் மிகவும் மோசமானதாகவும், விரயம் மிக அதிகமாகவும் உள்ளது. இப்பொழுதும் இந்தியாவில் ஊட்டச்சத்துக் குறைபாட்டால் இறக்கும் மக்கள் இருக்கிறார்கள் என்பதை நினைக்கும் ஒவ்வொரு முறையும் அது என்னைக் கலங்க வைக்கிறது. ஆனால், இந்தியா உற்பத்தி செய்யும் உணவை நிறைய ஏற்றுமதி செய்கிறது.

சில ஆண்டுகளுக்கு முன்பு, நானும் பிரேம் ராவத் அறக்கட்டளையைச் சேர்ந்த ஒரு குழுவும், இந்திய மாநிலமான ஜார்க்கண்டின் தலைநகரான ராஞ்சியைச் சுற்றி இடம்பெறும் சில பிரச்சினைகளுக்கு எவ்வாறு உதவலாம் என்பதைப் பற்றி ஆராய்ந்து பார்க்க அங்கு சென்றிருந்தோம். அப்பகுதியில் கடுமையான அரசியல் நெருக்கடிகளும், இன வன்முறைகளும் இருந்ததுடன், அங்கு அதிக அளவில் வறுமையும் நிலவியது. அங்குள்ள நிலத்தில் இந்தியாவின் கனிம வளங்களில் சுமார் 40 சதவீதம் இருந்தபோதும், வறுமைக் கோட்டின் கீழ் அதே சதவீதமான மக்கள் வாழ்ந்து வந்தனர். அத்துடன் ஊட்டச்சத்துக் குறைபாட்டால் பாதிக்கப்பட்டும் இருந்தார்கள்.

நாங்கள் ஒரு நிலத்தைக் கண்டுபிடித்து, அங்குள்ள மக்களுக்கு உதவுவதற்கு நிலையமொன்றை அமைத்துக்

கொடுப்பதற்காக அதை விலைக்கு வாங்க நினைத்தோம். அதற்கு நமது ஆலோசகர்கள், "அதைச் செய்ய வேண்டாம். இந்தப் பகுதியில் பயங்கரவாதம் மற்றும் குற்றச் செயல்கள் தொடர்பான பிரச்சினைகள் அதிக அளவில் உள்ளன. மேலும், இங்கு பணிபுரிபவர்களின் பாதுகாப்பையும் நம்மால் உறுதிப்படுத்த முடியாது" எனக் கூறினார்கள். ஆனால் நாங்கள் அந்த முயற்சியை அன்று கைவிட்டிருந்தால், அதே பிரச்சினைகள் தொடர்ந்து கொண்டே இருந்திருக்கும். அதனால் நாங்கள் தொடர்ந்து முயற்சி செய்தோம்.

கேள்வி இதுதான். அங்குள்ள சமூகங்களுக்கு எவ்வாறு உதவ முடியும்? ஒருவர், "ஒரு மருத்துவமனையைக் கட்ட வேண்டும் என்று கூறினார். ஆனால், அந்தத் துறையில் எங்களுக்கு எவ்வித நிபுணத்துவமும் இல்லை. அதைக் கட்டுவது ஒரு பெரிய சவாலாகவும், அதைக் கொண்டு நடத்துவது இன்னும் கஷ்டமான வேலையாகவும் இருந்திருக்கும். அப்போது இன்னொருவர் பள்ளிக்கூடம் ஒன்றை அமைக்கப் பரிந்துரைத்தார். ஆனால், அந்தப் பகுதியில் ஏற்கனவே ஏராளமான பள்ளிக்கூடங்கள் இருந்ததுடன், அதை நிர்வகிக்கக் கூடிய திறன் நம்மிடம் இருப்பதாக நான் நினைக்கவில்லை. பின்னர் நாங்கள் சத்துணவைப் பற்றிச் சிந்தித்தோம். அது உண்மையில் அனைவருக்கும் பிடித்திருந்தது. பல குடும்பங்களின் நிலைமை மிகவும் மோசமாக இருந்தது. நான் சந்தித்த சில இடத்தைச் சேர்ந்த பிள்ளைகள், எலிகள் சேகரித்து வைத்திருந்த உணவுத் துண்டுகளைத் திருடுவதற்காக எலிவளைகளை எப்படிக் கண்டுபிடித்துத் தோண்டுவது என்பதைக் கற்றுக்கொண்டிருந்தனர். சூடான ஊட்டமளிக்கும் உணவைத் தினமும் இலவசமாக வழங்கும் ஒரு பெரிய உணவு மையத்தை அமைப்பதற்கு இறுதியாக முடிவு செய்தோம்.

அங்கு யாரை உணவு உண்ண அனுமதிக்கலாம், அல்லது யாரை அனுமதிக்கக் கூடாது என்பதில், எந்த விதமான அரசியல் தலையீடுகளையும் தவிர்ப்பதற்கு உண்மையில் நான் விரும்பினேன். எனவே அப்பகுதியைச் சேர்ந்த அனைத்து உள்ளூர் சமூகத் தலைவர்களையும் அழைத்து, அவர்கள் கையில் இலவச உணவை யாருக்குக் கொடுக்கலாம் என்பது குறித்த இறுதி முடிவு எடுப்பதை அவர்களிடம் ஒப்படைத்தோம். மிக விரைவில் பிள்ளைகள் அங்கு வரத் தொடங்கியதுடன், பின்பு வயதானவர்களும் அத்துடன் கைக்குழந்தைகள் உள்ள தாய்மார்களும் வந்தனர். இத்திட்டத்தின் விரிவாக்கத்தின் ஒரு பகுதியாக நாங்கள் குளியலறை வசதி ஒன்றை ஏற்படுத்திக் கொடுத்து, ஒவ்வொருவரும் கைகளை நன்றாகக் கழுவுவதற்காக அதைப் பயன்படுத்த வேண்டும் என்ற விதிமுறையையும் ஏற்படுத்தினோம். பல குழந்தைகளுக்கு இது புதிதாக இருந்தது. சில குழந்தைகள் வீடுகளில் அதிகாலையில் எழுந்தவுடன், முதலாவதாக, வயல்களிலிருந்து சாணத்தைச் சேகரிப்பார்கள். ஏனெனில், அது எரிபொருளாகப் பயன்படுத்தப்பட்டது. அவ்வாறு செய்த பின் கைகளைக் கழுவாமல் நேராகக் காலை உணவை சாப்பிட ஆரம்பிப்பதாகவும், சாப்பிடுவதற்கு முன் கைகளைக் கழுவுவதில்லை என்றும் சொன்னார்கள்.

உணவு மையத்தின் சமையல் கூடங்கள் மிகச் சுத்தமாக இருந்ததுடன், தொடர்ந்தும் அவ்வாறே பராமரிக்கப்படுகின்றன. அவற்றில் பணிபுரியும் அனைவரும் முகக் கவசங்களை அணிந்து கொள்கிறார்கள். உள்ளூர் உற்பத்திகளைக்கொண்டு பக்குவமாகத் தயாரிக்கப்பட்ட சுவை மிகுந்த உணவு வழங்கப்படுவதுடன், அங்கு வருகை தரும் அனைவரும் அவர்கள் விரும்பிய அளவு சாப்பிடவும் முடியும்.

சில ஆண்டுகளுக்குப் பின், உணவை முக்கியமாகக் கொண்டு மேற்கொள்ளப்பட்ட எங்களுடைய இந்த அணுகுமுறை ஏற்படுத்திய பலன்களை நாங்கள் கண்டுகொண்டதுடன், அது நம்ப முடியாததாகவும் இருந்தது. தங்கள் குடும்ப உணவுச் செலவிலிருந்து சேமிக்கப்பட்ட பணம் மக்கள் வசம் இருந்ததால் குற்றச் செயல்கள் குறைவடைந்தன. மேலும் அவ்வாறு சேமிக்கப்பட்டு அதிக பணம் தம் வசம் இருந்ததால், குடும்பத்தை விட்டு தொலை தூரத்தில் வேலை தேடிச் செல்லும், தந்தையர்களுடைய எண்ணிக்கையும், நாள் முழுவதும் வேலைக்குச் சென்ற சிறுவர்களுடைய எண்ணிக்கையும் குறைவடைந்தன. பள்ளிக்கூடத்துக்குச் செல்லும் குழந்தைகளின் எண்ணிக்கை கணிசமான அளவு அதிகரித்ததுடன், சிலர் பட்டம் பெறத் தொடங்கினர். குழந்தைகளின் ஆரோக்கியம் மேம்பட்டதால் மருத்துவமனைகளின் மீதான சுமை குறைந்தது. கிராம மக்களுக்கு எங்களது சேவை உதவுவதைக் கண்ட அங்குள்ள பயங்கரவாதக் கும்பல்கள் எங்கள் குழுவினருக்கோ எங்களது உபகரணங்களுக்கோ எவ்விதத் தொந்தரவும் கொடுக்காமல் செயல்பட விட்டுவிட்டார்கள்.

தினமும் ஒருவேளை வழங்கப்படும் ஊட்டச்சத்து நிறைந்த உணவுமட்டும் முழு வட்டாரத்திலும் இவ்வளவு பெரிய மாற்றத்தை ஏற்படுத்த முடியும் என்பதை இப்போது கூட என்னால் நம்ப முடியவில்லை. நாங்கள் இப்போது கானா மற்றும் நேபாளத்திலும் இதேபோன்ற மையங்களை அமைத்திருக்கிறோம். இவையும் பெரிய அளவில் சாதகமான விளைவுகளை ஏற்படுத்திய திட்டங்களாக அமைந்தன. மறுபடியும், சிறிய முயற்சிகள் பெரிய மாற்றத்தை உருவாக்குகின்றன.

(பின் குறிப்பு: நேபாளத்தில் உள்ள நமது மையம் கட்டிட விதிமுறைகளுக்கு இணங்க முறையாகக் கட்டப்பட்டது. 2015 இல் பெரிய நிலநடுக்கம் ஏற்பட்டபோது, அருகே இருந்த பல கட்டிடங்கள் இடிந்து விழுந்ததுடன், சில பாதுகாப்பற்றனவாக மாறியபோதும் நமது கட்டிடத்தில் ஒரு சிறிய விரிசல் மட்டுமே ஏற்பட்டது. பின்னர் அது ஒரு புகலிடமாகவும் கூட மாறியது. எனவே அந்த மையம் உண்மையில் ஓர் உயிர் காப்பகமாகவும் ஆனது.)

கருணையைப் பற்றி

மனிதர்களாகிய நாம் சில வேளைகளில் மற்றவர்களின் தேவைகளை முற்றிலும் வித்தியாசமான விதத்தில் கையாள்வது பற்றிய சிறிய நகைச்சுவையொன்று இதோ:

பாலைவனத்தில் வழி தவறிய மனிதன் ஒருவன் மிகவும் தாகத்துடன் இருந்தான். அவன் தன் கைகளாலும், கால்களாலும் தவழ்ந்து, தவழ்ந்து போய்க்கொண்டிருந்தான். நாக்கு முற்றிலும் வறண்டுபோகும் அளவுக்கு அவ்வளவு தாகத்தில் அவன் இருந்தான். அப்போது ஒட்டகத்தின் மீது சென்றுகொண்டிருந்த ஒரு நபரைச் சந்தித்தான். அவனிடம் “தயவு செய்து, தயவு செய்து எனக்குக் கொஞ்சம் தண்ணீர் தர முடியுமா?” என்று கேட்கிறான்.

அவன், “நல்லது. நான் உனக்கு ஒரு டையைத் தரட்டுமா?” என்கிறான். நிஜமாகவே அவன் தனது பயண மூட்டையை அவிழ்த்தபோது அங்கே நிறைய டைகள் இருக்கின்றன. “உனக்கு எந்த டை வேண்டும்?”

தாகமாயிருந்த அந்த மனிதன் “இல்லை இல்லை. எனக்கு டை வேண்டாம். உங்களிடம் கொஞ்சம் தண்ணீர் இருக்கிறதா?” என்கிறான்.

“நல்லது. ஒரு டையைத் தரவா?”

“இல்லை. எனக்கு டை வேண்டாம்” என்று சொல்லிய வண்ணம் அவன் தொடர்ந்து தவழ்ந்து செல்கிறான். மீண்டும் திரும்பி: “எங்கே கொஞ்சம் தண்ணீர் இருக்கிறது என்று நிச்சயமாக உங்களால் எனக்குச் சொல்ல முடியுமா?”

“ஆமாம் எங்கே தண்ணீர் இருக்கிறதென்று என்னால் சொல்ல முடியும். நேராக அரை மைல் தூரம் போனால் ஒரு பாலைவனச் சோலை இருக்கிறது. அங்கே நிறையத் தண்ணீர் இருக்கிறது.”

அவன், தனது கைகளாலும், முழங்கால்களாலும் தொடர்ந்து தவழ்ந்து சென்று, இறுதியில் அந்த அழகிய பாலைவனச் சோலையை அடைகிறான். அங்கே பசுமை நிறைந்த மிக அழகிய மரங்கள், செடிகள், பூக்கள் இருந்ததுடன், அவற்றிற்குப் பின்னால் ஜொலித்துக் கொண்டிருக்கும் ஓர் ஆழமான நீர் நிறைந்த குளத்தையும் பார்க்கிறான். பாலைவனச் சோலைக்குச் செல்லும் வழியில் ஒரு பருமனான மனிதன் நிற்பதைக் கண்ட அந்தத் தாகமான மனிதன் அவனை நோக்கித் தவழ்ந்து செல்கிறான்.

“நான் பாலைவனச் சோலைக்குள் வந்து தண்ணீர் குடிக்கலாமா?” என்று கேட்கிறான்.

“நீங்கள் டை அணிந்திருக்கிறீர்களா?”

நாம் விழிப்புடன் சிந்திக்கவில்லை என்றால், நாமும் இதையேதான் செய்வோம். மக்கள், தங்களுடைய தேவைகளைப் பூர்த்தி செய்வதற்கு முன், அவர்களை அர்த்தமற்ற செயல்களைச் செய்ய வைக்கிறோம். அதற்குப் பதிலாக, நாம் எப்படி நடத்தப்பட வேண்டுமென்று நாம் விரும்புகிறோமோ, அவ்வாறே அந்த மக்களையும் நாம் நடத்தினால் எப்படி இருக்கும்? போட்டிக்குரிய வேறுபாடுகளை விடுத்து, பொதுவான

குறிக்கோளைத் தேடினால் எப்படி இருக்கும்? நாம் கருணையுடனேயே இருந்தால் எப்படி இருக்கும்?

Kind (கருணை) என்ற வார்த்தைக்கும், ஒருவரது குடும்பம் மற்றும் உறவினர்கள் தொடர்பான Kin என்ற வார்த்தைக்கும் தொடர்பு ஒன்று இருக்கிறது. கருணையுடன் சிந்தித்துச் செயல்படும்போது, நமக்கும் மற்றவர்களுக்கும் இடையேயுள்ள தடைகள் தகர்க்கப்படுகின்றன. நாம் சந்திக்கும் ஒவ்வொருவர் மேலும் கருணை காட்டும்போது நாம் பெற வேண்டிய எல்லாவற்றையும் பெற்றுக் கொள்வோமே தவிர, நாம் எதையும் இழக்கப் போவதில்லை. நாம் அதை ஏழு பில்லியன் மடங்கு பெருக்கினாலும் எதையுமே இழக்க மாட்டோம். எல்லாமே பயனளிக்கும்.

நாம் கருணையைப் பரப்பும்போது, நம்முடன் இணைந்து கொள்பவர்களுடன் ஒரு குடும்பத்தினர்போல் ஆவோம். ஓர் இனம் என்னும் உணர்வு. நாம் எல்லோரும் ஒன்று என உணர்வோம். ஆனால், நாம் கருணையை வெளிக்காட்டுவதற்கு முன் நாம் நம் மீதே கருணை காட்ட வேண்டும். கருணை நம் உள்ளேயிருந்து தொடங்குகிறது: அது நம்முள் இருக்கும் சிறந்த மனித குணங்களுடன் வளர்க்கப்பட்ட இணைப்பு. அது அங்கிருந்து துளிர்கிறது.

பச்சாத்தாபம் நீண்ட காலமாக மனித அனுபவத்தின் ஒரு பகுதியாக இருந்து வந்துள்ளபோதும், அதைக் குறிக்கும் empathy என்ற ஆங்கிலச்சொல் இருபதாம் நூற்றாண்டில்தான் உருவாக்கப்பட்டது. அதற்கு இப்போது பல விளக்கங்கள் இருந்தபோதும், நான் பச்சாத்தாபத்தின் வலிமையை அதன் எளிமையான விதத்தில் சுட்டிக்காட்ட விரும்புகிறேன். உங்களை நீங்கள் இன்னொரு நபரின் நிலைமையில் வைத்துப் பார்த்தபோதும், உங்களால் அதே அனுபவத்தை

உணர்ந்து கொள்ள முடியாமல் போகலாம். மேலும் நீங்கள் அவர்களுடன் உடன்படாமலும் இருக்கலாம். ஆனாலும், அந்த மனிதன் எந்த நிலைமையிலிருந்து வந்திருக்கிறார் என்பதைப் புரிந்து கொள்ள முயற்சிப்பது அவசியம். மற்றவர்களை எப்போதும் உங்களிலிருந்து முற்றிலும் பிரித்துப் பார்ப்பதை விட, இது உங்களைச் சுற்றியுள்ள உலகத்தைப் புரிந்து கொள்வதற்கான மிகச் சிறந்ததொரு வழியாகும். மதம், நிறம், தேசியம் அல்லது வேறு எதுவாக இருந்தாலும் அதைக் கொண்டு அந்த நபரை வகைப்படுத்திப் பார்க்க முயற்சிப்பதற்குப் பதிலாக, அவர்களின் நிலைமையில் உங்களை வைத்துப் பார்க்க ஆரம்பியுங்கள். பசி முதற்கொண்டு, வேதனை, துயரம், ஆத்திரம், போர் என்பவற்றின் உணர்வுகள் அனைத்தாலும், தத்தமது தேவைகளைப் பூர்த்தி செய்துகொள்ள முடியாத மக்களிடம் பச்சாதாபம் கொள்ள முயற்சிக்க வேண்டும். இதனைச் செய்வதற்கு, மனிதன் மனிதனாக இருப்பதன் அர்த்தம் என்னவென்பதை நினைவில் வைத்திருக்கவேண்டும்.

சமூகமும் நாமும்

கருணை நம்மிடமிருந்து ஆரம்பிப்பதால், நாம் இந்த உலகை மேலும் சிறந்த இடமாக மாற்ற விரும்பினால், முதலில் நாம் நம் மீது கவனம் செலுத்த வேண்டும். நான் பல முறை இந்த உலகத்தைச் சுற்றி வந்துள்ளபோதும், இதுவரை சிறந்ததொரு சமுதாயத்தைக் காணவில்லை. ஒரு சமுதாயத்தை ஒட்டுமொத்தமாக மாற்றுவது கஷ்டமானது என்பதையே உணர்ந்தேன். அதற்கு நேரம் எடுக்கும். சிலசமயங்களில் நாம் முன்னோக்கிச் செல்கிறோம். சில சமயங்களில் பின்னோக்கிச் செல்கிறோம்.

நம்மிலிருந்து ஆரம்பிக்கும்போது, நாம் சிந்திக்கும், செயலாற்றும் முறைகளை மாற்றியமைக்க முடியும் என்பதுடன், பிறகு நம்மால் கூட்டாக இணைந்து செயல்படவும் முடியும்.

ஒரு கட்டிடத்தின் வலிமை அதிலுள்ள ஒவ்வொவொரு செங்கல்லினுடைய தரத்திலிருந்து தீர்மானிக்கப்படுகிறது. ஒரு செங்கல் வெடித்து, நொறுங்கினால் அது அதைச் சுற்றியுள்ள அனைத்தையும் பாதிக்கும். அதன் விளைவு தொடர்வதனால் அருகிலுள்ள கற்களையும் அதிக அளவில் அழுத்தத்திற்கு உள்ளாக்கும். ஒரு கட்டிடத்தின் பாதுகாப்பை மதிப்பிடும்போது, ஒவ்வொரு செங்கல்லினுடைய தனிப்பட்ட உறுதியைக் கருத்தில் கொள்ள வேண்டும். தனிமனிதனுக்கும் சமுதாயத்திற்கும் இடையேயான தொடர்பும் இதே மாதிரியானதுதான். ஒவ்வொரு தனிமனிதனையும் நாம் பாதுகாக்க வேண்டும் என்பதுடன், உண்மையிலேயே அது ஒவ்வொரு மனிதனும் முடிந்தவரை தன்னைத்தானே வலுவடைய முயற்சிப்பதில் இருந்து ஆரம்பமாகிறது.

கடிகாரம் ஒன்றைப் பாருங்கள். அதனுள் பற்பல பாகங்கள் உள்ளன. சில நகர்கின்றன. சில நகர்வதில்லை. ஒரு நல்ல கடிகாரத்திற்கு அவை அனைத்தும் அத்தியாவசியமானவை. வெளியே மணியைக் காட்டும் முள், நிமிடத்தைக் காட்டும் முள், வினாடியைக் காட்டும் முள் என்பனவற்றை மட்டுமே பார்க்க முடிந்தபோதும், அதனுள்ளே ஒரு முழுமையான சிறிய உலகமே உள்ளது. மணி, நிமிடம், வினாடி என்பனவற்றைக் காட்டும் முட்களைச் சரியாக நகர்த்த சகல பகுதிகளும் முழுமையாகச் செயல்படுகின்றன. மணி காட்டும் முள்ளை, நிமிட முள்ளை, வினாடியைக்

காட்டும் முள்ளை உரிய இடங்களில் வைப்பதற்காக எல்லாப் பாகங்களும் இணைந்து செயல்படுகின்றன. நாள்தோறும் இது துல்லியமாக நடைபெற, ஒவ்வொரு பாகமும் சரியாகச் செயல்பட வேண்டும் என்பது கடிகாரத் தயாரிப்பாளர்களுக்குத் தெரியும்.

இதை மற்றொரு கோணத்திலும் நாம் பார்க்கலாம். நீங்கள் தொலைக்காட்சியின் முன்னால் அமர்ந்து, விண்வெளியிலிருந்து எடுக்கப்பட்ட பூமியின் படத்தைப் பார்க்கிறீர்கள். பின்னர் அதை நீங்கள் பெரிதாக்கத் தொடங்குகிறீர்கள். ஆரம்பத்தில் நீங்கள் மலைகளின் படத்தையும், மலையின் அருகில் காடு ஒன்றையும், படிப்படியாகக் சில மரங்களையும், பின்னர் மரம் ஒன்றில் இலைகளையும் காண்கின்றீர்கள். அவ்விதம் பெரிதாக்கிக் கொண்டே செல்லும்போது, இலைகளின் படம் விரைவாக வர்ணக் குமிழிகளாக மாறி விடுகின்றன. நீங்கள் தொடர்ந்து சிவப்பு, பச்சை, நீலம் என மூன்று செவ்வகங்களைக் காணும் வரை தொடர்ந்து பெரிதாக்குகின்றீர்கள். நீங்கள் மிகச்சிறியதொரு படப்புள்ளி (பிக்ஸல்) வரை வந்துவிட்டீர்கள். அதையேதான் நீங்கள் தொடக்கத்திலிருந்து பார்த்துக் கொண்டிருந்தபோதும், உங்கள் கண்களுக்குத் தெரிந்ததெல்லாம் இலை, மரம், மலை என்பவற்றோடு கூடிய முழு உலகின் படமேயாகும்.

ஒவ்வொரு மனிதனும் ஒரு படப்புள்ளி (பிக்ஸல்) போன்றவன் என்பதுடன். நாம் எல்லோரும் ஒன்றிணைந்து ஒரு சமுதாயத்தை, பின்பு ஒரு சமூகத்தை, அதன் பின் உலகளாவிய மக்கள் தொகையை உருவாக்குகிறோம். சமுதாயத்தின் ஒட்டுமொத்தப் படமும் தவறாகத் தோன்றினால் அந்தப் படத்தை உருவாக்கிய பிக்ஸல்களில் உள்ள தவறு என்னவென நாம் கேட்க வேண்டும். அவை ஏன் சீராகப்

பிரகாசிக்கவில்லை? இதில் எனது பங்கு என்ன? என் சமுதாயம், என் சமூகம் மற்றும் உலகம் பற்றிய ஒரு நல்ல சித்திரத்தை உருவாக்க நான் உதவுகிறேனா? நான் சரியான வழியில் ஒளிர்ந்து கொண்டிருக்கிறேனா? நாம் நம்முள்ளே மேலும் மேலும் ஆழமாகப் பார்க்கும்போது நிகழ்வதென்ன?

ஒரு கடிகாரத்தை நிறுத்த, ஒரு கட்டிடத்தைப் பலமிழக்கச் செய்ய, ஒரு தெளிவான படத்தை உருக்குலைக்க, அத்துடன் ஒரு சமுதாயத்தைச் சீர்குலைக்கத் தேவையானதெல்லாம் ஓர் உடைந்த பகுதி மட்டுமே. அதனால் நம்மைப் புரிந்து கொள்வதற்காக நேரத்தைச் செலவிடுவது ஒருபொழுதும் சுயநலமாகாது. முழு உலகத்தையும் ஒளியேற்ற, எரிந்து கொண்டிருக்கும் ஓர் மெழுகுவர்த்தியிலிருந்து ஆரம்பிக்க வேண்டும்.

நாம் அதே இடத்திலிருந்து வருகிறோம்

ஒரு குறிப்பிட்ட கண்ணோட்டத்திலிருந்து பார்த்தால், "பிரபஞ்சம் முழுவதும் வியாபித்துள்ளதற்கும்" "நான்" என்பதற்கும் முரண்பாடு இருப்பதாகத் தெரியலாம். "நான்" என்பது மற்ற எல்லாவற்றிலிருந்தும் தனிப்பட்ட ஒன்றல்லவா? நான் ஒரு தனித்துவமான "நான்" அல்லவா? நீ தனித்துவமான "நீ" அல்லவா?

ஆம், நாம் உயிருடன் இருக்கும் காலத்தில் நம் ஒவ்வொருவருக்கும் ஏதோ ஒரு தனித்தன்மை இருந்தபோதும், நமது உள்ளத்தின் அமைதிக்கான தேவை உட்பட, நம் அனைவரது அடிப்படைத் தேவைகளும் ஒரே மாதிரியானவை. உள் அமைதி என்பது வலிமை யோடு இருப்பவர்களுக்கென்றோ அல்லது பலவீனர்களுக்கென்றோ, பணக்காரர்களுக்கென்றோ அல்லது ஏழைகளுக்கென்றோ, ஓர் இனத்திற்கென்றோ அல்லது மற்றோர் இனத்துக்கென்றோ, ஒதுக்கி வைக்கப்பட்டதல்ல.

அமைதி அனைவருக்குமானதுடன், அனைவருக்குள்ளும் அமைதி இருக்கிறது.

நமது மனம் தொடர்ந்து நம்மைச் சுற்றியுள்ள உலகத்தை உருவாக்க முயற்சி செய்தாலும், உயிருடன் இருப்பது மிகவும் எளிமையானது. உறங்கும்போது பணக்காரனுக்கும், ஏழைக்கும் என்ன வித்தியாசம்? படித்தவனுக்கும், பாமரனுக்கும் என்ன வித்தியாசம்? நல்லவர்களுக்கும், கெட்டவர்களுக்கும் என்ன வித்தியாசம்? நல்லதற்கும் கெட்டதற்கும் என்ன வித்தியாசம்? உறங்கும்போது நமது எண்ணக் கருத்துகளும், வேறுபாடுகளும் விலகி விடுகின்றன. நாம் எல்லோருமே சுவாசிக்கிறோம், அவ்வளவுதான்.

நாம் சில அடிப்படைத் தேவைகளையும், இந்தப் பூமியையும் பகிர்ந்து கொள்கிறோம். ஆனால் அதைவிடப் பிரமாண்டமான ஒன்றை, என்றென்றும் விரிவடைந்து கொண்டிருக்கும் பிரபஞ்சத்தையும் பகிர்ந்து கொள்கிறோம். விண்வெளியின் மிகப் பரந்த தன்மையை நாம் கற்பனை செய்யும்போது, பூகோளப் படத்தில் உள்ள ஓர் எல்லைக்கோடு எந்தவித முக்கியத்துவமும் இல்லாமல் போய்விடுகிறது. இதுதான் நம் இருப்பிடத்தின் நிஜமான இயல்பு. இந்த விஷயம் தொடர்பாகப் பிரெஞ்சுத் தத்துவஞானி சிமோன் வெய்ல் (Simone Weil) என்பவர் பின்வருமாறு கூறினார்:

> *"நாம் நம்மைப் பிரஞ்சத்துடன் அடையாளப்படுத்திக் கொள்ள வேண்டும். அந்தப் பிரபஞ்சத்தை விடக் குறைவான எல்லாமே துன்பத்திற்கு உட்பட்டது."*

பிரபஞ்ச சக்தியின் தெய்வீகப் பொறி நாம் படைக்கப்பட்ட கணத்திலிருந்து நம்முள் இருப்பதுடன், அது

கண்ணுக்குப் புலப்படாத வலையினால் எல்லோரையும், எல்லாவற்றையும் இணைக்கிறது. நாம் ஒரே நேரத்தில் வேறுபட்டவர்களாகவும், ஒரே மாதிரியானவர்களாகவும் இருக்கிறோம். நாம் யாவரும் ஒன்றே.

உறுதியான கோட்பாடுகள் நம்மைப் பிரித்தாலும், உள்ளே இருக்கும் தெய்வீகம் நம்மை இணைக்கிறது. நபருடன் நபர், நண்பருடன் நண்பர், அந்நியருடன் அந்நியர், இப்படியான தொடர்புகள் பற்றி அனேகமானவர்கள் உணராமல் இருக்கலாம். இருப்பினும் ஒரு புயலுக்குப் பின் சூரியன் மீண்டும் பிரகாசிப்பதுபோல இந்த இணைப்பு எந்த நேரத்திலும் திடீரெனத் தோன்றலாம். இந்தியக் கவிஞர் கபீர் எங்கும் நிறைந்த இயல்பைக் கொண்ட நமது பிரபஞ்சத்துவத்தை இந்த வார்த்தைகளால் வெளிப்படுத்தினார்:

> *"சமுத்திரத்திலே நீர்த்துளி உள்ளது என்பதை நாம் அனைவரும் அறிவோம். ஆனால் மிகச் சிலரே அந்த நீர்த்துளியினுள் ஒரு சமுத்திரமே உள்ளது என்பதை அறிவர்."*

மீண்டும் அந்த முரண்பாடு எழுகிறது. துளியினுள் சமுத்திரம். கபீரின் சிந்தனையின்படி சமுத்திரத்தில் உள்ள தண்ணீராக மனித குலத்தைக் கற்பனை செய்து நாம் எல்லோரும் சமுத்திரத்தை நோக்கிச் செல்வதாகக் காணுங்கள். பின்பு, பயணம் ஆரம்பித்த இடத்தை நோக்கி ஓடுவதற்குமுன் நீர்த்துளி ஒவ்வொன்றும் அலைகளிலிருந்து தூக்கப்பட்டு, மேகங்களால் எடுத்துச் செல்லப்பட்டு, மலைகள், சமவெளிகள், நகரங்களென வெவ்வேறு இடங்களில் விழுவதைக் காண்கிறீர்கள். வழிநெடுகிலும் உள்ள நீர்த்துளிகள் ஒன்றிணைந்து, நீரோடைகளாக மாறி வெவ்வேறு பெயர்களுடன்

வரலாறு படைத்த மகாநதிகளாக உருவெடுக்கின்றன. மிசிசிபி, அமேசன், கங்கை, தேம்ஸ் போன்ற அனைத்து நதிகளும் இணைந்து கடல்களோடு சேர்கின்றன. பின்னர் அனைத்துக் கடல்களும் ஒன்றிணைந்து பூமியைச் சுற்றி ஒரு பரந்த, பெயரற்ற சமுத்திரமாகின்றன. அதுதான் அந்தப் பயணத்தின் முடிவா? இல்லவே இல்லை. அது மீண்டும் தொடங்குகிறது. அலைகளிலிருந்து நீர்த்துளிகள் மேலே இழுக்கப்படுகின்றன. அவ்வாறே அது தொடர்கிறது. அவ்வாறே நமது பயணமும் தொடர்கிறது. நாம் ஒரு துளியாகவும் ஒரு சமுத்திரமாகவும் இருக்கிறோம்.

பல கோடிக்கணக்கான ஆண்டுகளாக பூமி, நீரை மீண்டும், மீண்டும், மறுசுழற்சி செய்வதன் மூலம் புதுப்பித்துக் கொண்டிருக்கிறது. நீரின் இடைவிடாத இச்செயல்முறை, முடிவற்ற தெய்வீகத்தின் ஆக்கமும் அழிவும் செய்யும் சக்திக்கு ஓர் எடுத்துக்காட்டாகும். இந்தச் செயல்முறை ஒருபோதும் நிற்பதில்லை. சொல்லப் போனால், நான் மறுபிறப்பைப் பற்றிப் பரிந்து பேச இங்கு வரவில்லை. தெய்வீகம் நமக்கு முன்னும் இருந்தது. நம் வாழ்நாள் முழுவதும் நமக்கு உயிரூட்டுவதில் மும்முரமாக ஈடுபட்டுக் கொண்டு இருக்கின்றது. அத்துடன் நமக்குப் பின்பும் இருக்கும் என்று நான் சொல்கிறேன்.

சமீபத்தில் ஒருவர் என்னிடம் “வாழ்க்கை எப்படிப் போகிறது?” என்று கேட்டார். அதற்கு நான் “அது போய்க் கொண்டிருக்கிறது” என்று பதில் சொன்னேன். “போவதின் இயல்பை ஆதரிப்பது எதுவோ அது மும்முரமாகப் போய்க் கொண்டிருக்கிறது. வருவதின் இயல்பை ஆதரிப்பது எதுவோ அதுவும் மும்முரமாக வந்து கொண்டிருகிறது. வருவது எல்லாம் ஒருநாள்

போய்விடும். ஆனால் தெய்வீகத்தின் இயல்போ, எப்போதும் இருப்பதே. இது ஒன்று மட்டுமே

என்றும் நிலையானது." அவர்கள் இந்தப் பதிலை எதிர்பார்க்கவில்லை என்று நினைக்கிறேன்!

எப்பொழுதும் தொடர்ந்து நடைபெற்றுக் கொண்டிருக்கும் ஜீவராசிகளின் பரிணாமச் சுழற்சியில் தற்காலிக நிகழ்வுதான் நமது மனித வடிவம். அடிப்படையில் பார்த்தோமென்றால், நாம் எல்லோரும் ஒவ்வொருவருடனும், இந்தப் பிரபஞ்சத்துடனும், தெய்வீகத்துடனும் ஐக்கியமாகி இருக்கிறோம். இதுதான் அண்டம் முழுவதும் பரவி இருக்கும் தெய்வீகம்.

அத்தியாயம் 12

பயிற்சி, பயிற்சி, பயிற்சி

வாழ்க்கையை ஒரு புத்தகமென எண்ணிப் பாருங்கள். நாம் பிறக்கும்போது இந்தப் புத்தகம் திறக்கப்படுகிறது. அதன் உள்ளே ஏற்புரையும், முன்னுரையும்: இவை நமது ஆரம்பகாலக் குழந்தைப் பருவம். இந்தப் பாகத்துக்கு நாம் அதிக பாராட்டு கோர முடியாது. ஆனால், விரைவில் கதை வேகமாக நகரத் தொடங்குகிறது. ஒவ்வொரு புதிய பக்கமும் புரட்டப்படும்போது, நம் வாழ்க்கை என்னும் வெற்றுத்தாளில், புதியதாக ஏதோ ஒன்றை எழுதும் வாய்ப்பு நமக்குக் கிடைக்கிறது.

நீங்கள் அதிர்ஷ்டசாலியாக இருந்தால், உங்கள் புத்தகம் பல பக்கங்களைக் கொண்டிருப்பதுடன், அது உங்களுடைய துணிகரச் செயல்கள், மற்றும் அனுபவங்களால் நிறைந்த கதையாக இருக்கும். இந்தக் கதையிலும், அனைத்துக் கதைகளையும் போலவே சில கஷ்டமான காலங்களும் இருக்கும். பின்பு ஒருநாள், ஒரேயொரு பக்கம் தவிர மற்ற அனைத்துப் பக்கங்களிலும் எழுதப்பட்டிருக்கும். அத்துடன் அந்தக் கடைசிப் பக்கத்தில் 'முற்றும்' என்ற சொல் காணப்படும்.

உங்களின் புத்தகத்தில் நீங்கள் எதை எழுதுகிறீர்கள்? அது அர்த்தமுள்ளதாக இருக்கிறதா? அது உங்கள் கவனத்தை ஈர்க்கிறதா? அது உங்களுக்கு உற்சாக மூட்டுகிறதா? நீங்கள் கூற விரும்பும் கதை இதுதானா?

பண்டைய இந்திய வரலாற்றில் மாமுனிவர் வேதவியாசர், மகாபாரதத்தைத் தொகுக்க விரும்பியபோது, அவர் கூறுபவற்றை பொருள் சிதையாது எழுதக்கூடிய ஒரு வல்லுநர் தேவைப்பட்டார். எனவே, அவர் விவேகத்தின் கடவுள் எனப் போற்றப்பட்ட கணபதியை அணுகினார். நீங்கள் சொல்லிக் கொண்டிருக்கும் வரை நான் தொடர்ந்து எழுதிக்கொண்டே இருப்பேன் என்று கணபதி கூறினார். வேதவியாசரிடம் உண்மையில் கணபதி கூறியதாவது, "நீங்கள் இது பற்றி அதிக அளவில் சிந்திக்காமல் உங்கள் இதயத்திலிருந்து பேச வேண்டும் என நான் விரும்புகிறேன்" என்பதே. பதிலுக்கு வேதவியாசர், "உங்களுக்கு எது அர்த்தமுள்ளதாகப்படுகின்றதோ அதை மட்டுமே எழுதுங்கள்" என்று கணபதியிடம் கேட்டுக் கொண்டார். உங்கள் வாழ்வின் கதையிலும், நீங்கள் எதை எழுதினாலும், அது உங்களுக்கு அர்த்தமுள்ளதாக இருக்க வேண்டும். நீங்கள் எழுதுவது உங்கள் கதையா? அல்லது வேறொருவருடைய கதையா? அக்கதையில் தெளிவும், நோக்கமும் உள்ளதா? அது உங்களுக்கு அர்த்தமுள்ளதாக இருக்கிறதா?

ஒவ்வொரு நாளும், நம்மை வெளிப்படுத்துவதற்கான ஒரு புதிய வாய்ப்பை நமக்குத் தருகிறது. புதிய வெற்றுப்பக்கம் ஒன்று நிரப்பப்படுவதற்காகக் காத்திருக்கிறது. தன்னை அறியும் அறிவு, நினைவில் நிலைத்திருக்கும் ஒன்றை, மகிழ்ச்சி தரும் ஒன்றை, அர்த்தம் நிறைந்த ஒன்றை, உண்மையில் நாம் யார் என்ற உண்மையை எழுதுவதற்கு உதவும். 'என்னுடைய' வாழ்க்கைக் கதையை என்னால் மட்டுமே எழுத முடியும். 'உங்கள்' கதையை உங்களால் மட்டுமே எழுத முடியும். ஒவ்வொரு நாளும் நாம் நம் பேனாவை எடுத்து நம் உள்ளத்தில் இருப்பதை எழுத வேண்டும். தயங்காமல் எழுதுங்கள்.

இதைச் செய்வது எப்போதும் எளிதானதல்ல என்பது எனக்குத் தெரியும். கவனச் சிதறல் மற்றும் அதிருப்தி ஆகிய உணர்வுகளிலிருந்து விடுபட்டு, ஆழ்ந்த அமைதியையும், நிறைவான வாழ்க்கையையும் அனுபவிப்பதற்கான பயணம் எப்பொழுதும் இலகுவானதல்ல என்பது எனக்குப் புரிகிறது. சில சமயங்களில் நம் கதை, இரைச்சலின் உலகினால் மூழ்கடிக்கப்படுவதாக நாம் உணரலாம். சில சந்தர்ப்பங்களில், எனக்கும் இவையெல்லாம் கடினமாகத்தான் தோன்றுகின்றன. அதற்குப் பயிற்சி தேவை. நதியில் நமது படகை செலுத்த வேண்டுமானால், ஓரிரு முறை மட்டும் துடுப்புக்களை வலிப்பதுடன் நிறுத்துவதில்லை.

இந்த அத்தியாயத்தில், உள் அமைதிக்கான பாதையில் நமக்கு வரும் சவால்களைப் பற்றியும் நமக்கு உதவக்கூடியவைகளைப் பற்றியும் மேலும் சிறிது சொல்லப் போகிறேன். நம் வாழ்வில் இவை அனைத்தின் முக்கியத்துவம் பற்றி மீண்டும் வெளிப்படுத்துவேன். நாம் அனைவரும் எவ்விதம், தூசியாக இருப்பதிலிருந்து விடுமுறை பெற்றிருக்கிறோம் என்பது பற்றித் தொடர்ந்து கூறுவேன். ஆம், தூசியிலிருந்து. எப்போதும் போலவே, நீங்கள் எதைச் சிந்திக்க வேண்டும் என்று நான் சொல்வதைவிட, பின் வரும் வார்த்தைகள், நாம் நம்மைப் புரிந்துகொண்டு நம்முடன் மேலும் கொஞ்சம் தொடர்பு கொள்வதற்கு வழி வகுக்கும் என நம்புகிறேன்.

நாம் கடந்து வந்த பாதை

இந்தப் புத்தகத்தின் முன்னுரையில் இருந்தே நீங்கள் என்னுடன் பயணம் செய்திருந்தால், நாம் ஒன்றாகப்

பல விஷயங்கள் பற்றி பார்த்திருக்கிறோம். நவீன வாழ்க்கையின் பரபரப்பு நம்மைச் சுற்றி இரைச்சலை எவ்வாறு உருவாக்குகிறது என்பதைப் பார்த்தோம். ஆனால், நமக்குள் இருக்கும் இரைச்சல்தான், நாம் எவ்விதம் வாழ்கிறோம் என்பதை அதிக அளவில் பாதிக்கிறது. வாழ்வு எவ்வளவு மதிப்புள்ளது என்பதையும், நமக்குள் இருக்கும் அமைதியுடன் தொடர்பு கொள்வதன் மூலம், நமது வாழ்வின் அனுபவத்தை மாற்றியமைக்க முடியும், என்பதையும் நாம் கருத்தில் கொண்டோம். அறிவதற்கும், நம்புவதற்கும் உள்ள வித்தியாசத்தையும், உங்கள் தேவைகளை வெளியுலகம் பூர்த்தி செய்யும் என்று எதிர்பார்ப்பதை விட, நீங்கள் உங்களிடமிருந்து ஆரம்பிப்பதில் உள்ள நன்மையையும் கவனித்தோம். நன்றியுணர்வு மூலம் நம் வாழ்க்கை எவ்வாறு மலர முடியும் என்பதையும், கஷ்டமான காலங்களையும், மற்றும் நமக்குள்ளே நடக்கும் போராட்டங்களையும் கடந்து செல்ல உள் அமைதியால் எவ்வாறு உதவ முடியும் என்பதையும் பார்த்தோம். நாம் அன்பைப் பற்றிய பாடல்களைக் கேட்டிருக்கிறோம். பூமியிலேயே காணக்கூடிய சொர்க்கத்தைக் கொண்டாடினோம். அத்துடன் பிரபஞ்சத்தில் உள்ள அனைத்துடனுமான தொடர்புகளை நாம் உணர்ந்தோம்.

அமைதியானது நம்முள்ளே எப்போதும் இருப்பதுடன் அது அறிந்து கொள்ளக் கூடியது என்ற செய்தியை இந்தப் புத்தகம் முழுவதிலும் மீண்டும், மீண்டும் வலியுறுத்தி இருக்கிறேன். அதை நான் நல்ல காரணத்திற்காகத்தான் செய்திருக்கிறேன். இந்த எளிமை முக்கியமானது. இருப்பினும், நமது அமைதியற்ற மனம் அதை மூடிமறைத்து சிக்கலாக்கி, உள் அமைதியின் தெளிவிலிருந்து நம்மைப் பிரித்து

விடுகிறது. ஒவ்வொரு நாளும் நம் கவனத்தை வலுக்கட்டாயமாக ஈர்க்கும் பல மாறக்கூடிய விஷயங்கள் உள்ளன. ஒரு கணம் அவை நம்மை மகிழ்ச்சிப்படுத்துகின்றன. மறுகணம் அவை பிரச்சினைகளைக் கொண்டுவருகின்றன. ஆனால், நம்முள்ளே இருக்கும் அமைதியோ மாறாதது. வாழ்வு, வெளியுலகில் உள்ள மாறிக் கொண்டிருக்கும் விஷயங்கள் பற்றியதாக நமக்கு இருக்கலாம். ஆனால், தனிமனித அமைதியானது வெளிப்புறத்தைப் பற்றியதே அல்ல. நாம் யாராக இருந்தாலும், எங்கு வாழ்ந்தாலும், எதைச் செய்திருந்தாலும், மாற்றங்கள் நமக்கு எதைக் கொண்டுவந்தாலும், அமைதி என்பது நமக்குள் எப்பொழுதும் இருப்பதுடன் தன்னை உணர்வதன் மூலம் அதை நாம் அடையக்கூடியதாக இருக்கும்.

தன்னை உணர்தல் என்பது நாம் யார் என்பதைக் கண்டறிவதற்கான ஒரு வழிமுறையாகும். நம்முள்ளே மறைந்திருப்பதை நாம் கண்டுகொள்ளாதபோது, நாம் விழிப்புணர்வு அற்ற நிலையில் வாழும்போது, எதை நாம் பணயம் வைக்கிறோம்? நாம் நம்மிடம் உள்ள எல்லாவற்றையும் விட மதிப்புள்ள பொருளையே கைநழுவ விடுகிறோம்: நமது வாழ்வின் அனுபவத்தையே நாம் இழந்து விடுகிறோம். பலவிதமான மன ரீதியிலான, உணர்ச்சிரீதியிலான, வேதனைகளை நாம் அனுபவிக்க நேரிடலாம். மேலும் நம் வேதனையை நம் அன்புக்குரியவர்கள் மீதும், நம்மைச் சுற்றியுள்ள உலகத்தின் மீதும் நாம் வெளிப்படுத்தக்கூடும்.

இவற்றிற்கு எதிர்மறையாக, தன்னை உணரும் அறிவானது நம்மில் உள்ள அனைத்து நல்லவற்றுடனும் நம்மை இணைக்கிறது. நம்முள் இருக்கும் தெளிவுதான் அமைதி, நம்முள் இருக்கும் புரிந்துணர்வுதான் அமைதி.

நம்முள் இருக்கும் சாந்தம்தான் அமைதி. நம்முள் உள்ள கருணைதான் அமைதி. நம்முள் இருக்கும் மென்மைதான் அமைதி. நம்முள் இருக்கும் ஒளிதான் அமைதி. நம்முள் இருக்கும் ஆனந்தம்தான் அமைதி. நம்முள் இருக்கும் நன்றியுணர்வுதான் அமைதி. நம்முள் இருக்கும் அழகுதான் அமைதி. நம்முள் வந்துபோகும் இந்த மூச்சுத்தான் அமைதி. நம்முள் உள்ள தெய்வீகம்தான் அமைதி. இவையெல்லாமே அமைதி, மற்றும் இவற்றிற்கு மேலும் அமைதியில் உண்டு. அமைதியானது, அனைத்து நல்லவற்றையும் ஒருங்கிணைத்து, உண்மையில் நாம் யார் என்ற கால வரம்பற்ற இதயப்பூர்வமான அனுபவம் ஒன்றைக் கொண்டு வருகிறது.

அமைதியை ஏற்றுக்கொள்ளத் தைரியம் தேவை

தான் யார் என்று அறிந்துகொண்டு அதை வாழ்வில் செயல்படுத்துவதால், சவால்கள் வரலாம். இது சிலருக்கு அவர்களின் சமூகம் சார்ந்த, அல்லது தொழில்சார்ந்த சூழ்நிலைகளுக்கு எதிராகச் செயல்பட வேண்டிய நிலைமையை ஏற்படுத்தக்கூடும். குடும்பத்தினர், நண்பர்கள் மற்றும் சக ஊழியர்கள் உங்களைச் சந்தேகிப்பதுடன், புறக்கணிக்கவும் கூடும். நமக்குள்ளே எதுவுமே இல்லை என்று நம்பும் நம்மைச் சுற்றி இருப்பவர்கள் தத்தம் கருத்துகளை நம்முடன் பகிர்ந்து கொள்ள எப்போதும் ஆர்வமாக இருப்பார்கள்.

சில சமயங்களில் மக்களின் மனதில் பலமான குரலொன்று அவர்களைத் தம்முள்ளே பார்க்க வேண்டாமென்று ஒலித்துக் கொண்டிருக்கும். அது பெரும்பாலும் மற்றவர்களிடமிருந்து அவர்கள்

பெற்றுக்கொண்ட கருத்துக்களின் இரைச்சலே. இதயமோ "தயவு செய்து, தயவு செய்து, தயவு செய்து என்னைப் பார், என்னுடைய மதிப்பை உணர்ந்துகொள், என்னை அனுபவி" என்று சொல்கிறது. மனமோ "வேண்டாம், வேண்டாம், வேண்டாம்!" என்று சொல்கிறது. அப்பொழுது இதுவா, அதுவா என்ற தடுமாற்றம் ஏற்படுகிறது.

உலகத்துடனான நம் தொடர்பினால், பெருமகிழ்ச்சியும், முன்னேற்றமும் வரலாம். ஆனால், அது நாம் யார் என்பதன் ஒரு பகுதி மட்டுமே. "இரண்டு உலகங்கள் இருக்கின்றன. வெளி உலகம் மற்றும் உள் உலகம். இவை இரண்டுமே எனக்கு முக்கியமானவை" என்று கூறுவதற்கு ஒருவருக்குத் தைரியம் தேவை. "என் மனமும், என் இதயமும் ஒன்றோடொன்று சமாதானமாக இருக்க முடியும்" என்று தைரியமான ஒருவரால் மட்டுமே கூற முடியும். சில நேரங்களில் மக்கள், உள் அமைதியையும், நிறைவையும் அனுபவிக்க வேண்டுமானால் அவர்கள் விரும்பும் மடாலாயத்திற்கோ அல்லது தனிமையான இடத்திற்கோ செல்லவேண்டும் என நினைக்கிறார்கள். அவர்களின் மனதில், தனிமையான இடத்தில் மிகப்பெரிய மின்சார சக்தியை உற்பத்தி செய்யும் ஜெனரேட்டர் இருப்பதாகவும், அவர்கள் அந்த சக்திக்கு அருகில் இருந்தால் மட்டுமே தெளிவு, திருப்தி என்ற விளக்குகளை ஏற்றமுடியும் எனவும் நினைக்கிறார்கள். ஒருவேளை அவர்கள் அந்த சக்தியிருந்து வெகுதூரம் விலகிச் சென்றுவிட்டால், மீண்டும் இருளில் அகப்பட்டுக் கொள்வார்கள் என நினைக்கலாம். இது தொடர்பான என் கருத்து மாறுபட்டது. ஒரு மனிதன் என்ற ரீதியில், உங்கள் அமைதி, தெளிவு, நற்குணம் உங்கள் உள்ளத்திலிருந்தே வெளிப்படுகின்றன. உங்களுக்கு உள்ளேயே சக்தியை

உற்பத்தி செய்யும் இடமும், ஒளியை உற்பத்தி செய்யும் இடமும், அமைதியே குடிகொண்டிருக்கும் இடமும் இருக்கிறது. நீங்கள் எங்கு சென்றாலும் இவை அனைத்தையும் உங்களுடனேயே எடுத்துச் செல்கிறீர்கள்.

நான் சில சமயங்களில் சஹாரா பாலைவனத்தின் மேலாக விமானத்தில் பயணம் செய்வதுண்டு. அப்படிப்பட்ட ஒரு பயணத்தின்போது இந்த உதாரணம் என் எண்ணத்தில் தோன்றியது. நீங்கள் ஒரு பாலைவனத்தைக் கடந்து பயணம் செய்ய வேண்டியிருப்பதால், ஒரு பெரிய பாட்டிலில் தண்ணீர், சிறிதளவு உணவு மற்றும் நிழலுக்காக ஒரு குடை போன்ற பயணத்திற்குத் தேவையான பொருட்களைக் எடுத்துக்கொண்டு வந்திருக்கிறீர்கள் என்று கற்பனை செய்யுங்கள். மணல், மணல், எங்கும் மணல் நிறைந்த இந்த பரந்த நிலப்பரப்பில் நீங்கள் இருக்கிறீர்கள். ஓரிடத்திலும் பசுந்தரை இல்லை. அங்கு மிகவும் வெப்பமாகவும், வறட்சியாகவும் இருக்கிறது. இப்போது, இதை நமது வாழ்க்கைப் பயணமாக நினைத்துப் பாருங்கள். உங்களுக்குள் தனிப்பட்ட அமைதியைக் கொண்டிருப்பது, நீங்கள் எடுத்து வைக்கும் ஒவ்வொரு அடியிலும் தண்ணீர், உணவு மற்றும் நிழலுக்கான குடை போன்ற அத்தியாவசியப் பொருட்களை உங்களுடன் எடுத்துச் செல்வது போன்றதே. பலர் தங்கள் வாழ்க்கை முழுவதும் வெறுங்கையுடன் பயணம் செய்து பாலைவனத்தைத் தங்களது தேவைக்கேற்ற வகையில் மாற்ற முயற்சிக்கின்றனர். ஆனால், நீங்கள் எப்போதாவது சூடான மணலை குளிர்ந்த நீராக மாற்ற முயற்சித்திருக்கிறீர்களா? உண்மை நிலை எளிமையானது. ஆனால், அதை மாற்றுவது கடினம்.

தண்ணீர் இன்றி பாலைவனத்தினூடாக நடந்தால் உங்களுக்கு ஏற்படக்கூடிய தாகத்தைப் பற்றிச் சிந்தியுங்கள். உண்மையில் அந்தத் தாகத்தை உணருங்கள். மிக விரைவில் இது பற்றி மீண்டும் குறிப்பிடுவேன்.

என்னால் எவ்வாறு உதவ முடியும்?

மக்கள் அடிக்கடி என்னிடம் கேட்கிறார்கள்: "நான் இவற்றை எல்லாம் செய்தால், எனக்கு அமைதி கிடைக்குமா?" அவர்கள் அதை செயல்களின் மூலம் உருவாக்க வேண்டும் என்று நினைக்கிறார்கள். ஆனால், அவர்கள் உண்மையில் செய்ய வேண்டியதெல்லாம் ஏற்கனவே அவர்களின் உள்ளே உள்ளதை ஏற்றுக் கொள்வதுதான். உள்ளே உள்ள அமைதி இருக்கும் இடத்துடன் எவ்வாறு தொடர்பு கொள்வது என்பதைப் புரிந்து, அதற்கு நன்றியுணர்வுடன் இருப்பதே. இது தன்னை அறியும் ஞானம் என்று அழைக்கப்படுகிறது. இது நம் அனைவராலும் கற்றுக் கொள்ளக்கூடிய ஒன்றாகும். கற்றுக்கொள்வது என்றால் என்ன? இது வாழ்வு எனும் பரிசை ஒரு புதிய விதத்தில் அனுபவிப்பதாகும்.

சிலரால் தன்னை உணரும் அறிவிற்கான பயணத்தைத் தாமாகவே மேற்கொள்ள முடியும். மற்றவர்கள் வழிகாட்டுதலைப் பெற்றுக்கொள்வதன் மூலம் பயனடைவார்கள். இவ்வுலகில் பல ஆசிரியர்களும், பேச்சாளர்களும் உள்ளனர். உங்களுக்கு அவ்வப்போது ஏதேனும் வழிகாட்டுதல் தேவைப்பட்டால் நீங்கள் அதற்குப் பொருத்தமானவரையோ அல்லது பொருத்தமானவர்களையோ கண்டுபிடியுங்கள். சுயத்தை உண்மையில் புரிந்து கொண்ட ஒருவர் நம்

வாழ்க்கையில் இருப்பது ஆறுதல் அளிக்கும். அவரால் இருளில் உங்களுக்கு வழிகாட்ட முடியும்.

நான் வகிக்கும் பங்கினை இவ்வாறுதான் பார்க்கிறேன். மக்களுக்கு, அவர்கள் எப்படி இருக்க வேண்டும், அல்லது எப்படி இருக்கக்கூடாது என்று கூறுவது எனது பங்கல்ல. நாம் வாழ்வெனும் அற்புதத்தால் ஆசீர்வதிக்கப்பட்டுள்ளோம் என்பதை நினைவூட்டுவதற்கும், அமைதிக்கான வழியைச் சுட்டிக்காட்டுவதற்கும் நான் இங்கு இருக்கிறேன். உங்களால் மட்டுமே நீங்கள் செல்ல விரும்பும் திசை அதுதானா என்பதையும், அங்கு சென்றடைவதற்கு நீங்கள் தேர்ந்தெடுக்கும் பாதை இதுதானா என்பதையும் தீர்மானிக்க முடியும்.

நீங்கள் எப்போதாவது இந்தியப் பாரம்பரிய இசையைக் கேட்கிறீர்களா? இது மேற்கத்திய பாரம்பரிய இசையிலிருந்து முற்றிலும் வேறுபட்டது. இதில் சிதார், தபேலா மற்றும் பான்சுரி (ஒருவகைப் புல்லாங்குழல்) போன்ற வாத்தியக் கருவிகள் இருக்கும். ஆனால், அதிகம் பேசப்படாத மற்றொரு முக்கியமான கருவியும் உள்ளது. இது தம்புரா என்று அழைக்கப்படுகிறது. இது நரம்புகளைக் கொண்ட நீண்ட கழுத்துடைய கருவி. இதை வாசிப்பவர் அந்த நரம்புகளைத் தொடர்ந்து மீட்டுவார். அதை மீட்டுபவர் பெரும்பாலும் பின்னணியில் இருப்பார். சில நேரங்களில் தம்புராவுக்க மைக் கூட வழங்கப்படுவதில்லை. மற்ற இசைக்-கலைஞர்கள் ராகங்களை இசைக்கும்போது, தம்புரா ஒரு சீரான ரீங்கார ஒலியைத் தொடர்ந்து இசைக்கிறது. மற்ற அனைத்து இசைக் கருவிகளும் தங்கள் இசையைத் தம்புராவின் நாதத்துடன் சுருதி சேர்த்துக் கொள்கின்றன. தம்புரா அவற்றைச் சுருதி தவறாமல் வைத்திருக்க உதவுகிறது. மேலும் தம்புரா, இசைக்கு

அடிகோலும் ஒரு நுட்பமான தாளத்துடன் இயங்குவதால் மற்றக்கருவிகள் அதனது தாளத்திற்கேற்ப இசைக்க உதவுகிறது.

நான் எதற்காகத் தம்புராவின் பங்கை விவரிக்கிறேன்? ஏனெனில் இது நான் செய்வதற்கு ஒப்பானது என நினைக்கிறேன். ஒரு நல்ல ஆசிரியர் உங்களுக்காக உங்களது பாடலைப் பாடவோ, உங்கள் இசைக்-கருவியை உங்களுக்காக இசைக்கவோ, அல்லது உங்கள் வாழ்க்கையின் சுருதியை அமைக்கவோ முயற்சிப்பதில்லை. நீங்கள் உங்கள் ராகத்தை வாசியுங்கள். உங்கள் சொந்தச் சுருதிகளை அமைத்துக் கொள்ளுங்கள். நீங்கள் சுருதி தப்பாமல் இசைக்க, வாழ்வெனும் இசையின் உள் ஓட்டத்தை உணர, உங்களுக்கு உதவுவதற்கு நான் இங்கு இருக்கிறேன். உங்களையே நீங்கள் கேட்பதற்கு என்னால் உதவ முடியும்.

எனது தந்தையான ஸ்ரீ ஹன்ஜி மஹாராஜ் தன்னை உணர வைக்கும் ஆசானின் பங்கை ஓர் அற்புதமான உவமை மூலம் விவரித்தார். அவர் ஆசானைப் பற்றிப் பேசுகிறார். மக்கள் பெரும்பாலும், குறிப்பாக இந்தியாவில், தங்கள் பிரதான ஆசிரியரை இவ்வாறுதான் அழைப்பார்கள். அவர் கூறியது இதுதான்:

> *தன்னை உணர்தல் என்பது, சந்தன மரத்தைப்போல என்றும், ஆசான் ஓர் இளம் தென்றலைப்போல என்றும் கூறுவார்கள். சந்தன மரம் முழுவதும் நறுமணத்தால் நிரம்பியிருப்பினும் அது தனது நறுமணத்தைப் பரப்ப நினைத்தாலும்கூட அதனால் பரப்ப முடியாது. தென்றல் வீசும்போது, அது காடு முழுவதும் சந்தன மரத்தின் நறுமணத்தை எடுத்துச் செல்கிறது. இதன் விளைவாக, மற்ற மரங்களும்*

சந்தன மரத்தைப் போலவே நறுமணம் வீசுகின்றன.
அவ்வாறே முழு உலகிலும் தன்னை அறியும்
அறிவின் நறுமணம் பரவலாம்.

உணர்வதற்குக் கற்றுக் கொள்தல்

உண்மையில் தன்னை உணர்வதைப் பற்றி, நான் எனது தந்தையின் காலடியில் அமர்ந்திருந்துதான் கற்றுக்கொண்டேன். என் சிறுவயதில் அவர் பேசும்போது நான் மேடையில் அமர்ந்து அவர் பேசுவதையும், மக்கள் கேட்கும் கேள்விகளையும் கேட்டுக்கொண்டிருப்பேன். நாம் அமைதியை அனுபவிப்பதற்குத் தேவையான அனைத்துடனும் பிறந்திருந்தாலும், அன்றாட வாழ்க்கையின் பரபரப்பானது, அந்த உள் வலிமைகளை நாம் கவனிக்க முடியாதபடி மறைத்துவிடும் என்பதை நான் புரிந்துகொண்டேன். நம்முள்ளே தெளிவைக் காண்பதன் மூலம், நாம் எதுவோ அதைக் கண்டுகொண்டு, எதுவாக இல்லையோ அதைத் தவிர்த்துவிடலாம். இது நமது வாழ்வில் நமக்குத் தேவையில்லாதவற்றை நம்மிலிருந்து விலகிச் செல்லவிடுவது பற்றியது. நமக்குத் தேவையில்லாதவை எவை? காலத்திற்கு ஒவ்வாத எதிர்பார்ப்புகள், பயம், பாரபட்சமான எண்ணங்கள், மற்றும் நியதிகள் போன்றவற்றுடன் ஆரம்பிப்போம்.

புரிந்து கொள்ளுதலை ஒருவருக்குள் திணிக்க முடியாது என்பதை காலப்போக்கில் நான் கற்றுக்கொண்டேன். அதனை நாமே நமக்காக ஏற்றுக்கொள்ள வேண்டும். அதைச் செய்வதற்கு, புதியனவற்றை ஏற்றுக்கொள்வதற்கான திறந்த உள்ளத்தோடு இருக்க வேண்டும். உங்களிடம் ஒரு காலியான தண்ணீர் குவளையும், தண்ணீர் நிரம்பிய

பாட்டில் ஒன்றும் இருந்தால், நீங்கள் பாட்டிலை குவளைக்கு மேலே பிடித்து புவியீர்ப்புச் சக்தியினால் தண்ணீர், கீழ் நோக்கிப் பாயவிட வேண்டும். தண்ணீர் மேல்நோக்கி காலியான குவளைக்குள் பாய முடியாது. தன்னை அறியும் அறிவானது, திறந்த உள்ளம் ஒன்றிலிருந்து மூடிய மனம் ஒன்றிற்குள் புக முடியாது.

பல சமயங்களில் மக்கள் தங்கள் மனதைக்கொண்டு தன்னை உணர்தலைப் பற்றிய அனைத்தையும் கேள்விக்குட்படுத்த விரும்புவார்கள். 'உண்மையில் அது எப்படி செயல்படுகிறது? அது எனக்குச் செயல்படுவதை எவ்விதம் நான் உறுதிப்படுத்த முடியும்? அதற்கான நிரூபணம் என்ன?' இது போன்ற சாதுரியமான கேள்விகள் நமது வாழ்வில் வேறு விஷயங்களில் உதவக்கூடும். ஆனால், அனுபவத்தினால் மட்டுமே உங்களால் உங்களைப் பற்றி அறிந்து கொள்ள முடியுமே அன்றி கோட்பாடு மூலம் அல்ல. உங்களுக்கு எது சரியானதாகத் தோன்றுகிறது? உங்களுக்கு ஏற்றதாக இருப்பது என்ன? நீங்கள் அதை எப்படி அனுபவிக்கிறீர்கள் என்பதில்தான் நிரூபணம் இருக்கிறது. பெரும்பாலும் நம் மனம் நம்மை கட்டுப்படுத்துவதை கைவிட விரும்புவதில்லை. ஆனால், நாம் உண்மையில் யார் என்பதை ஆழமாக உணர்வதற்கு தடையாக இருப்பதும் நம் மனம்தான். சில நேரங்களில் நாம் சிந்திப்பதைக் கைவிட வேண்டும். நம்புவதற்கு ஒரு நேரம் இருப்பதுபோல் அறிந்து கொள்வதற்கும் ஒரு நேரம் இருக்கிறது.

நம்புவதற்கும், அறிந்து கொள்வதற்கும் இடையில் உள்ள வித்தியாசத்தை, நான் அனுபவத்தினூடாக அறிந்ததைப் பற்றி உங்களுக்குச் சொல்ல விரும்புகிறேன். பல ஆண்டுகளுக்கு முன்பு, நான் பனிச்சறுக்கல் கற்றுக்கொண்டிருந்தேன். அது எனக்கு கடினமாக

இருந்தது. மலை முழுவதும் மக்கள். சிறுபிள்ளைகள் கூட வேகமாக பனிச்சறுக்கல் விளையாடுவதை என்னால் பார்க்க முடிந்தது. அற்புதமாகக் காட்சியளித்தனர். அவர்கள் அதிவேகமாக நகர்ந்தாலும், அவர்கள் செல்லும்போது நேர்த்தியான பனிச் சுவடுகளை செதுக்கிக்கொண்டு சென்றார்கள். சுவிட்சர்லாந்தில் இருந்து ஒரு பயிற்றுவிப்பாளர் எனக்குக் கற்பிக்க முன்வந்தார். எனவே, நான் என் பனிச்சறுக்கு பாதணிகளைப் போட்டுக் கொண்டேன், அவர் முதலில் “இதைப் போல் நடங்கள்” என்று காண்பித்தார்.

“அவர்கள் இப்படிச் செய்யவில்லையே!” என நான் கேட்டேன். “அவர்கள் என்ன செய்கிறார்களோ அதைத்தான் நானும் செய்ய விரும்புகிறேன். நீங்கள் எனக்கு வேறு எதையோ கற்பிக்கிறீர்களா?”

“இப்படித்தான் நீங்கள் தொடங்க வேண்டும்” என்று அவர் கூறினார்.

சிறிது நேரம் என்னுள் ஒரு போராட்டம் ஏற்பட்டது. பின்னர் எனக்குள் நான் கூறிக்கொண்டேன். “சரி, அவர் கற்பிக்கட்டும். அது அர்த்தமுள்ளதாக இருந்தால், தொடரலாம். இல்லையென்றால், மீண்டும் யோசிக்கலாம்.”

முதலில், நான் இடதுபுறம் செல்ல முயற்சித்தால், வலதுபுறம் சென்றேன். நான் நிறுத்த முயற்சிக்கும்போது, சில நேரங்களில் அதிக வேகத்தில் செல்வதைக் காண்பேன். நீங்கள் புதிதாக கற்பவராயின் பனிச்சறுக்கல் விளையாட்டு, உள்ளுணர்விற்கு எதிர்மாறாக இருப்பதாகத் தோன்றலாம். சரியாகச் செய்தால், முன்னோக்கி சாய்வது உங்களுக்கு ஸ்திரமான தன்மையைத் தருகிறது. ஆனால், சிறிது நேரத்திற்கு உங்கள் மூளை “பின்னால் சாய்ந்து கொள்!” என்று அலறும். இதேபோல், வெளி நோக்கிச் சாய்வது

உங்களுக்குத் திரும்புவதற்கு உதவுகிறது. ஆனால், இயல்பான உணர்வு உள்நோக்கிச் சாயத் தூண்டுகிறது. மேலும் நீங்கள் எங்கு செல்கிறீர்கள் என்பதைப் பார்ப்பதற்குப் பதிலாக உங்கள் பனிச்சறுக்கல் பாதணியின் முன்பகுதியைப் பார்த்துக் கொண்டே இருப்பீர்கள்!

பயிற்றுவிப்பவர் என்னிடம் தொடர்ந்து இதைக் கேட்பதை நான் கவனித்தேன். "நீ என்ன உணர்கிறாய்? அந்த உணர்வு எப்படி இருக்கிறது? இதை உன்னால் உணர முடிகிறதா?"

உண்மையைச் சொல்லப்போனால், பெரும்பாலும் எதுவுமே எனது கட்டுப்பாட்டில் இல்லாததை நான் உணர்ந்தேன். நான் என்ன செய்யவேண்டும் என்பது பற்றிக் குழப்பமாக இருந்தேன். ஆனால், நான் தொடர்ந்து சென்றேன். ஏனென்றால், நீங்கள் கற்கும்போது, நிச்சயமற்ற தன்மையை ஏற்றுக்கொண்டு அதைக் கடந்து செல்ல வேண்டும். பின்னர் நான் அதை உணர ஆரம்பித்தேன். எப்படித் திரும்புவது என்பதைப்பற்றி அதிகம் யோசிப்பதை நிறுத்திவிட்டு, ஆசிரியர் விவரித்ததைச் செய்ய இடமளித்தேன். புதிய உணர்வை நான் எவ்வளவு அதிகமாக நம்பினேனோ, அவ்வளவு சிறப்பாக நான் முன்னேற்றம் அடைந்தேன்.

தன்னை உணர்தலும் இப்படியே. எவ்வாறு தொடங்குவது மற்றும் நிச்சயமற்ற தன்மையை எவ்வாறு கடந்து செல்வது என்பதைப் புரிந்து கொள்ள மக்களுக்கு பெரும்பாலும் சிறியதொரு உதவி தேவைப்படுகிறது.

ஞானத்தின் பயிற்சி முறைகள்

அமைதி அனைவருக்கும் சாத்தியமானது. அமைதியின் ஆற்றலைக் கண்டறிய உதவுவதற்காக நான் சுருக்கமாக

PEAK (Peace Education and Knowledge) என அழைக்கப்படும் அமைதிக் கல்வி மற்றும் தன்னை உணர்தலுக்கான இலவசக் கல்வித் திட்டத்தை வழங்குகிறேன். PEAK கல்வித் திட்டத்தை எவ்வாறு அணுகுவது என்பதை www.premrawat.com என்ற எனது இணையத்தளத்தில் நீங்கள் காணலாம். அது உங்களுக்குள் இருக்கும் வலிமைகளை உணர உதவுகிறது. அத்துடன் இந்தப் புத்தகத்தில் இருந்தும் வேறுபல புத்தகங்களில் இருந்தும் நீங்கள் ஏற்கனவே அறிந்துகொண்ட பல கருப்பொருள்களை உள்ளடக்கியுள்ளது. தயவு செய்து, அந்த இலவச வளங்களைப் பயன்படுத்தத் தயங்காதீர்கள். உங்களிடம் கேள்விகள் ஏதேனும் இருந்தால் அவற்றை என்னிடம் அனுப்புங்கள்.

இந்தப் புத்தகமும், PEAK கல்வித்திட்டமும் உங்களுக்குப் பிடித்திருந்தால் தன்னை உணர்தலின் செயல் முறையிலான சக்திவாய்ந்த பயிற்சி முறைகளைக் கற்றுக் கொள்வதற்கான சாத்தியமும் உள்ளது. இவை உங்கள் உள் வலிமைகளுடன் தொடர்பு கொள்ளவும், வெளியே செல்லும் உங்கள் கவனத்தை உள் நோக்கிக் கொண்டு செல்லவும் உதவும். நான் முன்னுரையில் விவரித்தபடி, எனக்கு ஆறு வயதாக இருந்தபோது டேராடூனில் என் தந்தை எனக்குக் கற்றுக்கொடுத்த பயிற்சி முறைகள் இவைதான். எனது அனுபவத்தில், இந்தப் பயிற்சி முறைகள் ஒரு நபரால் மற்றொரு நபருக்கு கற்றுக் கொடுக்கப்படுவதுதான் சாலச் சிறந்தது. இவை உண்மையிலே அதனைப் புரிந்து கொண்ட ஒருவரிடமிருந்து கற்றுக் கொள்ளப்பட வேண்டிய மதிப்புமிக்க ஒன்றாகும். (முதல் பதினொரு அத்தியாயங்களையும் நீங்கள் படித்து, அவை உங்கள் உள்ளத்தைத் தொட்டிருந்தால் தன்னை அறியும் அறிவு பற்றிய ஒரு நல்ல புரிந்துணர்வைப் பெற ஆரம்பித்து விட்டீர்கள்.)

தன்னை அறிவதற்கான உங்கள் தாகம்தான், அந்த ஆழ்ந்த விழிப்புணர்வுக்கான கதவைத் திறப்பதற்கான திறவு கோலாகும். நான் முன்னர் குறிப்பிட்ட தாகம் இதுதான். நீங்கள் அந்தத் தாகத்தை உணராவிடில், PEAK உட்பட வேறெந்த அணுகு முறையும் பயன் தராது போகலாம். உண்மையிலேயே உங்களை அறிந்து கொள்ள வேண்டும் என்ற விருப்பமும் தேவையும் உங்களுக்கு இருந்தால் **PEAK** முற்றிலும் அர்த்தமுள்ளதாக இருக்கும். இது ஒரு மொழியைக் கற்றுக்கொள்வது போன்றது. தொடங்குவதற்கு அந்த ஆர்வமும் உந்துதலும் உங்களிடம் இருக்கவேண்டும். அத்துடன் பயிற்சி செய்வதற்கான திடசங்கல்பத்துடன் அதைத் தொடர வேண்டும். தன்னை உணர்தல் என்பது உள்ளத்தின் மொழியாகும்.

எதிர்பார்ப்பிலிருந்து அனுபவத்திற்கு

இந்தப் புத்தகத்தில், நமது எதிர்பார்ப்புகளால் ஏற்படும் பிரச்சினைப் பற்றி குறிப்பிட்டிருக்கிறேன். பொதுவாகவே அமைதியையும், தன்னைப் பற்றி அறிவதிலும் கூட அதிக அளவு எதிர்பார்ப்புகள் உள்ளன. "நான் அமைதியில் இருக்கும்போது, இப்படித்தான் அந்த உணர்வு இருக்கவேண்டும். நீங்கள் அமைதியில் இருக்கும்போது, இப்படித்தான் நீங்கள் செயல்படவேண்டும்." இவ்வாறான எதிர்பார்ப்புகள் உள்ளன. நான் வித்தியாசமானதொரு அணுகுமுறையைப் பரிந்துரைக்கிறேன். உங்கள் தாகத்தை உணருங்கள், தன்னை அறியும் அறிவைப் பரிசோதியுங்கள். அடுத்து நிகழ்வன எதுவானாலும் அதை இயல்பாகவே நடக்க அனுமதியுங்கள். அமைதியைப் பற்றி நம்மில் ஆழமாகப் பதிந்துள்ள எண்ணங்களைக் கைவிடுவது நல்லது. நமது

எதிர்பார்ப்புகள் நமது அனுபவத்திற்கு இடையூறாக அமையும்.

சிறிது காலத்திற்கு முன்பு, நான் நிகழ்ச்சி ஒன்றில் பேசுவதற்காக ஸ்ரீலங்காவிற்குச் சென்றிருந்தேன். அப்போது, நிகழ்ச்சியின் தொகுப்பாளர் மேடைக்குப் பின்னால் என்னிடம் தன்னை அறிமுகப்படுத்திக் கொண்டார். "உங்களைச் சந்தித்ததில் மகிழ்ச்சி, ஆனால், தரையிலிருந்து ஓரடி மேலே மிதக்கும் ஒரு மனிதரை அல்லவா எதிர்பார்த்துக் கொண்டிருந்தேன்" என்றார். அமைதியுடன் தொடர்புள்ள ஒருவர் எப்படி இருப்பார் என்ற ஓர் எதிர்பார்ப்பு அவரிடம் இருந்தது. நான் அவ்வாறு இல்லை. எல்லா நேரங்களிலும் எனக்கு அமைதி இருக்கிறதா? இல்லை! அவ்வப்போது எனக்கும் பிரச்சினைகள் உண்டா? ஆமாம்! என் உள்ளேயுள்ள உலகில் நான் அதி விசேஷமான அனுபவங்களை அனுபவிக்கிறேனா? நிச்சயமாக! நான் எப்போதாவது தரையில் இருந்து ஓரடி உயரத்தில் மிதந்திருக்கிறேனா? இதுவரையும் இல்லை.

ஒருமுறை, நான் தன்னை அறியும் பாதையில் செல்லும் சிலரைச் சந்தித்தேன். கேள்வி - பதில் நேரத்தின்போது, ஒரு பெண்மணி கையை உயர்த்தி "தன்னை உணர்தலின் பயிற்சி முறைகளைப் பெற்றிருக்கிறேன். ஆனால், நான் எதையும் அனுபவிக்கவில்லை" என்று கூறினாள். இதைக் கேட்ட அனைவரின் கவனமும் ஈர்க்கப்பட்டது. நான் "சரி, ஒன்றும் நடக்கவில்லை என்றால் பயிற்சி செய்ய வேண்டாம்" எனப் பதிலளித்தேன். அப்பொழுது அவள், "இல்லை, இல்லை! நான் நிறுத்த விரும்பவில்லை. ஏனெனில், நான் நிறைய அமைதியை உணர்கிறேன், மிகுந்த ஆனந்தத்தை உணர்கிறேன், இது உண்மையில்

மிகவும் அழகாக இருக்கிறது" எனக் கூறினாள். பிரச்சினை என்னவென்றால், அவள் தனக்கு என்ன அனுபவம் கிடைக்கலாம் என்று சிந்தித்துக் கொண்டிருந்தாளே தவிர, கிடைத்த அனுபவத்தை உணரவில்லை. எதிர்பார்ப்புக்கள்!

ஒருவர் ஒருமுறை கூறியதாவது, "பறப்பதற்கு நமக்கு இறக்கைகள் தேவையில்லை. தேவையானது எல்லாம், நம்மைக் கட்டி வைத்திருக்கும் அந்தச் சங்கிலிகளை வெட்டி விடுவதுதான்." நாம் எதிர்பார்ப்பெனும் சங்கிலிகளை வெட்டிவிட்டால், நாம் நம்மைக் கண்டுகொள்வதற்கும், அனுபவிப்பதற்கும், புரிந்து கொள்வதற்கும் சுதந்திரமாக இருப்போம். இருக்கும் விஷயங்களுக்கான நன்றியுணர்வில் இருந்துதான் அறிந்து கொள்ளுதல் ஆரம்பிக்கிறது. மேலும், அதை நாம் பயிற்சி செய்வது நமது இறுதி மூச்சு வரை தொடர்ந்து வளரக்கூடியது.

அமைதி பற்றிய எனது அனுபவம்

நல்ல காலங்களிலும் சரி, கஷ்டகாலங்களிலும் சரி உள்ளே இருக்கும் அமைதியுடன் வலுவான தொடர்பைக் கொண்டிருப்பது என் வாழ்க்கையில் ஓர் அற்புதமான ஆசீர்வாதமாக இருந்திருக்கிறது. என்னைப் பொறுத்தவரையில், எனது பிரச்சினைகளோ அல்லது உலகின் நடவடிக்கைகளோ ஒரு பொருட்டல்ல. நான் அந்த நிலையைத் தாண்டி என்னுடன் பூரணமாகத் தொடர்பு கொள்ளும்போது, கவலைகள் யாவும் மறைந்து போகின்றன. அத்துடன் இது ஒவ்வொரு மனிதனுக்கும் சாத்தியமானது. எங்கே அவர்களின் இதயம் பாடுகிறதோ அங்கிருந்து கொண்டு வாழ்வின் நாதத்தை அனுபவிப்பதுதான் அது.

தன்னை உணர்வதிலிருந்து வரும் தெளிவைப்பற்றி நான் அடிக்கடி பேசுகிறேன். ஏனெனில், அது நம்மை, நாம் எவ்வாறு உணர்கிறோம், வாழ்க்கையை எவ்வாறு எதிர்கொள்கிறோம் என்பவற்றில் ஒரு மாபெரும் மாற்றத்தைக் கொண்டுவரலாம் என்பதால். இதோ ஓர் உவமானம். நீங்கள் ஒரு விமானத்தைச் செலுத்தும்போது, விமானம் நேராகவும் சமநிலையாகவும் சென்று கொண்டிருக்கிறதா என்பதை நிர்ணயிப்பதற்கு தொடுவானம் இருக்குமிடத்தை கவனிப்பதற்கு உங்கள் புலன்களைப் பயன்படுத்துகிறீர்கள். அடிப்படையில் நீங்கள் உங்கள் சொந்த அனுபவ ஞானத்தைப் பயன்படுத்தி விமானத்தை செலுத்துகிறீர்கள். ஆனாலும், குறிப்பாக வானிலை உங்களுக்குச் சாதகமாக இல்லாதபோதோ அல்லது இருட்டாக இருக்கும்போதோ வானில் நீங்கள் இருக்கும் இடம் பற்றிய தெளிவை இழப்பது எளிது. நிஜமான நிலைமை பற்றிய உங்கள் கருத்துக்களும், விளக்கங்களும் தவறாக இருக்கலாம். கருவிகள், நீங்கள் புலன்களிலிருந்து தெரிந்து-கொண்டதைவிட ஒரு முற்றிலும் வேறான அமைப்பை உங்களுக்குத் தருகின்றன. அவை நீங்கள் எவ்வளவு நேராகவும், சமநிலையிலும் விமானத்தை ஓட்டுகிறீர்கள்? என்ன வேகத்தில் செல்கிறீர்கள்? எவ்வாறு திடீரென்று திசை திருப்புகிறீர்கள் போன்றவற்றை துல்லியமாகச் தெரிவிக்கும். பெரும்பாலும் விமானிகள் கருவிகளின் உதவியுடன் விமானம் செலுத்தக் கற்றுக்கொள்வதற்கு நேரம் எடுக்கும் என்பதை ஒரு விமான பயிற்றுவிப்பாளர் என்ற ரீதியில் என்னால் உங்களுக்குச் சொல்ல முடியும். இது பனிச்சறுக்கல் கற்றுக் கொள்வது போன்றதே. நீங்கள் நிபுணத்துவம் மிகுந்த ஒருவரை நம்புவதற்குக் கற்றுக் கொள்ள வேண்டும்.

தன்னை அறியும் ஞானம் உங்களை சுயத்தோடு தொடர்புபடுத்த உள்நோக்கித் திருப்பும் முறைகளை விருத்திசெய்ய உதவும். அங்கேதான் உங்களின் உண்மை நிலையை நீங்கள் காண முடியும். இங்கே-தான் நீங்கள் உங்களுடன் உண்மையிலேயே பொருந்துகிறீர்கள்.

விமானம் ஓட்டும் உவமையைத் தொடர்ந்து பார்ப்போம். தற்போது விமானிகளின் காக்பிட்டில் (cockpit) நிறைய விளக்குகள் இருக்கின்றன. அதனால் விமானத் தயாரிப்பாளர் ஒருவர் "இருண்ட விமானி அறை" என்ற கோட்பாட்டைக் கண்டுபிடித்தார். இது ஒளிர்ந்து கொண்டிருக்கும் விளக்குகளின் எண்ணிக்-கையைக் குறைப்பதன் மூலம், விமானி முக்கியமானவற்றில் கவனம் செலுத்த உதவுகிறது. இதனால் எந்தவொரு வெளிச்சமும் இல்லாதபோது, எல்லாம் சரியாக உள்ளது எனவும், ஏதாவதொரு விளக்கு எரிந்தால் அந்த விளக்கு சுட்டிக் காட்டும் சமிக்ஞையைக் கவனத்தில் கொண்டு அதற்கேற்ப வேண்டியதைச் செய்ய முடியும். இதனால் ஏற்படும் தெளிவை, வெளி உலகத்தில் பிரச்சினைகளையும், அமைதியையும் எப்போதும் தேடிக்கொண்டிருக்கும் இந்த பரபரப்பான மனதுடன் ஒப்பிட்டுப் பாருங்கள்.

மற்றவர்களைப் போலவே என் மனமும் என் இதயத்திற்கு இடையூறாக வரலாம் என்பதையும், எதிர்பார்ப்புகள் நிச்சயம் என்னையும் பாதிக்கும் என்பதையும் நானும் அறிந்திருக்க வேண்டும். ஒருமுறை ஜப்பானில், தோட்டக் கலை நிபுணராகப் பரவலாக மதிக்கப்படும் பேராசிரியர் ஒருவர் என்னைக் கோவில் ஒன்றுக்கு அழைத்திருந்தார். அது அற்புதமான தோட்டங்களைக் கொண்ட மிக அழகான கோவிலாக இருந்தது. நாங்கள் அங்கு சென்று அமர்ந்தோம்.

எவ்வளவு அமைதியாக இருக்கிறது என்று அனைவரும் கூறினார்கள். நிச்சயமாக என்மனதில் எண்ணங்கள் தோன்ற ஆரம்பித்தன. “இது அமைதி அல்ல. இது நிசப்தமே!” என்று எண்ணினேன்.

நான் அங்கேயே உட்கார்ந்து கவனித்துக் கேட்க ஆரம்பித்தேன். கூர்ந்து கவனித்துக் கேட்டபோது நிசப்தமாக இல்லை என்பதை உணர்ந்தேன். தண்ணீர் சலசலவெனச் சத்தத்துடன் ஓடிக்கொண்டிருந்தது. பின்னர் திடீரென்று சில்வண்டுகளின் ரீங்காரத்தையும் என்னால் கேட்க முடிந்ததுடன், அந்த ரீங்காரச் சத்தம் தொடர்ந்து பலமாகக் கேட்டுக் கொண்டிருந்தது. காற்றில் இலைகள் உரசும் ஓசையையும், பறவைகள் பாடுவதையும் என்னால் கேட்க முடிந்தது. அங்கே நிசப்தமே இல்லை. ஆனால், சிறிது நேரம் கழித்து ஒலிகளின் அற்புதமான ஒரு நல்ல இசைவு அங்கு இருப்பதை உணர்ந்தேன். “அமைதி” மற்றும் “நிசப்தம்” என்பவற்றின் அறிவு பூர்வமான விளக்கங்களை விட்டுவிட்டு நான் அத்தருணத்தில் அந்தத் தோட்டத்தின் இசையை அனுபவித்தேன். ஓர் அழகிய உண்மையின் இனிமையான இசைவை அங்கு அனுபவித்தேன்.

வாழ்க்கை என அழைக்கப்படும் விடுமுறையை நீங்கள் ஆனந்தமாக அனுபவிக்கிறீர்களா?

தன்னை உணர்தல் ஏன் மிக முக்கியமானது? நம் வாழ்வின் அற்புதத்தைப் பற்றி மீண்டும் ஒருமுறை சிந்திப்போம்.

பல மகான்களும் கவிஞர்களும் நாம் இறக்கும்போது வீடு செல்கிறோம் என்றும், இந்த உலகம் நாம் சுற்றிப் பார்க்க வந்த இடமே என்றும் கூறியுள்ளனர்.

மரணத்திற்குப் பின்னரும் வாழ்க்கை ஒன்று இருப்பதாக நீங்கள் நம்பினாலும் நம்பாவிட்டாலும், இது நாம் விடுமுறையைக் கழிக்க வந்த இடமே என்று எண்ணுவதில் ஓர் உன்னதமானதொரு விஷயம் இருக்கிறது. நான் இதைப் பற்றி நிறைய சிந்தித்து எடுத்த முடிவு. மனிதர்களாகிய நாமும், நாம் எங்கிருந்து வந்தோம் என்பதை எளிதில் மறந்துவிடுகிறோம். தூசி! நாம் பிறப்பதற்கு முன்பு அண்டவெளித் தூசியாலான மேகத்தின் ஒரு பகுதியாக இருந்தோம். இறந்த பிறகு மீண்டும் தூசியாகவே மாறுவோம்.

"கிறிஸ்தவ பொது ஜெபம்" என்ற புத்தகத்தில் கூறியிருப்பது போல "தூசியிலிருந்து தூசிக்கே." இந்தக் கருப்பொருளைப் பற்றி நான் எழுதிய சில வரிகள்:

ஒன்று

மூடர்கள் மற்றும் முனிவர்கள்
நான் காலடிவைக்கும் இடத்தில் உள்ள தூசியில்
காலம் எனும் அரைக்கும் ஆலையில் ஒன்றாகக்
கலந்திருக்கின்றனர்
இளவரசனும், பாமரனும்
துறவிகளும், கொள்ளையர்களும்
மண்ணுடன் மண்ணாகினர்
யாசகனின் பிட்சைப் பாத்திரமும் அரசனின்
மகுடமும்
அதே மண்ணில் துருப்பிடித்து
அதே காற்றால் அடித்துச் செல்லப்பட்டு
தயவு தாட்சண்யமின்றி சிதறியது
யாவற்றின் வரலாறும்
என் காலடியின் கீழ் தூசியாக.

நமது பிரபஞ்சம் சுமார் 14 பில்லியன் (1400 கோடி) ஆண்டுகளுக்கு முன்னரே தோன்றியது என்றும், இந்தப் பூமி அதன் தற்போதைய வடிவத்தில் சுமார் 4.5 பில்லியன் ஆண்டுகளாக (450 கோடி ஆண்டுகளாக) இருப்பதாகவும் கருதப்படுகிறது. மனித இனம் (Homo sapiens) சுமார் 300,000 ஆண்டுகளாக இருந்து வந்துள்ளனர். கடந்த பனியுகத்திலிருந்து - 10,000 ஆண்டுகளாகத்தான் - நவீன மனிதர்கள் பரிணாம வளர்ச்சி அடைந்துள்ளனர். அதாவது இன்று நாம் காணும் மனிதர்கள், பூமி தோன்றிய காலத்தின் மிகச் சிறியதொரு காலப்பகுதியிலும், முழுப் பிரபஞ்சம் உருவாகிய காலத்தை எடுத்துக் கொண்டால், அதைவிட மிகமிகச் சிறியதொரு காலப்பகுதியிலும் மட்டுமே வாழ்ந்து கொண்டிருக்கிறார்கள். பல நூறு கோடி ஆண்டுகளாக, நாம் இந்த நட்சத்திர மண்டலத்தில் தூசித்துகள்களாக மிதந்து கொண்டிருந்தோம். பின்னர் மாபெரும் பிரபஞ்ச சக்தி நம்மீது ஏற்படுத்திய தாக்கத்தால், காலத்தின் நீண்ட வரலாற்றில் இப்பூமியில் ஒரு கணப்பொழுது இந்த வாழ்க்கையை வாழ நமக்குச் சந்தர்ப்பம் வழங்கப்பட்டிருக்கிறது.

எனவே நமக்குத் தூசியாக இருப்பதிலிருந்து விடுமுறை அளிக்கப்பட்டுள்ளது. அந்த விடுமுறை நம் பிறப்பில் தொடங்கி, இறப்பில் முடிவடைகிறது. உயிருடன் இருக்கும் அனைத்துத் தாவரமும், உயிரினமும் விடுமுறையில் உள்ளன. எவ்வளவு அற்புதமான ஓரிடத்திற்கு நாம் அனைவரும் கொண்டுவரப்பட்டிருக்கிறோம்! ஆனால், இந்த அற்புதமானதொரு விடுமுறையில் நாம் இருக்கிறோம் என்பது நமக்குத் தெரிகிறதா? நமக்குக் கிடைத்துள்ள காலத்திலிருந்து பெறக்கூடிய அனைத்தையும் பெறுகிறோமா? வாழ்க்கையை அனுபவிப்பதிலிருந்து

நாம் திசை திருப்பப்படுகிறோமா? இந்த மதிப்புமிக்க தருணத்தில் நம்மால் முடிந்தவரை எல்லாவற்றையும் அனுபவிக்கிறோமா? நாம் தூசியாக மறுபடியும் மாறுவதற்கு முன்பு கோடானகோடி வித்தியாசமான விஷயங்களை அனுபவிக்கும் இந்த வாய்ப்பை நாம் முழுமையாகப் பயன்படுத்துகிறோமா?

சில நேரங்களில் நான் விடுமுறையில் இருப்பதை மறந்துவிடுகிறேன். இந்த நேரத்தை, இந்த வாய்ப்பை, இந்த அழகைப் பாராட்டுவதுதான் எனக்கு மிக முக்கியமானது என்பதை ஒவ்வொரு நாளும் எனக்கு நானே நினைவூட்டிக்கொள்ள விரும்புகிறேன். அதை அனுபவித்து ஒவ்வொரு தருணத்தையும் முடிந்த அளவு பயன்படுத்த வேண்டும். அந்த ஒவ்வொரு கணத்திலும் மற்ற எல்லாவற்றுடனுமான நம்முடைய தொடர்பை உணருவதற்கான வாய்ப்பு உள்ளது. அத்தியாயம்-11ல் நாம் படித்த பிரபஞ்சத்துடனான நமது தொடர்பை அனுபவிக்க வாய்ப்பு உள்ளது.

நம்மை உருவாக்கிய அதே அண்டவெளித் தூசிதான் நமது சூரிய குடும்பத்தில் உள்ள ஒவ்வொரு கிரகத்தையும் உருவாக்கியுள்ளது. நாம் ஒவ்வொருவரும் மேலேயுள்ள நட்சத்திரப் பால்வெளி மண்டலத்தின் பாகமாகவும், நமது கால்களுக்குக் கீழேயுள்ள தூசியின் பகுதியாகவும் இருக்கிறோம். நாம் மரங்களோடும், அவற்றின் கிளைகளில் வந்து தங்கிப்போகும் பறவைகளோடும், பூவைச் சுற்றிச் சிறகடித்து வட்டமிடும் வண்ணத்துப் பூச்சிகளோடும், பளபளக்கும் ஆற்றில் ஓடும் மீன்களோடும், சூரிய ஒளியோடும், மழையோடும் இணைந்திருக்கிறோம். நாம் எப்போதுமே ஜடப்பொருளின் பாகமாக இருந்தாலும் இந்தக் குறுகிய காலத்திற்கு நாம் விழிப்புணர்வுடன் இருப்பதற்கும் ஆசீர்வதிக்கப்பட்டிருக்கிறோம். உணர்வதற்கும், புரிந்து

கொள்வதற்குமான திறன் நமக்குத் தற்காலிகமாக வழங்கப்பட்டுள்ளது. எனவே கேள்வி இதுதான், நாம் நம் விடுமுறையை ஆனந்தமாக அனுபவிக்கிறோமா?

கார்ப தியம் (Carpe Diem)

பூமி இறுதியில் சிதைந்து போகும்போது, தூசியாகி பிரபஞ்சம் முழுவதும் பறந்து சென்று, வேறு எங்கோ, வேறு எண்ணற்ற எதுவாகவோ மாறும். இது பிரபஞ்சப் படைப்பாற்றலின் இடைவிடாத புதுப்பித்தல் செயல்பாடாகும். ஆகவே, நமக்கு உள்ள வாய்ப்பு இக்கணத்துடன் தொடர்ந்து இணைந்திருப்பதே. கடந்துவிட்ட நேற்றைய தினத்தோடும் அல்ல, ஒருபோதுமே வருகை தராத நாளைய தினத்தோடும் அல்ல. ஆனால், நாம் உயிர் வாழும் பேரதிசயமான இத்தருணத்தோடு, மேலும் இத்தருணம், இத்தருணம், இத்தருணம் என அடுத்தடுத்து வரும் தருணங்கள் எல்லாவற்றோடும். இருப்பினும், இது போன்ற எளிமையான பாராட்டுதல்கூட நமக்குப் பெரும்பாலும் கடினமாக இருக்கிறது. சீனத் தத்துவ ஞானி லாவோ சு இதைப் பின்வருமாறு எடுத்துரைத்தார்.

ஒவ்வொரு கணமும் மிக மிக மென்மையானது.
துரிதமாகக் கடந்து செல்வது. கடந்து சென்ற கணம்
எவ்வளவு அழகானதாக இருந்தாலும், அதைத் தக்க
வைத்துக்கொள்ள முடியாது.
தற்போதைய கணம் மகிழ்ச்சியானதாக இருந்தாலும்
அதைப் பிடித்து வைத்திருக்க முடியாது.
எதிர்காலத்தில் வரும் கணம் எவ்வளவு
விரும்பத்தக்கதாக இருந்தாலும், அதைக் கைப்பற்ற
முடியாது.

ஆனால் மனமோ ஓடும் நதியை நிறுத்தி வைக்கத் துடிக்கிறது.
கடந்த கால எண்ணங்களால் ஆட்கொள்ளப்பட்டு,
எதிர்காலக் கற்பனைகளில் மூழ்கி,
இக்கணத்தின் தெள்ளத் தெளிவான உண்மையைக் கவனிக்கத் தவறுகிறது.

இத்தருணத்தின் தெள்ளத் தெளிவான உண்மை என்ன? ஏதோவொன்று இல்லாமல் போகும்போது, அதன் மிகவும் மதிப்புவாய்ந்த தன்மையை உணர்வது அல்ல விவேகம். விவேகம் என்பது இப்போது நம்மிடம் உள்ளவற்றின் மிகவும் மதிப்புவாய்ந்த தன்மையைக் கண்டு உணர்வதாகும். நம் எல்லோரிடமும் இப்போது இருப்பது என்ன? உயிரோடிருத்தலின் அதிசயத்தை அனுபவிப்பதற்கான சாத்தியம். நம் வாழ்வில் எது மிக முக்கியமானது என்பதைத் தெளிவாகப் பார்ப்பதற்கான சாத்தியம். நாம் யார் என்பதை உண்மையாக அறிவதற்கான சாத்தியம். இரைச்சலில் இருந்து விலகி, உள்ளே இருக்கும் அமைதியை அனுபவிப்பதற்கான சாத்தியம். நம் இதயம் எப்போதும் நம் மனதின் கதவைத் தட்டி, நம்மில் உள்ள நல்லவற்றுடன் ஒன்றாக இருப்பதற்கான சாத்தியம் இருப்பதை நமக்கு நினைவூட்டுகிறது.

ஓர் உணவு அங்காடியைக் கற்பனை செய்து பாருங்கள். உலகிலுள்ள அனைத்து உணவுப் பொருட்களையும் அங்கே காண்பீர்கள். புதிதாகப் பறிக்கப்பட்ட பழங்கள் மற்றும் காய்கறிகள், சிறந்த சமைத்த இறைச்சி, மற்றும் மீன் வகைகள், அற்புதமான பாலாடைக்கட்டிகள், மனிதகுலத்துக்கே தெரிந்த மிகச் சுவையான இனிப்புப் பண்டங்கள், மற்றும் புத்துணர்ச்சியூட்டும் பானங்களைத் தரும்

நூற்றுக்கணக்கான ஊற்றுக்கள். இந்த அங்காடியில் இருந்து நீங்கள் விரும்பும் எதையும் பெற்றுக் கொள்ளலாம் என்று உங்களிடம் தெரிவிக்கப்படுகிறது. ஆனால், நிபந்தனை ஒன்று உள்ளது. அங்குள்ளவற்றை உங்களுடன் எடுத்துச் செல்ல முடியாது. அப்போது உங்களின் மனநிலை எப்படி இருக்கும்? நீங்கள் ஏமாற்றமடைவீர்களா? அல்லது "நான் இங்கே இருக்கும்போது என்னால் முடிந்தவரை அனைத்தையும் அனுபவிக்கப் போகிறேன்" என்று எண்ணுவீர்களா?

பழக்கப்பட்ட ஒன்றாகத் தெரியவில்லையா? நம்மால் எவ்வளவோ அனுபவிக்க முடியும். ஆனால், அவற்றை நம்முடன் எடுத்துச் செல்ல முடியாது. கார்ப தியம்.

நல்ல ஓநாயும் கெட்ட ஓநாயும்

இந்தப் புத்தகம் முழுவதிலும் குறிப்பிடப்பட்டுள்ளதும், தன்னை உணர்தலின் செயல்முறையைப் பயிற்சி செய்வதற்கு அத்தியாவசியமானதுமான ஒரு முக்கிய விஷயத்திற்கு நாம் மீண்டும் வருகிறோம் - தேர்ந்தெடுத்தல். ஒவ்வொரு கணத்திலும் நமக்குத் தேர்ந்தெடுக்கும் ஆற்றல் இருக்கிறது. அது இதுதான்: நாம் கவனம் செலுத்துவது நம்மிடம் உள்ள நல்லவை மீதா அல்லது கெட்டவை மீதா? நேர்மறையானதிலா அல்லது எதிர்மறையானதிலா?

அமெரிக்க இந்தியர்கள் எனப்படும் பூர்வீக அமெரிக்க சமூகம் ஒன்று இருந்தது. ஒருநாள் அந்த பழங்குடியினத்தைச் சேர்ந்த சிறுவன் ஒருவன் தலைவரிடம் வந்து "தலைவரே! எனக்கு ஒரு கேள்வி இருக்கிறது. சிலர் ஏன் சில நேரங்களில் நல்லவர்களாகவும், சில நேரங்களில் கெட்டவர்களாகவும் இருக்கிறார்கள்?"

அதற்கு அந்தத் தலைவர் சொன்னார், "அதற்கான காரணம், நமக்குள் ஒன்றுடன் ஒன்று சண்டையிடும் இரு ஓநாய்கள் உள்ளன. ஒரு நல்ல ஓநாயும், ஒரு கெட்ட ஓநாயும் உள்ளன."

சிறுவனும் இதைப் பற்றி சிறிது நேரம் யோசித்த பின் "தலைவரே, எந்த ஓநாய் வெற்றி பெறும்?" எனக் கேட்டான்.

தலைவர் "எதற்கு நீ தீனி போடுகிறாயோ அதுவே" எனப் பதிலளித்தார்.

நமது கெட்ட ஓநாயைத் தண்டிக்க வேண்டிய அவசியமில்லை. அப்படிச் செய்வதால் அது நம்மில் உள்ள நல்லவற்றிற்கு உதவி செய்யாது. அதற்குப் பதிலாக நல்ல ஓநாய்க்கு உணவளியுங்கள். அதற்கு நேரத்தை, விழிப்புணர்வை, புரிதலை, கவனிப்பை, அன்பைக் கொடுங்கள். அப்போது என்ன நடக்கும்? நல்ல ஓநாய் வலிமை அடையும்.

வெறுப்பு, கோபம், பயம், குழப்பம் இவையாவும் கெட்ட ஓநாய்க்கு உணவளிக்கின்றன.

அன்பு, மகிழ்ச்சி, சாந்தம், தெளிவு இவை அனைத்தும் நல்ல ஓநாய்க்கு உணவளிக்கின்றன.

எனவே நம்மை நாமே கேட்டுக்கொள்ள வேண்டும். இன்று நாம் எதைத் தேர்ந்தெடுக்கிறோம்? நாம் பாரபட்சத்தையா அல்லது புரிந்துணர்வையா ஊக்குவிக்கத் தேர்ந்தெடுக்கிறோம்? குழப்பத்தையா அல்லது தெளிவையா ஊக்குவிக்க நாம் தேர்ந்தெடுக்கிறோம்? போரையா அல்லது அமைதியையா ஊக்குவிக்கத் தேர்ந்தெடுக்கிறோம்?

நம் தேர்வுகள் நம்மை எவ்வாறு வரையறுக்கின்றன என்பது குறித்து நான் நீண்ட காலத்திற்கு முன்பு படித்த, இன்று வரை என் நினைவில் நிற்கும், சில வரிகள் இதோ:

நீங்கள் வலிமையானவராக இருக்க விரும்பினால்,
மென்மையாக இருங்கள்.
நீங்கள் சக்தி வாய்ந்தவராக இருக்க விரும்பினால்,
கருணையோடு இருங்கள்.
நீங்கள் செல்வந்தனாக இருக்க விரும்பினால்,
தாராள குணமுடையவனாக இருங்கள்.
நீங்கள் புத்திசாலியாக இருக்க விரும்பினால்,
எளிமையாக இருங்கள்.
நீங்கள் சுதந்திரமாக இருக்க விரும்பினால்,
நீங்களாகவே இருங்கள்.

சுதந்திரமாக இருங்கள்

ஒருமுறை, நான் தன்னை உணர்வதின் பயிற்சி முறைகளைக் கற்றுக் கொள்பவர்களிடம் பேசிக் கொண்டிருந்தபோது, ஒரு மனிதர் "எனக்குப் பயமாக இருக்கிறது" என்று கூறினார்.

"எதற்காகப் பயப்படுகிறீர்கள்?" எனக் கேட்டேன்.

"என்னால் விட்டுக் கொடுக்க முடியவில்லை, என்னால் இந்த உணர்வினுள் செல்ல முடியவில்லை."

நான், "ஏன்? கவனத்தை உள் நோக்கித்தானே திருப்புகிறாய். உன்னிடமே நீ பயப்படாதே. பறந்து செல்!" என்று கூறினேன்.

பின்னர் அவர் என்னைப் பார்க்க வந்தபோது, அந்த உரையாடல் அவருக்கு மிகவும் தைரியம் கொடுத்தது என்று கூறினார். அவர் விட்டுக் கொடுத்து தன்னை பறந்து செல்ல அனுமதித்ததாகக் கூறினார்.

அந்த உணர்வு எப்படி இருந்தது என்று அவரிடம் நான் கேட்டேன். அவர் அனுபவிக்கக் கூடிய சுதந்திரமான உணர்விற்கு ஓர் எல்லையே

இல்லாததுபோல் இருந்தது என்றார். எல்லையே இல்லை!

சுதந்திரமாக இருப்பது நமது இயல்பு. நம்மை கட்டிப்போடும் பொருள் அவ்வளவு பெரிய விஷயமாக இருக்காது. ஆனால், நம் உள்ளே உள்ள தேவையுடன் நாம் தொடர்புகொள்ள வேண்டும். உங்களுள் அந்தச் சுதந்திரத்திற்கான தேவை இருப்பதை உங்களால் உணர முடிகிறதா? உள்ளே இருக்கும் தெய்வீகத்தின் விழிகளால் பார்க்க உங்களையே நீங்கள் விட்டுக்கொடுக்க முடியுமா?

நான் வளர்ந்து வந்தபோது, சுதந்திரம் பற்றிப் பறவைகளிடமிருந்து பாடம் ஒன்றைக் கற்றுக் கொண்டேன். சுதந்திரமாக இருந்த பறவை ஒன்றை எடுத்து கூண்டில் அடைத்தால், அது வெளியேறுவதற்குப் போராடும். ஆனால் நீங்கள் போதுமான காலம் காத்திருந்தால் இறுதியில் என்ன நடக்கும் தெரியுமா? அது அந்தக் கூண்டிலேயே வாழக் கற்றுக் கொள்ளும். ஒரு நாள் நீங்கள் கூண்டின் கதவைத் திறந்தால் என்ன நடைபெறும் என்று ஊகியுங்கள்? அந்தப் பறவை பறந்து வெளியே செல்வதற்கு எந்த முயற்சியும் செய்யாது. எனக்கு இது தெரியும். ஒரு முறை கூண்டில் அடைக்கப்பட்டிருந்த சில பறவைகளை விடுவிக்க நான் முயற்சித்தேன். அவை அசையவே இல்லை. சுதந்திரம் என்றால் என்ன என்பதை மறந்துவிட்டன. அவ்வாறு நமக்கும் நிகழலாம்.

நம் வாழ்க்கையில் என்ன நடந்து கொண்டிருந்தாலும் நாம் யார் என்ற ஆழமான உண்மையுடன் இணைந்து கொள்வதற்கு நமக்கு எப்போதும் சுதந்திரம் இருக்கிறது. வெளியே நடக்கும் விஷயங்களால் கட்டுப்படுத்தப்படாமல் இருப்பதை நாமே தீர்மானம் செய்ய வேண்டும். நம் மூச்சானது வாழ்வு எனும்

அற்புதத்தை நமக்குக் கொண்டு வருகிறது. உள் நோக்கித் திரும்புங்கள்; ஒவ்வொரு கணத்தையும் உங்களுக்குள் இருக்கும் எல்லையற்ற அமைதியுடன் இணைவதற்கு நீங்கள் தேர்ந்தெடுக்கலாம். உள் நோக்கித் திரும்புங்கள், உங்களுக்குள் நீங்கள் வெகுதூரம் பறந்து செல்லலாம். உள் நோக்கித் திரும்புங்கள், உலகின் இரைச்சல் அடங்கி, இத்தருணத்தின் தெய்வீக இசையைக் நீங்கள் கேட்பதற்கு வழி வகுக்கும். உள்நோக்கித் திரும்புங்கள், உங்களையே நீங்கள் கேட்பீர்கள். தொடங்குங்கள்!

நூல் ஆசிரியரைப் பற்றி

1957 ஆம் ஆண்டில் இந்தியாவில் பிறந்த பிரேம் ராவத், தனிச்சிறப்பு வாய்ந்த தனது வாழ்க்கைப் பயணத்தின் ஐம்பது ஆண்டுகளுக்கும் மேலான அனுபவத்தைக் கொண்டுவருகிறார். சிறு வயதிலேயே அதிமேதாவியாகவும், 1970 ஆம் ஆண்டுகளில் பதின்ம வயதுப் பிரபலமாகவும் இருந்து உலகளாவிய அமைதியின் தூதுவராகிய பிரேம், கோடிக்கணக்கான மக்களுக்கு அளவிட முடியாத தெளிவையும், உற்சாகத்தையும், ஆழமான வாழ்க்கைக் கற்றலையும் வழங்கி உள்ளார்.

இப்போது அமெரிக்காவில் வாழ்ந்து வருபவரும், பிரேம் ராவத் அறக்கட்டளையின் ஸ்தாபகருமான பிரேம், அனைத்துத் தரப்பு மக்களுடனும் செயலாற்றி, அவர்கள் தமக்குள் இருக்கும் அமைதியை அனுபவிப்பதற்கான வழியைக் காண்பிக்கிறார். அவருடைய உலகளாவிய முயற்சியானது நூற்றுக்கும் மேலான நாடுகளில் நம்பிக்கை, ஆனந்தம் மற்றும் அமைதி அனைவருக்குமானது எனும் நடைமுறைச் சாத்தியமான செய்தி ஒன்றை ஒரு நேரத்தில் ஒருவர் என்ற ரீதியில் வழங்கி வருகிறது.

அவர், சர்வதேச ரீதியில் அதிக அளவில் விற்பனையாகும் **"Peace is Possible"** என்ற நூலின் ஆசிரியராவார். அத்துடன் 14,500 மணி நேரங்களுக்கு மேலாக விமானம் ஓட்டிய அனுபவம் மிக்க விமானியும்கூட. ஒரு புகைப்படக் கலைஞரும், பழமை

வாய்ந்த முதல்தர மோட்டார்க் கார்களை புதுப்பிப்பதில் ஆர்வம் கொண்டவரும் ஆவார். அவர் நான்கு பிள்ளைகளின் தந்தையும், நான்கு பேரக் குழந்தைகளின் பாட்டனாரும் ஆவார்.

பிரேம் ராவத்

பிரேம் ராவத் அறக்கட்டளையின் (TPRF) நிறுவனர் ஆவார். இந்நிறுவனத்திற்கு ஊடாக அவர் அனைத்துத் தரப்பு மக்களுடனும் பணியாற்றி அவர்களின் உள்ளே உள்ள அமைதியின் வளத்தை அவர்கள் எவ்வாறு அனுபவிப்பது என்பதைக் காட்டித்தருகிறார். அவரது பணி ஆறு தசாப்தங்களாக நம்பிக்கை, மகிழ்ச்சி மற்றும் அமைதியின் நடைமுறைச் செய்தியை ஒவ்வொருவருக்கும் தனிப்பட்ட முறையில் கொண்டு வருவதற்கான ஒரு சர்வதேச முயற்சியாகும். அவர் சர்வதேச மட்டத்தில் மிக அதிக அளவில் விற்பனையான, **Peace is Possible** என்ற புத்தகத்தின் ஆசிரியரும் ஆவர். மேலும் அவர் ஒரு விமான ஓட்டியும், புகைப்பட கலைஞரும், புராதன மோட்டார் வண்டிகளைப் புதுப்பித்து அமைப்பவருமாவார். அவருக்கு நான்கு குழந்தைகளும், நான்கு பேரப்பிள்ளைகளும் இருக்கின்றனர்.